AA000533

B08KQGTG8S

జంపన నవలలు

రెండవ సంపుటం

జంపన చంద్రశేఖరరావు

 నవచేతన పబ్లిషింగ్ హౌస్

JAMPANA NAVALALU-2

- Jampana Chandrasekhara Rao

ప్రచురణ నెం. : 2015/64

ప్రతులు : 1000

ప్రథమ ముద్రణ : సెప్టెంబర్, 2015

వెల : ₹ 220/-

ప్రతులకు : **నవచేతన పబ్లిషింగ్ హౌస్**

గిరిప్రసాద్ భవన్, జి.యస్.ఐ పోస్టు, బండ్లగూడ(నాగోల్), హైదరాబాద్-500068. తెలంగాణ ఫోన్: 24224453/54

E-mail: navachethanaph@gmail.com

నవచేతన బుక్ హౌస్

అబిడ్స్ & సుల్తాన్‌బజార్, యూసఫ్‌గూడ, కూకట్‌పల్లి, బండ్లగూడ - హైదరాబాద్, హన్మకొండ, కరీంనగర్, నల్లగొండ, ఖమ్మం.

ప్రజాశక్తి బుక్ హౌస్ (అన్నిబ్రాంచీలలో)

నవతెలంగాణ బుక్ హౌస్ (అన్నిబ్రాంచీలలో)

ముద్రణ: **నవచేతన ప్రింటింగ్ ప్రెస్,** హైదరాబాద్- 68.

కృతజ్ఞతలు

జంపన చంద్రశేఖరరావు రచనలు మా సేకరణలో దాదాపు 60 నవలలొచ్చాయి. వీటిలో చాలా భాగం నవలలను ఎంతో శ్రమించి సేకరించిన సాహితీ మిత్రులు 'శ్రీ యామిజాల ఆనంద్' గారికీ, సహకరించిన వేటపాలెం గ్రంథాలయం, 'ఆర్కివ్స్' హైదరాబాద్, శ్రీకృష్ణ దేవరాయాంధ్ర భాషానిలయం లాంటి సంస్థలకు ప్రత్యేక కృతజ్ఞతలు.

ఈ రచనలను పరిచయం చేసే అవకాశం 'నవచేతన పబ్లిషింగ్ హౌస్'కు కల్గించిన జంపన గారి కుమార్తె 'జ్యోత్స్న' గారికీ, జంపన గారి తమ్ముడి కుమారుడు 'సౌజన్య' గారికీ మేం కృతజ్ఞులం.

జంపనగారి నవలలను సంపుటాలుగా ప్రచురించే క్రమంలో మొదటి సంపుటంలో '6నవలలు' ప్రచురించి ఇదివరకే పాఠకుల కందించాము. ఇది రెండవ సంపుటం. ఇందులో '8నవలల'ను సంకలితం చేసి పాఠకుల కందిస్తున్నాం. మిగతా నవలలను క్రమంగా ప్రచురిస్తాం. సాహిత్యాభి మానులు మా ప్రచురణలను ఎప్పటిలాగే ఆదరిస్తారని ఆశిస్తూ...

– ప్రచురణకర్తలు

విషయసూచిక...

	నవల పేరు	తొలి ముద్రణ	పేజీ నం.
1.	జీవితాశ	1944	05
2.	స్టూడెంట్	1944	47
3.	జన్మభూమి	1944	87
4.	క్షామం	1945	143
5.	గుమస్తా	1946	189
6.	నెలజీతం	1946	217
7.	శాస్త్రాలెందుకు..?	1946	247
8.	మొక్కుబడి	1946	279

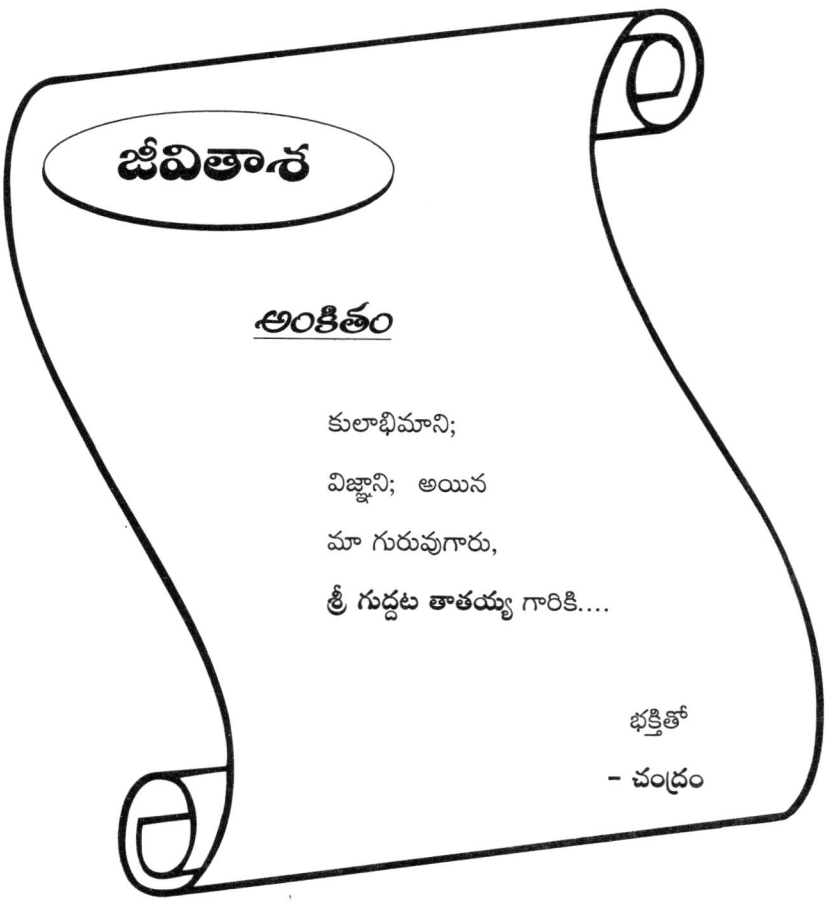

జీవితాశ

అంకితం

కులాభిమాని;

విజ్ఞాని; అయిన

మా గురువుగారు,

శ్రీ గుద్దట తాతయ్య గారికి....

భక్తితో

- చంద్రం

ఉద్దేశం:

గీ॥ మంచిచెడ్డల రెండింటి మధ్యమందు
పోవుచున్నది జీవిత నావ నేడు;
తీరమే చేరునో-ఏమొ! చేరకుండ
పర్వతముతాకి ముక్కలై పగులునేమొ!

అనే ఆరాటంతో అల్లల్లాడిపోయాడొక వృద్ధుడు. అతని ఆకలి కడుపులో రేగే అగ్నిజ్వాలలకు ఆహుతి అయిపోయాడు...

"ఆకలంటూ, అన్నమంటూ, కేకలేసే, పెద్దపేగుకు,
దేవుడుంటే లాభమెంతో, దెయ్యమున్నా లాభమంతే-
ఆకలి...కలి...ఆకలి..."

అంటూ అన్నపూర్ణ పళ్ళెంకోసం చేయిచాచేడు... పాపం! ఎత్తినచేయి ఎత్తినట్లే కృషించిపోయింది. ఆకలిమంటతో కేకలేస్తూ - కాలరథంక్రింద శిధిలమైపోయాడు....

ఆ శిధిలజీవి విషాదజీవితం వర్ణించటమే... నా ఉద్దేశం...

N.B. : ఆకలిబాధ ఎప్పుడైనా అనుభవించిన వారే ఈ నవల చదవండి... లేకపోతే వద్దు...

శలవు

- చంద్రం

జీవితాశ

1

"నాకు నమ్మకం లేదు"

"... ... ..."

"స్త్రీకి, హృదయంలేదు. స్త్రీజాతి కన్నా పిశాచిజాతి మేలు"

"ఏమిటి?"

"ఈ పిల్ల నా కుమార్తెకాదు."

"... ... ..."

"నాకు స్పష్టంగా తెలుసు"

"ఎవరు చెప్పారు వీరా?"

"ముంజేతి కంకణానికి అద్దమెందుకు?"

"పొరబడుచున్నావు"

"అవును నిన్ను నా ప్రియురాలనుకుంటం పొరబాటే"

"చెప్పుడు మాటలు చెడ్డవి"

"చేసిన పనులు మంచివే?"

"వీరా! నన్ను అన్యథా తలుస్తున్నావు... నేను నీదాననే సుమా!"

"నీవు నాదానవే కావచ్చు..."

"మరి"

"ఈ పిల్ల మాత్రం నా కుమార్తెకాదు"

"ఎవరి కుమార్తె?"

"ఎవరికి తెలుసు? నీవంటి కులటల చిత్తవృత్తి తెలుసు కుంటం ఎవరి తరం? కడుపునిండా విషం -కనులనిండా అమృతం మానవ జాతికి వేరు పురుగులు. మానవ నీతికి సాలిపురుగులు"

ఎవరా పురుషుడు?

ఆమె అతని భార్యయా?

ఆ స్త్రీ పురుషుల మాటలు నన్ను పగ్గాలతో పట్టి నిలిపాయి. వారిరువురు మేడపై మాట్లాడు కుంటున్నారు. మేడ క్రింద చెట్టు మాటున నేనునిలబడ్డాను.

వారెవరు?

వారి భగ్నహృదయాలకు కారణ మెవరు?

వారి జీవిత చరిత్రలు తెలుసుకోవాలని కుతూహలం కలిగింది.

ఆచెట్టుమాటునే నిలబడ్డాను.

* * *

'వీరా! ముందువెనుకలు ఆలోచించాలి"

"అన్నీ ఆలోచించాను"

"మంచి చెడ్డలను తరచాలి"

"తరిచాను..."

"అనుమానం ప్రాణహాని సుమా?"

"అవును నీవో నేనో ఈరోజుతో సరి"

"మంచిచెడ్డలకు మన మనసులే ప్రమాణం - ప్రధానం"

"కాదని ఎవరన్నారు? స్త్రీల కొచ్చినన్ని శ్రీరంగ నీతులు ఎవరికి వచ్చును? నవ్వుతూనే ఉంటారు-నాశనం చేస్తూనే ఉంటారు. మాటాడుతూనే ఉంటారు-మంటలు కూరుస్తూనే ఉంటారు.. ప్రణయా పొంగాలను ప్రసరిస్తూనే ఉంటారు-ప్రాణాలను తీసస్తూనే ఉంటారు...అటువంటి స్త్రీ మూర్తులేకదూ లోకపూజితలు? త్రిలోకమాతలు?"

"వీరా! ఈ నీ ప్రియురాలు దురదృష్టవంతురాలు నన్నుచూచి నా బహిర్చేష్టలుచూచి-నన్ను నిందించిన నిందించవచ్చును... నా ప్రాణదాతవు కావున ప్రాణాలు తీయవచ్చును. అడ్డుపెట్టేవారు లేరు. నీ ఆజ్ఞదాటేవారు లేరు... కాని స్త్రీజాతి అంతయు నిందార్హముకాదు సుమా!"

"నిందార్హులుకారూ?"

"సర్పములలోనూ ఉత్తములులేవా?"

"అహ్హాహ్హా! పాములన్నీ మంచివే... వానికోరలలో వేళ్ళుపెట్టిన చప్పళించును. తలదూర్చిన ముద్దుగొనును:..."

"సర్పజాతికి చెందిన ఆదిశేషుని సహస్రఫణామండలంమీదే కదా మన భూమినిలబడింది?"

"ఆది శేషుని తలమీద భూమినిలబడింది-నీతలమీద నాకత్తినిలబడుతుంది... పుక్కిటి పురాణాలను నమ్మే పురుషులుపోయి చాలకాల మయింది..."

పిచ్చిదానా! వేదపురాణాలను నమ్మిన జగత్తు వేయిసంవత్సరాల క్రితమే నశించింది...

"ఇపుడు భగవంతుని ఉనికికూడ సంశయించే కాలం ఆసన్న మయిందనుకుంటా..."

"భగవంతుడా? భగవంతుడుకూడ ఉన్నాడూ? ఉంటేనే నా ఈ వ్యభిచారం? ఈదుష్కార్యం..."

"వీరా! తగిన నిదర్శనములు లేకుండా నన్ను నిందించటం న్యాయంకాదు... స్త్రీజాతి అంతా పాములకన్న హీనమైతే మనతల్లులూ మొదలైన వారంతా ఏమౌతారు? వారిగతీ అంతేకదూ?

"ఏమిటే పొగరు?... నా తల్లిని నిందిస్తున్నావుగా...దుర్మార్గురాల."

* * *

అతనికి ఉద్రేకము ఆగలేదు... ఆమెపై కాలరుద్రుడులాగ దుమికాడు... "ధన్-ధన్" మన దెబ్బలు మాత్రం స్పష్టంగా విన్నాను. ఆమె జవాబు చెప్పలేదు. ఏడుపుకూడ వినబడలేదు-అయిదు నిమషములు వరకూ ఇద్దరూ మాటాడుకోలేదు.

అనుమాన పిశాచానికి గురియైన అతడే దుష్కార్యాన్ని చేసినా చేసేస్తాడు. ఆమెను అతని బారినుండి తప్పించాలి. అబలను రక్షించాలి. అనుకొన్నాను.

భార్యాభర్తలమధ్య నెవరి తలా దూర్చరాదు. అలాగని అన్యాయంగా ఒకనాకొ సోదరి మృత్యుముఖానికి గురి అయితేచూస్తూ కూర్చుంటామా? ఏం చేస్తాం?

ఇది విషమ పరిస్థితి

నేనలాగే చెట్టుమాటున ఆ వింత ప్రపంచంలోని కదలికలు గమనిస్తూ నిలబడే ఉన్నాను...జీవచ్ఛవంలాగ...

* * *

"వీరా! నా మరణానికి కూడ సంసిద్ధురాలయ్యాను. నా ప్రియుని చేతిలో మరణించే భాగ్యాని కంటే నాకు కావలసిందేముంది? అంత కంటే పుణ్యమేముంది? స్వర్గ సింహాసనాధిపత్యం లభించదూ?

వీరా? నామరణానికి నేను జడుస్తున్నానని అనుకోక... దానికి నాకు విచారంలేదు. పుంస్త్రీగా (పునిస్త్రీ) చనిపోయి నందనోద్యానవనంలో పూలబాటలు పరుస్తూ, తీయనిగీతాలు ఆలాపనజేస్తూ, నీ కొరకు ఎదురు త్రోవులుచూడటమే నాకానందం...

అయితే... ఒక్క ప్రార్థన...

నా తప్పును నాచేత ఒప్పించి, నాగుక్కెడు ప్రాణాలు నానుండి తప్పించు... వద్దంటే నేనునీ ప్రియురాలను కాదనుకో?"

"నీవు వైకుంఠరావుతో ఎంతచనువుగా ఉన్నావో నీకుజ్ఞాపకం ఉన్నదా?"

"ఉన్నది... చాలా చనువుగా ఉన్నాను... అతడూ నీవలె బి.ఏ. లో నా "క్లాసుమేటు" కదా?"

"అందుచేతే ఈ మనస్తాపము... కృపా! అతడు నిన్నెంతగా ప్రేమిస్తున్నాడో నీకు తెలుసా?"

"ఎందుకు తెలీదు వీరా! అతడిది మాది ఒకేఊరు, చిన్నప్పటి నుంచి నాకతడు తెలుసు... మా ఇరువురకు ఒకరంటే మరొకరికి ఎన్ని సంవత్సరాలునుంచే అనురాగం"

"అంత అనురాగంతో ఉన్న మీరిద్దరూ ఎందుకు వివాహం చేసుకోలేదు?"

"అదేం ప్రశ్నవీరా! అనురాగంతో ఉన్నవారందరినీ వివాహం చేసుకుంటమేనా స్త్రీధర్మం? మా అన్న కృష్ణునకు నామీద అనురాగంలేదూ? ఉన్నవారందరినీ వివాహం చేసుకుంటారా?"

"అందరినీ చేసుకోవచ్చును. వారిలో అతగాడ్ని ఎందుకు చేసుకోలేదని నాప్రశ్న."

"అతడిని నీవలె నేను సంసారిక దృష్టితో చూడలేదు. ఈ ప్రపంచంలో స్త్రీ ఎవరినో ఒక్కరినే ప్రియునిగా, ప్రాణాధిపతిగా చూడగలదు గాని, కనబడినవారితో స్నేహంచేసి వారందరినీ ప్రియులుగా ప్రేమించలేదు... అలా ప్రేమించినది స్త్రీయేకాదు."

'ఓహో!'

"వీరా!నమ్ము! నామాటవిను... నేనతనితో చనువుగా నున్న మాట వాస్తవమే...కాని నీవు భావించినట్లు తుచ్ఛంగా నేనెన్నడూ సంచరించలేదు... నామీద ఎవరో గిట్టక చెప్పిన మాటలనుబట్టి నన్యథా తలుస్తున్నావు. ఇది ధర్మంకాదు సుమా!"

"ఏమి నంగనాచివే..."

"... ... ..."

"ప్రత్యక్ష ప్రమాణాలనుకూడా కాదనగలవుగా!"

"ఏవీ! వ్రేలుమడచి ఒక్కటిచూపు."

"చూపిన".

"మారుమాటాడకుండా నాకంఠం నులిపి నాప్రాణాలు తీసివేయి. ఆనందంతో మరణిస్తాను..."

"అయితే ఇదిగో చూడు ఈ ఉత్తరం..."

ఆమె నిశ్చేష్టురాలైపోయింది. కన్నులు చెదిరిపోయాయి. చెమటలు గ్రమ్మాయి... నిట్టూర్పులు విడిచింది.

"ఎవరు వ్రాశారో తెలుసా?"

"కొంచం సరీగాచూస్తే తెలుస్తూనేఉంది."

"ఎవరు?"

"వ్రాసింది లీల... వైకుంఠరావు సంతకంపెట్టింది కూడ లీలే లాగుంది"

"లీలదనక ఎవరిదంటావు?"

"వీరా! ప్రతి అక్షరం లీలదే... నేను లీలదని నిర్ధారణ చేయలేనినాడు నన్ను నీయిష్టం వచ్చినట్లు చేయి. అంతవరకు నాకు వ్యవధి యివ్వవలసింది..."

"వ్యవధా-గివధా... అది వ్రాసింది వైకుంఠరావుకాదేం... దాంట్లోచూడు... మన పిల్లను జాగ్రత్తగా చూడు... అనివ్రాయలేదూ? మన పిల్లట... మనపిల్ల... ఇటువంటి పాపపు సంతానంకన్న మీరేకదూ మహా ప్రతివ్రతలు?

దుర్మార్గురాలా! తుచ్ఛురాలా!"

"వీరా! ఆలోచించు... ఎవరు కులటలో నీకే కొద్దిరోజులలో తెలుస్తుంది. ఒథెల్లోవుకాక... చదుకున్న వాడవు చదువులో ప్రయోజనం గనపరచు...

"ఏం గనపరచాలి?"

మీ నాన్నాగారు కూడా మహాపతివ్రత అయిన మీ తల్లిని అనుమానించి-చంపారు... నిజం తెలిసిన తరువాత ఎంత పశ్చాత్తాప సంతుప్తులయ్యారు?'

'నీకు తెలుసా?'

'నేనాయనను చూడలేదు. ఆయన జీవితం ఇప్పటికీ ఇరుగు పొరుగువారు చెప్పుకుంటూ ఉండగా విన్నాను. ఆ విచారంతోటే ఆయన మరణించారట...'

'చాలు చాలు... ఎక్కువగా మాట్లాడక.'

"ఎలాగైనా ఈకుత్రిమరచన లీలదే..."

"లీల కేం అవసరం?"

"లీలనిన్ను ప్రేమించినది."

"అవును. లీల నన్ను ప్రేమించినది. నీ వతనిని ప్రేమించావు... ఏ... దుర్మార్గులారా! ఇంకా మాట్లాడుతున్నావా!"

* * *

మరల పిడుగుల వర్షం ప్రారంభం... ఈ పర్యాయం విస్తారం గానే ఉన్నాయి. అతని శక్తికొలదీ కొదుతున్నాడు - ఆమె 'ఉ...ఆ' అనటంలేదు-తుదకు శొమ్మసిల్లి పోయిందను కుంటాను... మూలుగు కూడా లేదు...కొట్టి...కొట్టి... అతని ప్రాణంవిసిగి...

"మళ్ళీ! నేనొచ్చేవరకు ఇక్కడే... ఏడువు..."

ఆమాట అంటూనే మేడమెట్లమీదకువచ్చి గభీలుమని తలుపు వేసేశాడు తాళంకూడా వేశాడేమో!... మెట్లు దిగుతున్నాడు... నన్నెక్కడ చూస్తాడో అనుకొని జడిశాను... కాని అతడతి ఉగ్రదశలో ఉన్నాడేమో ఇటూ అటూ చూడకుండా మేడమెట్లుదిగి చరచరా పెద్దబజారువైపుకు వెళ్ళిపోయాడు.

అతడ్ని చూస్తే నా కెక్కడలేని కోపం వచ్చింది.

ఆమెనుచూస్తే నాకెక్కడలేని జాలికలిగింది.

ఆమెను రక్షించాలనుకున్నాను...

ఎలా?

ప్రయత్నించాలి.

అనుకుంటూనే బయలుదేరాను.

ఆహా! ఏమి ఈ సృష్టిమహాత్మ్యం, అనుమాన పిశాచానికి బానిస కానివాడుండడు కదా! ఉంటే వాడు మహాత్ముడే.

2

భయంకరమైన అర్ధరాత్రి గడిచింది–

తేజోమూర్తియగు సూర్యభగవానుని రధాశ్వముల డెక్కలు కాబోలు, మేఘాంచలముల మీదనుంచి జారిపోతున్నాయి. బ్రహ్మాండ మంతయు తేజోమూర్తియై, దృగంచలముల బంగరు కాంతులను దిద్దుకుంటూ ఉంది...

ప్రకృతిలో చైతన్యలక్ష్మి దివ్యవనృత్యం పరిఢ విస్తూఉంది.

ప్రపంచం యధా ప్రవృత్తికి పాల్పడింది.

విజన రజనిలోని నిర్మలత్వం ఇప్పుడులేదు.

ఇప్పటిచైతన్యం అప్పుడులేదు.

చీకటి వెలుతురులు–పాపపుణ్యాలు ఒకచోట కలసి మెలసిఉండవు... అయినా వానికంటే దగ్గర బంధువులు మరెవరూలేరు.

పగలు పగలల్లా ప్రళయకాల మహాసముద్రమధ్యమున మునుగుతూ తేలుతూ ఉన్నవానిలాగ నాభావనా సముద్రంలో మునిగిపోయాను. ఆమె యెవరు? దోషియా? నిర్దోషియా? ఈలోపుగా ఆమె భర్త ఆమె ప్రాణాలు తీస్తాడేమో! ఆమెనెలా చూడగలను? ఎలా రక్షించగలను?

ఆలోచనలపైన ఆలోచనలు

ఆలోచనలలోనే పగలు బ్రతుకు తెల్లవారింది.

పగలెల్లా ఎక్కడ దాగి ఉందోతెలీదు... సాయం సమయం దాటగానే మృత్యువులాగ... కారు చీకటి తన వేయివేల ఇనుప పాదాలతో లోకంలోకి పరుగు పరుగున వచ్చింది –

యమునా నదీ శతసహస్ర వీచికాపరంపరల్లాగ-లోకమంతా చీకటి ముసుగులో లీనమయింది...

మరల అర్థరాత్రి

యథాప్రకారం సముద్రంవైపు బయలుదేరాను.

ఆమేడమీద దీపం వెలుతురులేదు.

ఎవ్వరూ ఉన్నట్లుకూడాలేదు...

ఆమెను చంపి వేశాడా!

శవాన్ని తీసుకు వెళ్ళిపోయిన తరువాత అల్లుల్లాగ... పాడుపడి పోయిన దేవాలయంలాగ- మృత్యుమందిరంలాగ ఉన్న ఆమేడను చూస్తూఉంటే నా హృదయం శతధావిభిన్నమై పోయింది.

పిడుగు పడితే మాడిపోయిన వృక్షంలాగ, నేనలాగే నిలబడి పోయాను.

గంటసేపు నిలబడ్డాను.

అలికిడిలేదు.

నా ప్రాణాలు నిలువునా నీరైపోయాయి.

ఏమీతోచక అలాగే సముద్రంవైపు బయలుదేరాను

అబ్బా! ఆ అర్థరాత్రి ఎంత భయంకరంగా ఉంది

మృత్యుదేవత ఇంకా భయంకరంగా ఉంటుంది కాబోలు

ఆ మృత్యుదేవత కౌగిలిలో ఆ అభాగిని నిదురపోతుందా?

భావాలుపైన భావాలు

సముద్రం వంకచూస్తూ నిలబడ్డాను.

* * *

అరగంట గడిచింది.

నావెనుక ఏదో అలజడి కలిగింది - కాలిచప్పుడయింది -

ఎవరా అని వెనుకచూచాను.

ఎవరది?

నాహృదయం ఝల్లుమంది

నల్లకోక కట్టుకొని ఎవరో స్త్రీ... తన ఒడిలో ఏదో ధరించి, సముద్రమువైపు వస్తూఉంది... ఏదో ప్రమాదాన్ని తలపెట్టినట్లుంది- ఆమె సంగతి కనుక్కోవాలనుకున్నాను.

"ఎవరుమీరు?"

"... ... ."

"ఇలా ఎక్కడికి?"

"... ... ..."

"ఈ అర్ధరాత్రిలో..."

"... ... ..."

"సముద్రంవైపు వస్తున్నారే!"

"సముద్రానికి నాకు..."

"చెప్పమ్మా! ఏమిటి?"

"తీరని సంబంధంఉంది-"

"అలా అంటున్నావేంతల్లీ!"

"ఆ సముద్రమే లేకపోతే నావంటి అభాగినుల హృదయాగ్ని చల్లార్చేదెవరు?"

"అంతే..."

"బాబూ! నాది వినలేని విషాదగాధ వినరాని విషప్లావితజీవితం"

"అదేమిటమ్మా!"

"మరువలేని మలినమైన బ్రతుకు... మరపురాని దళితమైన హృదయం"

"అందుచేత..."

"ఈసముద్ర గర్భంలో నాపాపపు జీవితాన్ని పావనం చేసికుందామనుకున్నాను... బాష్పకలుషితమై, భగ భగామండే నా హృదయాగ్నిని చల్లార్చుకుందామను కున్నాను... దయచేసి నామార్గానికి అడ్డురాకండి నాపవిత్ర భావాలను భగ్నంచేయకండి... నా ఆశయాలను నాశనం చేయకండి... నా..."

"అమ్మా! చాలు చాలు ఎంతపని తలపెట్టావు?"

"అదృష్టవంతురాలను కాబట్టే ఈ ఊహ నాకు తట్టింది"

"ప్రపంచంలోని ప్రాణికోటి కంతటికీ ప్రాణదాత ఆ భగవానుడు... మన మందరమూ ఆ పరమాత్ముని సంతానమే కాబట్టి నీ బ్రతుకు బరువులు నేనుకొన్ని భరించాలి-భరిస్తాను...

"సానుభూతికి సంతోషం. మీమాట జవదాటి నందుకు క్షమించండి... శలవు..."

ఆమె ముందుకు నడవ జొచ్చింది.

"నేనామెను వెన్నాడాను."

తలలపై మణులు మెరియుచున్న నల్లత్రాచుల్లాగ, నురగలు కక్కుకుంటూ తరంగాలు, సముద్రపు గట్టును కబళించివేస్తున్నాయి.

కన్ను మేరలోనుంచి సముద్రం కాలినడకకెంత?

"అమ్మా!"

ఆమె మాటాడలేదు...

రూపు దాల్చిన శోకమూర్తిలాగ కదలిపోతూఉంది.

నేను త్వరపడకపోతే ప్రమాదం తప్పదు.

పెద్దంగలు వేశాను...

"ఆత్మహత్య మహాదోషం సుమా"

"... ... ..."

"నా మాటవినమ్మా! సాహసం పనికిరాదు సుమా?"

"... ... ..."

అతిభీకరంగా! సముద్రాన్నే చూస్తూ ఆమె వెళ్ళిపోతూ ఉంది... మరో నిమిషానికి సముద్రంలో దూకివేస్తుంది... ఇంక లాభంలేదనుకున్నాను- ఆమె ముందుకువెళ్ళి మహాపర్వతంలా నిలబడ్డాను...

"అమ్మా! ప్రాణంకంటే తీపి ఈ ప్రపంచంలో లేదు. చచ్చి సాధించేదేముంది? చావు పుట్టుకలకు వెనుకా ముందు మన జీవితస్థితి మనకు తెలీదు. బ్రతికి ప్రపంచంలో చేయవలసిన పనులెన్నో ఉండగా, ఇలా ఆత్మహత్యచేసుకుంటం భగవదాజ్ఞకు వ్యతిరిక్తంగా నడవటం... చనిపోయిన తరువాత ఏమౌతామో ఎవ్వరికీ తెలీదు."

అమ్మా! నీ పైన ఆధారపడిన జీవితాలు ఒకటి, రెండైనా ఉండకుండా ఉండవు. వారిని ఉసురుపెట్టటం భావ్యమా! వారిని కష్టపెట్టి కన్నీరు కార్పించి, నీవు కాలసముద్రంలో కలసిపోవటం ధర్మమా తల్లీ"

ఆమె నిలబడిపోయింది.

అభిమానం నామాటల యందు కలిగి ఉండవచ్చు.

ఆమె అటు ఇటూ చూచింది.

'నాయనా!' అని ఒక్కసారి అరచి, వెక్కి వెక్కి ఏడ్వటం ప్రారంభించింది. వడిలోనున్న పాపాయి, కంచు గీచినట్లు కావురుమంది...

తల్లి హృదయం జల్లుమంది.

నాకా బిడ్డకేక బళ్ళెపు పోటయింది.

"అమ్మా! ఈ పాపాయితోటే నీవీ ప్రపంచయాత్ర ముగించు కుందామనుకున్నావా?"

'అవును.'

"ఎంతప్రమాదం తలపెట్టావు తల్లీ! పాపాయి మొఖమైనా చూడలేదే... అయ్యయ్యో! ఎంత వెఱ్ఱిబాగుల్దానవు తల్లీ!"

".... ... ..."

మా ఇరువురి హృదయాలు బరువెక్కి పోయాయి.

నాలుగు నిమిషాలు మాట్లాడుకోలేపోయాం.

నాకా మేడసంగతి జ్ఞాపకం వచ్చింది... ఒక్క సారిగా ఆ అభాగ్యదంపతులిద్దరు కన్నులకు కట్టినట్లయింది. నే ననుకోకుండా నానోటి వెంటనుండి "కృపా" అని వెలువడింది. ఆమె ఉలిక్కిపడింది.

"కృపా?" "మీరెవరు?"

"నీ భర్త వీరరాఘవరావు కదూ!"

"... ... ..."

"ఆశ్చర్యం ఎందుకు? చెప్పు కృపా!"

"అవును. మీ కాయన తెలుసా."

"తెలియును. తెలియును."

"అలాగా..."

"నిన్ను అనుమానించినది తెలియును. నిన్నరాత్రి నిన్ను కొట్టినదీ తెలియును. విద్యావంతులైకూడా, కొన్ని పర్యాయాలిట్లే కొందరు పశువులవుతారు. మానవత్వం వారిలో అప్పుడు మాయమవుతుంది. నిన్ను చంపటానికి ప్రయత్నించి నప్పుడా పశుత్వంకూడ పోయి, రాక్షసత్వం వస్తుంది. ప్రకృతిగుణాల ననుసరించి పోయేవాడు సామాన్యుడు తల్లీ...

చూడు తల్లీ! ఈ కెరటాల మడతలమాటున ఎన్నివేల ప్రాణులు స్థిరనిద్ర పొందుతున్నాయో ఊహించగలమా! ఎన్ని ప్రాణాలను ఆహుతి చేసినా ఈ సముద్రం ఎంత నిర్మలంగా – నిశ్చలంగా ఉన్నదో చూడమ్మా!

"అవును. పైకిప్రపంచం చాలా శాంతంగా ఉంటుంది. లోపలమాత్రం విషం చలచలా మరుగుతూ ఉంటుంది."

"అలా లేనివాడు లోకాన్ని మోసగించగలరా? తమ్ముతాము మోసగించుకో గలరా?

"మీరేదో లోకానుభవంగల మహాత్ములులా కనబడుతున్నారు."

"లోకానుభవం ఉన్నంతమాత్రాన మహాత్ములు కారుతల్లీ. కలిగిన అనుభవం కార్యరూపం దాల్చినపుడే, జీవితానికి ఉత్తేజం–లేక పోతే నిస్తేజం."

"అవును. ఆచరణముఖ్యం. ఆశలు తీరని జీవితానికి కూడా ఆచరణ ముఖ్యం. అనురాగరసం ఇంకిపోయిన జీవితాలకు కూడా ఆచరణ ముఖ్యం."

ఆమె ఒక్క నిట్టూర్పు విడిచింది.

"అమ్మా! ఏదీ ఆ పాపాయిని ఇలాగియి."

ఆమె మాట్లాడకుండా, తన ఒడిలోని పాపాయిని నాకిచ్చింది. పాపాయిని ఎత్తుకొన్నాను. నిరంతరం కాలిపోయే నా హృదయానికి హత్తుకొన్నాను.

సుధా స్రవంతిలాగ అనురాగం స్రవించింది... నా మోడుటెడద చిగురించింది... పుష్పించింది.

అబ్బా! పాపాయి దెంతచక్కని శరీరం...

"అమ్మా! బయలుదేరు... నా ఇల్లే నీ యిల్లు. నా ప్రాణమే నీ ప్రాణం... నేను మరణించికూడా నిన్ను బ్రతికించుకోగలను."

ఆమె మాట్లాడలేక పోయింది.

ఆలోచనల్లో మునిగిపోయింది.

"బయలుదేరాలి... చూడమ్మా! చూడు. అటుచూడు. ఆ కారుచీకటిలో మునిగిపోయిన ఆ తూర్పుదిక్కునే తేజోమూర్తి ఉదయిస్తాడు. తన బాలారుణ కరములతో ప్రతి పూవునీ, ప్రతి మొక్కనీ, చక్కలిగింత పెడతాడు... ఆ పర్వత పానువులపై గడ్డిమొక్కల మీద కాంతి హీనములైన మంచుబిందులన్నీ, పగడాల్లా తళతళా మెరిసి పోతాయి... అదేమిటి. ఇదేమిటి – ప్రకృతి అంతా ప్రత్యణు పులకితమైపోతుంది. చైతన్యలక్ష్మి దివ్యనృత్యం చేస్తుంది... అదృశ్యం ఎంత బాగుంటుందనుకున్నావు?

అఖండ తేజోస్వరూపమైన ప్రకృతిని చూడగలిగే తరుణం సమీపిస్తుంది. పదమ్మా... పద... పద... బ్రతుకులో ఎంత తీపిఉంది...

ఈ లోకంలో ఆనందం అనుభవించనివారు, ఏలోకం లోనూ ఆనందం అనుభవించ లేరు–

అసలు మన భారతభూమికంటే స్వర్గభూమి ఇంకేముందమ్మా! మన ఆనందలక్ష్మి మనచేతిలో చిరునవ్వు ముత్యాల చిలుకరిస్తుంటే – కన్నెత్తి చూడకుండా కాలగర్భంలో కలసిపోవాలనుకుంటం ఎంత వెఱ్ఱి తల్లీ...

ఆశలన్నిటిలో – "జీవితాశ;"

రాగాలన్నిటిలో – "అనురాగం;"

కాంత లందరిలో – ప్రణయకాంత;

ఎంతతీపి!... ఎంతహాయి!... ఎంతమధురం?...

అటువంటి జీవితాశ, ధృవతారలా నీముందు ప్రకాశిస్తూ ఉంటే –కాదని కాలగర్భంలో కలిసిపోతావా? పిచ్చి తల్లీ! పద... పద... ప్రాణంకంటే తీపి ఏముంది?ఎవరు చచ్చిపోవాలను కుంటారు... బయలుదేరు... రా! రా!"

ఆ మాటలతో ఆమె మంత్రముగ్ధ భుజంగిలా నావెనకాలే బయలుదేరింది.... నా హృదయం తేరుకుంది. ఇద్దరం పాపాయితో మా పాతింటికి జేరాం.

"నాపొట్ట నేను గడుపుకోలేపోతున్నాను. వారిపొట్ట లెలా గడపటమో..." ఈ ఆలోచనతో నాకన్నులు మూతలు పడిపోతున్నాయి.

దీపానికికూడా దిక్కులేని మాదరిద్రచీకటి కొంపలోనే, మేము కన్నుమూశాము. అంతకంటే చేసేదేముందిలెండి...

3

"కృపా నేను అందజగత్తులో ఉన్నాను.

వెలుపలికి చూచినా, లోపలికిచూచినా, చీకటికాటుకే పూయబడి ఉంది. కడుపులో మంటలు-కనులలో అశ్రువులు. ఈ మంటలా కన్నీటిని ఆహుతి చేయరాదో! ఆవిరిగా మార్చరాదో.

జవశక్తులుడిగిన వృద్ధుడను. కడుపు కాలుతోంది హృదయం కమిలిపోతూ ఉంది... కనులు వెలవెల బోతున్నాయి... ఏమిచేయమంటుందీలోకం? పనిపాటలు... సరే... మంచిది... చేయాలి... చేస్తాను... ఏవీ పనిపాటలను చూపమను? ఎక్కడున్నాయి? ఎవరుచెపుతారు?

తిరుగవలెనంట...ఎంతదూరం?

పోవలెనంట... ఎక్కడకు?

అంతులు లేనిది అబ్ధి... అంతకు మించినది ఆకాశము... అతి విశాలమైన ఆకాశము కంటె మించినదీ అమోయమయ జీవితం... ఈ అగాధ జీవితానికి ఒక ఒడ్డున నీవు-నేను-ఈ సృష్టిఅంతా నిలబడి ఉన్నాం... ఆవలిఒడ్డు చూపున కందదు...ఎంతదూరమో తెలియదు ఎలా చేరతాం? ఎంతకష్టం? ఎంతప్రమాదం? ఇలా ఎన్ని జన్మాలు గడవాలోకదా తల్లీ!"

ఆమాటలు మాకృపతో అనుసరికి నా గొంతుకు గాద్గద్యంపొందింది. ప్రత్యవయనం ఒక వింతకదలిక కదిలింది-కన్నులు తేమగిల్లాయి.

"తాతగారూ! మీ జీవితాన్ని చూస్తూ ఉంటే నాకదేదో విచిత్రంగా ఉంది. ఇంత సంస్కారం గలవారిని నేను చూడలేదనిపిస్తుంది"

"అలాగే ఉంటుంది. కంటితో ఎన్నో చూస్తూఉంటాం. అన్నీ జ్ఞాపకముండవు... క్రొత్తదృశ్యాలు తరుముకొస్తూ ఉంటే-పాతదృశ్యాలు మరో ప్రపంచంలో మటుమాయమై పోతూ ఉంటాయి... జీవితాశలు క్రొత్తవి పొడచూపుతూఉంటే పాతవి అడుగంటుతూ ఉంటాయి. క్రొత్తకెరటం ముందుకు వస్తూ ఉంటే, పాతకెరటం వెనక్కిపోతూ ఉంటుంది... కొత్తమొగ్గ పూవుగా వికసించబోతూఉంటే-పాతపువ్వు పరిమళాన్ని గ్రోలుపోయి రాలిపోతుంది.

క్రొత్తవానికి స్థానం ఈయటం పాతవాని లక్షణం. అది సహజప్రకృతి ధర్మం.

"అలాగే ఉంది చూస్తూ ఉంటే. వేదకాలం నాటి సాంప్రదాయం పురాణ కాలంనాటికి లేదు. పురాణ కాలంనాటి సంప్రదాయం నేడు లేదు. నేటి సాంప్రదాయం ఇకముందు ఉండదు... అబ్బా! కాలం ఎంత తీవ్రంగా మారిపోతూంది."

"కృపా! మన మనస్సులు మారిపోవటంలేదూ! మన మనోప్రవృత్తిని బట్టే కాలం మారిపోతుంది."

"ఇది మంచికే మారుతుందో-చెడ్డకే మారుతుందో తెలియటంలేదు."

"కాలం ఎంతమారినా, ఎంత మారకపోయినా మంచిచెడ్డల కలియకలేనిదే ఎప్పుడూ ఉండదు."

కృప ఆలోచనలలో పడిపోయింది...

నా హృదయంలో మడతలు మడతలుగా ఆవరించుకొన్న భావనాపరంపరలన్నీ విప్పి, ఆమె కనులముందు వినీలాకాశంలా పరిస్తే ఆమెచూడలేదు. చూచి సహించలేదు... నాధోరణి మార్చాలనుకున్నాను.

"కృపా! భోజనాలు చేద్దామా? అప్పుడే రాత్రి 9 గంటలు కావచ్చింది."

"... ...."

"మాట్లాడవేం కృపా!"

"... ... ..."

"వంటచేయలేదా?"

"అప్పు ఎక్కడా దొరకలేదు"

"మధ్యాహ్నంకూడా మనం భోజనం చేయలేదు, పాపం నావల్ల నీవుకూడా మలమల మాడిపోతున్నావు. అగ్నిసావాసంచేసే బంగారానికి సుత్తిదెబ్బతప్పుతుందా?"

"అలా అనకండి మీ ఆదరణచేతే నేనింతకాలం బ్రతికి మంచి చెడ్డలను తెలుసుకో గలిగాను"

"అమ్మా? మంచి చెడ్డలను తెలుసుకొన్నంతమాత్రం ప్రయోజనం ఏముంది? ఆచరించటంవలన ప్రయోజనముంటే ఉండవచ్చును. ఆచరించటం ఎలా? జీవయాత్ర నిర్వహించుకొంటానికి తగినంత ఆహారమైనా మనం సంపాదించుకోలే పోతున్నాంకదా?... మంచిది మంచిది. మన హృదయాలలోనే భగవానుని మంగళహారతి మంటలు.

"కృపా! పాపాయికైన పాలు దొరికాయా?"

"... ... ..."

"లేదా!"

"లేదు..."

"మరెలా!"

"భగవంతుడున్నాడు"

"భగవంతుడు మన వంటి పాపులపాలిటలేదు"

"మనమేమి పాపముచేశాం..."

"బానిస దేశంలో బ్రతికి ఉండటమే"

"బ్రతికి ఉండుట విధి ఆజ్ఞకాబోలు..."

"విధి - విధి-అంతావిధే-"

నాకన్నులు చింతనిప్పుల్లాగ ఎఱ్ఱవారాయి. పాలులేనిపాపాయిని చూచేసరికి, నా హృదయంలో ఎఱ్ఱగా కాల్చిన నాగలిమొన పైకి లాగబడినట్లయింది.

దరిద్రదేవత తన నల్లనిచేతులతో నన్నేదో మరో ప్రపంచం లోనికి రమ్మన్నట్లు పిలుస్తుంది. నల్లత్రాచులు కాబోలు తమ ఎఱ్ఱని నాల్కలుచాచి, నన్ను పరిహాసము చేస్తున్నాయి. తోకపై నుంచొని తాడిప్రమాణం తలనెత్తి కాటువేయబోవు మహాసర్పంలాగ, ప్రళయ సముద్రం మిన్నులు ముడుతూ నన్ను మింగటానికి వస్తూఉంది"

"కృపా! ఇవాళకు భోజనంలేదు. రేపెలా? ఎల్లుండెలా? పనికొరకు తిరిగాను దొరకలేదు. అప్పుకొరకు అడిగాను ఎవ్వరూ ఈయలేదు. ఇల్లు జేరాను. భోజనం ఎలా వస్తుంది?"

కృపా! మనది బానిసదేశం. మన బ్రతుకు బానిస బ్రతుకు"

"మీరు నేనూ అనుకుంటే ప్రయోజనమేముంది?"

"ఏమీలేదు ప్రతియింటా కొందరు మనలా నిరాశలో నిలచిపోవాలి. ఆకలికి ఎండిపోవాలి ఎండినవారి హృదయాలు మండిపోవాలి. అంతవరకూ ఈ బానిస బ్రతుకు మాసిపోదు"

ఇరువురం ఎవరి గదిలోకి వాళ్ళం వెళ్ళిపోయాం.

చీకటిని చీల్చి వేయటానికి దీపం కావాలి. దీపానికి నూనికావాలి నూనెకు డబ్బేది?

చీకటిలోనే పాపాయిని పొత్తికడుపులో పెట్టుకొని కన్నతల్లి కన్ను మూసింది. నిదురపోతుందో లేదో ఆభగవాను డెరుగు? అయినా ఎలా నిదురపోతుంది? కడుపుమంట చల్లారితేగా...

రాత్రి పదకొండు గంటలు కొట్టారు.

విన్నాను... హృదయం చలించింది

రాత్రి పన్నెండు గంటలు కొట్టారు

విన్నాను... శరీరం జలదరించిపోయింది...

ఆకలి మంటకు ఆగలేకపోయాను...

పాలులేకపోతే పాపాయి చచ్చిపోతుంది. పాపాయి చచ్చిపోతే బెంగపెట్టుకొని తల్లి చచ్చిపోతుంది... తినటానికి తిండిలేక మేమింత మలమల మాడిపోతుంటే - తిన్నది అరగక ధనికులు బాధపడటమా? ఏమి న్యాయం? ఇదేకాబోలు ప్రపంచ ధర్మం-?

అంతా భగవంతుని సంతానమైనపుడు కొందరు సుఖించటం ఏమిటి? కొందరు దుఃఖించటం ఎమిటి? ఆధనికులంతా లక్షాధికారులెలా అయ్యారు? మా వెచ్చటి రక్తం పీల్చేకదూ? మాకన్నులలో ఆనందం దొంగిలించేకదూ?...సరే... సరే.

నేను మాత్రం వారిరక్తాన్ని ఎందుకు పీల్చరాదు. కాలే కడుపును ఎందుకు చల్లార్చుకూడదు? కారే కన్నీటిని ఎందుకు తుడుచుకోరాదు?

మా గోతులు మేము తవ్వుకోవాలా? మా సమాధులు మేముకట్టుకోవాలా? మా సమాధుల మీద మేము కన్నీరు కార్చాలా? మా మోడుజీవితాలే వానికి నీడనివ్వాలా?

నా శరీరంలో ఉప్పొంగే ప్రతిరక్త కణంలోను దరిద్రదేవత వికటాట్టహాసమే ప్రతిధ్వనించింది. నేను అడుగుతీసి అడుగువేసేసరికి మృత్యుదేవత తన వికృత క్ష్రూరక్షుధాక్షుభిత కరాళ కఠోర భయంకర వక్త్రంతెరచి, విషజ్వాలలు వెలిక్రక్కుతూ ఉంది... నన్ను నా కుటుంబాన్ని దహించటానికి అంత వెలుతురు కావాలి కాబోలు...

నేను వణికి పోతున్నాను.

నాయెదట చిక్కిపోయి, సగం చచ్చిపోయి, కృసించిపోయి, కుళ్ళిపోతున్న ఆశాదేవత మాత్రం చీకటి ముగుసులోనే కన్నీరు కారుస్తుంది... నా హృదయం రాయిపడిన నీరులాగ చీలిపోయింది.

ఆశాదేవత నావంక దీనంగా చూచింది.

అక్కడ నిలబడలేక పోయాను.

జీవితాంధకారంలో ఆశాజ్యోతిని వెలిగించాలి...దశదిశలా జ్యోతిర్మయంచెయాలి... ప్రపంచపు అంచులమీదనే పరుగెడతాను... ఆశాజ్యోతి ఆరిపోయే వరకు పరుగెడతాను... హృదయంలో రక్తంచల్లబడిపోయేవరకు పరుగెడతాను పరుగెడతాను-ఎక్కడో పడిపోతాను భూమిలో కలిసిపోతాను.. అప్పుడు నాజీవితాశ ఏమౌతుందో! నా జీవనజ్యోతి ఏమౌతుందో! నాదరిద్రదేవత ఎవరివంకచూచి విరగబడి నవ్వుతుందో! అహ్హాహ్హా!... అహ్హాహ్హా... అహ్హాహ్హా

4

ఆకలి - ఆకలి.

ఆకలికడుపులో - అగ్నిజ్వాలలు.

ఆశాకిరణం - ఆహుతి అయింది...

అగ్నిపర్వతాల -భుగభుగ మంటలు...

అనాధజీవుల - ఆర్తనాదం...

అగ్నివర్షం - అగ్నివర్షం...

ధగధగ కాంతులు - భగభగ కాంతులు...

ప్రళయం -ప్రళయం...

ప్రళయంలో ఈప్రపంచం కలసిపోవాలి... సముద్రకెరటాల పై ఈ కోటీశ్వరుల ధనరాసులు తేలిపోవాలి... బూజుపట్టిన వారి జీవితాలు కడగబడాలి...

అప్పుడే శాంతి - అపుడే దాంతి...

అందాకలేదు - విశ్రాంతి...

బయలుదేరాను... వెళ్ళిపోతున్నాను... డబ్బుకావాలి... పాపాయికి పాలుతేవాలి... మాకడుపులు చల్లబడాలి...

కర్తవ్యం ఏమిటి?

మార్గం ఏముంది?

దొరతనం - పోవాలి.

దొంగతనం - కావాలి.

దొంగతనమా? చీ.ఛీ. అంతకంటే నీచమేముంది? ...ఒకరికి చేయిచాచి ముష్టెత్తరాదూ? ముష్టా-ముష్టి... ముష్టి ఎవరు పెడతారు? ముష్టికి చేయచాస్తే - తూగుటుయ్యాలలో నుంచే జవాబు వస్తుంది-పనిపాటలు చూచుకోరాదా? అని... పనిపాటలు లేవు బాబూ...అంటే...చావమంటారు?

చావాలా?-చావాలా?

ధనికులు.

బ్రతకాలా? - బ్రతకాలా?

దరిద్రులు.

పోవాలా? - పోవాలా?

ఈ ప్రపంచపు గొడవలను తలుచుకుంటూ ఉంటే - నా హృదయం ముండ్లకంపల మీద నుంచి లాగినట్లుంది...

అ అర్ధరాత్రిలో కదిలే శవంలాగ వెళ్ళిపోతున్నాను-దొంగ తనానికి.

ఎక్కడకో -

ఏమిటో -

నాకే అర్థంకావటంలేదు...

వెళ్ళిపోతున్నాను... వెళ్ళిపోతున్నాను...

పర్వతంతాకి నాతల ముక్కముక్క లైపోయేవరకూ వెళ్ళిపోతాను.

* * *

అది పెద్దమేడ...

పై అంతస్తుమీద లయిటు వెలుగుతూ ఉంది...

ఆలయిటు కాంతులు నాకు స్పష్టంగా కనబడుతూ ఉన్నాయి. ధృవతారను చూస్తూ పడవ నడిపే నావికునిలాగ - ఆ నక్షత్రం చూస్తూ మేడమీద నీరుపోయేగొట్టం పట్టి ఎక్కిపోయాను...

మేడమీద గదితలుపు నాకొరకే గాబోలు ఎవరో తెరచిఉంచారు.

గదిగుమ్మం దాటాను

నాకళ్ళు చెదిరిపోయాయి

ఎవరో యువతీ యువకులు మాట్లాడుకుంటూ ఉన్నారు

ఆ తలుపుచాటునే నక్కి - శవంలాగ నిలబడి ఉన్నాను...

* * *

"ఇందిరా! డబ్బు అవసరం లేకపోతే అడుగుతానా?"

"అంత అవసరమా మోహన్!"

"కాదుమరీ"

"అలాగైతే నా చంద్రహారం ఇదిగో తీసుకో"

"చంద్రహారమే... అడిగితే ..."

"పరవాలేదు తీసుకువెళుదూ... నీకంటే నాకీ ప్రపంచంలో ఎవరున్నారు? అడిగితే ఎవరో ఎత్తుకుపోయారంటా... దానికేమిట్లే"

"సరే... ఇవ్వు..."

"ఇచ్చేముందు ఒక్కసారి..."

"ఏమిటి?"

"ఒక్కటి..."

* * *

వారిరువురు కౌగిలించు కున్నారు.

ఆ దృశ్యాన్ని చూస్తూ ఉంటే నా హృదయం బ్రద్దలయింది. గొప్పవారి కంబళీలో ఎన్ని పాములైనా... నిదరపోతాయి ఎన్నితేళ్లైనా దాగుంటాయి... వారే పాపకృత్యం చేసినా... బంగారపు రేకుల మాటున దాయగలరు...

కాని

మావంటి పేదవా రేచిలిపిచేష్టనైనా చేయినియి... సంఘం బహిష్కిరిస్తుంది... ప్రభుత్వం శిక్షిస్తుంది...

ఏమిసంఘమో-ఏమి ప్రభుత్వమో

అతని కామె చంద్రహారాన్నిచ్చింది... సర్పాన్ని జేబులోవేసుకున్నట్లు దానిని జేబులోవేసుకొని గదిదాట బోయాడు...

వెధవ చోరత్వం అలవాటులేదేమో... అతనిని చూచేసరికి నాశరీరం వణకటం బయలు దేరింది... నాచేతులు వణుకుతూ తలుపు మీద ఆనాయి. దానితో తలుపు జరిగింది... చప్పుడయింది.

ఇద్దరూ ఒక్క మారుగామూలవణికే నన్ను జూచారు... వెంటనే...

"దొంగ... దొంగ..."

అని ఎల్గెత్తి అరిచారు -

ఆ యువకుడు అదే సందని కాలికి బుద్ధిచెప్పాడు...

వెంటనే నలుగురూ నాచుట్టూ మూగారు...

"ఓరి ముసలి ముండాకొడుకా! నీకూ దొంగతనమే "

అంటూ ఎముకలు విరగొట్టారు -

పారిపోవడానికైనా ప్రయత్నించలేని నాపైన పిడుగుల వర్షం కురిపించారు.

చేసిన తప్పుకు శిక్ష అనుభవించవద్దూ -

అనుభవిస్తాను...

శాంతిగా అనుభవిస్తాను -

నలుగురూ జేరి నన్ను యమకింకరుల వంటి పోలీసులకు అప్పజెప్పారు.

ఆమె చంద్రహారాలు నేనే అపహరించానని... నా దొంగల జట్టులో మరొకరికి అందిచ్చాననీ నేరారోపణ జేశారు...

గొప్పవారెంతకైనా సమర్థులు.

నేను దొంగలించ లేదంటే నమ్ముతారా?

ఆమె రంకుటాలంటే వింటారా?

ఎన్నడూ జరుగని విషయం అది.

నన్ను ఇనుపూచల పంజరంలో - చిలుకలా బంధించారు.

వారిశక్తికొలది లాటీలతో కొట్టారు.

ఎన్నయినా చేస్తారు?

ప్రభువులు - గొప్పవారు - చేయలేని విషయాలు యేముంటాయి. దాయలేని రహస్యాలేముంటాయి వారీ సృష్టికర్తకంటే వేయిమడగులు ఎక్కువ చదువు కున్నారు; అసాధ్యులు.

ఆ జెయిలు ఇనుప ఊచలు చేత్తోపట్టుకొని - చీలిపోయిన ఆకాశాన్నంతా చూస్తున్నాను.. బోనులో బంధింపబడ్డ సింహం; పంజరంలో బంధింప బడ్డ చిలుక; అనుభవించే కష్టం నాకు అనుభవం లోనికి వచ్చిది.

లాభమేముంది?

ఆకలి మంటను చల్లార్చుకుందామని బయలుదేరాను

అదృష్టవంతుడను...

కడుపు మంట చల్లార్చుతుంది...

నాకీశిక్ష ఎన్ని సంవత్సరాలు విధిస్తే అంతమంచిది

కాని -

నా కృపకెలా? పాపాయికెలా?

వారినిద్దరినీ సముద్రగర్భంలో రెండు కెరటాల క్రిందనైనా కలిసిపోనీయలేదు. వారిక్షుదాగ్నులు ఆనాటితోటైనా చల్లారేవి... వారి దరిద్ర విషాద జీవితగాధ లానాటితోటైనా ముగిసేవి.

కాని -

వారిని మహా ఉద్ధరించే వానిలాగ-హితబోధ చేసి ఇంటికి తీసుకువచ్చాను...

ఇప్పుడు వారి గతేమిటి?

మలమలమాడి చావటమేనా?

అయ్యో! భగవంతుడా ఎంత చేసావురా నాయనా!

అనుకుంటూ నరకబడిన కొమ్మలాగ నేలమీద ఒరిగిపోయాను. ఆ ఇనుపచువ్వలకు జేరబడి కారు చీకటిని చూస్తూ కన్నుమూశాను...

ఎప్పుడో చిన్నకునుకుపట్టింది -

అంతే -

అప్పుడే బరువుగాఉన్న నాకనురెప్పలు తెరువ బడ్డాయి- ఈ ప్రపంచం అంతా ఈనల్లని చీకటిలో ఎంతనిశ్శబ్దంగా ఉందో! లోపల ఎన్నికడుపులు ఆకలితో మలమలా మాడిపోతున్నాయో! నా ఆకలి పేగులు అరిచాయి -

ఏమీ తోయక చిన్న గొంతుకతో పాట ప్రారంభించాను.

గీతం :

"ఆకలంటూ

అన్నమంటూ -
కేకలేసే
పెద్దపేగుకు,
దయ్యముంటే
లాభమెంతో -
దైవమున్నా
లాభమంతే!
మింటి కంటెడు
కడుపు మంటను
ఆర్పలేనీ

కంటి నీటికి -
అన్నపూర్ణా
పళ్ళెరంబున
సున్నముంటే,
లాభమెంతో -
అన్నమున్నా,
లాభమంతే!!
కాలవాహిని
గర్భమందూ
కలిసిపోయే
కటికిపేదకు
రాళ్ళగుట్టల
లాభమెంతో
రాజులున్నా
లాభమంతే!!

"బాబూ! ఏంటాపాట?"

నన్నుకూడా పలుకరించే ప్రాణి ఈ ప్రపంచంలో ఎవరున్నారా? అని తలెత్తి చూచాను...

నాలాగ కునికిపాటులు పడుతూ-పాటవింటూ-జాలిపడే వయసు మరలబోయే పోలీసు కానిస్టేబులు...

"తమ్ముడూ! నాపాట వింటున్నావా?"

''అవును బాబయ్య! ఎంతబాగుందనుకున్నారు... మా చెవులి కెప్పుడూ బూతుపాటలేగాని - ఇటువంటి మంచిపాట లెప్పుడూ వినిపించలేదు బాబు... అబ్బా! ఆకలిమంటను ఎంతబాగా చెప్పారండి."

"ఉద్యోగంలో ఉన్న మీకు ఆకలి బాధేనా?"

"లోకంలో ఉన్న ఆకలంతా మాకడుపులో ఉండక, కులవృత్తులు చేసుకొనేవారి కుంటుందా అండీ!"

"బాగా చెప్పావు... అయితే నిలవేమీ వేయలేదూ!"

"నిలవకూడానా బాబూ! లంచం దొరికినకొద్దీ త్రాగడం ఎక్కువవుతుంది. పాడుమూక కదండీ బాబూ స్నేహితులు."

"అయ్యోపాపం! అన్యాయార్జితం పరులపాలు కావలసిందే."

"అందుకనే బాబు ఇప్పుడు అఘోరిస్తూ ఉన్నాను. పెళ్ళీడు వచ్చిన ఆడపిల్ల లిద్దరున్నారు... ముప్ఫైఏండ్లు దాటిన ఇద్దరి కొడుకు లున్నారు."

"అయ్యో! వారేం చేస్తున్నారు.

"ఒకడు కారుడ్రయివరు... మరొకడు మిల్లుకూలీ... ఇద్దరూ కలసి పదకొండు రూపాయల జీతమైనా, ఇచ్చేది అయిదో ఆరో... ఏ నెల కానెల అప్పులతో మిగులుతున్నాం..."

"బాగుంది..."

"బాబూ! తిండికి డబ్బుచాలక బిడ్డలకు పెట్టి.నేనూ నా భార్యా పస్తున్నరోజులు చాలా ఉన్నాయి. అవన్నీ తలుచుకుంటే నా గుండె సముద్రం అయిపోతుంది. ఆ ఆకలి కడుపుతో అలాగే కుమిలి కుమిలి ఏడ్చేవాళ్ళం. రేపో మాపో పిన్చినీ ఇస్తారు... తరువాత మాగతి దేముడెరుగును బాబు."

ఆమాటంటూ ఉంటే ఆకానిస్టేబులు గొంతుకు బొంగురువోయింది... పాపం! కన్నీరుకూడా కారుతూ...ఉండొచ్చు -

"తమ్ముడూ! ఆకలి బాధకు ఆహుతికాని ప్రాణి అరుదు. అది మన లోపం ఏముంది నాయనా?"

"ఎవరి లోపం బాబయ్య!"

"ప్రభుత్వలోపం..."

"మన కులవృత్తి మనంచేసుకుంటే... వారొద్దన్నారటండీ!"

"నిజం.... నిజం..."

"మాతాతకు పదిజతల ఎద్దులు... మూడుబళ్ళు... ఇరవై ఎకరాల భూమి ఉండేదిబాబు... మానాన్నంతా పాడుచేసి... మాకీరాత తెచ్చాడు. ఇంతకూ అంతా కర్మలే బాబు..."

"కర్మా... కర్మేంటి? అదంతా మన కల్పితం... కర్మేమీ లేదు. ఉన్నా బహుస్వల్పం... మనకు దానితో ప్రయోజనం ఏమీ లేదు."

"కర్మ కాపోతే బంగారంవంటి బాబులు మీరు మీకీగతి ఏమిటండీ!"

"దొంగతనం రాక... ఇలా దొరికిపోయాను... ఇది నాలోనే ఉంది...రాని దొంగతనం గురించి - ఆకలి దొందరపెట్టిందని బయలు దేరటం తప్పునాదేకదూ!"

"మీదేం కాదు బాబు...మీ పాటింటున్నా... మీమాట లింటున్నా మీరేదో మహాత్ముల్లాగ కనబడతారు బాబయ్య! కాని... మీరెన్నైనా చెప్పండి... పూర్వజన్మ పుణ్యపాపాలమీదే మనబ్రతుకంతా ఏర్పడి ఉందండి..."

"తమ్ముడూ! మన పూర్వులు మనకు ఆకలిదప్పులు తీర్చేమార్గం చూపించలేదు కాని...తేజోవంతమైన జీవితాన్ని నిస్తేజంచేసే మార్గాలు చూపించారు... మన పాదాలమీద

మనం నిలబడలేకుండా మన భావాలనుబట్టి మనం నడవలేకుండా ప్రతిపనికీ కారణం కల్పించారు... ఏమిటది? అదేకర్మ...

పుట్టినప్పటినుంచి గిట్టేవరకు;

నిదుర లేచినప్పటినుంచి నిదుర పోయేవరకు;

మనంమంచే చేయనీయి... చెడ్డే చేయనీయి

దానికి కారణభూతం ఎవరు?

"కర్మ... "కర్మ"

ఈ సృష్టిరథాన్ని నడిపించేదే 'కర్మ' ... అంతా 'కర్మే'

అయితే మన పనేముందో!

మనకు రాళ్ళకు భేదం ఏముందో!

"అలాగేనండి అలాగే... మనపెద్దలు చెప్పారు.. అదే మనం చేస్తున్నాం"

"తమ్ముడూ! ఒక్కమాట చెబుతావిను...

మన పూర్వునాటి సంఘంవేరు. ఆనాటి సంఘానుసరణంగా వారు సంఘ నిబంధనలు ఏర్పరచుకున్నారు... ఈనాటి సంఘంవేరు. అటువంటప్పుడు మనకు వీలైన నిబంధనలు మనం ఏర్పరుచుకోవద్దా!"

"అవునవును."

"నాడు ప్రజలు కొద్దిమంది. దేశం అనంతం... స్వరాజ పరిపాలన -నేడో ప్రజలు తండోపతండాలు... దేశం పరదేశీయులవాసం... పరరాజపాలన....

ఎంతమార్పోచూడు...

నాడు కులమత భేదములవలన దేశం ఉత్తేజవంతం అయింది. నేడు కులమత భేదాలవలన దేశం నిస్తేజం అవుతూంది. నాడు రాజులు మంత్రులు మొదలైనవారే ధనాధిపతులు - నేడో పెక్కురు.

నాడు ఆకలిమంటల కేప్రాణి దగ్ధంకాలేదు.

నేడో ప్రతిప్రాణీ దగ్ధం అయిపోతూఉంది.

నాడు స్వతంత్రదేశం.

నేడు బానిసదేశం.

"అవును బాబూ! కాలంమారిపోయింది-"

"ఇంకా మారిపోవాలి - ఇంకా మారిపోవాలి"

నేనింక మాట్లాడలేకపోయాను - ఆమాటలంటూనే ఆ ఖయిదులో మరోమూలకు పోయి కూలిపోయాను.

5

తెల్లవారింది.

సబ్ ఇనస్పెక్టరుగారు వచ్చారు.

క్రొత్త ఖయిదీనగు నన్ను చూపించటానికి వారు తలుపులు తీశారు.

నన్నతడు చూచాడు...

అతడాశ్చర్య పోయాడు...

"ఎవరది?"

"బాబూ!"

"మీరా!"

"బాబూ!"

నా పెద్దగడ్డంలో దాగున్న పెదెములుఒక వింతకదిలిక కది లాయి... జీర్ణించి–లోతుకు పోయిననా పెదెములలో ఒక తేజోరేఖ మెరిసింది...

అక్కడి వారాశ్చర్యపోయారు... మమ్మల్ని చూచి.

సబ్ ఇనస్పెక్టర్ తలవంచుకొని... చెరచెరా వెళ్లి కుర్చీలో కూలబడిపోయాడు...

నేనలాగేచూస్తూ నిలబడిపోయాను...

అతడ్ని చూచేసరికి నా హృదయం బ్రద్ధలైపోయింది.

నాకనులు నిండిన నీరు జలజలా జారిపోయింది...

మా యిద్దరకూగల సంబంధం ఏమిటా అని మిగిలిన వారంతా ఆశ్చర్యపోతూ చూస్తున్నారు...

"అబ్బా! ఎంతకాలానికి చూచాను."

అనే మాటలు నాకు తెలియకుండానే నానోటినుండి వెలువడ్డాయి.. దానితో వారికన్నులన్నీ ఒక్క సారిగా నావైపు – మా సబ్ఇన్స్పెక్టర్ వైపు త్రిప్పారు.

నేనక్కడ ఒక్క నిమిషంకూడా నిలబడలేకపోయాను.

నా విషాదగాథ తలచుకొనో–నాముఖం చూడలేకో అతడు వెంటనే సైకిలెక్కి ఏమీ ఎవ్వరితోనూ చెప్పకుండానే వెళ్ళిపోయాడు...

దానితో అక్కడున్న వారికి అనుమానం మరింత ఎక్కువై పోయింది...

ఏమిటో – జీవితం అంతా చిత్రంగానే ఉంది...

* * *

అది అర్ధరాత్రి.

నాకారాత్రి భోజనం దొరికింది.

ఆకలితో మాకృపా వాళ్ళు ఎంతబాధ పడుతున్నా–నాకడుపు మంటను నేను చల్లార్చుకున్నాను...

అబ్బా! స్వార్థం ఎంతచేయిస్తుంది?

కడుపునిండిన వెంటనే –అలసిపోయిన కన్నులుకూడా నిదుటలో సొలసిపోతాయి కాబోలు... నేను నిదుటలో ప్రపంచాన్ని మరచిపోయానో అన్నట్లు నాకనులు మూతలు బడ్డాయి. కాని నిదట సరీగా పట్టనీయక–ఆ ఇనుప ఊచలను కూడా భేదించుకొని ఆ దరిద్రపిశాచం ఎలావచ్చిందో –నన్ను మధ్య మధ్య లేపటం ప్రారంభించింది... నా కనురెప్పలకు తాళ్ళుకట్టి ఉయ్యాలలూగుతూ ఉంది.

పగలల్లా భావాలుచే బరువెక్కిన నా హృదయం – ఆ నిశాప్రశాంత సమయంలో విశ్రాంతి తీసుకుందామనుకుంది...

లభిస్తుందా విశ్రాంతి ఈనిరుపేద గుండెకు –?

సగము వాడిపోయిన నాహృదయ కుసుమాన్ని – రేకు రేకులూ విడదీయటానికి ఈ దరిద్రదేవత ఎంత ప్రయత్నంచేస్తూ ఉంది –

మా దేహాలు సమాధులలో జీర్ణం అయ్యేవరకు ఆ తల్లికిజాలి కలగదనుకుంటాను....

ఏమిటో లెండి – దైన్యజీవనం...

నాకొకమోస్తరు మగతనిద్ర పట్టింది...

అంతలో –

నా ఖయిదు తలుపులు నెమ్మదిగా తెరువబడ్డాయి –

తల తిప్పి చూచాను...

నా హృదయం జల్లుమంది...

'ఎవరది?'

ఎవరో వ్యక్తి నావైపు వస్తూ ఉన్నాడు...

నా కన్నులను నలిపి చూచుకున్నాను...

స్పష్టంగా నావంటివాడే అని గుర్తించాను...

"ఎవరది?"

"... ..."

"మీరెవరు?"

"నాన్నా!"

"ఆఁ"

"నాన్నా!"

"బాబూ! నీవేనా! బాబూ! రా!

నావణికే రెండుచేతులూ ఒక్కమారుగా అతనిని నా హృదయం దగ్గరకు జేర్చుకోలేకుండా ఉండలేకపోయాయి...

కదిలిపోతూ - వణికిపోతూఉన్న మా రెండు హృదయాలు - ప్రళయసముద్రంలాగ ఉద్ఘోషించాయి...

శిథిలమై-బొంగురుపోయిన-నాగొంతులోనుంచి 'బాబూ... బాబూ' అని ఎన్నిసార్లో వెలువడింది...

వణికిపోయే నాచేతలతని శరీరాన్ని ఎన్నిమార్లో నిమిరాయి... వాత్సల్యం ఒలికించాయి... నా కన్నీరు అతని శిరస్సును గంగోదకాల్లాగ పావనం జేశాయి...

మా యిరువురి ఉత్సాహం; ఉద్రేకం; ఉల్లాసం; ఉత్తేజం; ఉన్మాదం; వర్ణించటానికి సృష్టికర్తకుకూడా వీలులేదు...

అలా రెండు నిమిషాలు గడిచాయి...

"నాన్నా! బయలుదేరు."

"ఎక్కడకు?"

"ఎక్కడ తలదాచుకుంటానికి వీలుంటే అక్కడకు."

"ఎవరైనా చూస్తే..."

"ఎవరూ చూడలేరు... చూచినా పట్టుకోలేరు... ఆ యేర్పాటులన్నీ నేను చేశాను..."

"పారిపోయి ప్రభుద్రోహి కావటం ధర్మమా!"

"ధనం అపహరించని నీకీ కఠినశిక్ష న్యాయమా? లే నాన్నా! లే. ఈ విషయం తెలిస్తే నేనూ తప్పించుకొని వచ్చేస్తాను."

"ఇంతకష్టం నీకు."

"ఇది కష్టమా! పద నాన్నా పద... కాలం గడవకూడదు"

"అయినా బాబూ! వయసు గడచినవాడిని. సుఖదుఃఖాలు అనుభవించినవాడిని... ఇంకా లేనిపోని "జీవితాశ" నాకెందుకు? ఇలాగే నాజీవయాత్ర ముగించనీయి-"

"నాన్నా! ఈ ప్రపంచంలో ఎవరు చనిపోవాలను కుంటారు జీవితం మధురం. ప్రపంచం ఆనందమయం. జీవితాశే మానవ హృదయాకాశంమీద వెలిగే మహాజ్యోతి"

"అవును జీవితాశే అన్ని పనులూ చేయిస్తుంది"

"నాన్నా! ప్రతిపనిమీదా ఏవో ఒకటి రెండు ప్రాణాలైనా ఆధారపడకుండా ఉండవు- వాటి గురించయినా మన ప్రణయ బంధాన్ని త్రెంచుకోలేం - మన జీవితాశను త్రుంచుకోలేం."

"అవును"

"అందుచేత పద... నాన్నాపద...

"నా కన్నుల యెదుట కృప తన పాపాయికి పాలు సంపాదించలేక కన్నీరు కారుస్తూ ఉన్నట్లుంది. దానితో నా హృదయం చలించి పోయింది.

కృప... పాపాయి గురించి బ్రతికింది...

నేనే - వారిద్దరి గురించి బ్రతకాలి.

పారిపోవాలి... పారిపోవాలి.

ఒక నిశ్చయంలోకి వచ్చేశాను.

మాట్లాడ కుండానే అతని వెనక బయలుదేరాను.

"ఒక్క పోలీసుకూడా నాదగ్గరలేరే"

"అప్పుడే పనికల్పించి పంపించాను. మీరు త్వరగా పారిపోవాలి"

"మళ్లీ మనం కలుసుకుంటం"

"త్వరలోనే"

"అయితే..."

"శలవు... నమస్కారం..."

"మంచిది. నాయనా..."

నేను వెళ్ళిపోతున్నాను.

నావంక అలాగేచూస్తూ. పాపం ఆ చీకటిలో నిలబడిపోయాడు.

* * *

గాలికి కొట్టుకుపోయే కారుమేఘంలాగ, ఆకారు చీకటిలో తూలిపోతూ వెళ్ళిపోతున్నాను... పాపాయిని తలుచుకుంటూ ఉంటే నక్షత్రాలబట్టి ప్రయాణంచేసే నావలాగ... నేను నా గమ్యస్థానానికి వెళ్ళిపోతూ ఉన్నాను.

"పాపాయికి పాలుతేక ఏమీ ప్రమాదం కలగదుకదా!"

అనుకొనే సరికి నాకాళ్ళు మరీతీవ్రంగా కదిలిపోయాయి.

వెళ్ళిపోయాను... వెళ్ళిపోయాను.

మా యిల్లు జేరాను.

తలుపులు వేసిఉన్నాయి.

"కృపా! కృపా!"

"... ...."

"కృపా!"

"ఎవరది?"

"నేనే!"

"తాతగారూ;"

"ఆ... త్వరగా తీయాలి"

ఆమె ఆతృతతో తలుపుతీసింది.

"కృపా! పాపాయి బాగుందా?"

"మీ దయవల్ల నిన్న మా స్నేహితురాలొకామె కనబడితే ఒకరూపాయి తీసుకున్నాను–"

"పోనీతల్లీ! దిక్కులేనివారికి దేవుడేదిక్కు"

"అవును తాతగారు... అయితే మీరు నిన్నెక్కడికి వెళ్ళారు"

"ఖయిదులోకి"

"అదేమిటది?"

"దొంగతనం చేయబోయి–చేతకాక ఖయిదులో పడ్డాను"

"వారు నిర్దోషి అని గ్రహించి వదిలిపెట్టారా?"

"లేదు.. దోషిననే"

"అదెలా?"

"నా పుత్రుడొచ్చి నన్ను విడిపించాడు"

"మీ పుత్రుడా... ఎవరది?"

"ఆ విషయాలన్నీ తరువాత చెబుతాను ముందు పాపాయినెత్తుకొని బయలుదేరు తల్లీ?"

"ఎక్కడకు?"

"మన తలలు ఎక్కడ దాచుకుంటానికి వీలైతే అక్కడకు"

"పారిపోవటమేనా?"

"ఇంకో మార్గం ఏముంది? లేతల్లీ! లే... ఆలశ్యానికి –ఆలోచనలకు ఇది సమయంగాదు... త్రాచుపాముల్లాగ పోలీసువారు లాటీలతో మరుక్షణానికి తయారౌతారు..."

"అలాగే"

ఆమె నిదర పోయే పాపాయిని భుజంమీదకు ఎత్తుకుంది.

నాకు ముఖ్యమనితోచిన వస్తువులన్నీ మూటకట్టి తలమీదపెట్టుకొని బయలు దేరాను.

నేను ముందు వెళుతున్నాను.

నావెనుక, పాపాయితో కృపవస్తూఉంది.

శరీరాన్ని విడిచివెళ్ళే ప్రాణంలాగ... నేను నా యిల్లుని విడిచి వెళ్ళిపోతున్నాను.

ఎక్కడకు?

ఎవరాశ్రయం ఇస్తారు?

నన్ను విడిపించిన నాకుమారుని గతిఏమిటి?

మాగతి ఏమిటి.

అలాగే వెళ్ళిపోతున్నారా...

టిక్కట్లు లేకపోయినా రైలెక్కివేశాం. అబ్బా! జీవితాశ ఎంత గొప్పది.

6

అది బొంబాయి మహానగరం.

మేము నానా అవస్థలుపడి ఎల్లాగైతేనేం బొంబాయినగరం జేరుకున్నాం... అక్కడ మాత్రం చేయిచాస్తే అన్నపూర్ణ పళ్ళెం చేతిదగ్గరకు వస్తుందా... వస్తే మాత్రందానిలో అన్నం ఉంటుందా?

ఇప్పుడు చేయవలసిన పని ఏముంది?

ఇంటింటికీ తిరిగి ముష్టెత్తటం.

సగం కడుపుమాడి, సగం కడుపు చల్లారినమేము –చావలేక బ్రతకలేక తిరిగే జీవచ్ఛవాల్లాగ, కాలం గడుపుతూ ఉన్నాం.

అటువంటి దుర్భర విషాదజీవితం ఎంతకాలం గడపగలం?

ఒకనాటి రాత్రి –

పాపాయిని ఉయ్యాలలోవేసి ఊపుతూంది కృప.

ఊపుతూ ఊరుకుందా?

సన్నని గొంతుతో, తీయనిగీతం ప్రారంభించి–పాపాయిని నిదర పుచ్చుతుంది. ప్రతిపాదం, భావం గ్రహిస్తే హృదయ దళనంగానే ఉంది.

"ఏడవకు ఏడవకు

వెఱ్ఱి నా పాపాయి;
ఏడిస్తే నీ కడుపు
మంటచల్లారేనా?
జో – జో – ॥ఏడవకు"

కన్నీటితో నీకు
పన్నీరు జల్లాను;
కటికి నెత్తుటితోనే
కాటుకనుదిద్దాను;
జో–జో– ॥ఏడవకు॥

మండు వేసవిలోన
ఎండిపోయెను గుండె;
ఎండిపోయిన గుండె

మండిపోకుండునా?

జో–జో– ॥ఏడవకు॥

కమిలిపోయిన గుండెపై
కదిలిపోయెను రథము;
రథము క్రిందనె ప్రాణాలు
శిధిలమయ్యాయా

జో–జో– ॥ఏడవకు॥

ఆ భావాను గుణమగు 'పున్నాగవరాళి' రాగంతోపాడుతూఉంది.

ఆపాటతో పరవశం పొంది – ప్రపంచకాన్నే మరచిపోయింది. కడుపు మండిపోయిందేమో... కన్నీరు గారిపోయాయి... ఆ కన్నీటి కాలువలో ఆమె జీవితం పిల్లకాలువలై కలసిపోయింది.

అభాగిని హృదయం ఎడారి.

అందు వర్షించేది కనకవర్షంకాదు; హిమవర్షంకాదు; మధువర్షంకాదు; అమృతవర్షం కాదు; మరేమిటి?

భగభగామండే – అగ్నివర్షం;

ధగ ధగామెరిసే – ప్రళయజ్వాలలు;

భుగ భుగపొంగే – కఠోర విషజ్వాలలు...

మా కృప ఉయ్యాల ఊపుతూనే ఉంది...

పాపాయి తలపై కన్నీరు కారుస్తూనే ఉంది...

కన్నీటిలో పాపాయిని స్నానంచేయిస్తునే ఉంది...

అప్పటికి రెండు పూటలనుంచీ మాకు భోజనం లేదు.

ఆమెను చూస్తూ ఉంటే నా హృదయం ఆగిపోయింది.

బండ బారిపోయింది... మొండికత్తిలా గయిపోయింది...

నిమ్మదిగా ఆమె వెనకకు వెళ్లి నిలబడ్డాను.

ఆమె నన్ను చూచి గావురుమని ఏడ్చి –నన్ను గట్టిగా కౌగలించుకొని 'తాతగారూ! మమ్మల్నెందుకు చావనీయలేదండీ!' అంటూ వెక్కి వెక్కి ఏడ్వటం ప్రారంభించింది.

నే నామెను చూస్తూ బ్రతికి, ఎదుట ఎలా నిలబడగలిగానో నాకే అర్ధం కావటం లేదు...

అంతలోనే నాకెక్కడలేని ధైర్యంవచ్చింది... ఆపదల్లోనే మానవ హృదయం ఇనుములాగో... చలించని పర్వతంలాగో నిలబడాలి. కూలిపోకూడదు. సోలిపోకూడదు...

ఆమెకు ధైర్యం చెప్పాలనుకున్నాను.

ఆమె హృదయానికి ఊతగా ఉండాలి...

"కృపా!"

"తాతగారు..."

"అమ్మా! అలా కన్నీరు కారుస్తుంటే, నేను చూడగలనా తల్లీ!"

"మీరు చూడలేరని, మీకు కష్టం కలిగించకూడదని, నా కన్నీరు నాలోనే మ్రింగుకుంటున్నాను... దానితో నా హృదయం మరీ బరువెక్కి పోతూఉంది."

"అవును. అది సహజమే"

"అందుచేతే ఒక్కసారి ఏడ్వనీయండి... ఎల్గెత్తి ఏడ్వనీయండి వెక్కి వెక్కి రోదించనీయండి... నా హృదయానికి కట్టిక ఈ త్రాళ్ళను చివికిపోనీయండి... ఈ దరిద్రదేవత పాదాలపైన నాజీవితం బలికానీ యండి..."

"ఏమి మాటలమ్మా!"

"ఇంకా ఈబ్రతుకు బ్రతక మంటారా తాతగారూ!"

"అమ్మా! బంగారం ఎఱ్ఱగా కాలినప్పుడే మలినం పోతుంది. హృదయం పరిదగ్ధం అయినపుడే కల్మషరహితం అవుతుంది... తల్లీ!" చీకటి రాత్రులు రాబోయే వెన్నెలను సూచిస్తాయి ఇప్పటి లేమి రాబోయే కలిమిని సూచిస్తుంది –"

"వేదాంతంవల్ల కడుపునిండుతుందండీ!"

"... ... ..."

"చెప్పండీ తాతగారు."

"నిండదమ్మా!"

"అందుచేత ఇప్పుడు కర్తవ్యం ఏమిటి ఇలా మలమల మాడి–ప్రాణాలు గడ్డకట్టి చచ్చిపోవడమేనా?"

"కాదు – కాదు"

"మరి"

"అదే ఆలోచిద్దాం..."

మేమిద్దరం చాపమీద చతికిలపడ్డాం

అరగంట మాట్లాడుకోలేపోయాం –

అంతలో ఆమె కన్నులలో ఒక్క సారిగా మెరుపులు మెరిశాయి.

"తాతగారూ!"

"ఏం తల్లీ! ఏ మాలోజించావు?"

"మన దరిద్రం తీరిపోయింది –"

"ఎలా?"

"తీరిపోయింది - ఇంకేమీ భయంలేదు."

"చెప్పవమ్మా? ఎలా!"

"మన వీధి చివర "కాన్వెంట్ స్కూలు" ఉంది కదూ!"

"అవును -"

"అక్కడ ఏదైనా పని దొరుకుతుందేమో చూస్తాను"

"అదా?"

"ఏం? బి.ఏ. చదీవాను - పని ఇవ్వరా?"

"ఈ కాలంలో - చదువుకు విలువేముందితల్లీ"

"ఏ పనీ దొరకకపోతే రెండు ప్రయివేటులయినా చెపుతాను"

"అంత కష్టపడాలా తల్లీ!"

"కష్టమేముందండీ!"

"... ... ..."

"లేవండి. తాతగారు లేవండి"

"అమ్మా-"

"ఈ చీకటులు అంతరించగానే మనకష్టాలు అంతరిస్తాయి. ఉషాకాంత బంగారపు బట్టలు కట్టుకొని, ముత్యాల ముగ్గులు పెడుతూ రాగానే - నేనూ ప్రకృతి బక్షిలాగ కలకలలాడుతూ - పాపాయి నెత్తుకొని మీ ముందు పాటలుపాడుతూ ఉంటాను"

"ఏమిటీ ఆనందం!"

"ఇదే బ్రహ్మానందం"

"అవును... ఇదే బ్రహ్మానందం. ఇదే హృదయానందం. ఇదే జీవితానందం. ఇదే ఆత్మానందం -"

అంటూ లేచిపోయింది.

పాపాయి దగ్గరకు వెళ్ళింది -

"హలో! బేబీ!"

అంటూ ఉయ్యాల ఊపుతూ

"ఆనందమేగా వాంఛనీయము"

అవని బ్రతుకే ఆశావశము;

భావి సుఖమే

జీవితాశ 'ఆనందమేగా'

అంటూ వెఱ్ఱిగా పాడటం ప్రారంభించింది...

ఏమిటో ఆ ఆనందం... ఆ నవ్వులు

"నాలో నాకొక భంగినవ్వగు, దురంతంబైన దుఃఖంబుచే" అని లక్ష్మి కాంతకవిగారు పలుకు పలుకులెంతో అనుభవైక బేద్యములు గాస్ఫురిస్తున్నాయి-

ఆహా! జీవవాహినిఎన్ని పర్వత శిఖరాలమీదనుంచి పడిపోతూ ఉంది, ఎన్ని లోయలలోనుంచి దొర్లిపోతూఉంది... ఎన్ని చెట్టులు - ఎన్నిగుట్టలు - ఎన్ని పుట్టలు - ఎన్ని పొదరిళ్లు... ఎన్ని శ్మశానభూములు. దాటిపోతుందీ?

7

విమనా చక్రంలాగ కాలం గిఱ్ఱుమని తిరిగిపోయింది.

విషాదాశ్రువులు - ఆనందాశ్రువులక్రింద మారిపోయాయి.

చిరిగిన వస్త్రాలున్నా చోట-చీని చీనాంబరాలున్నాయి...

ముష్టెత్తే మాచేతులు - పదిమందికి ముష్టిపెడుతున్నాయి.

ఆశాకిరణం - ఆనంద జ్యోతిక్రింద ప్రజ్వరిల్లిపోతూఉంది.

మా హృదయాకాశాలమీద - వెన్నెల వెలుగులు చలువ కాంతులను దిద్దుకుంటున్నాయి.

ఏమిటీమార్పు?

ఇప్పుడు మా కృప 'పంతులమ్మ' అయిపోయింది...

నెలకు వందరూపాయలు...

ఒక నెలజీతం అందుకున్నాం... ఆనందంగా...

ఇపుడు రెండోనెల ఆఖరురోజు...

మాకృప సాయంకాలం జీతం తీసుకువస్తుంది...

అందుచేత పాపాయి నెత్తుకొని... ద్వారగుమ్మంముందు నిలబడ్డాను.

నా పెద్దగెడ్డం - తలా దువ్వుకొని-పెద్దలాల్చీవేసి... పెద్దపంచి కుచ్చిళ్ళువిడిచి, బెంగాలీ పద్ధతిలో కడితే... మాకృప నావంక చూచి ఎంతో ఆనందపడుతూ ఉంటుంది.

'తాతగారూ! మీరెలాగున్నారో చెప్పనా!' అంటూ - చెప్పమంటే 'టాగూర్' లాగున్నారండీ అని నవ్వేది...

మా పాపాయికి క్రొత్తచొక్కాతొడిగి ఆడిస్తూ ఉన్నాను.

అంతలో -

రిక్షాలో దిగింది దొరసానమ్మలాగ మాకృప...

"హలో! గుడీవినింగ్! తాతగారు!"

"గుడీవినింగ్!మరమరాలు!"

"మరమరాలా... బటానీలీ!"

అటూ నవ్వుతూ రిక్షాదిగింది.

ఇద్దరం లోపలకు నవ్వుకుంటూ వెళ్ళేం.

నేను సావిట్లో నిలబడ్డాను...

నా పాదాలకామె అతివినయంతో మ్రొక్కింది -

నాకామె భక్తివినయాలు చూచి కళ్ళమ్మట నీళ్ళుతిరిగాయి.

"కృపా! లేతల్లీ!"

అంటూ లేవతీశాను -

తరువాత ఆమె జీతం వందరూపాయలు...

'ఇవిగో! మీ కృపా ప్రసాదం...'

అంటూ జీతం నావద్ద క్రిందటి నెలలోలాగే చేతిలోపోసింది...

అంత కంటే కాలం తీరిన నాకు కావలసిందేముంది?

నిజానికి బిడ్డలసంపాదన తల్లిదండ్రుల చేతులలోపోస్తే వాళ్ళ ఆనందం ఎలాగుంటుందో వర్ణించటానికి కవులకుకూడా వీలు లేదను కుంటాను -

ఇద్దరం ఎదురుబొదురుగా కూర్చుని భోజనం ప్రారంభించాం... పాపాయి కన్నతల్లి ఒడిలో అల్లరిచేస్తూ ఉంది...

'కృపా! పాపాయిని ఉయ్యాలలో ఉంచకపోయావా!'

'ఉ-హూ! నా చిట్టితల్లి అల్లరిచేస్తూనే ఉండాలి.'

'అలాగా...'

"చూడండీ! మా చిట్టితల్లి కళ్లెలా నీలాలలాగ మెరిసిపోతున్నాయో!"

"ఏం పొగుడుకుంటావులెద్దూ... దిష్టికూడాను,"

"రక్షరేకు కట్టానుగా."

"అయినా ఏంపిల్లమ్మ... వట్టి అల్లరిపిల్ల"

"ఏం? తాతగారిగడ్డం పట్టుకులాగిందా!"

"ఒకటేమిటి..."

"చాల్లెద్దురూ... ఎప్పుడూ మా అమ్మాయిమీదే చాడీలు చెబుతూ ఉంటారు..."

"సరే... సరే... అన్నంతిను..."

"మా పాపాయిని చూస్తూ ఉంటే చాలదూ... కడుపు నిండిపోతుంది." అంటూ పాపాయిని ముద్దులాడటం ప్రారంభించింది.

ఆహా! మాతృప్రేమ - భగవత్ప్రేమకంటే మిక్కుటమేమో!

భోజనాలయ్యాయి...

రాత్రిపాపాయితో - ముగ్గురం సినిమాకు వెళ్ళాం.

చూచాం... తరువాత 'సీషోరుకు' బయలుదేరి కూర్చున్నాం. పాపాయి తలమీద ముసుగువేసి...

ఆ సముద్రాన్ని చూస్తూఉంటే నా హృదయం ఎందుకో రెక్కలు నరకబడిన పక్షిలాగ కొగ్గుకుపోతూ ఉంది... ఆ బాధ మరచిపోవటానికి కృపనొక పాట పాడమన్నాను...

కృపకుకూడా తన భర్త జ్ఞాపకం వచ్చాడేమో... విచారంగా కబుర్లుచెబుతూ... ఆనందబైరవి రాగంతీస్తూ పాట ప్రారంభించింది... పాపం...

ఎడద ఎడదకు జేర్చి
నిదుర పోయేవేళ
వలపు కలలలో బ్రతుకు
కలిపి వేశానే... ...
చలువ కాంతల మనసు
నిలిపి వేశానే... ...
తలుచుకొని తలచుకొని
కులికి మురిశానే ॥ఎడద॥

* * *

పడక టింటిలోన
విడువ బడినారేయి,
ఎడదపై కన్నీళ్ళు
విడిచి వైచానే
కడలి మ్రోతల కేను
కదలి పోయేవేళ,
ప్రళయ కాలము కేను
లయము వైచానే... ॥పడక॥

* * *

ఇంటింట తిరిగినే
కంటినీటిని విడువ,
మంటతో నాకనులు
మాడ్చి వేశారే...
పాపాయి కొక్కింత,
పాలులే వంటేను,
బాణాల పాన్పుపై
పండ బెట్టారే... ॥ఇంటి॥

మా కృప గొంతుకు బొంగురుపోయింది... ఇంకేమీ పాడలేక పోయింది... ఆమె కన్నీళ్ళా ఇసుకమీద ఇంకిపోతున్నాయి... నేనక్కడుంటే ఆమె విషాదం మరింత ఎక్కువైపోతుందని, అక్కడనుంచీ ఇంటికి పోదాం లెమ్మన్నాను.

కృప మాట్లాడకుండా లేచింది - నావెంటే బయలుదేరింది - ఇద్దరం నాలుగడుగులు వేశాం...

అంతలో మాకుకొద్దిదూరంలో ఎవరో తలమీద పెద్దపెట్టి పెట్టకొని సముద్రంవైపు వెళ్ళిపోతున్నాడు.

నాలాగ ఆజాను బాహుడు...

అతనిని చూస్తూ ఉంటే మాహృదయాలు జల్లుమన్నాయి.

మా గుండెలు శరవేగంగా కొట్టుకున్నాయి.

'ఎవరది?'

"కృపా! ఎవరది అటు చూడు"

"అతనిని చూస్తూ ఉంటే నాకు భయంగానేఉంది"

మేమిలా మాట్లాడు తున్నాం. అంతలో ఆపెట్టెను మోకాల లోతు సముద్రంలో దిగి... రెండు చేతులతో పైకెత్తి విసిరి పారవేశాడు.

జీవిత రహస్యాలను శోధించుటం అంటే ఇష్టమున్న - నేనక్కడ ఒక్కక్షణంకూడా ఉండలేపోయాను.

అతడా పెట్టెను పారేసి ప్రళయకాల రుద్రుడ్లాగ - గట్టు ఎక్కబోతున్నాడు.

అతని కెదురుగా వెళ్ళి నిలబడ్డాను.

అతడునన్ను చూచి ఈషన్మాత్రం కూడా చలించలేదు.

'ఎవరది?'

అతడు మాట్లాడలేదు.

"ఎవరది?"

అతడు మాట్లాడలేదు.

"మీరెవరు?"

"మీరో..."

"నేనా... నేను..."

"మీ పేరు..."

"రామారావు..."

"ఆ...నాన్నా?"

"ఎవరు? బాబూ?"

"నాన్నా... నీవేనా... ఎంతకాలానికి"

అతడు నన్ను వణికే చేతులతో కౌగిలించుకున్నాడు - అంతలో మాకృప మావద్దకు వచ్చేసింది...

"బాబూ! ఏమిటామూట.

"అందులోనాపాపం అంతామూటకట్టి విసిరివేశాను..."

"ఇదేమిటి... నీ బట్టలంతారక్తం లాగున్నాయే..."

"అవును... రక్తమే..."

"నిజం చెప్పు నాయనా! ఆ పెట్లో ఏముంది? ఏం ఘోరం చేయలేదుకదా!"

"ఘోరమేమీ చేయలేదు... స్త్రీ వధ మాత్రం చేశాను."

"ఎవరిని?"

"నన్ను నా భార్యాకృపను వేరువేసిన దుర్మార్గురాలను ముక్కలు చేసి... ఆపెట్టిలో పెట్టి సముద్రంపాలు చేశాను..."

ఆ మాటలు వినేసరికి మాకృప ఆశ్చర్యపోయింది... అతడ్ని తన భర్తగా ఆనమాలు కట్టింది...

"వీరా?"

"ఎవరు..."

"నేనే కృపను...

"కృపా! నీవేనా..."

"నేనే వీరా!"

"కృపా! నీవేనా! ఈ పాపిని క్షమించగలవా!"

"వీరా! ఎంతమాట!"

వారిద్దరూ ఒకరికౌగిలిలో ఒకరు వాలిపోయారు...

"వీరా! ఆ అభాగిని ఎవరు?"

"గ్రహించలేవా కృపా! మనలను వేరేచేసిన మహాపాపి ఎవరు?"

"లీలనుకుంటాను. లీలదా అది"

"ఇంకా సంశయమేముంది?"

"ఏమిటీ విచిత్రం... అయితే మా తాతగారెవరు?"

"తాతగారేమిటి? కృపా! వీరే నీ మామగారు. నా తండ్రి గారు."

"ఆ మామగారా!"

అంటూ నావంక ఆశ్చర్యంగా చూచింది...

"అవును తల్లీ! అవును... నేనే మీ మామగారిని..."

"మీకీ సంగతి తెలుసునా!"

"తెలుసును... నీవు మా వీరరాఘవుడు, దెబ్బలాడు కుంటుంటే మొట్టమొదట సముద్రంలో పడిపోదామని నేను వెళుతుంటే-మిమ్మల్ని చూచాను..."

"సముద్రంలో పడిపోవటానికా"

"అవును ఆత్మహత్యకొరకే... తరువాత నిన్ను రక్షించాలని బుద్ధిపుట్టింది..."

"అయితే మిమ్మలిని రక్షించిందెవరు?"

"నీ భర్త - నా కుమారుడు... సబ్ ఇనస్పెక్టర్ వీరరాఘవుడే.."

"అయితే మనం ముగ్గురం ఈ కథలో మొదటినుంచీ విషాద పాత్రలనే ధరించామన్న మాట."

"అవును..."

అని మా వీరరాఘవుని వంక జూచి...

"బాబూ! నీవు ఎలా వచ్చావు."

"నిన్ను విడిచిపెట్టాను. ఆ సంగతి తెలియగా... లీలను తీసుకొని కలకత్తాలో యుద్ధభయం అని ఇలావచ్చాం... కాని... ఇక్కడామె నన్ను విడిచి మరొకడ్ని మరిగింది, ఈవిధంగా ఫలితం అనుభవించింది."

"సరే... గడిచిందేదో గడచిపోయింది. ఇప్పుడు కర్తవ్యం ఏమిటి?"

"నేను పోలీసువారి చేతులలోచావకుండా - ఈ సముద్రంలో కలసిపోవటమే."

"ఎంతమాట... సముద్రంలో కలయబోయే కృప 'జీవితాశ' వలన ఆగిపోయింది... ముసలివాడనైనా 'జీవితాశ' వలనే నేను పారిపోయివచ్చాను.. అటువంటప్పుడు ఉడుకురక్తం చల్లారని నీకు 'జీవితాశ' లేదు... ప్రాణ తీపిగాదూ?"

"అయితే ఏం చెయ్యమంటారు."

"ఇదిగో... ఈ పాపాయినెత్తుకో... పద... మనం ముగ్గురం పాపాయితో బయలుదేరి-ఏకొండల్లోనో-అడవుల్లోనో-ఏపల్లెల్లోనో జీవిద్దాం...పద...పద..."

"మంచిది...కృపా...నీఉద్దేశం..."

"నాదీ అదే ఉద్దేశం..."

"అయితే పదనాన్నా!"

"ఇదిగో నీరక్తపుగుడ్డ లాసముద్రంలో వేసేయి-నా పయిమీద కండువాకట్టుకో... చొక్కావేసుకో... పద..." ఎంత భయంకరం.

"జీవితాశ" లో ఎంతశక్తిఉంది... ఎంత గొప్పది...

మా నాలుగు ప్రాణాలు కదలి వెళ్ళిపోతూఉన్నాయి... అంతలో పోలీసుల "విజిలులు" వినబడ్డాయి.

"జీవితాశ" తొందరు పెట్టింది.

అంతే.

శక్తికొలదీ పరుగెత్తేం.

పారిపోయాం.

ఎక్కడకు?

ఎంతదూరం?

ఎక్కడ విశ్రాంతి దొరికితే అక్కడకు?

ఇప్పుడు మేము హాయిగానే ఉన్నాం. ఆనందంగానే ఉన్నాం.

ఎక్కడ?

అమ్మయ్యో! చెబుతే పోలీసువారికి చెప్పరు?

యుద్ధభయం లేనిచోట మాయిగా నేనూ మాపాపాయి, కృపా వీరరాఘవులు హాయిగా ఉన్నాం. యుద్ధానంతరం ఎక్కడ ఎలాగున్నామో చెబుతాలెండి.

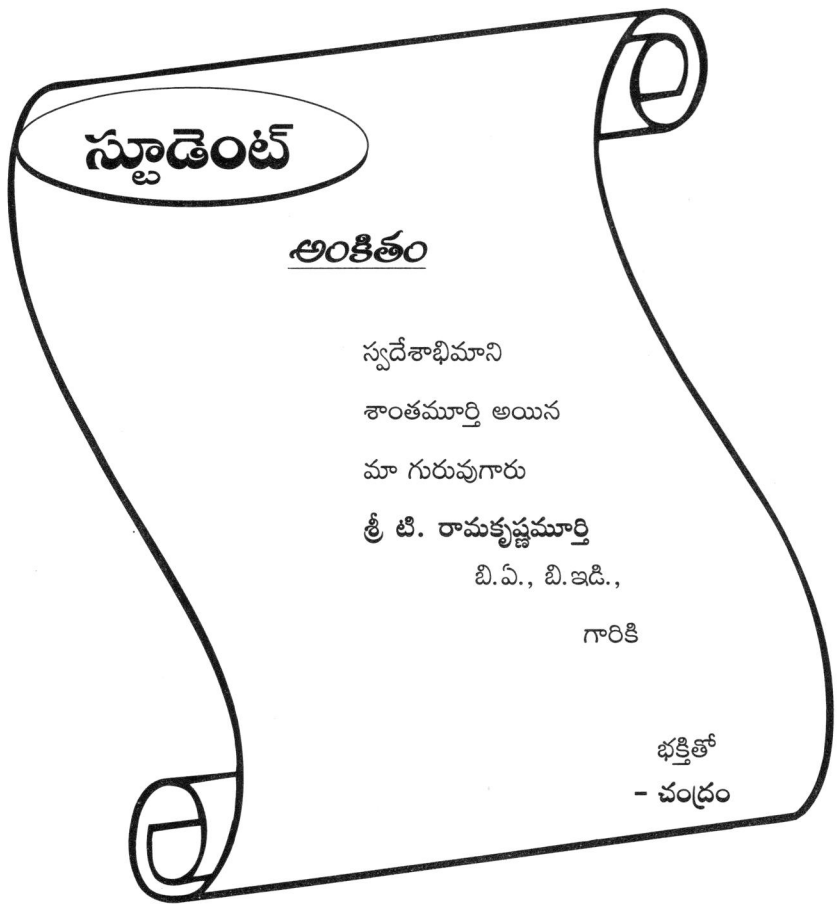

స్టూడెంట్

అంకితం

స్వదేశాభిమాని

శాంతమూర్తి అయిన

మా గురువుగారు

శ్రీ టి. రామకృష్ణమూర్తి

బి.ఏ., బి.ఇడి.,

గారికి

భక్తితో

- చంద్రం

ఉ ద్దే శ ం:

కామం : స్వార్థభూయిష్ఠం

ప్రేమ : స్వార్థరహితం.

కాముకుడు – తాను కామించిన స్త్రీ జీవితాన్ని బలిగొంటాడు. సర్వస్వాన్ని ఆహుతి చేసుకుంటాము....ఆమె నతని చేతిలో కీలుబొమ్మక్రింద ఆడిస్తాడు.

ప్రేమమూర్తి – తాను ప్రేమించిన స్త్రీకి తన జీవితాన్ని బలిచేస్తాడు. సర్వస్వం ఆమె పాదాలకు ఆహుతిచేస్తాడు. ఆమె శరీర సౌందర్యాన్నిగాక, హృదయసౌందర్యాన్ని కాంక్షిస్తాడు. ఆమె ఆనందాన్నే అభిలషిస్తాడు.

కాముక ప్రపంచంలో – చీకటులు; నల్లత్రాచులు; ముండ్లపొదలు; ఇనుపసంకెళ్ళు; గుసగుసలాడుతాయి.

ప్రేమజగతిలో – వెన్నెలలు; పూలదండలు; తేనెచినుకులు; చల్లగాలులు గుసగుస లాడతాయి.

ఆరెండింటికీ నిరంతరం వైరం జరుగుతుంటూనే ఉంటుందీ జగతిలో... దానిని చిత్రించటమే నా ఉద్దేశం. తెలిసిందాండి!

– చంద్రం

కథావస్తువు: 1933 సంవత్సరంలో లక్షా ఇరవై వేల "నోబుల్ ప్రయిజు" బహుమతి బడసిన ప్రపంచవిఖ్యాతపురుషుడు – రష్యా వాస్తవ్యుడు – అగు మహాశయుడు 'ఈ వాన్ బునిన్' వ్రాసిన 'The Gentle Breathing' లోనిది.

స్టూడెంట్

1

అతి నిశాప్రశాంత సమయం; శరత్పూర్ణిమ.

చలువ వెన్నెల–చల్లగాలి–కలువపూలు–వలపు గీతి – అక్కడ పరిస్థితులివి.

పాలమీగడలవంటి పండువెన్నెల –

పండువెన్నెలలో అతిప్రశాంతమైన "సమాధి"

సమాధిముందు చలువ వసనాల ధరించిన సమయౌవన విలాసిని.

ఆ సమాధి ఎవరిది?

ఆమె యెవరు?

ఆ సమాధి ఆమెదే –

ఆమె భగ్నహృదయ –

అదేమిటి?

సమాధి ఆమెదైతే – ఆమె సమాధిముం దెలా కూర్చుంటుంది?

కూర్చుంటమేకాదు – కన్నీరుకూడా విడుస్తోంది.

అంతేకాదు – పాటలుకూడా పాడుతోంది.

ఆమె పేరు నీరద.

సమాధిపైన కూడా 'నా ప్రణయిని నీరద' అనే చెక్కబడి ఉంది.

అటువంటప్పుడు ఆ సమాధి ఆమెది కాదని ఎలాగంటం?

'నేనీ సమాధిలో శాంతిగా నిదరపోతున్నాను. సమాధి యెదుట ఆవేదనతో హతమైపోతున్నాను... సమాధిలో ఉన్న నాపై చలువ కణములు చందమామ జల్లుతూ ఉన్నాడు. కాలం తన రెక్కలతో చల్లగాలి విసురుతూవుంది... కాని నా సమాధి యెదుట కూర్చుని విడిచే వేడికన్నీటితో నా కపోలాలు, కందిపోతూ ఉన్నాయి. నా హృదయధారం భరించలేక విడిచే నిట్టూర్పులకు నాపెదిమలు నల్లబడి పోతున్నాయి.

బ్రతికిఉండగా అందులోను ఎదుటుంటే – 'ఒహో! ప్రియురాలా నిన్ను విడిచి ఒకక్షణం ఉండలేను. నా హృదయం నీది... నా ప్రాణం నీది... తుదకు నా జీవితానివే నీవు... నీవులేని ఈ ప్రపంచం నాకొక శ్మశానం... నీ అధరారుణసంధ్యాకాంతులలో నా జీవితాన్ని కలిసిపోనియి...' అంటూ అమృతం పలికేటట్లు పలుకుతారు. వలపు పండిస్తారు... పూలపాట పాడతారు... ఇలా ఎన్నో యెన్నో చేస్తారు. ఎంతకాలం?

మేమీ ప్రపంచంమీద బ్రతికిఉన్నంత కాలమే... ఏ మా శరీరలావణ్యానికి దాస్యం చేశారో... ఆ మా శరీరం శ్మశానభూమిలో శాంతిగా నిదరపోతూఉంటే, మా వంక కన్నెత్తిచూడరు. సంవత్సరం తిరక్కముందే పదిమందిముందూ ప్రమాణం చేసి మరొకపడతిని పరిణయ మాడుతారు... పూర్వపాఠమే పాడతారు.. ఆకాశవీధుల్లో –నందనోద్యానవనాలలో విహరింపచేస్తారు... ఆమెకూడా అంతమొందుతే... మరొకరు ఇలా హృదయంలేని మగపశువులకు, బలి అయ్యే స్త్రీజన్మ కంటే నిరర్ధకజన్మ మరొకటి ఉంటుందనుకోను... వాడినపూలు మేలు అంతకంటె –

కాని – నా అదృష్టవశాత్తు నా సారధిమాత్రం నన్నలా అన్యాయం చేయలేదు. నేనెప్పుడైతే చనిపోయానని తెలిసిందో, వెంటనే నా ఫోటో ప్రతి పేపరుకూ పంపించాడు. నా పేరన (Nirada's Recreation Club) నీరద రిక్రియేషన్ క్లబ్బు అని స్టార్టు చేశాడు. అంతే కాకుండా చలువరాతి మేడలాగ– నాకీ సమాధి కట్టించాడు. రోజూ ఉభయసంధ్యల్లో వచ్చి 'ప్రేమపూజ' చేస్తాడు. కన్నీరు కారుస్తాడు.

ఆహా! ఎంత అదృష్టం చేసుకుంటే సారధివంటి ప్రియుని పొందుతాను... ఇంతకూ ఏ పూలనోమో ఇలా ఫలించింది" అంటూ నీరద తన సమాధిముందు కూర్చుని కన్నీరు కారుస్తూ ఉంది. ఆ చల్లని వెన్నెల ఆమె వేడికన్నీటితోకలసి, గోరువెచ్చగా అయిపోయింది. ఆమెనిట్టూర్పుల బరువు, గాలి తనరెక్కలమీద మోయలేకపోయింది. చేతిలోని సన్నజాజులు కసుకందిపోయాయి.

ఆమెది చితికిపోయిన గుండె. కమిలిపోయి–ముద్దగట్టి–నల్లబారిన రక్తం... ఆమె చీకటి హృదయంలోనే ఆశాకిరణా లింకా తొంగిచూస్తూఉన్నాయెందుకో!

ఆమె కన్నీటి బిందువుల్లో తన ప్రియుని దర్శనం చేసుకుంటూ ఉంది. ప్రియుని ప్రణయహృదయానికి తన జీవితం నీ రాజనంచేసింది. ఆమె పదమంజీర నినాదంలో అతని జీవితాన్ని శృతిగాచేశాడు.

వారిరువురు ధన్యజీవులు; ప్రేమోపాసకులు...

అరగంట గడిచింది.

ఆమె–ఆమె సమాధిముందే కూర్చుని – కలువపూల చూపులతో సమాధి నారాధిస్తూఉంది.

ఆమె సమాధిని ఆమె ఆరాధించటం ఏమిటి?

చచ్చి సమాధిలో ఆమె జీర్ణమైఉంటే -

బ్రతికి సమాధియెదట ఆమె ప్రార్థించటం ఏమిటి?

నీ కేమైనా మతుందా? లేదా ఇటువంటి విచిత్ర కథలు వ్రాయటానికని-నన్ను ప్రశ్నించవచ్చును మీరంతా - అలా ప్రశ్నించటం న్యాయమే...

"ఆమె ఎవరు?

ఆ సమాధిలో ఎలాగుంది?"

అనే ప్రశ్నలేకదూ మిమ్మల్ని కలతపెడుతున్నాయి... ... యెవరో ఆ విషయా లేమిటో విస్తరంగా చెబుతా-ఖంగారు పడకుండా వినండి. ప్రారంభించనా కథ! ... ఊ...!

* * *

అది స్త్రీల 'హాస్టలు' (Girls Hostel)

'పచ్చతోరణం -నిత్యకళ్యాణం' అని ఎప్పుడూ పకపక నవ్వుల తోటి పండు వెన్నెలలో ప్రకృతిలా - ఆకర్షణీయంగా ఉంటుంది...

దానిలోవుండే బాలిక లెటువంటివారోతెలుసా?

నవ్యకళాభిమానులు

నవయౌవ్వన విలాసినులు

నవనాగర పోషణులు

స్వతంత్రాభిమానులు

స్వేచ్ఛావిహారులు - ఇంకా... ఇంకా...

అబ్బా! అటువంటి వారి జీవితమే జీవితము... వారి హృదయ పాత్రలలో, ప్రణాయమృతరసం, ఎప్పుడూ చలచలా మరుగుతూనే ఉంటుంది. వారు కన్నెత్తి చూస్తేనే చాలు - కరిగిపోయారన్నమాటే మన మగవారంతా. వారు పన్నెత్తి పలికితేచాలు - పట్టపగ్గాలుంటాయా మనవారికి. వారిచూపులు - ఏం చూపులోగాని - ఎంత రాతి హృదయాన్నైనా చీల్చివేస్తాయి.

వారి నల్లగుడ్లలో ఏ విషజ్వాలలు మరుగుతూ ఉంటాయో గాని... రామ... రామ... వాళ్ళ కన్ను లెలాత్రిప్పితే-ప్రపంచం అంతా అలాగే తిరిగిపోతుంది... వారి కన్నుమూస్తే ప్రపంచం అంతా చీకటి మయం అయిపోతుందేమో! అదే నా భయం.

చంద్రికా సికతాతలాలు

వికసిత నవమల్లికానికుంజాలు

ఉద్యానవన విహారాలు

గానసభల వినోదాలు

ఒకటేమిటి? వారి ప్రపంచమే ఆనందప్రపంచం. వారే ఆనందజీవులు. వారి హృదయాలు - అనురాగపూరితాలు. వారి పలుకులు - అమృతపు చినుకులు... వారి కన్నులు - వెన్నెల తిన్నెలు... వారి చూపులు - పూలతూపులు.వారి నడక - లేడినడక...

అటువంటి కన్నెపిల్లలు సాయంసంధ్యారుణ కాంతులలో - పూల పొదమాటునుంచి -నడుస్తూఉంటే, కలియుగవైకుంఠం అంతా కన్నులకుకట్టినట్లుంటుందా కళాశాలలో.

అటు గుంపులు గుంపులుగా పదునెనిమిదేండ్ల పడుచుపిల్లలు.

ఇటు గుంపులు గుంపులుగా కోడెత్రాచులవంటి పడుచు కుర్రాళ్ళు.

వారిరువురకు మధ్య పూలపొదలు.

ఆపొదమాటునుంచి వారు

ఈ పొదమాటునుంచి వీరు

ఒకరి నొకరు క్రీగంట చూచుకుంటారు.

అబ్బా! ఆ చూపులో ఎంత తీపిఉంది? చెప్పలేం!

చూచుకుంటూ రాతి ప్రతిమల్లా ఊరుకుంటారా?

పక్కుమని నవ్వుకుంటారు-నవ్వులో ముత్యాలు జల్లుకుంటారు.

అబ్బా! ఆ నవ్వులలో-ఏ పువ్వులు వికసించాయో! వర్ణించలేం!

త్రిజగతీ సౌందర్యమూర్తి కిరీట కోటీర రత్న ప్రభలన్నీ ఆ చిరునవ్వు కాంతలకే - చిన్నబోతాయి-సిగ్గుపడతాయి.

కారణం?

ఆ నవ్వులలోని వన్నెచిన్నె లీప్రపంచంలో ఎక్కుడుంటాయి?

పోలికల కందవులెండి - వారి కన్నుసన్నల చిన్ని వెన్నెల నవ్వుపువ్వుల, నవలావణ్య విలాసలాస్యం...

ఆహా! వారిదెంత చక్కని ప్రవృత్తి

వారి జీవితాలు - మధురస్వప్నాలు

వారి హృదయాలు - బంగారపు పంటచేనులు

వారి భావాలు - అనాఘ్రాత పుష్పాలు

వారి ఆశయాలు - అమృత వాహినులు.

అట్టి విద్యార్థీ విద్యార్థినులు - ఈ బానిసప్రపంచంలో పోల్చటం తప్పుకదూ!

ఆడవారి కన్నులలో మెరసే మెరుపు - సారథి

మగవారి కన్నులలో మెరసే మెరుపు - నీరద

సారధి సౌందర్యానికి ముగ్ధులయ్యే ముగ్ధలు పెక్కురు

నీరద లావణ్యానికి దాస్యంచేసే యువకులు పెక్కురు.

అయినా -

సారధి నీరదలు కలయిక, సృష్టికి ఒక అపూర్వశోభ నిస్తుంది.

వారిరువురిదీ-ఒకే స్కూలు - ఒకేక్లాసు.

వారి హృదయాలు-వారిభావాలు-వారి ఆశయాలూ ఒక్కటే.

ఏ సాయంకాలమో వారిరువురూకలసి హాయిగా మాట్లాడుకుంటూ ఉన్నారంటే - పాముల 'బుసబుస'ల్లాగ - ఆడవారి 'గుసగుసలు మగవారి 'రుసరుసలు'-బయలుదేరతాయి.

వారికి 'శోభ'

వీరికి 'క్షోభ'

అయినా ఆ 'శోభ' లో ఎంత ఆతృతాఉందో- ఈ 'క్షోభ'లోనూ అంత ఆతృతా ఉంది... చీకటి లేకపోతే వెన్నెల శోభేముంది?

ఆమె శరీరం - ఒక నవ్యకళాప్రపంచం.

ఆమె హృదయం-నందనోద్యానవనం.

సారధి-తోటమాలి.

ఆమె హృదయోద్యానవనంలో 'భావ' వల్లరులను-అనురాగామృతంతో పెంచుకుంటాడు. 'వలపు' పూలను పూయిస్తాడు. ఆ పూల పరిమళానికి పరవశుడౌతాడు. సంధ్యారుణ కిరణవికసితములైన నవ్యమందార మంజరులతో -ప్రణయదేవత పాదాలను ఆరాధనచేస్తాడు. ఆరాధనలోనే ఆనందసామ్రాజ్యాలను నిర్మించుకుంటాడు.వానిని తానే పరిపాలించుకుంటాడు.

అది అతని ఆశయం.

అందులో తప్పేముంది?

అతడొక రోజు సాయంకాలం కళాశాల ఉద్యానవనంలో నీరద తోటి మాట్లాడు తున్నాడు. ఆరుగంటలు కొట్టారు. హాస్టలులో భోజనానికి గంటకొట్టారు. ఆమె వద్ద శలవు తీసుకొని సారధి తన హాస్టలుకు బయలుదేరాడు.

అతని ప్రాణమిత్రుడు 'రామం అదంతా చూస్తూ అతని కొరకు నిలబడ్డాడు.

అతని కన్నులలో ప్రళయమేఘాలు కదిలిపోతూ ఉన్నాయి.

'సారధీ!'

'ఓహో! రామం! ఇక్కడ ఒంటరిగా నిలబడ్డావేం?

'నీకోసమే'

'తేంక్సు... పద పోదాం'

'సారధీ! నీవిక్కడకు ఎందుకువచ్చావో జ్ఞాపకంఉందా?'

'ఉండకపోవటానికి ఇప్పుడేం వచ్చింది?'

'ఎందుకొచ్చావో తెలుసా'

'తెలుసును'

'ఎందుకు...'

'నా జీవితాన్నంతా కళామయం చేయటానికి – అర్థమయిన దివ్యకాంతిని చూడటానికి'

'ఏమిటా కాంతి?'

'ఇంకా తెలియదా? ఈ కాలేజీ అంతా ఎవరినామం పారాయణచేస్తూఉంది'

'రామనామమో! కృష్ణనామమో! కాకపోతే నటరాజనామమో'

'నీ చూపు బండబారిపోయింది రామం! దానికి చురుకుదనం లేదు. నీబుద్ధి గడ్డకట్టుకుపోయింది. దానికి చలనశక్తిలేదు, చైతన్యంలేదు'

'ఏం?'

'నీవు వట్టి చాందసుడవు. లేకపోతే ఈ కాలంలో రామకృష్ణా అంటూ ఉండే దెవరు? అందులో 'కాలేజీ స్టూడెంట్లు.'

'ఎవరి నామం?'

'మా నీరద నామం. నీరద లేకపోతే ఈ కళాశాలకు శోభ యేముంది? ఈ ఉద్యానవనంలో పూచినపూలన్నీ ఎవరి పాదాలకిందపడి పవిత్రమౌతాయి.'

'తలలో పెట్టుకొనేపూలు పాదాలక్రిందపడి పవిత్రమౌతాయా?'

'ప్రపంచానికి ప్రసవమంజరులు శిరోలంకృతాలు మానీరద కవి పాదాలంకృతాలు. నిజానికి మా నీరద తలధరించటానికి ఈ ప్రపంచంలో ఏ పూవులున్నాయి'

'పోనీ కృష్ణుడు సత్యకు తీసుకొచ్చినట్లు ఏ విమానంమీదో స్వర్గానికిపోయి, నాలుగు పారుజాతపుచెట్లు తీసుకొచ్చి హాస్టలుముందు పాతేయరాదు.'

'పిచ్చివాడా! ఆ పూవులుకూడా ఈ భూమిమీద వికసించాయంటే వాడిపోతాయి... రాలిపోతాయి'

'అయితే'

'వాడిపోయి–రాలిపోయినవి పనికిరావు'

'వాడని వెలా?'

'లేవా! వలపుపూలు... అవే అలంకృతయోగ్యములు'

'ఏడిసినట్లే ఉంది నీ కవిత్వం నీవూను. కొంప తీసి మందూ మాకూ ఏం పూయలేదు కదా చెప్పు'

'ఆమె ఉచ్చరించే ప్రణయమంత్రాలకు నేను నాదబ్రహ్మను'

'నాదబ్రహ్మవా? పిశాచబ్రహ్మవా? సారథీ! ఒక్కమాట చెబుతా విను. నీ మతి మంటకలిసింది.నీ బుద్ధి బుగ్గిపాలయింది. ఇంకెందుకూ పనికిరావు'

'ధన్యుడను. ఎందుకూ పనికిరాకపోతే – నా నీరద పద సామ్రాజ్యాన్ని పరిపాలించటాని కైనా పనికివస్తాను. ఆమె దివ్యపదచారణ చక్రవర్తిని'

'జయదేవునిపిచ్చి నీకూ ఏమైనా పట్టిందా ఏమిటి?'

'జయదేవుడా! ఆయనపేరు స్మరించటానికైనా నీకు శక్తి ఉందా? శృంగారరస రాజ్యానికి పట్టభద్రుడుకదూ ఆయన... ఆయన మధుర గీతలేకదూ. ప్రేమోపాసకులకు ప్రణయగీతాలు.'

'చాలు చాలులే. ఊరుకో... ఈమధ్య బాగానే బయలుదేరారు–భావకవులంటూ– పదాడంబర కవులు. వారి కవిత్వంలో భావంతప్ప–మిగిలిన సరుకంతా ఉంటుంది.'

'అలా అనకు'

'అలా అనకపోవటం ఏమిటి? మాట్లాడితే– ప్రేయసీ! ప్రేయసీ అంటూ బయలు దేరుతారు.'

'అవును ప్రకృతి ఒకప్రేయసి–ప్రణయిని ఒక ప్రేయసి... తుదకు ముక్తికాంతకూడా ఒకప్రేయసే.'

'సర్వం బ్రహ్మమయం అన్నట్లు 'సర్వం ప్రేయసీమయం' వీరికి... ప్రేమంటే తెలియనివారికి ఎంతమంది ప్రేయసులైనా ఉంటారు. వ్యభిచారం అంటే దోషంలేని వీరికేమిటి?'

'రామం! వారిని పొరపాటుగా అర్థంచేసుకున్నావు... వ్యభిచారం అంటే నీకసలు అర్థం తెలీదు... అనుక్షణం మన హృదయం వ్యభిచరిస్తూనే ఉంటుంది.'

'అదొకటా పైగాను.'

'వ్యభిచరించటం అంటే ఏమిటి? నీ హృదయం మరొక వస్తువు చేతగాని, మరొకవ్యక్తి చేతగాని ఆకర్షింపబడటమే. 'అబ్బా! ఆ పూవు ఎంతబాగుంది? అని దానివంక చూచావంటే – నీమనసు అక్కడ వరకు చరించిందనమాట... దానినే వ్యభిచరించటం అంటారు... అంటే బాగా చరించటం అన్నమాట.'

'అయితే మీ దోషం ఏమీ లేదంటావు?'

'దోషం ఏముందోయ్ రామం...'

'ఇంతకూ ఆమెను విడువలేవన్నమాట.'

'నా ప్రాణాలనైనా విడువగలనేమోగాని–ఆమెను నా హృదయమందిరంలో పూజచేయకుండా విడువలేను.'

'చదువు సంధ్యలకనివచ్చి–ఈసరసల్లాపాలేమిటి?'

'సరస్వతీదేవి సాక్షాత్కారం కావాలిగాని - ఎంతచదివితే ఏం ప్రయోజన ముందోయ్... మేటెడు వట్టిగడ్డికంటే... అమృత బిందువులు రెండు చాలవూ'

'పోనీ ఆ సరస్వతీ సాక్షాత్కారం అయినా పొందరాదూ?'

'లభించిందిగా'

'ఎప్పుడు?'

'ఇప్పుడే...'

'ఎవరుబాబు ఆ సరస్వతి.'

'మా నీరద...నాహృదయ కుసుమంతో, ఆ విద్యావిలసత్ సరస్వతిని ఉపాశించాను... ఆమె ప్రత్యక్షం అయింది... ఆనందంతోటి హాస్టలుకు బయలుదేరాను.'

'సరస్వతి ఇక్కడ ప్రత్యక్షం అయింది-అక్కడ లక్ష్మి ప్రత్యక్షం అవుతుంది.'

'మా నీరద కృప.'

'అన్నావు మళ్ళాను? అబ్బే! ఇంక లాభంలేదు... మీనాన్న గారికి ఉత్తరంవ్రాయాలి. 'భ్రష్టస్యకావాగతిః' అని... నీకేం మార్గం లేదు.. అందుకనే ఆడవాళ్ళు చదువుతున్నబళ్ళో చదవకూడదంటారు, అనుభవజ్ఞులు.'

'రామం! నీకంటే ఛాందసుడుండడు. ప్రకృతిపరిణామం తెలీదు. పంచరహస్యాలను శోధించలేవు. వెనుక చూపేగాని, ముందుచూపులేదు... ప్రపంచం అంచులపై భగ్నమయ్యే ప్రాణికోటినే చూస్తావు కాని... ఆకాశవీధుల్లో విహరించే ఆనందమూర్తులను చూడలేవు... శృంఖలాబద్ధులగు బానిసల కన్నీరే గాంచగలవు గాని స్వర్గానందాన్ని అనుభవించే ఆనందోపాసకుని ఆనందాశ్రువులు గాంచలేవు...'

'ఇంకా... ఇంకా...'

'సంఘం ఇనుపపాదాలక్రింద బలియై,రక్తం కక్కుకొని, అరిచే ప్రాణికోటి ఆక్రందనాలను వినగలవుగానీ - పరవశులై ప్రణయోపానులు పాడుకొనే మధురగీతాలు వినలేవు...'

'చాలుచాలులే నీ ఉపన్యాసం... నీవొక భావకవివి బయలు దేరావు.మాట్లాడితే- 'మధురం-ప్రణయం-వలపు -ప్రేయసి-రసపిపాసి ప్రేమోపాసన -ఆనందోపాసన...' అంటూ నాలుగు మాటలు ఏరుకుంటం - అటు ఇటూ మన్మధభాణాలా విసరివేయటం. అంతేగా.'

'అంతకంటే ఎక్కువేం గ్రహించగలవు. ప్రేమలేని జగతి వెన్నెలలేని రాత్రి ప్రాణంపోయిన శవం...యువతీ యువకుల కలియకలేని ప్రకృతి - వర్షంలేని మండుటెడారి; బీడువారిని పొలం...

రామం! జీవితం ఒక మధురస్వప్నం.

క్షణ క్షణం ఆనంద ముద్రితం...

అట చూడు పూవు వికసించింది. ఆ పుష్పపాత్రలో గోరు వెచ్చని మకరందం అంచులకు తట్టింది... ఆత్మీయునికొరకు ఎదురు చూస్తూఉంది... తన ఆత్మీయుడగు భృంగకుమారకుడు వచ్చాడు... మకరందాన్ని ఆస్వాదిస్తున్నాడు...

ఇరువురూ ఆనందపులకితగాత్రు లౌతున్నారు...

ప్రకృతి పరవశం పొందుతుంది ఆ తుమ్మెద పాటకు...

అటువంటి ప్రియుల మధుర సంగమానికి - రస తన్మయులు

ఆనందించాలి గాని - అసూయాపరవశులౌటం న్యాయమా?

రామం! ఈ ప్రకృతి ఒక ఆనంద మందిరం...నాటకశాల...

ఇందుసెలయేటి కెరటాల మృదంగ రవాలు;

భృంగకుమారుల వీణానినాదాలు;

కోకిల సార్వభౌముని తీయని పాటలు

నెమలి పడుచు అమరనృత్యం;

పూలకన్నెల లతాడోలికలు;

ఒకటేమిటి?

శారద చంద్రుని దర్శకత్వం (Direction) క్రింద నడపబడు ఈ ప్రకృతి రమ్యనాటకాన్ని దర్శించు... జన్మతరిస్తుంది. బ్రతుకు అమృతప్లావితం అయిపోతుంది...

రామం! పంచభూతాత్మికమైన ప్రకృతిలో పుట్టాం -

పద...పద... ప్రకృతిలో పరమాణులమై కలసిపోదాం...

సారధి తన్మయుఁడయిపోయాడు...

అతని కన్నులు చెమ్మగిల్లాయి

రామం ఆశ్చర్యపోయాడు.

'సారధీ! నీమాటలు వింటూఉంటే నావంటి పాషండుని హృదయంలోకూడా మార్పు కలిగేటట్లఉంది.'

'మార్పు కలిగితే - పాషాణంవంటి హృదయం పుష్ప సదృశం కాదూ?'

'అవును బాగా చెప్పావు'

'ఈకళాశాలలో కంటే, ప్రకృతి పాఠశాలలో చదువుకుంటే మనంఎంతో విజ్ఞానవంతులం కాగలం'

లేకపోతే పనిపాటలకోసం చదువుకొనే - ఈపాడుచదువులో ఏముంది? విజ్ఞానమా? దిబ్బా!

'డాంభికత్వం వస్తుందికదోయ్ రామం!'

దబ్బంతా ఆరిపోయిం తరువాత - మిగిలేది డాంభికత్వమే. అన్నీ ఉన్న ఇస్తరి అణిగేఉంటుంది. ఏమీలేనిదానికేఎగిరిపాటు.'

'మంచిది మన ఇస్తళ్ళు మనకోసం హాస్టలులో ఎదురుచూస్తూ ఉంటాయి పద.'

'అవును పాడుసాంబారు చల్లారిందంటే పాచికంపు కొడుతుంది'

'అయ్యరు చేతినుంచి జారినచెమటతో కలసిందంటే ఇంకారుచిగా ఉంటుంది'

'కేవలం గర్భగుడి బురదనీళ్ళే'

'లేకపోతే గంగోదకాలా?'

'బాగుంది బాగుంది పద పద'

ఇద్దరూ నవ్వుకుంటూ హాస్టలుకు బయలుదేరారు.

ఆహా విద్యార్థి రాజా విట సార్వభౌమా!

అని వారిజీవితాలకంటే స్వతంత్ర జీవితాలు ఉంటాయి.

వారే ఆనందమూర్తులు -

ధన్యజీవులు...

2

'ఏమిత్రా! ఎన్ని బోటిల్సు పగలకొట్టావేమిటి? రూమంతా గుమ్మైపోయింది ఒకటే వాసనే ఆటో దిల్ బహారులాగ.

'ఏం గోలచేస్తావులేరా? శేషూ

'గోలెముంది? అయితే ఆ 'స్నోబోటిలు' ఈ 'పవదర్'డబ్బా ఈరోజుతో ఆఖరేమిటి? వారురేట్సు (War rates) రా బాబుకొంచం జాగ్రత్తగావాడు'

'పోనిద్దూ వెధవజీవితం 'Life is for enjoyment' అన్నారు. జీవితం అంతా ఆనందించడానికే మనం పుట్టింది ఆనందో బ్రహ్మ' అన్నారందుకే'

'బలేవాడవురా సారథి... ఇంతకూ ఇవాళేమిటి గిరాకీ'

'ఇంకా తెలీలేదు నీకు.'

'ఏమిట్రా అదీ ఏమీ తెలీలేదే'

'ఒక్క రామం ఛాందసుడనుకున్నాను. నీవు కూడా ఉన్నావు? ఇవాళ గరల్స్ (Girls) ప్రోగ్రామ్ ఉందని మరచిపోయావా?'

'Oh I see... మరచిపోయాను అందుకా ఈ అదావుడి?'

'మరికెందుకు అనుకున్నావు?'

'అయితే నీరద డాన్సు చేస్తుందన్నమాటే?'

'ఇంకా సంశయమా'

'నీతో చెప్పిందా?'

'చెప్పకపోతే నాకెలా తెలుస్తుంది?'
'ఇంతకూ అదృష్టవంతు డవురా బాబు'
'ఇంత మాత్రానికే'
'మహామహా కొమ్ములు తిరిగిన ప్రొఫెసర్లకు... లొంగలేదా ఘటం...'
'వారు వయలసు మరలిన ముసలివారు కదూ!'
'అందుచేత ఆశ ఎక్కువ'
'ఏదోలే వాళ్ళ కర్మం'
'అయితే నేనూ ఒక 'కోటింగ్' కొట్టి తయారౌతా ఉంటావా?
'చెప్పలేను... రామం వస్తే వెళ్ళిపోతాను'
'అవున్లే... లేకపోతే ముందుసీట్లు దొరకవు'
అంటూ శేషు వెళ్ళిపోయాడు...
సారధి అభినవ మన్మథుని లాగ తయారయ్యారే -
అంతలో రామం వచ్చాడు ఇద్దరూ కలసి హాలుకు బయలుదేరి వెళ్ళారు...

* * *

నీరద డాన్సు చేస్తుందంటే నీరద డాన్సు చేస్తుందన్న మాట హాలంతా పాకిపోయింది... విద్యార్థుల ఆనందం వర్ణనాతీతం...

'నీరదకు భరతనాట్యంలో పెట్టింది పేరని కొందరు...'

'చెక్కేస్తుంది - 'కుమ్మేస్తుంది - పొడిచేస్తుంది-' దంచేస్తుంది -'

ఇలా 'రిమార్కులు' ఆమె విషయంలో చెలరేగిపోయాయి.

తొమ్మిది గంటలయింది ప్రారంభించారు చప్పట్లు, విజళ్ళు హాలంతా దద్దరిల్లి పోయింది - దానితో కర్టెన్ ఎత్తారు.

'బెంగాలీ నృత్యం' అంటూ పదిమంది స్త్రీలు తయారయ్యారు తిరగళ్ళలాగ తమ పిరుదులను త్రిప్పుతూ... దానితో గోల ప్రారంభం - లోపలనుంచి 'వచ్చేయండి వచ్చేయండి అల్లరి ఎక్కువైపోయింది' అని 'లేడీ వార్డన్ గారి సంజ్ఞలు దానితో వాళ్ళు వెళ్ళిపోయారు మరీ చప్పట్లు మిన్నులు ముట్టాయి'

తిట్టుకొనే ఆడువాళ్ళు తిట్టుకుంటూనే ఉన్నారు -

బరి దెగిన మగవారికి లెక్కేముంది?

అరగంట గడిచింది -

కుఱ్ఱవాళ్ళ అల్లరి ఆగలేదు.

నీరద గురించి కళ్ళ అద్దాలలోనుంచి ఖంగారుగా చూస్తున్నాడు సారధి -

అతగాడు పడే అవస్థ కనిపెట్టాడు రామం.

'ఏమిత్రా! బురద పాంలాగ తలపైకెత్తి మరీ చూస్తున్నావ్?

'ఉండరా బాబు'

'ఏం ములిగి పోయిందిరా నాయన!'

'నీరద డాన్సు ఉందో! లేదో!'

'ఉంటే కనబడు తుందిగా కాకపోతే కళ్ళద్దాలను ఒకసారి కర్చీఫ్‌తో మెరుగుపెట్టు'

'అబ్బా! ప్రాణంపోతూ నేనేడుస్తూ ఉంటే - ఈ జోల పాట లేమిటి?'

'మీ నీరద పాటలకంటే బాగానే ఉంటాయిలెద్దూ! ఇంతకూ నీవు వలచింది రంభ'

'సరే నీవు వలచింది రంబో-బండో-రాతిగుండో... ఊరుకో బాబు తెల్లారి కప్పు కాఫీ ఇచ్చుకుంటాను'

'ఆ అణా డబ్బు లిలా పారేయి-మాట్లాడితే 'ఛీ' అని పిలువు

'పిలుస్తా పిలుస్తా అదిగో కర్టన్'

'ఎత్తారూ'

'అదిగో చూడవోయ్'

* * *

అది యమునాతటి ప్రక్కనే తమాలవాటి

నిభృత నికుంజరి శారద చంద్రికలు

నికుంజంలో లతాడోలికల శ్యామ సుందరుడు

రాథ! కృష్ణానురక్త; విరహణి -

కృష్ణాన్వేషణమున యమునాతటికి బయలు దేరింది

చెరిగిన ముంగురులు చిరుముత్తెముల చిత్తడిచెమట అర్ధనిమీలిత నయనాలు - హృదయ పరిదగ్ధ అధర మధురాసక్త

పాపం రెండు చేతులనెత్తి కృష్ణగురించి పరితపిస్తూ వస్తూ ఉంది రాధ పాత్రధారిణి ఎవరు?

ఇంకెవరు?

మన 'నీరదే!'-

ఆమె పాడు కుంటూ వస్తూ ఉంది -

విద్యార్థినీ విద్యార్థులు దిగ్భ్రమతో పాట వింటున్నారు -

పరవశలైయారు -

ఆకు కదిలినా -పూరేకు జారినా వినబడేంత నిశ్శబ్దంగా ఉన్నారు.

రాధికా గీతం :

కృష్ణా కనుపించవా! మురళి వినుపించవా! ॥కృష్ణా॥

విరహిణీ వధ సేయ మురళి నాపితివా! కృష్ణా

మధు కణము లొలుకు నీ అధర మధువును గ్రోలి అలసిపోయినదా? మురళి సొలసిపోయినదా!

కృష్ణా కనుపించవా మురళి వినుపించవా!!!!

ఈ పాట పాడుకుంటూ రంగస్థలంమీదకు వచ్చేసింది నీరద

'ఓహో! ఓహో!' అంటూ ప్రేక్షకులంతా తన్మయులయ్యారు వారి హృదయ నికుంజ వీధులు మధు స్నపితాలయ్యాయి వారి జీవితాలు రసవద్భరితాలయ్యాయి.

ఆమెది వసంత కోకిలను మించిన తీయని గొంతు.

శ్రావణ మయూర నృత్యానికి మించిన అమర నృత్యం –

ఆమె చెలిత నయనాలు–విదళిత కలువపూమాలికలు...

అని ప్రేక్షకుల హృదయనిర్భేద విషలిప్త మన్మధాస్త్రములు పాటకు తగిన అభినయం.

అభినయానికి తగిన ఆకర్షణ...

సాక్షాత్తు శారదాదేవి అని కొందరు – జయదేవు మనస్విని పద్మావతి... అనికొందరు... నుతులకు లోటేమిటి?

ఆమె చక్రభ్రమణంలో–వారి హృదయాలు కాలరథ చక్రము అయ్యాయి... ఆమెతో పాటుగుండ్రంగా తిరిగిపోయాయి–

ఆమె రంగంమీద గంతులు వేసిందంటే–వారి హృదయాలు చిందులు త్రొక్కుతూ ఉన్నాయి.

ఆమె చిన్ని నవ్వున వెన్నెల కురిపించిందంటే–మన్మధుడు వారి హృదయ మధనంచేసి తీయని వెన్న తయారు చేశాడన్నమాటే...

అదేమిటి? ఇదేమిటి?

ఆమె ఆడింది ఆట, పాడిందిపాట.

ఆమె కాటుక రేఖలవంటి కన్నుల నీడల–వారి శృంగార రసరాజ్యాలను నిర్మించు కొన్నారంటే అతిశయోక్తిగాదు...

ఆమె ఆడింది – పాడింది –పరవసులను చేసింది. మెఱుపులా మాయమైపోయింది. వారి కన్నులనిండిన శ్రావణ మేఘాలు అమృత వృష్టిని కురిపించాయి...

ఆమె నృత్యభంగిమలలో ఎన్నోసార్లు 'సారధి'ని ఆమె హృదయసారధిని చేసింది... అతడు 'విజయసారధి' అయ్యాడు... అతని పాదాలను నవ్వుపువ్వులతో ఆరాధించింది.

అతడు మైమరచాడు...

ఈ ప్రపంచంలోనే లేదేమో...

ఆమె నృత్యం కాగానే... నిట్టూర్పు బిడిచి... లేచినిలబడ్డాడు.

రామం అతని వీపు చరిచి...

'ఏరోయ్! సారథి! ఏమిటలా లేచావు?

'ఆ విజయ శారదకు-ఈ శారథి అభివందనాలు అర్పించాలి'

'ఏడిశావులే కూర్చో... లేడీవార్డన్ ఉంది'

'ఉంటే'

'మనకు 'పర్మిషన్' లేదుకదరా?'

'పర్మిషన్' లేదూ? ఒకరిచ్చేదేమిటి? నేనే వెళతాను... 'డిస్‌మిస్ చేస్తారా కాలేజీలో నుంచే వెళ్ళిపోతాను.'

'బాగుంది... అసలు తలుపేసుంటే ఎలా వెళతావు.'

'తలుపులు వేసి ఉన్నాయా? ఛీ. ఛీ. వెధవ స్వార్ధం-అయితే నేనిక్కడ ఉండలేను... ఇంటికి వెళ్ళిపోవాలి'

'ఏం?'

'నా లేతహృదయం ఈ ఆనందాన్ని భరించలేక బ్రద్ధలైపోతూ ఉంది. నారక్తనాళాలు ముడిపడిపోతూ ఉన్నాయి. నా భావనలు మెగపులులా మెరిసిపోతున్నాయి. నాతలలో... నాహృదయంలో ఆనందసముద్రాలు ఉప్పొంగి పోతున్నాయి... నేనిక్కడ ఒక క్షణం కూడా నిలువలేను... నిలువలేను...'

సారథి ఆమాటలంటూనే, గుమ్మందాటి, చీకటిలో నీలిముసుగులా కలసిపోయాడు...

'వీని మతి పూర్తిగా పోయింది-ఇంక లాభంలేదు.' అని అనుకుంటూ రామం కుర్చిలో కూలబడ్డాడు.

సారథి తనగదిలోకివెళ్ళి ప్రక్కమీద వాలిపోయాడు.

'అబ్బా! మీ నీరద లావణ్యం నేటిలావణ్యంలో ఎందుద్విగుణీ కృతం అయిపోయింది... ఎన్ని వేల హృదయాలను పరవశం చేసింది. ఎందరి హృదయ సింహాసనాలమీద, ఆమెను ఆరాధ్య దేవత క్రింద ఆరాధించారో...'

వసంతకోయిల పంచమస్వరం సాధించటానికి మానీరద గానం విని ఎంతసిగ్గు పడుతుందోకదా! అసలా గాత్రానితో మేళవించే శ్రుతులీ ప్రపంచంలో ఏవీ? తుప్పుపట్టిన నారద తుంబుర వీణలు ఎలా పనికి వస్తాయి?

అంత బరువుకలిగిన ఆపిరుదులను భరించలేని ఆ లేత పాదాలెంత కందిపోయాయో పాపం! గులాబీపూలవలె ఎఱ్ఱవారిన ఆమె పాదాలపైన ఆనందాశ్రువులనైనా విడువలేక

పోయాను... అటు స్తనభారాన్ని భరించలేక – ఇటు శ్రోణీభారాన్ని వహించలేక – లేతీవ వంటి ఆ సన్నని నడుము ఎంత జవజవ లాడిపోయిందో పాపం! ముక్కలై విరిగిపోతుందేమోనని భయంవేసేది మధ్యమధ్య...

కాని..నాభయ చపలత గ్రహించికాబోలు, మధ్య మధ్య 'భయదపలేదు ప్రియా! భయంలేదు' అనునుట్ల కనుకొలకుల చిరునవ్వు ముత్యాల చిలుకరించేది... ఎంత దయార్ద్ర హృదయిని...

అబ్బా ఆ పద విన్యాసం –

ఆలాస్యం విలాసం...

ఆ నయనాభినయం...

ఆ శ్రావ్య సంగీత సౌకుమార్యం...

ఎవరు మరచిపోగలరు? ఎలా మరచిపోవటం? మానీరదకీలలిత కళాభిలాషణ, ఏజననాంతర ప్రాభవమో! ఇట్టి లలితకళామూర్తి... తన మధుర హృదయాన్ని ఈ సారధికి అంకితం చేసిందా? ధన్యుడను ధన్యుడను అతడానందంతో ఆమెను తలంచుకొంటూ ఉన్నాడు.

ఆహా! వలపులో ఎంత కలవరింత ఉంది!

3

పచ్చని వరిచేలు ప్రక్క పంటకాలువ ఎగిరిపడే గండుమీలు.

వడ్డున వాటిని చూచేసారధి సంధ్యామస్రుణారుణ కోమల కాంతులు చల్లని పిల్లవాయువులు చేలలోకల్మషంలోలేని కాపుపడుచులు.

ప్రకృతి సుందరి వలపు టుయ్యాలలో ఊగిపోతూఉంది ఆప్రశాంతవాయు వీచికలలో

సారధి నీరదకోసం ఎదురు త్రోవలు చూస్తూ ఉన్నాడు. ఆ సాయంసమయం వారి సాంకేతిక స్థళం మార్చుకున్నారు. కళాశాల ఆరామంలో అయితే, కన్నులు పొడుచు కుంటున్నారు మిగిలినవారు –

ఇరువురు ఆనందంగా ఉంటే చాలు చూడలేరు.

ఆరు గంటలు కొట్టి అరగంట గడిచింది.

ఇంకా నీరద రాలేదేం చెప్మా!

ఏదైనా 'ఎంగేజ్‌మెంట్' ఉందా?

ఉంటే నాతో చెప్పదూ

ఆలోచనలు పైన ఆలోచన ఆతృత అధికం ఏకాకి వియోగి

ఇది ప్రణయ నాటకంలో ప్రధమరంగం

'నిజానికి నేనింత ఆతృత పడుతున్నానో మానీరదకు మాత్రం అంత ఆతృత ఉండదూ!

పగలల్లా ఎండలోమాడిన ఈపిల్ల కెరటాలకు,సాయంకాలం చల్లగాలుల యందు మమత ఉండదు! అలాగే పగలల్లా వేడెక్కిన గాలికి - సాయం సమయంపిల్ల కెరటాలతో సరసాలాడ దామని ఉండదూ?

చంద్రుడు కలువగురించి ఎంత తహతహ లాడతాడో-

కలువపూవూ అంతే

ఇంతకూ ఇంకెంత సేపువుండాలో

భావాలపైన భావాలు హృదయం బరువెక్కింది - నిట్టూర్పులు-కన్నీళ్ళు ఇది ప్రణయ నాటకంలో ద్వితీయరంగం.

విశాలాకాశం చిన్నచిన్న మబ్బులు పరుగెత్తే రెండు పక్షులు రెక్కలు జతచేశాయి దంపతులేమో! లేక ప్రియులో!

ఆదృశ్యం ప్రణ యోన్మాదులకు బాధావహం

వేడి గాల్పులకు పగిలి పోయిన భూమిలాగ -

వేడినిట్టూర్పుల అతని పెదములు పగిలిపోయాయి.

'అబ్బా! ఆ ఆకాశం మీద నీరదానికి నా హృదయంలో నీరదకు సంబంధం ఏమిటో! ఆ మేఘాన్ని చూస్తూ ఉంటే నా ప్రియురాలిపై బాధ ఎక్కువైపోతూ ఉంది -

అయినా నీరద నీరద అంటూ కలువరిస్తున్నాను. మా ఇరువురకు,ఎడబాటు దుర్భరం అది నిశ్చయం కాని 'నీరదా! మన ప్రణయాన్ని పరిణయంచే పవిత్రం చెయ్యాలి... నీ అభీప్సితం ఏమిటి?

అని నేనెప్పుడైనా అంటే... 'సారధీ! ప్రణయానికి ఆఖరుమెట్టు వివాహంతో వియోగభరం సడలుతుంది వియోగంలేని హృదయం శ్రావణ మేఘాలకు వెలియైన శారదరాత్రి... మేఘాలు లేకపోతే మెరుపు లెలాగుంటాయి... కష్టంలేకపోతే సుఖంలో మాధుర్యం ఏముంది! కాబట్టి మన హృదయాలకు ఆరాటం అవసరం మన జీవితాలకు వియోగం ముఖ్యం. రేయింబవలూ చందమామ మనల నంటే ఉంటే... చందమామపై మమతేముంటుంది సారధీ! అందుచేతే ఎంతగా ప్రేమించుకొన్నా పెండ్లిచేసుకొని ఒకే ఇంటిలో అంటిపెట్టుకొని సంవత్సరాల తరపున ఉంటే ఆ ప్రియుల అనురాగం... బిగువు సడలిపోవటం ప్రత్యక్షంగా చూడటంలేదూ మనం! ఆలోచించిన మాత్రాన్నే అనుభవానికి రావటంలేదూ మనకు...?' అంటూ సామాన్యులకు అందని విషయాలను బోధిస్తుంది.

పోనీ మా నీరద చెప్పినట్లే ఇలా బ్రహ్మచారిగానే ఉందామా అంటే... ఇంటివద్ద మా తల్లిదండ్రులు ఒప్పుకోరు!

నేను శలవల్లో ఇంటికి వెళ్ళినప్పుడల్లా నా కొరకు ఎన్నో సంబంధాలు కుదుర్చుకోని సిద్ధంగా ఉంటున్నారు... వాటికన్నిటికీ ఏవేవో వంకలు చెప్పే సరికి నాతల ప్రాణం తోక్కొస్తుంది.

ఇలా ఎంత కాలం ఆపగలను.

అక్కడకూ మొన్న పర్యాయం రహశ్యంలేకుండా సిగ్గువిడిచి చెప్పాను. నాకూ నీరదకూగల సంబంధం నీరదను తప్ప మరొకరిని చేసుకోనని. ఊరుకుంటారూ! అయితే ఆమెనే వెంటనే చేసుకో మని బలవంతం ప్రారంభించారు.

వీరు చూస్తే ఇలా గంటున్నారు;

ఆమె చూస్తే అలా గంటా ఉంది.

ఇప్పుడు కర్తవ్యం ఏమిటి?

ఆమెకు మాత్రం నావంటి ఇబ్బంది ఇంటి వద్ద కలుగకుండా ఉంటుందా? రాతిగుండెతో ఆ కష్టాలన్నీ ఆమె భరించటంలేదూ? ఆమే భరించినప్పుడు నేనెందుకు భరించకూడదూ?...

భావ శబలత నశించింది... ఒక నిర్ధారణలోకి వచ్చేశాడు. ఇది ప్రణయ నాటకంలో తృతీయ రంగం.

అతడలాగే కూర్చొని మట్టిబెడ్డలను కాలువలో వేస్తున్నాడు...బెడ్డ చుట్టూ చక్రాలు చక్రాలుగా నీరు తిరుగుతూఉంది అతడానందంతో చూస్తున్నాడు.

ఇది ప్రణయ నాటకంలో చతుర్ధరంగం

'ఎవరది?'

"... ... ..."

'సారధీ!'

'నీరదా!'

'నీవులేని నా కళా సంపద ఏముంది సారధీ? నీవు నవ్వావంటే – నా హృదయంలో సహస్ర వీణియల నిస్వనం, ఒక్కసారిగా వెలువడుతుంది. నీవు మనసార మాట్లాడావంటే – నాతలలో అమృత వాహినుల కదిలికలు కనుపిస్తాయి. కన్నెవలపులు దాచుకున్న నీ చల్లనిచూపుల చూచావంటే – నా జీవితం కళాప్లాలితం అయిపోతుంది.

సారధీ! నీవే ఈ నా కళా ప్రపంచానికి సార్వభౌముడవు.

నా జీవితానికి అధి నాధుడవు.

నా హృదయోద్యాన వనానికి వసంతుడువు

నా ప్రణయ మధువు నాస్వాదించే మధుకరుడవు

'నీరదా! నీ మాటలచే నన్ను మరింత వెఱ్ఱివానిని చేస్తున్నావు.

ప్రకృతి తలపై నడిపిస్తున్నావు...'

'ప్రణయలాలసులు–ప్రకృతికి అతీతులుకదా!

'అవును నీరదా! మన ప్రణయప్రపంచానికి మనమే సృష్టికర్తలం, దానిలో ఆనంద సింహాసనాన్ని పరిపాలించేది మనమే'

'కాదామరి...'

'నీరదా! ఈ చంద్రికలు నీ కన్నులలో అనురాగామృతాన్ని ఎలా గిల కొడుతున్నాయో చూడు!'

'గిలకొట్టనియి... తయారయ్యే వెన్న నీనోటికే అందిస్తా'

'తప్పవుకదూ!'

'తప్పను'

'అలాగైతే.... అదిగో తయారైది...ఇవ్వు ఇవ్వు'

అంటూ ఆమె అధరంలో... మధువు నాస్వాధించాడు.

కొబ్బరిచెట్టును మాలతీలత పైనవైచుకుంది.

కలువ పాత్రలోని మకరందాన్ని తుమ్మెద త్రావుతూఉంది.

మల్లెపూ హృదయంలో చంద్రుడు తొంగి చూస్తున్నాడు.

రెండు మబ్బుతునకలు కలసి–ఏకమై–ఆకాశంమీదనుంచి తొంగిచూసే చంద్రుడ్ని కప్పివేశాయి.

ఆహా! ప్రకృతి ఎంత ప్రణయోల్లాసిని

ఎంత ఆనంద విహారిణి...

4

హాస్టలు వార్డెన్ నిప్పులు కక్కుతూ ఉంది.

ఏడు గంటలైనా నీరద రాలేదు... మిగిలిన పిల్లలందరి భోజనాలు అయిపోయాయి... నీరద ఎక్కడకు వెళ్ళింది? అని అందర్నీ ప్రశ్నించింది తగిన సమాధానం ఎవరూ ఈయలేదు.

ఆమెకు ఆందోళన ఎక్కువై పోయింది.

గుమ్మంముందు పచార్లు చేస్తూ ఉంది.

అంతలో జంకూ గొంకూ లేకుండా తయారయింది మననీరద లేడీ వార్డన్‌ని చూచింది లెక్కచేయకుండా లోపలకు వెళ్ళబోయింది

'నీరదా?'

'ఏమండీ?'

'ఇప్పుడు టయిమెంతైందో తెలుసునా?'

'తెలీదు'

'తెలిస్తే ఇంత ఆలశ్యంగా రావను కుంటాను'

'యస్ –'

ఆమె లోపలకు నిర్లక్ష్యంగా వెళ్ళిపోతూవుంది.

'నీరదా! ఎక్కడ కలావెళుతున్నావు?'

'భోజనానికి'

'ఇంకా భోజనం ఏముంది? అందరి భోజనాలూ అయిపోయాయి'

'అయితే నేనుకూడ భోంచేసి వస్తానుండండి'

'నీకు భోజనంలేదు'

'ఏం?'

'ఏడు గంటలు దాటిం తరువాత భోజనం ఎక్కడుంది'

'సరేలెండి ఏపాలో త్రాగి పడుకుంటాను?

ఆమె మళ్ళీ వెళ్ళబోయింది... లేడీవార్డన్‌కు ఆమె నిర్లక్ష్యం చూచి మరీ సహించలేకపోయింది.

'నీరదా! నీవు హాస్టలురూల్సు బట్టి నడవటంలేదు తెలుసునా?'

'అలా నడిస్తే ఆరున్నర లోపుగా వచ్చేయను'

'ఇంత ఆలశ్యంగా రావడానికి కారణం ఏమిటి?

'ఎక్కువ దూరంగా షికారు వెళ్ళటమే'

'అంత దూరం ఎందుకు వెళ్ళావు?'

'ఆరోగ్యం బాగుంటుందని మీరేగా మొన్న చెప్పారు ఆరోగ్యం కొరకు స్త్రీలు కూడా (Exercise) ఎక్సర్ సైజ్ చెయ్యాల...'

'అంటే నియమ రహితం అయిన జీవితం గడపమనా?'

'అరగంట దాటితేనే జీవితం నియమ రహితం అయిపోతుందా'

'కాదామరి'

'అయితే క్షమించండి...'

'ఇలా ఎన్నో సార్లయింది'

'దానిలో ఇదొకటి'

'నీరదా! నీ ప్రవర్తన నాకేమీ నచ్చలేదు'

'సారీ... (Sorry)'

'నీ వల్ల మిగిలిన ఆడపిల్లలంతా పాడైపోతారేమో నని నా భయం'

'పాడవరులెండి... భయంతో బాధపడకండి'

'ఇంకా పాడవరేమిటి? ఒక ప్రక్కనుంచి పాడైపోతూవుంటే - పరీక్షలలోనా, నీకు మార్కులు బాగా రావటంలేదు... చదువా చదవటంలేదు. ఎప్పుడూ 'స్నో' లు 'పౌడర్లు' పులమటం... డబ్బంతా తగలేసి బట్టలు కొంటం - 'షూ'లు మార్చటం - షోకు చేయటం తప్ప మరొకటి కనబడటంలేదు..."

నీరదా ! మీవారు నీ గురించి డబ్బెంత ఖర్చేస్తున్నారో తెలుసా? కష్టపడి చెమటూడ్చి వారు డబ్బు పంపుతుంటే నీకీ అనవసరపు కర్చులేమిటి?

'నేనేమీ అనవసరపు ఖర్చులు పెట్టంలేదు... స్త్రీలకు అందం ఆభరణం... అందంలేని స్త్రీ అడవిలో పండిన వెన్నెలపంట. ఆనందాన్ని రక్షించుకుంటానికి ఇవన్నీ అవసరమే...'

పైగా మావేళ్ళేమీ చెమటూడ్చి డబ్బుకష్టపడి పంపంటంలేదు. మాతాత గడించిన పాపపు ఆస్థి కావలసినంత ఉంది... ఏం పంపినా ఇప్పుడే... తరువాత పెళ్ళి అయితే దమ్మిడీ ప్రాప్తిఉండదు.

'ఏం?'

'అంతా మా అన్నదమ్ములే అనుభవిస్తారు... ఆడజాతికి కన్న తండ్రి ఆస్థిలో కాణీ కూడా పంచరుగా...'

'నీరదా! ఏవైనా చెప్పు... నీవల్ల ఆడపిల్లలంతా పాడైపోతున్నారు...

'అంతా!'

'నిశ్చయంగా...'

ఆమె మాట్లాడకుండా రెండంగల్లో తనగదిలోకివెళ్లి – ఒక చేతిలో 'బేగ్' మరొక చేతిలో 'బిషాణా' పట్టుకొని తయారయింది. లేడీ వార్డన్ చూచి ఆశ్చర్యపోయిది –

'నీరదా! ఏమిటది?'

'కనబడటంలేదండీ... సామాను'

“ఎక్కడికిలా?'

'స్టేషనుకు'

'ఎందుకు?'

'మా వూరు వెళ్ళటానికి'

'మీ ఊరెందుకు?'

'స్వతంత్రంగా బ్రతకటానికి... హాయిగా తిరగటానికి... ఏడు గంటలైనా భోజనం చేయగలగటానికి...'

'నీరదా! వట్టి అల్లరిపిల్లవై పోతున్నావు... ఒక భయంలేదు. ఏమీ లేదూ? పద... పద.... ఇద్దరం భోంచేద్దాం... వెళ్ళావు గాని...'

'ఏమిటి? మీరింకా భోంచేయలేదూ!'

'నీవు భోంచేయందే ఎలా భోంచేస్తాను'

'అందరి భోజనాలూ అయ్యాయి.'

'అహ'

'అయితే మీరొక్కరే నాకోసం ఉన్నారన్నమాట'

'అవును.'

'అబ్బా! నేనంటే మీకెంత అభిమానమండి..."

'సరే... పద... పద పొగిడావుగాని...'

'తేంక్సు...వెంకప్పా! అమ్మగారికినాకూ భోజనం వడ్డించు'

'వడ్డించే వుంచానండి'

'నాకంటే అసాధ్యుడులాగున్నాడే వాడు'

'అందుకుల లోటా'

ఇద్దరూ నవ్వుకుంటూ భోజనానికి వెళ్ళిపోయారు.

* * *

తాగినవాని కళ్లులాగ - కాలం గిఱ్ఱుమని తిరిగిపోయింది.

యుద్ధాలొచ్చాయి.

ప్రళయా లొచ్చాయి.

దేశాలు మారిపోయాయి.

ఎన్నో మార్పులు గలిగాయి దృష్టిలో

కాని -

మన సారధి నీరదల ప్రేమమాత్రం మారిపోలేదు... రోజులు గడిచినకొద్దీ వారిప్రేమ మరింత వృద్ధిపొందింది... వారి ప్రేమబంధం దృఢబంధం అయింది... ఒకరివిడిచి మరొకక్షణం ఉన్నారంటే స్వదేశం విడిచి పరదేశం వెళ్ళిన ప్రాణులులాగ- అల్లల్లాడి పోతున్నారు...

ఎవరెన్నకున్నా లెక్కచేయకుండా... రోజూ ఎక్కడో ఒక చోటూ కలుసుకుంటూ ఉన్నారు... నవ్వుకుంటూ ఉన్నారు... ఇంక మాటలకు, పాటలకు, లోటేమిటి?

వారి పరీక్షలు దగ్గరకు వచ్చాయి...

రేయిం బవలూ చదివి శ్రమ తీరటానికి సాయంకాలం తప్పకుండా కళాశాల ప్రక్కనున్న పంట కాలువవద్ద కలుసుకుంటున్నారు... హృదయానికి హత్తించి కష్టసుఖాలు సమంగా పంచుకునే వారు...

అలా ఎంతకాలం?

ఆనందం అరక్షణం-కష్టాలు కలకాలం?

పరీక్ష లయ్యాయి. శలవలిచ్చారు-ఎవరిఊరు వాళ్ళు బయలు దేరారు.

అబ్బా! ఆనాటిరాత్రి దృశ్యం వర్ణించలేం... 'ప్లేట్‌ఫారం' నిండా 'స్టూడెంట్లే... దసరా

శలవలు. పదిహేనురోజుల మార్పు... గుంపులు గుంపులుగా యువతులంతా ఒకమూల కూర్చున్నారు. ఫ్లాట్‌ఫారం అంతా యువకులే... కనులపండువగా ఉంది ఆదృశ్యం.

ఆ యువతీ యువకులలో జంటలు జంటలుగా - ఆచెట్ల నీడలలో చేరి గుసగుసలు. వారినిచూచి మిగిలినవారు కిచకిచలు...

ఆజంటలలో ఒకమింట మన సారధి నీరదలు

'దెన్ నీరదా! గుడ్‌నైట్'

'గుడ్‌నైట్'

అత దానందంతోటి వెళ్ళి ట్రయిను ఎక్కాడు.

ట్రయిను వెళ్ళిపోతూ ఉంది. కాలం వెళ్ళిపోతూఉంది. మళ్ళీ 15 రోజులకుకదా కలుసుకుంటం. ఈలోపుగా ఎన్నిమార్పులో ఎవరు చెప్పగలరు.

కళాశాల తెరిచారు - కలకల లాడుతున్నారు విద్యార్థీ విద్యార్థినులు-పదిహేను రోజులు గడిచాయి.

శనివారం మధ్యాహ్నం ఆడపిల్లల హాస్టలుముందు జట్కా ఆగింది.లేడీవార్డన్ గారు లేరు. పడుచుపిల్లలంతా రంగురంగుల సీతాకోక చిలుకల్లాగ దిగారు మేడమీదనుంచి, ఆ నూతన వ్యక్తిని ఒక వింత మృగాన్ని చూస్తున్నట్లు చూస్తున్నారు. ఎలుగుబంటి అనుకున్నారో, కోరలు తీసిన కోడిత్రాచనుకున్నారో -

'ఎవరు కావాలి?'

'నీరద ఉందా అండీ'

'నీరదా!'

అంతా పక్కుమని నవ్వారు. అతని కడుపు మండింది.

'ఏం! అలా నవ్వుతున్నారు'

'ఈ హాస్టలులో ఒక్క నీరదే ఉండటంచేత వచ్చేపోయే వారందరికీ సమాధానం చెప్పలేకపోతుంది పాపం. ఏ వెయ్యిమంది నీరదలో ఉంటే బాగుండునని నవ్వాం'

'అదా అండి సంగతి. ఆమె కెక్కడా తీరుబడి లేదన్నమాట'

'చిత్తం చిత్తం తమరా 'విజటర్సు రూములో' కూర్చోండి. పిలుచుకువస్తాం.'

అతడేదో ఆలోచిస్తూ కూర్చున్నాడు. ఆమె స్లిప్పర్లు టక్‌టక్ మంటుంటే టిప్‌టాప్‌గా తయారయింది.

'హలో! నీరదా!'

'హలో! శ్రీధరం గుడ్‌మార్నింగ్. ఎప్పుడొచ్చావు'

'ఇంతకుముందే'

'అయితే సామానులు ఎక్కడ పెట్టావు'

'ఊరులో మెజస్టిక్ హోటలులో పెట్టాను'

'సరే... సంగతులేమిటి... ఇంటివద్ద అంతా బాగున్నారా'

'ఆ... భగవంతుని దయవల్ల'

'ఇలా ఏంపనిమీద వచ్చావు'

'పనేముంది! నిన్నుచూడాలనే బయలుదేరాను'

'ఏమిటి విశేషం'

ఏముంది నీరదా! ఈ శలవలు పదిహేనురోజులు మనం ఎంత ఆనందంగా గడిపాం. రోజూ సాయంకాలం షికారు వెళ్ళేవాళ్ళం... క్రొత్త ఆటవచ్చినపుడల్లా సినీమాకు వెళ్ళేవాళ్ళం. ఇద్దరం కలసి మీ యింటిలో కాఫీ టిఫీనులు తీసుకొనేవాళ్ళం. అదేమిటి ఇదేమిటి? ఎంత ఆనందముగా ఉండేవాళ్ళం'

'కాదని ఎవరన్నారు శ్రీధర్ం... ఆ వెధవ ఊరులో నీవు తప్ప కాసేపు మనసిచ్చి మాట్లాడటాని కెవరున్నారు?

ఆ మాటలతో అతని హృదయం -గచ్చుపాదమీద దొర్లించినట్లయింది. అయినా ఆమె నతడు మనసారా ప్రేమించాడు. ప్రేమ జయించలేనిదేమీ లేదంటారు. కాబట్టి పూర్తిగా ప్రయత్నం చేస్తే ఆమె అతని ప్రణయదాహం తీరుస్తుందనుకున్నాడు... అది ఆశే అనండి. దురాశే అనండి ప్రయత్నం మట్టికి ఇట్టిది.

'నీరదా! ఇక్కడ నీకు బాగాకులాసాగా ఉన్నదన్నమాట'

'కేవలం స్వర్గంలాగుంటుందోయ్! శ్రీధరం!'

'మీ యింట్లో ఉన్నపుడు'

'అబ్బే! ఇలా గెందు కుంటుంది? కొండకోనలనుంచి ప్రవహించు నదుల ప్రక్కల వనాల పసిరకమేసి - స్వతంత్రవాయువులు పీల్చుకుంటూ స్వేచ్ఛగా విహరించే లేళ్ళలాగ ఉంటుంది ఇక్కడి మా జీవితం. ఇంటివద్దో రాజుగారి ఇంటిముందు స్తంభానికి కట్టివేసి- గడ్డిమేటు ముంచేసిన బానిస లేళ్ళ జీవితం లాగుంటుంది'

'ఇక్కడే బాగుంటుందంటావు'

'ఇంకా సంశయమా! ఋతువుల్లో వసంత ఋతువులాగ జీవితంలో కళాశాల జీవితం, వసంతలక్ష్మి చిరునవ్వు వెన్నెలలు కాయించే మధురోధ్యానం వనం'

వారలా మాట్లాడుతూ ఉంటే - 'హాస్టలు' 'ప్యూన్' కాఫీ పలహారాలు తీసుకొచ్చి 'టేబిల్' మీద పెట్టాడు.

'నీరదా! ఏమిటీ హడావుడి'

'హడావుడి ఏముంది - తీసుకుందాంపట్టు'

'ఏమిటది?'

‘ఒక కండిషన్’

‘నా స్వల్పాహార విందుకూడా నీవు స్వీకరించాలి’

‘అదెక్కడోయ్’

‘మా హోటలులో’

‘సత్రవ భోజనం - మఠం నిద్ర అని హోటలులో విందులేమిటి?

‘ఏదో వస్తానంటేనే’

‘అందు కభ్యంతర ఏముంది? ఒకసారికాదు. పదిసార్లొస్తా’

‘తేంక్స్ - అయితే లేడీ వార్డన్‌గారి ‘పర్మిషన్’

‘అన్నీ ఆవిడ ‘పర్మిషన్’ దీసుకొనే చేస్తున్నావేమిటి? సాయంకాలం కాలేజీవదలగానే బయలుదేరి ఆరున్నర కాకముందు వచ్చేస్తే సరి. ఈ లోపుగా ఎక్కడకు షికారు వెళ్ళినా పరవాలేదు’

‘అయితే సాయంకాలం తప్పకుండా వస్తావుకదూ!’

‘ఎందుకు రాను?’

వారిరువురి కన్నులు ఆనందంలో మెరసిపోయాయి.

కాఫీ పలహారాలయ్యాయి.

శ్రీధరం శెలవు తీసుకొని వెళ్ళిపోయాడు...

* * *

‘సారధీ! సారధీ’

‘ఏం రామం?

‘సా...ర...ధీ!’

‘ఏమిట్రా ఆ ఖంగారు’

‘ఇంకే ముందిరాబాబు - కొంప మునిగిపోయింది’

‘ఎవరిదిరా?’

‘నీదేరా.’

‘ఏమన్నామతిపోయిందేమిటి? నాకు తెలియకుండా’

‘ఆ...నీకు తెలియకుండానే జరగవలసిన పనులన్నీ జరుగుతున్నాయి.’

‘ఏమిట్రా అది!’

‘లా-మేకింగ్?’

‘ఎవరెవరికి?’

‘మీ నీరదకు...’

'ఆ...మా నీరదతోటా?ఎవరది?'

'ఎవడో శ్రీధరం అంట నిన్నహాస్టలుకూడా వచ్చాడంట ఆమె ఫలహారాలు అన్నీ ఇచ్చి జల్సా చేసిందట'

'ఛీ...ఛీ...అంతాగేస్ ...

'మన వెనుకున్న వీపును చూడలేంగాని - కంటి యెదుట వస్తువులనుకూడా చూడలేమంటావా?'

'నీవేమైనా చూశావాచెప్పు?'

'స్పష్టంగా నోయ్‌దేవుడా!'

'ఏం జరిగింది?'

'ఏముంది? వాడుసాయంకాలం కాలేజీకి వచ్చాడు. ఇద్దరూ కలసి జట్కాలోనెక్కి వెళ్ళిపోయారు'

'ఎక్కడకు?'

'గ్రేండ్ హోటలుకు'

'నీకెలా తెలుసును'

'వాళ్ళను తీసుకువెళ్ళిన బండివాడ్నడిగితే చెప్పాడు'

"... ... ...'

'దిగులు బడి బిగుసుకు పోతే లాభం ఏముందిరా?'

'... ... ...'

'అయినా సారధీ! ముందునుంచీ చెప్పటంలేదూ! ఆడదాని హృదయం కనిపెట్టటం ఎవరి తరం? నీరద సామాన్యురాలా? పలకరించిన వాడితోటల్లా మాట్లాడుతుందాయె ఒకళ్ళా ఇద్దరా? ఎంతమంది మోసపోయారో నీకేమైనా తెలుసా?'

'రామం ఎన్నైనాచెప్పు... ఆమె హృదయం నాకుతెలుసు'

'నిన్నే ప్రేమించిందని ఏం?'

'అవును'

'అందుకనే లేచిపోయింది'

'ఆమె అతడ్నెలా చూస్తుందో మనం ఏమిచెప్పగలం?'

'ఎలా చూస్తుందో హోటలుకు వెళతే తెలుస్తుంది. చక్కగా ఒక్క మంచం మీదుంటారు'

'రామం! మతిపోయిందా ఏమిటి?'

'వెళితే ఎవరికి మతి పోతుందో తెలుస్తుంది?'

'సరే... పద... పద...'

వారిద్దరూ... బయలుదేరారు.

గ్రేండ్ హోటలులో–'

'నీరదా! నాకోర్కి నెరవేర్చవూ?'

'ఏమిటది?'

'నీకు తెలియదా?'

'తెలీదు'

'నీరదా! నిన్నెంత కాలం నుంచి ప్రేమిస్తున్నానో నీకు తెలుసునా?'

"... ... ...'

'నేనీ ఊరువచ్చింది నీకొరకే. నిన్ను చూడని క్షణం – నాకు అంపశయ్యమీద పరున్నట్లుంటుంది... నీరదా!'

'శ్రీధరం! నీ హృదయంనాకు అర్థమయింది. నీవు కామప్రేరే పితుడవైతున్నావు... పాచిపట్టిన గచ్చునేలపై నిలబడి ఉన్నావు కాలుజారితే – నడుము విరిగిపోతుంది సుమా!'

'నాజీవితం నీ పాదాలపైన ముక్కముక్కలైనా నాకు ఇష్టమే'

'అయితే ఏమంటావు'

'నాకోరిక తీర్చమంటాను... నా ప్రణయ దాహం చల్లార్చమంటాను... అంతవరకు నిన్ను విడువనంటాను.'

'అయ్యో! పిచ్చివాడా! నన్ను బలవంతంగా పరాభవం చేద్దామను కున్నావా? ఎన్నటికీ చేయలేవు... స్త్రీ 'అబల' కదా అని నీకామపిశాచానికి బలి అవుతుందను కున్నావా?'

అలా ఎన్నటికీ అనుకోక.

నీవు దుర్బలుండవు.నీ దుర్బలత్వానికి నా జీవితం అహుతికాదు.

'నాప్రార్థన వినవా?'

అతడామె చేయి పట్టుకోపోతాడు. ఆమెచేయి విదిలించి...

'ఓరి దుర్మార్గుడా! ఎంతవరకు వచ్చావు? నావంటిది నీవంటి విద్యావిహీన పశువుతో స్నేహం చేయటమే తప్పు. స్త్రీ పురుషుల ఇరువురి హృదయాలు పవిత్రములై –ఉన్నతములై– అనుభవశోభితములై–విద్యాపూజితములై–ఆనంద దాయకములై నప్పుడే వారికి ప్రేమ మాధుర్యం తెలుస్తుంది... అపుడు స్వాతంత్రం హానికరంకాదు. కానీ నీవంటి విద్యావిహీన పశువుతో స్నేహం ఎంత హానికరం!'

'హానికరమా!'

'మాట్లాడకుండా!'

'ఎన్నైనా చెప్పు... నీవు...'

అతడామెను కౌగిలించుకోపోయాడు...

ఆమె ఒక్క లెంపకాయకొట్టి... జేరవేసిన తలుపు తోసివేసి –

యూ రాస్కెల్ గెటెవే.

అంటూ గుమ్మం దాటబోయింది...

అంతలో సారథి -రామం -ఇద్దరూ ప్రత్యక్షమయ్యారు...

'హలో! సారథీ! రామం! వచ్చారా!'

'వచ్చాం నీరదా!'

'అలాగైతే ఇలా లోపలకురండి...ఈ మంచంమీద కూర్చోండి.' అంటూ వారితో లోపలకు వెళ్ళి - ఆమె ఒక కుర్చీలో కూర్చుంది.

'శ్రీధరం! అలా వెఱ్ఱివాడ్లాగ చూస్తావేం? కూర్చో...'

ఇతడుసారథి-నా ప్రియుడు ఇతడు రామం అతని ప్రాణస్నేహితుడు. నేనూ ఈ సారథీ పెండ్లి చేసుకోపోతున్నాము' అంటూ అతనికి పరిచయం నవ్వుతూ చేసింది... అతని జీవం క్రుంగిపోయినట్లయింది...

ఆమె అక్కడితో ఆగలేదు.

'సారథీ! వీరెవరో తెలుసా!'

'తెలీదు.'

'వీరే శ్రీ ధరంగారని - రసికులు... అయితే నేనొకవింత మృగాన్ని పట్టుకున్నాను. మన కాలేజీకి తీసుకువెళదామా?'

'తప్పకుండా... ఏదది?'

'ఇదిగో' అంటూ శ్రీధరాన్ని నవ్వుతూ చూపెట్టింది.

'ఆఁఆఁ నేను వింతమృగాన్నా!'

'కాదని ఎవరనగలరు... కాదంటే ఊరుకుంటావా?'

'అదేమిటి నీరదా! అలా అంటున్నావు.'

'సారథీ! స్త్రీ ఒక యంత్రమనీ-మగవారి కాముకతృష్ణ తీర్చటానికే పుట్టిందనీ ఇటువంటిదివారి అభిప్రాయం. నీకు కనబడే ఈపశువుది మాఊరే... నన్ను విందుకు రమ్మన్నాడు. ఇక్కడ బలవంతం చేయబోయాడు...ఇటువంటి మహానుభావుని ఏమంటారో చెప్పండి.'

అంటుంటే రామం అందుకున్నాడు.

నీరదా! అయిపోయిందేదో అయిపోయింది. ఆమానవుడు వంచిన తల ఎత్తటంలేదు- చచ్చినవాని ఇంకా ఏం చంపుతావు పోదాంపద.

అంటూ లేచాడు... వారిద్దరూ అతనివంక చూచి నవ్వుతూ రామం వెనక బయలుదేరారు...

అత డలాగే పిచ్చివానిలాగ చూస్తూ కుర్చీలో కూలబడి పోయాడు...

నీరద సంగతి కాలేజీ అంతా ప్రాకింది... రామం సారధులు ఎందుకు వచ్చారో నీరదకు చెప్పారు... ఆమె వారితోపాటు కాసేపు నవ్వుకుంది.

ఇకనుంచి నీరదలా ప్రతివారు శక్తివంతులై ఉండాలని -ఆత్మోన్నత్యంలేని పశువులతో మాట్లాడకూడదనీ - స్త్రీలంతా నిశ్చయించుకున్నారు.

అంతా అలా చేయగలిగితే కావలసిందేముంది...?

* * *

కాలేజీ జీవితంకంటే ఆనంద ప్రదమైన జీవితం ఉండదు.

ఆనంద మెరపుల మెరసిపోతుంది...

కాలం గడచిపోతూంది వేగంగా...

వారి పరీక్ష లయిపోయాయి....

'నీరదా! ఇక మనం విడిపోయే రోజు వచ్చింది'

'ఎంతకాలం... నేను ఇంటికివెళ్ళి మన...'

'పెండ్లి విషయాలు ఏర్పాటు చేస్తావా?'

'తప్పక'

తేంక్సు'

'నో మెన్షన్'

'నీరదా! ఆనాటి తోటైనా వెధవ పుకార్లుతగ్గిబోతాయి'

'పుకార్లా వాళ్ళబొంద...

'బలేదానవులే మొత్తానికి...'

'నీవో...'

ఇద్దరూ నవ్వుకున్నారు... చేయి చేయీ పట్టుకొని షికారు వెళ్ళిపోయారు. ఆనందంలో మునిగిపోయారు...

అలా ఎంతకాలం?

మీరే చూడండి...

6

అది సెంట్రల్ స్టేషన్.

ప్లేటుఫారం అంతా ప్రయాణీకులతో నిండిపోయింది.

అండమాన్ దీవులలో శత్రువులు దిగారు.

బాంబులుపడుతున్నాయి.

బాంబులుపడుతున్నాయి.

ఫాసిస్టు పిశాచం నోరు తెరచుకొని మీదపడిపోతుంది.

బలికావలసిందేనా మనం

పదండి పదండి పారిపోదాం పదండి.'

అంటూ మెద్రాసులో కాందిశీకులంతా 'ప్లాట్‌ఫారం' నిండి పోయారు. డూప్లికేటు ట్రయినులు వేయబడ్డాయి, కాని ప్రజల ఒత్తిడి చెప్పడానికి వీలులేదు. అదేసమయంలో ఉదయం 8 గంటల మెయిలులో దింపబడిన ఒక ఖయిదీ ఆవింతను చూచి ఆశ్చర్య పోతున్నాడు.

ఆ ఖయిదీకి అన్యాయంగా ఉరిశిక్ష వేయబడింది. చంపినవాడు బాగానే ఉన్నాడు. అతని ప్రక్కన దెబ్బలాటలో ఖయిదీ చేయబడిన మావాడు నిలబడినందుకు అన్యాయంగా కేసు అతనిపై మోపబడింది. ప్రభుత్వం వారితనికి ఉరిశిక్ష విధించారు.

అతని తల అతని మొండెంనుంచి ఒకరోజులో వేరయిపోతుంది. అతనిమీద నేరారోపణనుచేసి ప్రాణాలు తీయబోతున్నారు. కాని ఆ మెద్రాసులో బాంబులుపడితే కూలీ నాలీ చేసుకోలేని కుంటివారి గతేమిటి? గ్రుడ్డివాని గతేమిటి?... కొంపాగట్రాలేని కూలీలగతేమిటి? వారెక్కడ తలదాచుకుంటారు... ఫిరంగుల మంటలొచ్చి మనయింటి గుమ్మం కొడుతున్నాయి – తలుపులు తీయమని. ఎంతకాలం తులపుమూసుకొని గర్భగుడిలో రాతివిగ్రహాల్లాగ ఉండగలం?

గొప్పవారికి మృత్యుభయం

వారుపారిపోగలుగుతున్నారు

పాపం! పేదలకు మృత్యుభయం లేదు కాబోలు.

స్వదేశాన్ని రక్షించటానికి వారే మరణించాలి కాబోలు. ఆ ప్రజలను చూస్తూవుంటే మన ఖయిదీ సూర్యానికి నవ్వువచ్చింది.

సూర్యం నీరదతో 'ఇంటర్' వరకూ చదివాడు.

అతడు కళాశాలలోఉన్నా రోజులలో నీరదంటే సూర్యానికి పంచప్రాణాలు. సూర్యం అంటే నీరదకు పంచప్రాణాలు..

ఇరువురూ ఒకర్నివిడిచి మరొక రుండేవారుకారు.

కాని పాపం సూర్యం బీదవాడవటంచేత చదువు మానేశాడు పొట్టచేత్తో పట్టుకొని పనిపాటలకొరకు ప్రాకులాడు తున్నాడు.

రెండు సంవత్సరాలు గడిచాయి.

నీరద అతడ్ని పూర్తిగా మరచిపోయిందనే చెప్పవచ్చు.

ఇప్పుడు నీదరసారధిని తప్ప మరొకర్ని ప్రేమించలేదు.

కాని -

మన సూర్యంమాత్రం నీరదను మరచిపోలేదు. సృష్టినంతా మరచిపోగలిగాడు గాని నీరదను మరచిపోలేక పోయాడు.

అతడు ఉరికంబానికి నాయకుడయ్యాడు.

అతని మరణానికి అతడు విచారించటంలేదు.

కాని నీరద నొక్కసారిచూచి- బిగియార కౌగలించుకొని - శాంతితో జీవయాత్ర ముగించాలనుకున్నాడు.

అయితే ఆ కోరిక ఎలా నెరవేరుతుంది?

నీరదెలా కనబడుతుంది?

కనబడితే మాత్రం అతని కోరిక తీరుస్తుందా?

ఆలోచనలపైన ఆలోచనలు...

అతని కన్నులు ఆలోచన్లలో చెమ్మగిల్లి పోతున్నాయి.

కనులనిండిన నీరు తళతళా మెరుస్తుంది -

ఆకాంతిలో ఆత్రోవనంపోవు నీరద తళుక్కుమని మెరిసింది.

సూర్యం కన్నులెత్తి చూచాడు.

కలలు కార్యాలలో మారినట్లయింది.

కన్నులు రెండుచేతులతో తుడుచుకొని చూచాడు.

ఆమె ఎవరు?

మన నీరదే.

అతడామెను పిలవకుండా ఆగలేకపోయాడు.

'నీరదా!'

అని ప్లేటఫారం దద్దరిల్లేటట్లు పిలిచాడు.

నీరద ఆశ్చర్యంతో ఆగింది.

'నీరదా! ఇక్కడ... ఇక్కడ...'

అతడానందంతో ఆమెను పిలిచాడు. పోలీసులు ఆశ్చర్యపోయారు.

'ఏయ్! సూర్యం. నీకేమైనా మతిపోయిందా?'

'లేదండీ. లేదు... ఆమె నాప్రియురాలు. ఒక్క నిమషం మాట్లాడనీయండి. అంతే చాలు. అదే నాకోరిక'

అంటూ అతిజాలిగా ప్రార్థించాడు. వారొప్పుకున్నారు.

'నీరదా! నీరదా! ఒక్క నిమషం మాట్లాడవూ!

'ఎందుకు?'

అతనివంక తీక్షణంగా చూస్తూవేసిన ప్రశ్న అది... అతడు ఆశ్చర్యపోయాడు.

'నీరదా! నన్ను మరచిపోయావా?'

'నీవెవరవు? అసలు నిన్నెప్పుడూ నా జీవితంలోచూడందే.'

'నన్ను చూడలేదూ... నేను సూర్యాన్ని కాదూ.'

'సూర్యమా! ఆ పేరే నేనువినలేదే!'

'వినలేదూ?'

ఆమె ఆశ్చర్యపోతూఉంది.

అతనికోపం అతడ్ని వెఱ్ఱివాడ్ని చేసింది.

'నీరదా! నాపేరే వినలేదా? నన్ను చూడలేదా?'

'నీవెవరవు? నీకేమైనా మతిపోయిందా? నాకు నీకూ సంబంధం ఏముందని ఇలా పిలుస్తున్నావు? జాగ్రత్త... నిన్ను నేను చూడలేదు. నీపేరు వినలేదు...ఇంక అధికంగా మాట్లాడక...జాగ్రత్త'.

ఆమె కోపంతో మాట్లాడింది.

అతడు సింహగర్జనచేస్తూ ఆమెకు అడ్డుగా నిలబడ్డాడు.

'ఏం? దుర్మార్గుడా! ఇలా మీద మీదకు వస్తున్నావు?'

'దుర్మార్గుడనా? తుచ్ఛురాలా?విశ్వాస ఘాతకురాలా? నన్ను ప్రేమించి నాతో తిరిగి –నన్నే ఎరుగనంటున్నావా పశువా! నీవంటి ద్రోహు లీ ప్రపంచంలో ఉండకూడదు.'

'ఆ...ఆ...'

ఇనుప సంకెళ్ళతో బిగించిన చేతులెత్తి ఆమెగొంతుకు గట్టిగా నులిపివేస్తున్నాడు... పోలీసువారు లాగినా రాలేదు. కొట్టినా విడువలేదు... జనం అంతా మూగపోయారు. ఎక్కడనుంచి వచ్చిందో అతని బలం. ఆమె గొంతుకు వదలలేదు...

నలుగురూ పట్టుకొని దున్నపోతును లాగినట్లు లాగారు...

తలమీద చచ్చేటట్లు వానిని కొట్టారు.

లాభం ఏముంది?

ఆమె నేలపైతెగిపోయిన తేగలాగ పడిపోయింది.

ఆమెకంతా సైత్యోపచారాలుచేస్తున్నారు.

ప్రయోజనం ఏముంది?

ఆమె కళ్ళుపైకివచ్చేశాయి.

ప్రాణాలు పాపం కళ్ళలోనుంచే పోయినట్లున్నాయి.

ఆమె నెరిగిన కొంత మంది వారిచుట్టూ జేరారు...

'నీరద! నీరద!'

'మన 'కాలేజీగరల్' నీరద! నీరద!'

'చూడరా ఏమన్నా బ్రతకటానికి వీలుంటుందేమో!'

ఆమె మిత్రులంతా ప్రయత్నంచేశారు.

లాభం ఏముంది?

నీరద ప్రాణాలు పంచభూతాలలో కలసి పోయాయి.

'ఈమెను చంపిన దుర్మార్గుడెవరు?'

అంటూ ఒక మిత్రుడు ప్రశ్నించాడు...

'నే-నే'

అంటూ సూర్యం మహావీరుడ్లాగ జవాబు చెప్పాడు.

'ఎవరు?'

'నేనేరా అప్పారావు.'

మిత్రుడు ఆశ్చర్యపోయాడు... ఖయిదీ ముఖంలోముఖంపెట్టి చూచాడు. ఆనమాలు కట్టాడు.

'సూర్యం...'

'ఆ...అవును నేనే'

'ఏరా! ఇలా ఖయిదీగా'

'అవును. ఖయిదీగా పట్టుబడ్డాను. ఈ ప్రభుత్వంవారు లేనిపోని హత్య నామీద నేరారోపణజేసి, హంతకునిగా పట్టుకున్నారు. దానికి నేనే చాలావిచారించాను... కానిఇప్పుడు నాచావుకు చాలా ఆనందంగానే ఉంది... నేనునిజంగా హంతకుడ నిప్పుడయ్యాను...'

అంటూఉంటే ... 'ఎక్కువగావాగకోయ్' అంటూ పోలీసు వారతనిని లాటీతో కొట్టారు...అతడు ఈషత్తుచలించలేదు.

'కొట్టండి బాబూ! ఇంకా గట్టిగా కొట్టండి తల కాయ పగల గొట్టండి... ఈ ఫ్లాట్ ఫారంమీదే నా ప్రాణాలు తీసివేయండి నా నీరదతోపాటు నా ప్రాణాలుకూడా ఇక్కడే విడిచేస్తాను... ఇద్దరం'

వాళ్ళంతా ఆశ్చర్యపోతున్నారు.

అప్పారావు మతిపోయింది... అతడు నెమ్మదిగా -

'సూర్యం! ఈమె నెందుకు చంపావు?'

'నన్నెరుగనంది నాపేరే వినలేదంట.'

'వినకపోవటం ఏమిటి? మనమంతా ఒక కాలేజీలోనేగా చదివినాం?'

'శభాష్! అప్పారావు! శభాష్!... నీవన్నానిజం చెప్పగలిగావు'

నన్నెరుగనే ఎరుగనంది... ఆద్రోహి ముఖం చూడలేపోయాను. బలంతంగా చంపేసాను. '

'సూర్యం! తెలీదంటే అబ్బా! చంపేయాలా!'

'అవును చంప నవసరంలేదు. నేను దుర్మార్గుడను నా ప్రేమకు ఆమె ఎన్నడూ అంగీకరించలేదు. అది ఆమె తప్పుకాదు... నా పాపం పండిపోయింది నా నీరదను చంపుకున్నాను... పాపిని... ద్రోహిని... నీ...ర...దా! అంటూ అమాంతంగా ఆమె శవంమీదపడి గొల్లుమని ఏడ్వడం ప్రారంభించాడు.

అతని విచిత్ర ప్రవృత్తికి ఆచుట్టూ మూగినవారంతా ఆశ్చర్యపోయారు.

వారిని పోలీసువారు తరిమివేశారు.

వెంటనే ఆ శవాన్ని పోలీసువారు ఆసుపత్రికి పంపించారు.

ఖయిదీని తీసుకువెళ్ళిపోతున్నారు.

అప్పారావు ప్రయాణం మానివేసి ఖయిదీవెనకే వెళ్లేడు.

అక్కడివారంతా -

'ఆ హంతకుడు ఆ అమ్మాయిని ప్రేమించాడంట ఏమిటో ద్రోహం అంట. ఇంతకూ వెధవ ప్రేమలింతేలేద్దూ. ప్రాణాలుకూడా పోతాయి' అంటూ ఎవరిత్రోవను వారు చక్కాపోయారు.

'కాలేజీ గరల్ నీరదను చంపేశారు - చంపేశారు' అని మదరాసు మహాపట్టణం అంతా మారుమ్రోగిపోయింది.

ఆమె ఫోటో అప్పారావు సహాయంవల్ల సంపాదించి ప్రతిపేపరు లోనూ వేసేశారు.

'కాలేజీగరల్ నీరద ఆమెనెవడో సూర్యం అనే హంతకుడు పబ్లిక్ ఫ్లాట్ఫారంమీద హత్యగావించాడు' అని ఆమె ఫోటోక్రింద వేశారు.

ఎన్ని జరిగితే ఏముంది?

నీరద చనిపోయింది -

నీరద చనిపోయిందా?

7

ఉదయం ఏలూరుకు మేలువస్తుంది.

పేపరు వస్తుంది... పేపరువాడు ఇంటికే అందిస్తాడు.

మన సారధికి కూడా అందించాడు.

సారధి పేరుమోసిన ప్లీడరు నరసింహారావుగారి కుమారుడు కాలేజీ స్టూడెంటు మీకు

తెలుసునుగా.

ఆరోజు యుద్ధం సంగతులు తెలుసుకుందామని ఆతృతతో పేపరు చూచాడు. నీరద ఫోటోకనబడింది.

'ఏమిట్రా! మా నీరద ఫోటోపడింది ఏటెన్నీసులోనైనా గెలిచిందా. లేకపోతే ఎక్కడైనా లెక్చర్ను దబాయించిందా!'

అంటూ ఆనందంతో ఫోటో క్రిందచదివాడు.

ఏముంది?

ఆమె చావు...

'ఆఁ!'

అని ఒక్క కేకవేసి విరుచుకొని ఆ కుర్చీమీద నుంచి పడిపోయాడు. ఇంట్లో వాళ్ళంతా వచ్చి ఆశ్చర్యపోతూ... అతనిని లేవతీసి మంచం మీద పండుకోబెట్టి - డాక్టరుకోసం కబురు చేశారు...

డాక్టరు వచ్చాడు. పరీక్ష చేశాడు.

ఏమీ భయం లేదనిచెప్పి వెళ్ళిపోయాడు.

అతనికి మధ్యాహ్నం పదిగంటలకు స్పృహవచ్చింది...

'నీరదా! నీరదా!'

అంటూ కదిలాడు... వారాశ్చర్యపోయారు.

'నీరదా! చచ్చిపోయావా!'

అంటూ ఉంటే అతడు పెళ్ళిచేసుకుంటానని చెప్పిన నీరద చనిపోయిందనుకొని వారూగొల్లుమన్నారు.

ఆరోజురాత్రి -

అతనుగుండెబరువుతో మెద్రాసువెళ్ళి... అక్కడ ఫ్లాట్‌ఫారం మీద జరిగిన సంగతులన్నీ ప్రత్యక్షంగా తెలుసుకొని ఏలూరువచ్చేశాడు...

'ఇంక నే నీప్రపంచంలో బ్రతకరాదు... మా నీరదతో స్వర్గసుఖమైనా అనుభవించాలి. నీరద లేని ఈలోకం నాకు నరకం... నీరదతో నరకంలోనైనా ఉండగలనుగాని - నీరదలేని ఈలోకంలో ఉండకూడదు...'

అనుకున్నాడు... ఒక నిశ్చయానికి వచ్చేశాడు.

అర్ధరాత్రి...

వచ్చాడు... దగ్గరలోనున్న చెరువు వద్దకువెళ్ళాడు.

మోకాలులోతు మునిగాడు.

అంతలో ఎవరో వీపు చరిచినట్లయింది...

ఎవరది?

నీరద...

'నీరదా! నీరదా! ఏం... ఇలా వచ్చావు...'

'సారథీ! చనిపోవటం చాలాతేలిక... బలవన్మరణం దుర్బల లక్షణం...లే..బ్రతికి కష్టాలు భరించు... అదే పురుషలక్షణం... అదే మానవుని ఉత్తేజం... నేను చనిపోయాను. విచారించక, నాపేరన 'సమాధి' కట్టించు... రోజూ అక్కడకురా... ఇద్దరం కలుసుకుందాం... కన్నీరు కార్చుకుందాం... కన్నీటిలో కరిగిపోదాం...కలిసి పోదాం...'

'నీరదా... నీరదా!'

'అలాచేయి...లే... నన్ను ప్రేమిస్తే బ్రతుకు. బాధలు భరించు... బాధలోనే మనకు సుఖం; ఆనందం; ప్రణయం... ఇరువురిని యశోకాయులను చేయి... తరువాత నీ పాత్ర ముగించు.'

'నీరదా... నీరదా!'

ఆమె మాయమైపోయింది.

అతడురాయి తగిలిపడిపోయాడు.

లేచి చూచేసరికి ఎవ్వరూ లేరు

ఏమిటా భ్రాంతి!

'నీరద చనిపోయిందే'

ఆమె ఆత్మ ఇలాబోధించింది. అలాగే చేస్తాను.నీరదా! చచ్చి సాధిస్తున్నావు.

అంటూ అతడు గృహోన్ముఖుడయ్యాడు.

ఆమె కోరినట్లే నీరదపేరన రిక్రియేషన్ క్లబ్బులు ఏర్పరిచాడు.'నీరద' అనే పేపరుస్థాపించాడు. 'నీరదవిహార్' అనే సత్రం కట్టిస్తున్నాడు - ఎన్నో చేస్తున్నాడు.

ఆమె సమాధి తనూరిలోనే చక్కగా కట్టించాడు.

ప్రతి సాయంకాలం వచ్చి పూజ చేస్తూ ఉన్నాడు.

ఆహా! అతనిదెంత నిర్మల ప్రేమ. మరల పరస్త్రీని కన్నెత్తిచూడలేదు– అలా బ్రహ్మచారిగా నీరదనే తలచుకుంటూ తన జీవయాత్ర ముగించుకుందా మనుకున్నాడు. అటువంటి ప్రేమజీవు లెంతమంది ఉంటారు. మీరే ఆలోచించండి!

* * *

అది నిశాప్రశాంత సమయం, శరత్పూర్ణిమ.

పండు వెన్నెలలో అతి ప్రశాంతమైన 'సమాధి.' సమాధిమీద 'నాప్రణయిని నీరద' అని చెక్కబడివుంది. నీరద సమాధి యెదుట కూర్చుని కన్నీరు విడుస్తూ ఉంది.

ఏమిటీ చిత్రం! సమాధిలో నీరద - సమాధి యెదుట నీరద.

ఆనాటి పున్నమి వెన్నెల తన వేయివేల కిరణాలచేత సారధి హృదయం కలచివేసింది.

ఒక్క క్షణం ఇంటివద్ద ఉండలేకపోయాడు. మేడమీద నుంచి చూచాడు. తోటలో చెరువు ప్రక్కన ఆమెసమాధి ఉంది.

'సమాధిలో గాలిలేక బాధపడే నీరదకు - ఆచెరువు చల్లని గాలులతో సేదతీరుస్తుంది. కొబ్బరిచెట్లు తమ రెక్కలతో విసురుతూ ఉంటాయి. ఆమె కన్నులా వెన్నెలలో ఎంత మిలమిలా నీలాలలాగ మెరిసిపోతూ ఉంటాయోకదా!' అనుకుంటూ నిదరపట్టక సారధి తన ప్రియురాలు నీరదను చూడటానికి బయలుదేరాడు.

మేడ దిగాడు. మేడకూ తోటకూమధ్య రోడ్డుంది. ఆ రోడ్డు దాటా తోటలో-ప్రవేశించాడు. సంపెంగపూల వాసన అతని శరీరాన్నంతా చక్కలిగింత పెట్టినట్లయింది.

అతడు రెండు పూవులు కోసి నీరద తలలో పెడదామనుకున్నాడు కాలుకదిపాడు. సంపెంగ చెట్టువంక చూచాడు.

అతనిగుండె లాగిపోయాయి.

ఏముంది!

ఆ చెట్టుపైన రెండు తెల్లత్రాచులు పెనవైచుకొని ఆనందంతో ప్రపంచాన్ని మరచే ఆడుకుంటున్నాయి. వాటి కదలికలచే వింతవింత సువాసనలు వస్తూ ఉన్నాయి.

ఆత్రాచు పాములను జూచి మొదట భయంవేసినా, తరువాత వాటి నిర్మలానందాన్ని చూస్తే భయంపోయింది. పైపెచ్చు ఆనందం కూడా కలిగింది.

'ఆహా! ఆత్రాచులెంత పెనగొని ఆనందాన్ని అనుభవిస్తూ ఉన్నాయి... మానీరద బ్రతికిఉంటే మేంకూడా ఈ వెన్నెలలో...రెండు పూరేకు రెమ్మల్లాగ కలసిపోయి ఉండేవాళ్ళం కదా! ఇంతకూ దురదృష్టవంతుని నొసట పూయబడిన మసి - వెన్నెలలో కూడా నల్లగానే మెరుస్తుందిగాని, తెల్లబడుతుందా!

అనుకుంటూ నిశ్వాసలు విడుస్తూ పూలతోటలోకి వెళ్ళాడు...

వికసించిన మాలతీపూల అంచులమీద మంచుబిందువులు ముత్యాలలా మెరిసిపోతూ ఉన్నాయి. ఆపూలను కోశాడు. దోసిట పట్టాడు.

'ఈ దోసిటపట్టిన పూలతో నా నీరదకు పూజచేస్తాను... 'ప్రేమపూజే' కదా ప్రణయార్తులకు మిగిలింది...'

అతడానంద ముద్రితాత్ముడై బయలుదేరాడు.

ఇపుడాతని హృదయోద్యాన వనంలో - వలపు టుయ్యాలల నూగేది ఒక్క నీరదే... మరెవ్వరికీ అతని హృదయంలో స్థానమేలేదు.

ఆలోచనల పైన ఆలోచనలు...

సమాధి సమీపించాడు...

అతని రక్తనాళాలన్నీ పగ్గాల్లాగ ఒక్కసారి వెనక్కి లాగి వేశాయి... అతడలా కొయ్యబారిపోయాడు.

అతని కాలిచప్పుడుల కామె లేచి నిలబడింది.

ఇద్దరూ ఒకరిని ఒకరు దూరాన్నుంచే చూచుకొన్నారు.

వారి కన్నులను వారు నమ్మలేకపోయారు.

అతడు చూచుచున్న దెవరిని?

నీరదనా?

ఆమె చూచుచున్న దెవరిని?

సారథినా?

నీరద రూపాన్ని వచ్చిన దయ్యమా?

అతని గుండెలు శరవేగంగా కొట్టుకుపోయాయి.

'ఎవరది?'

అని దూరాన్నుంచే ప్రశ్నించాడు. వణికేగొంతుకతో.

'... ... ...'

ఆమె తలవంచుకొని నిలబడింది.

భయంచే అతని శరీరం అంతా గజగజా వణికిపోతూ ఉంది.

'ఎవ...ర...ది?'

అని మళ్ళీ కంపిత స్వరంతో ప్రశ్నించాడు.

'సా-ర-థీ?'

'నీ-ర-దా?'

'అవును'.

'నీరదా? నీవేనా?'

'అవును...'

'నీవు చనిపోయావుకదూ...'

'... ... ...'

అతడామెను పిశాచంగా ఎంచి,పారిపోవటానికి సిద్ధమయ్యాడు. అడుగుతీశాడు... అడుగు వేశాడు...

'సారథీ!'

అతడాగిపోయాడు...

'సారధీ!'

ఆమె అతని దగ్గరకు వచ్చింది. ప్రక్కనే నిలబడింది... అంతే కాదు. చేయిపట్టుకుంది... అతనిచేయి గజగజలాడి పోతూఉంది.

'సారధీ! ఇలా గజగజలాడుతున్నావే'

'నీరదా! నీవు చనిపోయావా? లేదా? చనిపోయి మళ్ళీ ఎలా వచ్చావు?

'భగవంతుని దయవల్ల'

అంటూ పక్కుమని నవ్వింది. దానితో అతనికి గుండెలు చీలి పోయినట్లయ్యాయి.

'నీరదా... అబ్బా! ఏమిటీవింత'

'సారధీ! నేను దయ్యాన్ననా నీ యభిప్రాయం'

'అవును'

'అయితేనేం... నేను దయ్యాన్నైతేనేం? భూతాన్నైతేనేం? నీ ప్రియురాలనేకదా! నీనీరదనేకదా?... అయినపుడు నీకింకా ఆలోచన లెందుకు సారధీ! రా... అలా జడుస్తావే?'

'నీరదా! నిజంగా నీతో మాట్లాడుతున్నానా!'

'అనుమానం ఏముంది?'

'నీముందే నిలబడ్డానా?'

'కనబడుతున్నానుకదూ?'

'ఇతంతా కలా?భ్రమా!'

'కల అయితే మాత్రం నష్టమేముంది సారధి? మధురస్వప్నాలు ఆనంద దాయకములుకావా! అసలీ జీవితమే కలకాదా? ఆ కలలో ఇది యొక మధుర ఘట్టమనుకో.'

'మంచిది... నీరదా... ఈమాయజగుత్తులో నేనొకపరమాణువుని సృష్టతత్వాన్ని గ్రహించలేని సామాన్యుడను.. నీరదా ఇది కలకయినా ఆనందమే... భ్రమఅయినా ఆనందమే... లేక సత్యమే అయితే... అబ్బా! అదెలా సంభవిస్తుంది... నీవుచనిపోగా చూచినవారు నిన్ను దహనం చేసినవారు నాకు ప్రత్యక్షంగా చెప్పారు... అంటుంటే అతని కన్నుల నీరు జలజలరాలాయి...

'అలాగా!'

'కాదా... అలా సత్యమే అయితే-నీవు నానీరదవే అయితే ఈ ఆనందాన్ని నాలేత హృదయం భరించగలదా? ఆనందం భరించలేక గుండెలు బద్దలైపోవో...'

'సారధీ... నేనే నీనీరదను. నేను చనిపోలేదు.'

'సత్యమా?

'ముమ్మాటికి నేను దయ్యాన్ని కాదు...'

'నీవు నా ప్రణయిని నీరదవేనా?'

'అవును...'కాలేజీ గరల్' నీరదను నేనే...'

'నీ...ర...దా!'

'సా...ర...థీ!

అతడామెను బిగియార కౌగలించుకోకుండా ఉండలేకపోయాడు. అయిదునిమిషాలు ఇరువురూ అలా ఒకరి హృదయానికి ఒకరు హత్తుకుపోయారు...

'నీరదా! అయితే వారు చెప్పిందంతా అబద్ధమా?'

'కాదు... నిజమే.'

'అయితే మరి ఆ అభాగిని ఎవరు!'

'... ... ...'

ఆమె కనుల నీరుకారిపోతూ ఉంది.

'చెప్పు...నీరదా! చెప్పు.'

'ఆమె నా తోబుట్టువు.'

'ఆ...'

'సారథీ! మేమిద్దరం కవలపిల్లలం. మేమిద్దరం ఇంట్లో తిరుగుతూ ఉంటే మా అమ్మే మమ్ములను పొరబడేది. ఒకరూపుతో ఉండేవాళ్ళం. ఒకరికి సుస్తీచేస్తే మరొకరికి చేసేది. కాని ఒకరికి మరణం వస్తే మరొకరికి రాలేదు.'

'ఏమిటీ ఆశ్చర్యం!'

'నన్ను పెద్దనీరద' అని –మాచెల్లిని 'చిన్న నీరద' అని పిలుస్తూ ఉంటారు... ఇంటిదగ్గర మా 'ప్రయివేటు మాష్టర్ చంద్రశేఖరరావు గారు' మమ్మల్ని నిద్దర్నీ ఎన్నోసార్లు పొరబడ్డారు. అచ్చా ఒకటేరూపు– ఒకటేనడక–ఒకటేమాట–ఒకటేతీరు'.

'అలాగా.'

'అందుకనే మన సూర్యం నేనేమోనని ఆమెను అన్యాయంగా చంపివేశాడు.'

'అందుచేతే చచ్చాడు.'

'మనకు లాభం ఏముంది? పోయిన మాచెల్లెలు మరల వస్తుందా?

'రాదు... రాదు... ఎంతపని జరిగింది?'

'ఈ నీవు నా ఫోటోచూచి ఎంత విచారించావో నాకు తెలుసును'

'అయితే ఇప్పుడు వచ్చావే'

'అసలు నిన్ను చూడాలని వచ్చాను. నీవు ఎక్కడకో వెళ్ళావు. ఈ సమాధి సంగతి తెలుసుకొని ఇక్కడకు వచ్చాను... సమాధిని చూస్తూ కన్నీరు కారుస్తూ ఇలాగే ఉండి పోయాను'

'నిజానికి షేక్స్పియర్ మీవంటివారిని చూచే కవలపిల్లల చరిత్ర (Twelfth Night) వ్రాశాడనుకుంటా?'

'ఏదైతే ఏముంది... మా నీరద చనిపోయింది.'

'నీరదా! గడిచిన దానికేం చేస్తాం. ఆమె ఆత్మశాంతి కలిగేటట్లు ఇద్దరం ప్రార్థిద్దాం.

'అలాగే.'

ఇద్దరూ సమాధి ఎదుట కూర్చుని ఆ వెన్నెలలో -

'నీరద'ను ప్రార్థిస్తూ ఉన్నారు.'

'అమ్మయ్యా!'

కథ చెప్పానుకదా... సమాధితో ప్రారంభించిన కథ సమాధితోనే అంతమయింది.

* * *

రెండు రోజులయ్యాయి.

'కాలేజీ గరల్ నీరద.'

అనే నవల పేపరులో ప్రచురించాను.

ఈ కథంతా నీరద నాకు చెప్పింది... మేమంతా క్లాసు మేట్సుంలేండి... ఆ కథంతా విని మీకు చెప్పాను... మీరు ఓపిగ్గా విన్నారు...

ఆ సారథీ నీరదలకు రెండు అక్షింతలు జల్లి

'చిరాయుర్భవ'

అని దీవించి మరీ వెళ్ళండీ?

శలవు

మీ చంద్రం.

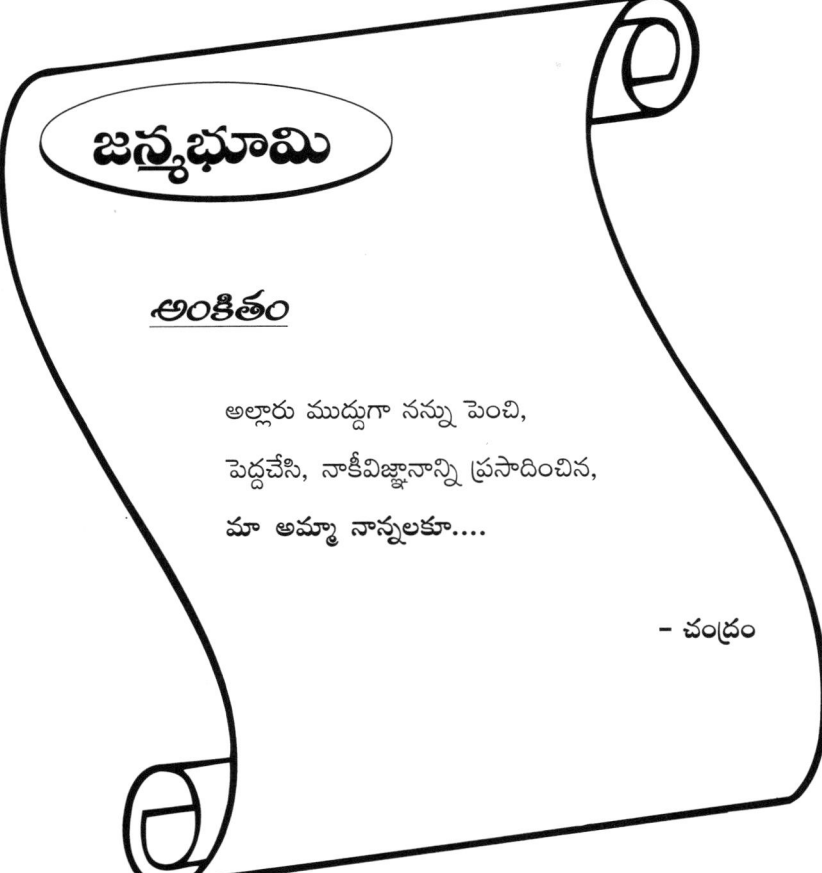

జన్మభూమి

అంకితం

అల్లారు ముద్దుగా నన్ను పెంచి,
పెద్దచేసి, నాకీవిజ్ఞానాన్ని ప్రసాదించిన,
మా అమ్మా నాన్నలకూ....

— చంద్రం

నేనీ నవలను రెండు ఉద్దేశాలు మనసులో పెట్టుకు వ్రాశా.

(1) – "జన్మభూమి" ని శత్రువులు లాక్రమించారు. శత్రుసేనాని, పసిడి నిగ్గులుతేరే పడుచుపిల్ల అయిన రాణిని, తనవద్దకు 'ఒకరాత్రి' పంపమన్నాడు. పంపితే వారిరాజ్యం వారికి దక్కేటట్లు చూస్తానన్నాడు. లేకపోతే ప్రజల మారణహోమం తప్పదన్నాడు"

"ప్రజాసంరక్షణే – రాజకర్తవ్యం" "ప్రజావినాశనం – రాజ్యవినాశనం"

మానప్రాణాలైనా బలిచేసి, ప్రజలను రక్షించాలి –

అంటూ తనకోడలను, శత్రుసేనాని వద్దకు వెళ్ళమన్నాడు, తండ్రి.

"పాతివ్రత్యం – పరమధర్మం" "మానభంగం – నరకమార్గం"

మా ప్రాణాలనన్నా రాజ్యం నిమిత్తం బలిచేస్తాం కానీ, నా భార్య మానం అమ్ముకొని, ప్రజల రక్షించుకోలేనన్నాడు, కొడుకు.

సమస్య సందిగ్ధావస్థలో పడింది –

సమస్యా పరిష్కారం 'రాణీ' మీద పడింది.

ఇప్పుడామె మానం అమ్ముకొని ప్రజలను రక్షించుకుంటమా?

పాతివ్రత్యం నిలబెట్టుకొని, ప్రజలను హోమంచేయడమా?

అటు ప్రజలు; జన్మభూమి – ఇటు పాతివ్రత్యం మానసంరక్షణం.

ఒకటి నరకం – మరొకటి స్వర్గం.

నరకం దుఃఖం – స్వర్గం సుఖం – ఇప్పుడామె ఏమిచెయ్యాలి?

ఈ విషయం చర్చించడం ముఖ్యోద్దేశం.

(2) – రెండవ ఉద్దేశం–అశ్రుపాత్రతో, ఆకలిమంటను చల్లార్చుకోలేక, ఇంటింటా అడుక్కొనే, అభాగ్యజీవి యొక్క జీవిత పరిణామం, చిత్రించడం. విమర్శన బుద్ధితో చదివితే, దీనిలో భావాలు అర్థం అవుతాయి –

అలా చదవాలనే నా ప్రార్థన.

ఇట్లు, **– చంద్రం.**

జన్మభూమి

1

"అమ్మా! ఆకలి! ఆకలి
ఆకలి మంటను, ఆపుకోలేక,
అల్లాడిపోయే, అనాథ జీవులం."

అంటూ ఆర్తితో–అశ్రువర్షంతో–అన్నార్తులై–"అమ్మా! అమ్మా!" అంటూ ఆ చీకటిలో, అడుక్కుంటూ ఉన్న అభాగ్య జీవులు–ఆ తండ్రీ కూతుళ్లు.

కన్నులు పోయినవాడామె, కన్నతండ్రి, కాలప్రవాహంలో, కరిగిపోయిందతని కాంచనపర్వతం. కలిమి చిరునవ్వు నవ్వి, తొలగి పోగానే – లేమి, మృత్యుదేవతై అతని శిరస్సుపై శివతాండవం చేస్తూ ఉంది. అతని కన్నీటిలో, కలిమి, కరగిపోయింది–ఇప్పుడతడు, ఆకలిమంటను కూడా, అణచుకోలేని, అభాగ్యదశలో, పండుటాకులాగ అల్లల్లాడి పోతున్నాడు. కలిమిలేములు, గావడికుండలని తెలిసీ, కాలమహిమకు, కలతచెందటం ఎందుకు?

ఆమె పదునారేండ్ల పడుచు. చిరిగిపోయి, మాసిపోయిన, ఆమె చీరచెరగులోనుంచి, పసిడికాంతుల యౌవ్వనశోభ, క్రొత్త అందాలను దిద్దుతూ ఉంది. ఆమె సహజసౌందర్యవతి; మసిపూసిన మాణిక్యం; కలువ పూవులోని వెన్నెల తళుకు, కాలగర్భంలో, కలసిపోతున్న కన్నీటి ముత్యం; గాలిలో కలసిపోయిన, కమ్మని నెత్తావి పరిమళం; నింగి నీలాల, తొంగిచూచే నక్షత్ర శోభ –

నగలు నాణేలు–పట్టుబట్టలు–అందచందాలను, అభివృద్ధి చేయలేవు. అరంగుళం మందాన్న, పౌడరద్ది –ఆరువీసిల బరువుగల బంగారు నగలతో సింగారించుకొని– అర్ధణాబిళ్ళకై నారంగలో బొట్టు పెట్టి – 'రంగు, పింగూ' అంటూ రచ్చకెక్కినంతమాత్రాన్న స్త్రీ సౌందర్యవతి కాజాలదు. సౌందర్యం బజారులో, అమ్మేదికాదు. అది పుట్టుకతో వచ్చేది. అందుకనే, శాకుంతలకు, కాషాయి వస్త్రాలు కూడా, క్రొత్త శోభ నిచ్చాయని, కాళిదాసన్నాడు.

నూనీ గట్రాలేక, ఆమెతల చిక్కువడినా, అందాలను గోలిపోలేదు. ఒకచేతితో తండ్రిచేయి పట్టుకొని, మరొకచేతితో కంచం పట్టుకొని –

"అమ్మా! ఆకలి! ఆకలి! కొంచెం

అన్నం వడ్డించు తల్లీ! నీకు పుణ్యం ఉంటుంది"

అని ఆమె దీనంగా అంటుంటే, జాలిపొందని సహృదయుడెవ్వడుంటాడు? కాని సహృదయుడనేవాడు లేనిదీ కలికాలం.

"ఇంకా భోజనాలు కాలేదు -దయచేయి" అంటూ బిడ్డలులేని గొడ్డురాలు, మరొక గుమ్మం చేరి

"అమ్మా! అన్నం!" అంటుంటే -

"భోజనా లయిపోయాయి వెళ్ళు,; వెళ్ళు;"

అంటూ ఒంటిగొట్టు రాకాసి అనగానే, పదిమంది ఉన్న మరొక యింటికి వెళ్ళి-

"తల్లీ! మాధాకవళం కొంచం పెట్టమ్మా! శోషవస్తుంది" అంటే -

"నీకేం, మతిపోయిందా ముష్టిముండ! ఇవాళ మా యింట్లోసత్యన్నారాయణ వ్రతం. పూజాపునస్కారాలు కాకుండా, ముష్టి పెడతామనుకున్నావా? వెళ్ళు - వెళ్ళు.

అంటూ ఒకరి తరువాత మరొకరు, నాలుగుజాడింపులు జాడించారు. ఆమె మాటాడలేకపోయింది.

"పదమ్మా! పద! మరో ఇంటికి వెళదాం!"

అంటూ తంద్రన్న మాటలు, ఆమె హృదయంలో గునపు పోటులాగ నాటిపోయాయి. "ఎంత వానికి, ఎంత వచ్చింది. పదిమందికి పెట్టిన వాడు, పదిమందిని చేయి చాచవలసి వచ్చింది. పంచపరమాన్నాలతో భోంచేసేవానికి, పట్టెడన్నం కూడా లభించడంలేదు. ఇంతకూ మన తలవ్రాత వంకరగా ఉన్నప్పుడు కాలం వక్రంగా నడుస్తుంది.

సత్యన్నారాయణ వ్రతమంట - ఆకలితో అల్లాడే, అభాగ్యులకు ముష్టిపెడితే, వారి మోక్షానికి దూరం అవుతారంట, మానాభిమానాలుండి, కదలి చరించే, మానవుల హృదయాల్లో ఉండే, ప్రత్యక్ష దైవాన్ని చూడలేనివారు - ప్రాణం లేని రాతిబొమ్మలో భగవంతుని చూస్తారా?ఎంత వెఱ్ఱి-మానవుడుచేసినవికావూ - ఈ రాతిబొమ్మలు? ఆరగించనివి కాబట్టి - అమృతాన్నం పెడతారు; పళ్ళు పుష్పాలు నైవేద్యం అర్పిస్తారు; దేవుని పేరుపెట్టి, కొవ్వుపెరిగేటట్లు వాళ్ళు బాగా భోంచేస్తారు; 'భక్తులం' అంటూ రుద్రాక్షమాలలు మెళ్లో వేసుకొని, ప్రపంచకాన్ని మోసం చేయడానికి ప్రయత్నిస్తారు. భగవంతునికి లంచం ఇవ్వడానికి, అతడు ఏమన్నా లంచగొండా?

కన్న తల్లిదండ్రులను, కన్నెత్తిచూడరు. వారి క్షేమాన్ని, కాంక్షించరు. కనబడని భగవంతునికి -లేనిపోని రూపాలు కల్పించి, ప్రార్థిస్తున్నామని, భక్తులమని, బడాయలు కొడతారు.నిజానికి ఈ సృష్టి కర్తను మనం ఊహించనైనా ఊహించలేం - ధ్యానించడం ఎలా?

నటనకు తావిస్తే-వినాశం తప్పుతుందా? లోకాన్ని మోసగించడం అంటే -వారిని వారు మోసగించ కుంటం కూడా, అర్థంలేని వ్యర్థవాదనలతో, వారిని వారు మోసగించు కోకుండా, ఆత్మానాత్మ వివేక విజ్ఞానం కలిగి, మానవసేవచే తరించరాదూ?"

అని అనుకుంటూ ఉంటే, ఆమె నేత్రాల్లో, ఒక విధమైన దివ్య తేజస్సు, వెలువడింది ఆమె ఒకప్పుడైనా పెద్దింటి బిడ్డ. అని ఆమె ముఖం చూస్తే స్పష్టంగా తెలుస్తుంది.

అక్కడనుంచీ బయలుదేరి, పురాణం చెప్పుకొనే చోటుకు వెళ్ళింది. కొంచం పలహారం అయినా పెడతారేమోనని, వాళ్ళు వీరిని చూచి. అసహ్యించుకొని, తరిమివేశారు.

అలా ఆమె కన్నీళ్ళు తిరిగిందో - ఎంతమందిని జాలిగా ప్రార్థించిందో ఎవరికి తెలుసు? అలా తిరగ్గా, తిరగ్గా, బిడ్డలగన్న తల్లి, ఒకామె, మధ్యాహ్నం మిగిలిపోయిన అన్నం ఉంటే, కొంత పెట్టింది.

పరమానందంతో బయలుదేరారు. తన తండ్రి కడుపు మంట కొంత చల్లార్చడానికి మార్గం దొరికింది కదా, భగవంతుడా! అనుకొని ఆనందంతో, తామున్న సత్రందగ్గరకు వెళ్ళింది.

అక్కడ ఆమె సామాను అంతా,ఎవరో ముగ్గురు సాధువులు బయటపడేసి, ఆమెస్థానంలో - మరొకచోట చోటులేక - కూర్చుని ఉన్నారు. ఆమెకు తింటానికి కొంచం తిండి దొరికిందికదా, అనుకుంటే, ఇప్పుడు నిలవడానికి చోటు లేకపోయింది. వారిని పన్నెత్తుమాట అనలేదు - ఆ మూట తీసుకొని తండ్రిని మరొకచోటుకు తీసుకు వెడదామనుకొని బయలుదేరింది.

"ఇంత విశాలాకాశం క్రింద, ఎన్ని ప్రాణులు, విశ్రాంతిగా నిదరపోవడంలేదు? ఎన్నిపక్షులు ఈ మహావృక్షాల మాటున, విశ్రాంతి తీసుకుంటం లేదు? అన్ని కోట్ల ప్రాణులకు ఆదరవు దొరికినప్పుడు, మా రెండు ప్రాణాలకు మాత్రం, ఆదరవుదొరకదూ? ఇన్నికోట్ల నక్షత్రాలు, పూవులు, చెరువులలో ఆకులు, ఏ ఇంటిలో ఉంటున్నాయి? మేం మాత్రం ఆ యింటిలో ఉండకూడదూ?

మా తల దాచుకుంటానికి, అసలే ఆదరవూ దొరకదనుకో! దానికి మాత్రం విచారించడం ఎందుకు? ఎన్నితీయని పుష్పాల, జీవిత గ్రంథాలు తెరవబడకుండానే, భూగర్భంలో మటుమాయం, అయి పోవడం లేదూ? వాటికంటే సర్వోత్కృష్టమైన జీవితాలా మావి? అవి నిర్మల ప్రేమైకజీవులు - మేమో తుచ్ఛకాముకులం; మమకార దూషితులం."

అని అనుకుంటూ ఆమె ఏ చెట్టు క్రిందైనా, ఆ రాత్రికి తలదాచుకుందామని బయలు దేరింది. తండ్రి నొక మఱ్ఱిచెట్టు క్రింద కూర్చోపెట్టి, తాను చెరువులో నీళ్ళు ఒక గ్లాసుతో తీసుకువచ్చి, తండ్రికి ఆపాచి అన్నమే, ఆప్యాయంగా పెట్టింది. అతడు కన్నుల కద్దుకుంటూ కొంచం తిని సకం ఆకలితో లేచి -

"అమ్మా! నీవు భోంచెయి. నాకడుపు నిండిపోయింది. ఇంకనే నిక్కడే, మూట తలక్రిందపెట్టి పండుకుంటా"

నంటూ లేచి, ఆ ప్రక్కనే కూతురు వేసిన పాత పంచమీద, భగవంతుని తలుచుకుంటూ పండుకున్నాడు.

ఆయనకు ఆకలి తీరలేదరని తెలిసీ, చేసేదేమీలేక, మిగిలిన నాలుగు మెతుకులూ, ఆమె తిందామని, ఆ చీకటిలో కూర్చుంది.

ఒక ముద్దనోట్లోపెట్టింది. అంతలో తోక ఆడించుకుంటూ, ఆప్తబంధువులాగ, ఒక కుక్క తయారైంది. ఆమె దాని సహవాసానికి, చాలా సంతోషించి, కొంత భాగం దానికి కూడా వేసింది. ఆకలి బాధ తెలిసిన బీదవాళ్ళేమైనా, భిక్షపెడితే పెట్టాలిగాని, ఆకలంటే ఏమిటో తెలీని, ధనమదాంధులు భిక్షపెడతారా? ఎంతమాట!

క్రమేపీ కారుచీకటి, ప్రతి ఆకుసందులోనుంచి, తొంగిచూస్తూనే ఉంది. చీకటిని చీల్చివేయడానికి ఒక చిన్నదీపం కూడా, ఆమె చెంత లేకపోయింది. ఆమె హృదయంలో చీకటి – పైన చీకటి – ప్రపంచం అంతా చీకటిమయం.

కన్నులు లేనివారికి, కాళరాత్రి అయినా, మహోదయం అయినా ఒక్కటే. గ్రుడ్డికన్ను మూసినా, తెరచినా, ఒకటే – కాని కన్నులున్న వారు మాత్రం, కాటుక చీకటివంటి రాత్రిని చూడలేరు. చూచి, దానిలో ఏ విధమైన ఆనందం పొందలేరు. కాలం విషసర్పంలాగ కరచిన నాడు చేసేదేమిటి?

ఆ అమ్మాయి ఒంటరిగా, చెట్టుక్రింద పండుకొని, కొమ్మల చాటునుంచి "మిల్కు-మిల్కు" మని మెరిసే నక్షత్రాలను చూస్తూ – విశాలాకాశంతో పాటు, తన దృష్టిని విశాలం చేసుకుంటూ – తన పూర్వ జీవితాన్ని తలుచుకుంటూ – మధ్యమధ్య రెండు వేడి కన్నీటి బిందువులు, ప్రకృతి తల్లికి, కాన్క ఇస్తూ – ఆలోచనలో మునిగిపోయిన అరమోడ్పు కన్నులతో, అలా వెఱ్ఱిదాన్లా చూస్తూ కొంతసేపు ఉంది.

చనిపోయిన ఆమె ప్రియుడు 'శ్యామసుందరుడు' జ్ఞాపకం వచ్చాడు. ఆమె ముఖాన్న పసుపు, తన భాగ్యదేవత, ఆమె చీరచెరగుతో, చెరపి వేసింది. ఆమె నుదిటి కుంకుమ, మృత్యుదేవత, తన చల్లని చేతులతో, తుడిచి వేసింది. ఆమె ముఖమిపుడు పసుపు, కుంకమానికి దూరమై-భాగ్యవిహీనమై, కళావిహీనమైంది.

ఆమె తన పూర్వజీవితాన్ని తలుచుకుంటూ ఉంటే, గుండె బరువెక్కిపోయింది. చనిపోయిన తన ప్రియుడు, మళ్ళీ ఎన్నిజన్మలకైనా కనుపించడని, ఆమెకు తెలుసు. అంతమాత్రంలో, అతడ్ని, తలుచుకోకుండా ఉండగలదా?

మర్త్యుడు – మృతి బద్ధుడు;

మానవజీవితం – ఆశాశితం;

చావు – తప్పదు;

చనిపోయినవాడు – బ్రతికిరాడు;

అనే సామాన్య విషయాలు తెలియకేనా, ఆమె తన చనిపోయిన ప్రియుని కొరకు, పరితపించడం? వియోగ గీతాలు అల్లుకుంటం?

చావు, పుట్టుకలమధ్య చెరలాడే, జీవితం, బుద్బుదప్రాయమని, తెలీకేనా? బ్రతికిన నాలుగునాళ్ళు పాపపు జీవితం గడుపుతారు? ప్రపంచం మంచిచెడ్డలు తెలీక, చెడిపోవడం లేదు– తెలిసిన మంచిని, ఆచరణలో పెట్టలేక చెడిపోతుంది.

ఆరాత్రిలో ఉండే నిశ్శబ్దాన్ని బట్టి, సగంరాత్రి గడచినట్లుగా, ఆమె భావించింది. ధనికులకు, ధర్మార్థం వినియోగించకుండా, దాచుకున్న, ప్రజలసొత్తు, ఎక్కడ దొంగల పాలౌతుందేమోనని, నిద్రపట్టనట్లు – వారి కుక్కలకు కూడా, దొంగల్ని పట్టుకుందామనో, తిన్నది వారిలాగే అరక్కో, నిద్రపట్టదు. కాని మన అమ్మాయి దగ్గర ఉన్న కుక్క హాయిగా నిద్రలోమునిగిపోయింది. ఆమె తండ్రికూడా నిదర పోతూ ఉన్నాడు. కాని ఆమె కంటిమీద కునుకు పట్టలేదు. ఆమె ప్రియుని, తలచుకుంటున్న కొలదీ, ఆమె గుండె బరువెక్కి పోయింది. అలా ఎంతసేపు ఆమె ప్రియుని తలుచుకుందో – ఆమెకే తెలీదు.

కొంతసేపటికి చల్లగాలి, ఆమె ప్రతి అవయవాన్ని అలముకుంది – ఆ చల్లగాలిలో, ఆమెకు చిన్నకునుకు పట్టింది – ఆ కునుకులో తీయని కల – ఆ కలలో,

తన ప్రియుడు – తాను

"సరళా!"

"శ్యామసుందర్"

"సరళా! ఈ మల్లిపూలదండ ఎవరికి?"

"నీకు తెలీదా?"

"నీవు చెబుతే వినాలని, చాలా కుతూహలంగా ఉంది"

"అయితే ఈ మల్లెపూల దండ, మా శ్యామసుందరునకే"

"శ్యామసుందరు డెంత ధన్యుడు!"

"సరళ మాత్రం కాదూ!"

"సరళా శ్యాములిద్దరూ, ధన్యులే!"

అంటూ కూర్చుని, పూలమాల కూరుస్తున్న, సరళ రెండు భుజాలు పట్టుకొని, ప్రేమతో ఆమె ముఖం చూస్తున్న – శ్యామసుందరు మెళ్ళో – ఆ పూల మాల వేసింది. ఈతడామెను హృదయానికి, గాఢంగా హత్తుకొని, ఆమె లేతగులాబీ వంటి పెదాలను, ముద్దుగొన్నాడు.

ఇరువురి శరీరాలకు, అమృతం పూచినట్లయింది. వారి శరీరాలు - పులకరించాయి; వారి హృదయాలు - జలదరించాయి; వారి మనసులు - పరితపించాయి? తుదకు ఇరువురి, హృదయ విపంచి, తంత్రులు; ఒక్కసారిగా, ప్రణయగీతాలు, ఆలాపన చేశాయి. వారెంత ధన్యులు!-ఎంత పవిత్రులు! - ఎంత ప్రేమపూరితులు! అటువంటి అనురాగ పూరితు లెంతమంది ఉంటారు? ఉన్నా, ఎంతకాలం కలసి ఉంటారు? వారి ఆనందాన్ని చూచి ఎవరుసహిస్తారు? సహిస్తే - ఎంతకాలం?

అరమోడ్పు కన్నులతో, ఒకరినొకరు చూచుకొన్నారు;

చూచి, చిరునవ్వు నవ్వుకున్నారు;

ఆ చిరునవ్వులో. వారి ఆశాసౌధాన్ని నిర్మించుకున్నారు;

ఆ సౌధానికి, వలపువెన్నెల వెల్లవేశారు;

దానిపై విహరించారు;

ఆనందం అనుభవించారు;

ఆనందంలో వారి జీవితాలను ప్రేమదేవతకు,

అంకితం చేశారు;

అదృష్టం అంటే వారిదేకదూ!

అంతకంటే ఏం కావాలి?

చేయీ, చేయీ కీలించి పూలతోటలో విహరించడానికి బయలు దేరారు. చెట్లమాటునుంచి వెళుతుంటే వలపుతీవలు, వారిపై పూల వానకురిపించాయి. పూలు, తమ లేతహృదయాల్లో దాచుకొన్న, తీయని పరిమళంతో, వారి నాహ్వానించాయి. వారి హృదయ పుష్పాలలో, వలపు తేనె లొలుకుతూ ఉన్నాయి.

వారలా ఆనందంతో వెళుతుంటే, సరళ వాలుజడ అటూ, ఇటూ కదులుతుంటే - లోలకులు చెదురుతంటే - వారి హృదయాలు బెదురుతుంటే - తోటలో చెరువుమీదుగా గాలి వీస్తుంటే - ఆ సాయంకాలం - ఎంతో మనోహరంగా ఉంది. వారి కలియక, తోట కొక క్రొత్త శోభ తీసుకు వచ్చింది.

వారిలా త్వరత్వరగా వెళ్ళి, రెండు చెట్లను అల్లుకొని, ఉయ్యాలగా ఉన్న, పూలతీవల మీద కూర్చున్నారు. శ్యామసుందర్ కూర్చున్నాడు. ప్రియురాలు అతని, ఆంకభాగం అలంకరించింది. వారిద్దరూ మైమరచి. ఆనందంలో, ఉయ్యాల ఊగుతున్నారు - వారి పాదాలతో, మిన్నులు ముటుతూ ఉన్నారు. సరళకు భయంవేసి -

"శ్యాముా! పడిపోతాం, జాగ్రత్త!"

"ఏమీ భయంలేదు సరళా! నీవు నాకౌగిలిలో ఉన్నంతకాలం, నీకేమీ భయంలేదు. నీప్రాణానికి, నా ప్రాణం అడ్డు..."

"సంతోషమే కాని, గాలిచాలా ఎక్కువగా, భయంకరంగా వీస్తుంది; ఆకాశం నిండా, గున్నఏనుగులు పోరాడుతున్నట్లు, మేఘాలు ఒకదాని నొకటి రాసుకుంటూ ఉన్నాయి; ఇంక ఉయ్యాల ఆపుదాం."

"ఎంత మాట సరళా! నీకేమీ భయంలేదంటూ" తూగుటుయ్యాల గట్టిగాఊపటం మొదలు పెట్టాడు.

గాలివాన ఎక్కువైపోయింది.

మెరుపులు ఉరుములు ఎక్కువయ్యాయి.

పెద్ద పిడుగు పడింది -

శ్యామసుందరు కాలు జారిపోయింది - లతా డోలిక తెగిపోయింది - శ్యాము ఆకాశం మీదనుంచి నేలమీద పడిపోయాడు. తల పగిలి పోయింది- "శ్యామూ! శ్యామూ!" అంటూ సరళ అతనిమీద పడిపోయింది -"

అని ఆమె చెట్టు క్రింద కలకంది. భయంతో శరీరం గజగజా వణికి పోయింది -

"శ్యామూ! శ్యామూ!"

అంటూ లేచింది - నాలుగు మూలలా చూచింది. అది కలగా తెలుసుకొని, చాల విచారించింది. ఆ కలలోనైనా, క్షణకాలం, సుఖం అనుభవించనీయలేదేరా భగవంతుడని, బాధపడింది.

ఇంతకు సుఖం, మెరపులా, మెరసి మాయమైపోతుందని అనుకుంటుంది -

కనువిప్పి చూచింది - మెరపు కనుపించింది - ఆకాశంనిండా మేఘాలు మెరపులు, క్రమ్ముకుంటున్నాయి. ఉరుములుకూడా పడుతున్నాయి. ఆ భయంకర రాత్రిల్లో, తండ్రీ కూతుళ్ళిద్దరూ ఆ చెట్టుక్రింద, దిక్కూ మొక్కూ లేకుండా పడి ఉన్నారు.

'దరిద్రునికి పిడుగులవాన' అనే సామెత ఊరకే పోతుందా? నీలి మేఘాల ఫలితం ఊరికేపోతుందా? నెమ్మదిగా, వర్షపు జల్లు ప్రారంభించింది. తండ్రి లేచాడు.

"అమ్మాయి! సరళా! వర్షం వస్తున్నట్లుందే!"

"అవున్నాన్నా! గోరుచుట్టుమీద రోకలి పోటన్నట్లు, నిరాధారంగా ఉన్న మనమీద, వర్షపుజల్లులు ప్రారంభించింది కష్టానికైనా, సుఖానికైనా, కాలం, కర్మం కలసిరావాలి"

"అవును తల్లీ! నీవు చెప్పే ప్రతిపదం, వేదవాక్కులాగ, ఎంతో సత్యం. రూపుదాల్చిన సరస్వతిలాగ, చిన్నతనంలోనే, ఎంత విజ్ఞానం సంపాదించావు తల్లీ"

తల్లీ! ఇంతకూ నాకన్నులతో నీ ఆనందాన్ని చూడలేపోయాను. నీకు తగిన భర్తను చూచి, పెండ్లి చేయలేపోయాను. నీ సంతానాన్ని చూచేభాగ్యం లేపోయింది.

ఇంతకూ నీ భాగ్యదేవత, ఎవరి హస్తాలలో పెంపొందాలని ఉందో- ఏమిటో! కాలం తీరిన నీ కన్నతండ్రి నిన్ను కష్టాల పాలు జేసి, కాల గర్భంలో కలసిపోతాడేమోననే భయం లేకపోలేదు తల వ్రాత చెరపటానికి ఎవరి తరం?"

అంటుంటే అతనిముఖంపై, ఎన్నో గంభీర భావాలు వ్యాపించినట్లు తోచాయి. సరళ చాలా విచారించి –

"నాన్నా! నా గురించీ విచారించావంటే, నిన్ను చాలా కష్టపెట్టినదాననౌతాను. అయినా నా గురించి విచారం ఎందుకు? బ్రతకడానికి భగవంతుడు చక్కటి పళ్ళు ఇచ్చాడు; త్రాగడానికి తీయని నీరిచ్చాడు; ఉండడానికి పెద్ద చెట్లిచ్చాడు; వెలుతురిచ్చాడు; గాలి నిచ్చాడు; ఇంకేం కావాలి నాయనా! తృప్తి అనేది ఉండాలికాని, మన జీవితాల గురించి మనం విచారించవలసిన అవసరంలేదు.

అంటూ సరళన్నమాటలకు, ఆయన లోలోన ఆనందించినా, ఆమె అమాయకత్వానికి చాలా విచారించి –

"సరళా! నీవు చెప్పినవన్నీ, పురాణకాలం నాటి సంగతులు. మన యిష్టం వచ్చినట్లు పళ్ళు తింటానికీ, నీళ్ళు త్రాగడానికి, ఎక్కడపడితే అక్కడ ఉండడానికి, మనం స్వాతంత్రులంకాదు; బానిసలం.

అడుగుతీసి అడుగువేస్తే పన్ను; ఆకలిమంటను, చల్లార్చుకోలేని దీనాటి, బానిస జీవితం.

ప్రతి పక్షికి – ఒక గూడు ఆశ్రయం ఉండాలి;

ప్రతి లతకు – ఒక చెట్టు తోడు ఉండాలి;

ప్రతి స్త్రీకి – ఒక భర్త ఆధారం ఉండాలి;

ప్రళయం రాకుండా భూమి నిలవాలంటే – సూర్య తీక్షణం కావాలి;

ప్రపంచం నిలవాలంటే – భగవానునికృప కలగాలి; తెలిసిందా, సరళా! ప్రపంచం అంతా, ఏదో దానిమీద ఆధారపడి ఉంది –

అందుచే నీ కెవరైనా ఆధారముంటే, శాంతిగా మృత్యుమందిరంలో పాతకాపు నౌతాను. లేకపోతే..."

అంటుంటే అతని గొంతుకు బిగపట్టినట్లయింది. మాట తడబడింది. ఆమె కన్నులలో దాగున్న. నీటి బిందువులు వర్షించాయి.

చెట్టు ఆకుల సందుల్లోనుంచి వర్షం, వర్షించింది... ఎక్కడకు వెళ్ళాలన్నా వారికి మార్గం కనబడటంలేదు. కన్ను పొడుచుకున్నా, కనబడనటు వంటిదా కాటుక చీకటి. చెట్లు ప్రక్కనున్న పొదలలో పాములు బుసకొడుతున్నట్లు, గాలి వీస్తూ ఉంది.

క్రమేపా వానా గాలి ఎక్కువయ్యాయి. తండ్రితడిసిపోకుండా, పాపం, ఆమె ఖంగారుతో ఏదో పాతవస్త్రం అతనికి కప్పింది, తానూ ఏదో కప్పుకుంది. కొంతసేపటి వరకు, వర్షం ఆపగలిగిన చెట్టు ఇంక వర్షం ఆపలేపోయింది. వారా మఱ్ఱివృక్షం, మొదలు దగ్గరగా నిలబడ్డారు. వారిదగ్గర అంతవరకూ ఉన్న, కుక్కకూడా తనత్రోవను తాను వెళ్ళిపోయింది.

ఎవరిత్రోవ వారు చూచుకుంటారుకాని, ఎవరి కష్టాలకువెవరు తోడౌతారు?

అసలే కన్నుగానని కటికి చీకటి; కటికి చీకటితో పాటు – కాటుక మబ్బులు; కాటుక మబ్బులనుంచి – ప్రళయకాలం వంటి కుంభవర్షం; వర్షానికితోడు – మెరుపులు; మెరుపులకు తోడు–ఉరుములు; ఉరుములకు తోడు –పిడుగులు; ఇంక ఆ రాత్రియొక్క భయంకరాకారాన్ని, వర్ణించడానికి శక్యం అవుతుందా? భావాతీతమైందానాటి, భయంకర రాత్రి – వర్ణించటానికి భాష ఎలా సరిపోతుంది?

"రింవ్" – "రింవ్" మని గాలి వీస్తూ ఉంది;

"పెళ్" – "పెళ్" మని కొమ్మలు విరిగిపోతున్నాయి;

"ధన్" – "ధన్" మని వర్షం కురుస్తూనే ఉంది;

తండ్రీ కూతుళ్ళిద్దరూ, తడిసి ముద్దయిపోయారు. చలిలో గజగజ వణికి పోతున్నారు. వారి ప్రతి అవయవయం బిగుసుకుపోతూ ఉంది. వారి శరీరాలు, కొరడు పారిపోతున్నట్లున్నాయి. వారి మనసులు, జీర్ణించిపోయిన కష్టాలతో, రాతిబండల్లాగై పోయాయి.

"అమ్మా! సరళా! ఇంక ఈ వాన తగ్గేటట్లలేదు."

"ఏమో చెప్పలేం నాయనా!"

"మనం ఈ వానలో తడుస్తూ, చలిగాలికి వణుకుతూ, నిలవ డానికి నీడలేక, కొరడువారిన శరీరాలతో, ఇలా ప్రాణాలు వదిలివేయవలసిందేనా తల్లీ!"

"ఏం చెప్పగలం నాయనా! పేదలపైనే, భగవంతుని బాణం. వారి రక్తం, ఆయనకు తీపి. ముఖ్యంగా మనం, దరిద్ర దేవతకు, ముద్దు బిడ్డలం."

"అవునమ్మా! అవును. మనం అంటే దరిద్రదేవతకు, ఎక్కువ ప్రేమ. ఉన్న స్నేహితులు, బంధువులు, అంతా విడిచి వెళ్ళిపోయారు కాని, చచ్చిపోయేవరకు విడువని ఆప్తబంధువుకదమ్మా, దరిద్రదేవత?

మన యముకల గూడులోనే – ఆమె కాపురం చేసుకుంటుంది.

మన రుధిరధారలే – ఆమె పాదాలకు, లత్తుకరంగు.

మన కన్నీటిలోనే – ఆమె స్నానంచేస్తుంది.

మన హృదయాల మీదే – ఆమె శివతాండవం చేస్తుంది.

తెలిసిందా తల్లీ! ఆమెకు మనమీద ఎంత దయో చూచావా! ఆమె మృత్యుదేవత – తోబుట్టువు లనుకుంటాను. దరిద్రదేవత పీల్చి పిప్పి చేసి – శల్యావశిష్టులుగా ఉంచిన ప్రాణులను, ఆయమ బలికొంటుంది.

తల్లీ! ఇంక మన జీవితాలు, ఈ చెట్టుక్రిందే ఆఖరు అవవలసిందే? ఈ చెట్టు క్రిందేనా మన జీవసమాధులు.

అని హృదయంలో బాధ ఆపుకోలేక, అంటుంటే, అభాగినియైన సరళ లేతహృదయం కంపించిపోయింది. ఆమెకు తండ్రి ధైర్యం చెప్పడానికి బదులు, తండ్రికే ఆమె ధైర్యం చెప్పవలసి వచ్చింది -

"నాన్నా! వర్షం ఇంకెంతోసేపు వుండదు. వర్షం వెలిసిపోగానే, నెమ్మదిగా ఏ ఇంటి అరుగుమీదన్నా, తెల్లవారే వరకు తలదాచుకుందాం."

"అలాగే తల్లీ అలాగే. వర్షం వెలవా వచ్చు; మనప్రాణాలు పోవావచ్చు. ప్రాణాలు పోతేమాత్రం విచారం, ఎందుకమ్మా? ఈ జీవితం, వచ్చే జీవితానికి పునాది. మన గమ్యస్థానం జేరాలంటే, ఇలా ఎన్నో జీవితాలు గడవాలి."

అంటూ ఇంక మాటాడలేపోయాడు. ఆమెకూడా ఏమీ మాటాడలేపోయింది.

ఇద్దరూ కొన్ని నిమిషాలు మాట్లాడకుండా, అలాగే కూర్చుండి పోయారు.

ఈ చీకటిలో చెట్టుకొమ్మ కదలిస్తే, మృత్యుదేవత తన నల్లనిచేతులతో, వారిని రమ్మని, ఆహ్వానిస్తున్నట్లుంది. ఏదైనా చెట్టు ఇరిగి పడిపోతే, పిశాచాలు నృత్యం చేస్తూ ఉన్నట్లుంది. కనులున్న ఆమె, ఆ దృశ్యాలకు, లోలోన, ఎంతో కలతపడుతూ ఉంది.

తెల్లవారే వరకు వాన, ఏనుగుతొండల్లాగ, పడుతూనే ఉంది. వారిద్దరూ ప్రాణాలతో, ఇంకెంతో సేపు, ఆ వానలో ఉండలేమనుకున్నారు. కడుపులో చలి బయలుదేరింది.

"అమ్మా! సరళా! ఇలారా తల్లీ! ఇలారా!" అంటూ ఆప్యాయంగా పిలిచాడు. ఆమె తండ్రి దగ్గరకు వెళ్ళింది. అతడెంతోప్రేమతో ఆమెను, కౌగలించుకొని, తల నిమురుతూ,

"తల్లీ! ఇఁక నీవు ఒంటిదానవౌతావేమో! నీ జీవయాత్ర ఎలాగడుస్తుందో! ఇంత విశాల ప్రపంచంలో "నా" అనేవాళ్ళు లేకుండా, నిన్ను దిక్కుమాలిన దానినిగా విడిచి, వెళ్ళిపోతా ననుకో లేదు తల్లీ!

సరళా! తలవ్రాత తప్పించలేం. కాని ఎన్ని కష్టాలు వచ్చినా భగవంతుని మరచిపోక తల్లీ! కష్టాలు కాపురం చెయ్యవు. శనిదినాలు, శాశ్వతంకాదు. చీకటి పోగానే, వెన్నెల రాకతప్పదు..."

అంటుంటే అతని శరీరం దడదడలాడిపోయింది. ఇంక మాటాలడలేపోయాడు.

"అయ్యో! భగవంతుడా! నాకూతురు గతేమిటోయ్" అంటూ సరళ వడిలో వాలిపోయాడు.

తాడిచెట్టుమీద పిడుగుపడింది. చెట్టు కూలిపోయింది. ఆమె గుండె 'ఝుల్లు' మంది.

"నాన్నా! నాన్నా!" అంది,

తండ్రి మాటాడలేదు.

ఆమె తండ్రి మీద వాలిపోయింది. పాపం! ఒంటిది. ఎంత కష్టం -

2

తెల్లవారింది - వర్షం వెలిసింది.

కొమ్మ విరిగి, తలమీద పడి చనిపోయిన, పెద్ద పక్షి కొరకు పిల్లలు, 'కావు' 'కావ్' మంటూ అరుస్తున్నాయి. 'కావ'మని అరచి అరచీ, గొంతుకలు ఎండిపోయాయి, కాచి రోదించేవా రెవరూ?

సరళ చేతులలో, చల్లబడి, మొద్దువారిన తండ్రిదేహం ఉంది. గట్టిగా మూసిన కన్నులు, అతడు తెరవనైన తెరువలేదు. కొన ఊపిరి, గొంతుకలో కొట్లాడే వరకూ కదా, కోటి కోర్కెలు!

సరళ గుండెలో పెద్ద బండ పడినట్లయింది. ఆమె చుట్టూ మహాప్రపంచం ఉంది. ఆమె నాదరించటానికి, ఒక్క ప్రాణికూడా లేక, అల్లాడిపోతూ ఉంది. ఆ అనాధ బాలికను; అభాగ్యజీవిని, ఆదరించి సంఘసేవ చేసే మానవుడొక్కడూ ఆమెకు కనబడలేదు. ఆమె అలా సూన్యదృష్టితో చూస్తూ ఉంది.

"అయ్యో పాపం! ఉన్న ఒక్కతండ్రీ చనిపోయినట్లున్నాడు.'

"రామ! రామ! ఒంటరిగా ఆమె ఎంత ఏడుస్తుందో!"

"కృష్ణ! కృష్ణ! ఎంత అవస్థ! ఒక్కతే కాబోలు'

"నారాయణ! భగవంతునికి కనికరంలేదు!"

అంటూ ఒకరి తరువాత మరొకరు, ఎంతో జాలిగా అంటూ, ఎవరిపని వాళ్ళు చూచుకొనే వాళ్ళేకాని, నిజానికి ఒక్కడు నడుంకట్టి, ఆమెకు సాయంచేసేవాళ్ళెవరూ కనబడలేదు. "పాపం!" అంటే "పాపం!" అన్నారు. ఆమె ఏడుస్తే, జాలిపొందారు. పిలుస్తే, మాట్లాడకుండా వెళ్ళిపోయారు. క్రియాశూన్యమైన ఓదార్పు మాట లెందుకు?

ఆమె ఒక శోకమూర్తి; బ్రతుకు బ్రతుకంతా, కన్నీటి కాల్వ క్రింద, కరిగింపచేసుకొనే కరుణామూర్తి; అలా వెఱ్ఱిదాన్లాగ చూస్తూ ఉంది. ఆమె గుండెలో మరుగుతూ, మరుగుతూ, ఉన్న, వేడిరక్తం, లత్తుకరంగు క్రింద పాదాలకు రాసుకొని, ప్రపంచం అంతా ఆమె హృదయం మీదనుంచి, నడచి వెళ్ళిపోతున్నట్లుంది. ఆమె గుండె కమలిపోయినట్లయింది. ఇటువంటి తుచ్ఛ ప్రపంచంలో, బ్రతికి ఉండడం వ్యర్థం అనుకొంది.

అంతలో ఎవరో పాతిక సంవత్సరాల యువకుడు, ఆ త్రోవపోతూ, ఆమె స్థితి గ్రహించి, చాలా విచారించి,

"అమ్మాయీ! ఈయన నీ తండ్రా! బంధువులెవరూ లేరు?"

"అవును బాబు! ఈయన మా తండ్రే! దరిద్రదేవత తప్ప నా కెవ్వరూ బంధువులు లేరు. బ్రతికి ఉన్నంతకాలం కడుపులో మంటను ఆరుపుకోలేక బాధపడ్డాడు. ఇప్పుడు చనిపోయిన తరువాత, తగలడి పోవడానికి మంటలేక బాధపడుతున్నాడు. అప్పుడు మంట తోటి బాధపడ్డాడు ఇప్పుడతనికి మంటలేక బాధపడుతున్నాడు. భేదం ఇంతే.

తండ్రీ! వచ్చేపోయేవారేకాని, కూలిపోతున్న నాకు, చేయూత ఇచ్చేవారెవరూ లేరు. ఈ దహనసంస్కారాల్లో నాకుసాయంచేస్తే నీమేలు ఎన్ని జన్మలకైనా తీర్చుకోలేను బాబు."

అంటూ కన్నీటితో ప్రార్ధించే, సరళను చూచి, అతడు కరగిపోయాడు "అలాగేనమ్మ! తప్పక సాయంచేస్తాను" అనేసరికి, ఆమెకు తండ్రి బ్రతికి వచ్చినంత సంతోషం అయింది.

పాపం! అతడు తోటి మిత్రులను కొందరి సాయంతో, కొంత డబ్బు ఖర్చుపెట్టి, దహనసంస్కారాలు పూర్తిచేయించాడు.

తండ్రి కాలగర్భంలో కలసిపోయాడు.

ఇప్పుడామె ఏకాకిని;

నిరాధారపక్షి; జీవచ్ఛవం,

తండ్రితోటే, ఆమె సుఖానికి జలాంజలిచ్చింది.

ఇపుడామె చావలేక బ్రతికి ఉంది.

* * *

కొన్ని రోజులు గడిచాయి.

ఆమె ఉన్నది "పురంద్రపూర్"

ఆమెకు సాయం చేసిన యువకుడు "గ్రేండ్ హోటల్' పెట్టిన వెంకమ్మగారి, పెద్దకొడుకు. వెంకమ్మ పిడకలమ్ముకొని, వాళ్ళింటా వీళ్ళింటా, కారం పప్పులూ కొట్టి, ఆ డబ్బుతో వడ్డీవ్యాపారం చేసి పిల్లకి బిచ్చం పెట్టకుండా, ఎంగిలిచేత్తోనైనా కాకిని తోలకుండా, గడించి చిన్న పూటకూళ్ళు పెట్టి, దానిని పెద్దదానినిచేసి, ఇప్పుడు "గ్రేండ్ హోటల్" అని పేరు పెట్టింది. పొరుగూరునుంచీ వచ్చేవాళ్ళు సాధారణంగా, ఈమె హోటలుకేవస్తారు. దానికి కారణాలు చాలా ఉన్నాయి.

ముఖ్యంగా, ప్రతివానికి కావలసిన అన్ని సదుపాయాలు చూస్తారు. కన్నెపిల్లలకు, కన్నెరకం పెట్టాలంటే 'షోకెల్లాలకు' ఆ యిల్లే ముఖ్యం. ఏరాత్రి కారాత్రి, కాస్త కామాన్ని తీర్చుకు పోవాలంటే, ఆ యిల్లే కామార్తులకు శరణ్యం. ఒకచేతిలో సాని, మరొక చేతిలో సారాసీసా, పట్టుకొని, శివతాండవం చేయాలంటే, కాముకులకు, ఆయిల్లే రుద్రభూమి. పడుపువృత్తికి ఆ యిల్లుపట్టుగొమ్మ. ఉచ్ఛ నీచాలులేవు - మానాభిమానాలు లేవు - పైకంతా సంసారులే, పైకంతా పతివ్రతలే, రాత్రి కాగానే, చక్కగా ముఖంనిండా, అరఅంగుళం మందాన్న పౌడరద్దుకొని, రంగుపింగూ అంటూ విషపునవ్వులు నవ్వుతూ, వీధిగుమ్మం కాసి - వెళ్ళే పోయేవాళ్ళను -

"అన్నయ్యగారూ! భోంచెయ్యరూ!"

అంటూ అతి వినయంగా పిలవటం - ఆ మాటకు వాడు నిలువునా నీరైపోయి, వెళ్ళడం - భోజనాలదగ్గర, అన్నవరస మారి, 'బావ' వరస రావడం - భోజనాలయ్యాక

తమలపాకు లిచ్చేముందు, మగని వరసలోకి దింపడం - వాడి యౌవ్వన సౌందర్యాన్ని, జీవిత సర్వస్వాన్ని నాశనంచేయడం - ముష్టిముండాకొడుకుని చేసి పంపడం -

ఇంతకంటే ఘోరం - నీచం -హేమం-పాపం-మూర్ఖం -దౌర్భాగ్యం మన హిందూ దేశంలో ఉంటుందా?

బజారుకువెళ్ళి, చిరునవ్వుతో బేరాలాడి, కూరగాయలు తెచ్చేది పడుచుపిల్ల;

కూరలు వండేది - పడుచుపిల్ల;

పప్పులు రుబ్బేది - పడుచుపిల్ల;

జనాన్ని పిలిచేది - పడుచుపిల్ల;

అన్నం వడ్డించేది - పడుచుపిల్ల;

తమలపాకు లిచ్చేది - పడుచుపిల్ల;

పక్కవేసేది - పడుచుపిల్ల;

ఇన్ని చేసిన పడుచుపిల్ల - ఏది కావాలంటే చెయ్యదు. ఇలా పడుచు పిల్లలను చేరదీసి, పూటకూళ్ళని పేరు పెట్టి, వారి వయో యౌవ్వన సౌందర్యాన్ని బలిగొని, వారిరక్తం పీల్చి పిప్పిచేసి, భ్రష్టులనుచేసి, విడిచిపెడుతూ - ధనరాసులతో తులతూగుతూ ఉంది, ఆ వెంకమ్మ. ఆడవాళ్ళు పూటకూళ్ళు, పెట్టేదానికంటే అన్యాయం ఏముంటుంది!

ఇటువంటి మహాపుణ్యమందిరంలో, నివాసం, లభించింది మన సరళకు. ఆమెకు యమలోకం లాగుంది, ఆ యిల్లు. అందరిలాగే ఆమెకూ తలంటి నీళ్ళుపోసి, తెల్లబట్టలుకట్టి, వీధిగుమ్మం కాసి, విటులను ఆకర్షించమన్నారు. పసిడినిగ్గులు తేరే, ఆమె యౌవ్వన సౌందర్యాన్ని అమ్ముకొని, బంగారు మేడలు కడదామనుకుంది వెంకమ్మ కాని మన సరళ, దుష్కామానికి, ఆమె జీవితాన్ని బలిసేయలేక పోయింది. నాటి నుంచి సరళంటే, వెంకమ్మకు చెప్పలేని ఆగ్రహం. ఆమెవల్లే తోటిస్త్రీలు కూడా, పాడైపోతారనే ఆమె భయం. సరళ ఆమెకొక శనిగ్రహం.

కాలం గడుస్తున్నకొలదీ, ఆమె నాయిల్లు కాష్టం క్రింద కాల్చివేస్తూ ఉంది.ఎల్లాగైనా ఆ యింట్లోనుంచి తప్పించుకొని, పారిపోయి, పూర్వపు ముష్టివృత్తే, అవలంబించా లనుకుంది. బాహ్యసౌఖ్యాలకు ఆసించి, నీతికి దూరమయ్యేదానికంటే, నాలుగిళ్ళ ముష్టెత్తి, ఈ జానెదుపొట్ట పోసుకుంటే, చాలా ఉత్తమం అనుకుంది. అక్కడనుంచి వెళ్ళిపోయే తరుణంకోసం చూస్తూ ఉంది.

ఆ రోజు పౌర్ణమి -

యోగులనైనా భోగులుచేసేదానాటి వెన్నెల తేటనిగ్గు. కలువ పూవు, హృదయ పాత్రలో మరుగుతున్న ప్రేమరసం, ఉప్పొంగి, ఉప్పొంగి, అంచుల తడుతూ ఉంది. రెల్లు పూలమీద - విరిగిపడే నీటి కెరటాలమీద పడి, వెన్నెల మరింత తెల్లగా వెండిలా, మిలమిలా మెరుస్తూ ఉంది.

వెంకమ్మ కొడుకు వెంకన్న, ఆనాటి వరకు జయించగలిగిన తుచ్ఛ కామానికి, ఆనాడు దాసుడయ్యాడు. రాత్రి పన్నెండు గంటలయింది. పన్నెండు గంటలు పౌర్ణమినాడు, పసిడినిగ్గులుతేరే, పడుచుపిల్లని, తలుచుకోకుండానే ఉండాలికాని - తలుచుకుంటే, తహతహలాడని మగవా డెవ్వడు? మన్మధుడు జెండా ఎత్తి, వాడిని తరిమి, తరిమి కొట్టకుండా బ్రతుకనిస్తాడా! అసాధ్యుడు కదూ వాడు?

పాపం! పడుపువృత్తికి పాల్పడని, సరళ నానాడు, తిట్టని తిట్టులు చెప్పలేం. అవన్నీ తలుచుకుంటూ, ఒంటరిగా వంటింటి ప్రక్క, కారే కన్నీటిలోనే, ఆమె కలతనిద్రలో కన్నుమూసింది.

ఆ గుమ్మం, ఈ గుమ్మం, వెదుక్కుంటూ, వెంకన్న ఆమె దగ్గరకు జేరాడు. నిదురపోతూ ఉన్న, ఆమె సౌందర్యం చూచి, ముగ్ధుడై పోయాడు. నెమ్మదిగా దగ్గరకువెళ్ళి,

"సరళా! సరళా!" అంటూ ప్రక్కలో కూర్చుని, వంటిమీదచేయివేసి, సొంత భర్తలాగ లేపటం ప్రారంభించాడు.

ఆమె ఉలుక్కుపడి లేచింది.

"ఎవరది?"

"నేను సరళా! నేను"

"ఓహో! అన్నయ్యా! నీవా? ఏం అన్నయ్యా! ఇంత రాత్రివేళ ఏం పనిమీద వచ్చావు."

"అబ్బే! ఏమీలేదు సరళా! నీవు ఎక్కడ పండుకున్నావో చూట్టానికి వచ్చాను. పాపం! ఒంటరిగా పండుకున్నావు."

"దానికేంలే అన్నయ్యా! ఎవరికర్మకు ఎవరుకర్తలు! ప్రపంచంలో, మనుష్యులంతా ఒక్కలాగే పుడతారు - ఒక్కలాగే చనిపోతారు. ఈ మధ్యలోనే కొందరు అదృష్టదేవత ముద్దుబిడ్డ లౌతారు - కొందరు దరిద్రదేవత ముద్దుబిడ్డలౌతారు - అంతకంటే భేదం మరొకటి లేదు -

నా గురించి నీవేమీ విచారించక, పండుకో అన్నయ్యా! నన్ను కష్టాలలో నుంచి ఉద్దరించిన నీ రుణం తీర్చుకోలేను."

అంటూ ఆమె ఎంతో ప్రేమతో జవాబు చెప్పింది. ఆ జవాబుతో అతడు వెఱ్ఱివాడై పోయాడు.

"సరళా! ఈ హోటలులో ప్రతి స్త్రీపురుషులు, వెన్నట్లో ఎంతో ఆనందం అనుభవిస్తుంటే, నీవీ వంటింటి ప్రక్కన ఇలా బాధపడడం ఎందుకు? నీవు మాత్రం సుఖం ఎందుకు అనుభవించకూడదూ?"

"నాకు సుఖం అంటే అభిలాషే. కాని మీ హోటలులో ఉన్నవారిలాగ, తుచ్ఛకామానికి గురియై, భావిజీవితాన్ని నాశనం చేసుకోలేను".

"పోనీ సరళా! వారిలాగుండకపోతే – ఏ నావంటి వానితోటో శాశ్వతం ఉండకూడదు? మనకు కావలసి నంత డబ్బుంది. దానితోటి మనం ఎందుకు, ఆనందంగా జీవయాత్ర సాగించకూడదు."

అని ధైర్యం చేసుకొని, తన అభిప్రాయాన్ని చెప్పేశాడు. అప్పుడతని గుండె, ఎంత శరవేగంగా కొట్టుకుందో, అతని కామదేవతకు మాత్రం తెలుసు. కామార్తునకు భయం, లజ్జా, చచ్చిపోతాయి కదా!

ఆమె అతని అభిప్రాయం గ్రహించింది. ఇంక అతని బారినుండి, తప్పించు కోవాలనుకుంది.

"అన్నయ్యా! నీవంటి వాడు, చెల్లెలకు బోధించవలసిన మార్గం కాదు. నాకా తుచ్ఛకామానిపై, భ్రాంతిలేదు. ఇంక ఆ విషయం మాట్లాడక, వెళ్ళిపండుకో.

... ...

"అన్నయ్యా! నేనూ ఒకప్పుడు పెద్దింటి బిడ్డనే. కాలం మారి పోయి, కష్టాలకు పాలయ్యాను..."

... ...

"వెళ్ళన్నయ్యా! వెళ్ళు! వెళ్ళి పండుకో! ఆత్మనిగ్రహం చాలా ఉత్తమం. నిగ్రహంలేని మనుష్యుడు, వ్యర్థుడు. కామం పిశాచం లాగ, కబళించివేస్తుంది – వెళ్ళు – వెళ్ళకపోతే నీ సరళను, ప్రాణంతో చూడలేవు– వెళ్ళు–వెళ్ళు"

అంటూ అతని చేయిపట్టుకొని లేవతీసి, గుమ్మంవైపు త్రోవచూపింది. అతడు మారు మాటాడలేపోయాడు. ఆమె మహత్తర శక్తికి, మంత్రబద్ధమైన, మహాసర్పంలాగ, తలవంచుకొని బయలుదేరాడు. అసలతడు ఎందుకు వచ్చాడో, ఎందుకు వెళుతున్నాడో, అర్థంకాలేదు. అదంతా కలగా దోచింది –

ఆహా! నిర్మలప్రేమకు ఎంత శక్తి ఉంది.

ప్రేమ జయించలేనిదీ ప్రపంచంలో ఏముంది.

దాని మహత్తర శక్తి – అత్యద్భుతం.

3

"ఎవరది?"

... ...

"ఎక్కడికి?"

... ...

"ఎవర్నీవు?"

"నేనొక అభాగ్యజీవిని"

"ఇలా ఎంతవరకు?"

"కర్మదేవత నన్ను, ఎంతవరకు తీసుకువెళితే, అంతవరకు"

"నీ జీవితం చాలా ఆశ్చర్యంగా ఉందే!"

"అవును. నా జీవితం నాకే చాలా ఆశ్చర్యంగా ఉంది!" అంటూ ఆమె పర్వతం, చివరకు వెళుతూ ఉంది. అతడామెను నీడలాగ, వెన్నాడుతూ ఉన్నాడు. అతడెవరో ఆమెకు తెలీదు - ఆమె యెవరో అతనికి తెలీదు. కాని ఆమె ఏదోసాహసం చేయబోతుందని మాత్రం అనుకున్నాడు.

'పురంద్రపూర్' నకు ఒక ప్రక్కగా సముద్రం ఉంది. ఆ సముద్రం లోకిని చొచ్చుకొని ఒక పర్వతం ఉంది. దానిమీదకు ప్రజలు తరుచు వెళుతూ ఉంటారు. ఆమె పర్వతానికి చివరగా వెళుతూ ఉంది. ఇంక కొంతదూరం వెళ్ళిందంటే, చాలా ప్రమాదం. ఆమెను విడవకుండా, ఆ యువకుడు ఆమెను వెన్నాడుతూనే ఉన్నాడు.

"నీ వేదో సాహసం చేయడానికి ప్రయత్నిస్తున్నట్లుందే?"

... ...

"నీ కోరికేదో నెరవేరుస్తాను. సాహసంచేయక."

"నా కోరిక నెరవేర్చుకుంటానికే, నే నిలా బయలుదేరాను"

"నీ కోరికేమిటి?"

... ...

ఆమె మాట్లాడకుండా, రూపుదాల్చిన 'నిరాశ' లాగ, ఆ పర్వతం చివరకు వెళ్ళిపోతూ ఉంది. అప్పుడు రాత్రి ఒంటిగంట అయింది. ఆ పౌర్ణమిరోజున, సముద్రం మిన్ను ముట్టేటట్లు, తన వేయివేల చేతులు పైకి చాచుకుంది. అది విరహగీతికో ప్రణయగీతికో; ఏడుపో-నవ్వో; తెలీదుగాని 'హోరు-హోరు'మని మాత్రం ధ్వని వినబడుతూ ఉంది.

ఆ అభాగ్యజీవిని, తనగర్భంలో దాచుకుంటానికి, తన చేతుల నెత్తి ఆహ్వానిస్తూ ఉన్నట్లుంది. ఆమె సముద్రుని ఆహ్వానం అంగీకరించి, తన మండే హృదయాన్ని, ఆ నీటిలో చల్లార్చుకుందామని బయలుదేరింది. పర్వతశిఖరానికి దగ్గరగా వచ్చివేసింది. ఆమెను వెన్నాడే యువకుడుమాత్రం, కొన్ని గజాల దూరంలో ఉన్నాడు. ఆమెను చూడగానే, అతనికొకవిధమైన అనురాగం కలిగింది. ఆమెకై చాలా జాలిపొందాడు. ఆమె జీవితం తెలుసుకొని, ఆమెను రక్షించాలని అనుకున్నాడు.

"నీ కోరికేమిటి?"

"తీరుస్తారా?"

"తప్పక. నా ప్రాణాలైనా అర్పిస్తాను."

"ధన్యురాలను. అయితే నాకోరిక, ఆ ఉప్పొంగే మహా సముద్రగర్భంలో దాగుంటమే- నా ప్రయత్నానికి అడ్డురాకండి"

"ఆఁ - ఏమిటి?"

"చనిపోవటం?"

"ఎంతమాట! చచ్చి సాధించేదేమిటి?

"బ్రతికి సాధించేది మాత్రం ఏముంది?"

"బ్రతికి సాధించేది చాలా ఉంది. మన బ్రతుకుయొక్క ఉద్దేశం తెలియకుండా, మారణహోమానికి ఆహుతి కాకూడదు. మానవ జన్మ చాలా ఉజ్వలమైంది. అటువంటి జన్మను నిరర్ధకం చేసుకుంటం అల్పుల లక్షణం. వెనుకా ముందూ, ఆలోచించకుండా, సాహసంతో ఏ కార్యంచేసినా, హాని తప్పదు.

ఇప్పుడు చనిపోయినా, మళ్ళీ జన్మతప్పదు. ఈ జీవితానికి చావు, ఆఖరుమెట్టు కాదు. వింటున్నావా!"

"నా కివన్నీ తెలుసు"

"తెలిసినంత మాత్రాన్నా ప్రయోజనంలేదు. తెలిసినవి ఆచరణలో పెట్టాలి. ఆచరణలేని విజ్ఞానం - ప్రాణంలేని బొందెవంటిది. తుపానుగాలికి నిలుస్తేనే, ఓడగట్టిది - లేకపోతే ఓటిదే - కష్టాలకునిలుస్తేనే - మానవులు మహాత్ములౌతారు - లేకపోతే సామాన్యులే.".

"నేనూ సామాన్యురాలనే"

"కాదు - అలా అనుకోకూడదు. ప్రతివ్యక్తిలోనూ ఒక మహోజ్వలమైన దివ్య తేజస్సు ఉంటుంది. దానిని అజ్ఞానం అనే,చీకటి ముసుగులో మనం దాచివేస్తున్నాం. మానవ జాతిలోని శక్తి, మహత్తరమైంది అది విజృంభించిననాడు, భగవంతుడుకూడా, మన యెదుట నిలబడతాడు."

అంటూ అతడు మాట్లాడే ప్రతి అక్షరం, ఆమె హృదయంలో బాణం చొచ్చుకు పోయినట్లు చొచ్చుకుపోతూ ఉంది. అతని హృదయంలో నుంచి వెలువడే, దివ్యతేజస్సు, ఆమె నావరించక పోలేదు. కాని, నిరాశావిలమైన బ్రతుకు బ్రతుకలేక, ఆమె ప్రానానికి తెగించే ప్రయత్నం మానలేదు.

ఆమె అలాగే వెళుతూ ఉంది.

అతడలాగే వెన్నాడుతూ ఉన్నాడు.

"నా మాట వినవూ!"

"వినను - వినలేను."

"ఇంత విశాలప్రపంచంలో, నీకు ఆనందం కూర్చగలిగిన, ప్రాణి ఒక్కటిలేదు?"

"లేదు - ఉండాలనే కోరికకూడా నాకులేదు?"

"ఇంత మహాప్రకృతిలో, నీకు ఆనందం కూర్చగలిగిన, వస్తువు ఒక్కటిలేదు?"

"లేదు"

"ఇంకిలా నసించిపోవలసిందేనా?"

"అవును–అంతే"

అంటూ ఆమె పర్వతశిఖరాన్ని చేరిపోయింది. అక్కడనుంచీ, అంతులేని భయంకరమైన సముద్రాన్ని, ఒక్కసారి పిశాచంలాగ, తేరిపార చూచింది.

ఆమె కన్ను చెదిరిపోయింది;

గుండె బెదిరిపోయింది;

ఆకలు కదిలిపోయింది;

ప్రపంచం తిరిగిపోయింది;

అతడామెను పట్టుకోబోయాడు.

ఆమె కాలుకింద పర్వతం బెల్లు కదిలిపోయింది;

నీటిలో పడిపోయింది;

'కెవ్వు' మని కేకవేసి, ఆమె ఆ మహాసముద్రంలో పడిపోయింది.

ఆమె నీటిలో పడిపోగానే, అతని తల, బంగారంలాగ, గిఱ్ఱుమని తిరిగిపోయింది. చూస్తూ చూస్తూ ఉండగా, తన తోటిస్నేహితురాలు, సముద్రంలో మునిగిపోతుందంటే, అతడు సహించలేపోయాడు. అతని ప్రాణాలకైనా లెక్కచేయకుండా, ఆమెను రక్షించి తీరాలనుకున్నాడు. వెనుకా ముందూ చూడకుండా ఆమె పడిపోయిన స్థలంలోనే ఒక్కదూకు దూకాడు.

ఆమె పాపం మునుగుతూ తేలుతూ ఉంది.

ఆమెను వెదుకలేపోతున్నాడు. రెండు నిమిషాలు గడిచాయి. మహా ఈతగాడనిపించుకొన్న అతడు, నిరాశచే ఈతను మరచిపోతున్నాడు. కాళ్లు చేతులు ఆడటంలేదు. "ఇంకామె దొరకదేమో! – ఆమె దొరకనిపక్షాన్న, ఆమెతో అంతరించిపోవాలి" – అని అనుకున్నాడు.

మరొక నిమిషం గడిచింది.

ఒక కెరటం ఆమెను అతనివైపు తోచింది. అతనిచేతులకు ఆమె లభ్యం అయింది. అతి ఉత్సాహంతో ఆమెను వద్దుకు తీసుకువచ్చాడు. ఆమె శ్వాస ఇంకా ఆగిపోలేదు. కొన ఊపిరిలో ఉన్న, ఆమెకు ఉపచారాలు చేసి రక్షించాలనుకున్నాడు.

ఆమెను చేతులమీద వైచుకొని, తనగుఱ్ఱం ఉన్న తావుకు వెళ్ళేడు. గుఱ్ఱాన్ని పిలిచాడు. గుఱ్ఱం ఒక్క పరుగులో వచ్చింది. గుఱ్ఱానెక్కి వెళ్ళిపోయాడు.

అతడెవరు?

ఆమె ఆప్తబంధువు - ప్రేమైకజీవి - విజ్ఞానమూర్తి.

4

అది ఒక సుందరభవనం.

అనాథ బాలిక, సనాథలాగ, హంసతూలికా తల్పంమీద పండుకుంది.

అభాగిని - సౌభాగ్యవతి అయింది,

ఆమె కన్నులు విప్పిచూచింది -

ఆమె ఇప్పుడెక్కడుంది?

"పురందర్‌పూర్" మహారాజు మందిరంలో -

ఆ సముద్రగర్భంలోనుంచి ఎలా వచ్చింది?

ఆ యువకుడు రక్షించాడా? అతడెవరు?

ఆమె చుట్టూ పరిచారికులే!

అది కలా! నిజమా!

ఆమెకా విషయాలేమీ అర్థంకాలేదు. ఏదో అయోమయ ప్రపంచంలో ఉందనుకుంది. నెమ్మదిగా అక్కడున్నవారితో -

"అమ్మా! నే నెక్కడున్నాను"

... ...

"అమ్మా! మాట్లాడరేం?"

... ...

"ఈ పట్టుబట్టలు, నగలు ఎలావచ్చాయి" వారు నవ్వుకుంటూ వెళ్ళిపోయారు.

"ఎక్కడికి?"

"నీవు నాతో చెప్పావు కాబట్టి వీరు నీతో చెబుతారా?" అంటూ చిరునవ్వుతో, యువరాజు విజయకుమార్, జల్తారుపంచి, పట్టుచొక్కా వేసుకొని, వజ్రాలహారం తళతళా మెరిసిపోతుంటే నెమ్మదిగా వచ్చి, ఆమె హంసతూలికా తల్పం ప్రక్క, చేతులు కట్టుకొని రూపుదాల్చిన మన్మథుడులాగ నిలబడ్డాడు. ఆమె సౌందర్యానికీ ఆశ్చర్యం పోయాడు.

ఆమె కన్నులు చెదిరిపోయాయి.

అర్ధరాత్రివేళ ఆమెతో మాట్లాడిన యువకుడు, యువరాజా? ఆమెను రక్షించింది యువరాజా?

ఆమె తల సిగ్గుతో వంగిపోయింది. అప్పుడు ఉదయం ఆరుగంటలయింది. ఆమె నెమ్మదిగా లేవబోయింది.

"కూర్చో! మరేమీ భయంలేదు. అందరిలాగ నేనూ మానవుడనే"

"నా తప్పులు క్షమించండి సముద్రగర్భంలో నుంచి నన్ను రక్షించకపోతే నేను చాలా సంతోషించేదానిని"

"నీ బుద్ధిపూర్వకంగా పడిపోయావు – చనిపోయే స్థితిలో నేను నిన్ను రక్షించుకున్నాను. ఇప్పుడు నీవు నా యానతిలోనిదానవు." అంటూ అతడు నవ్వుతూ అమృతం వలికిస్తుంటే; ఆమె తన జీవితానికి తానే ఆశ్చర్యపోయింది.

"ప్రభువుల ఆజ్ఞ!" అంటుంటే ఒక పరిచారిక, బంగారపు పాత్రతో, ద్రాక్షరసం తీసుకు వచ్చింది. ఆ గ్లాసు విజయకుమార్ తీసుకొని –

"నేను ప్రభువునైతే, నా ఆజ్ఞ పరిపాలించటం, నీ కర్తవ్యం."

"నన్నేం చెయ్యమంటారు"

"ఇదిగో! ఈద్రాక్షరసం తీసుకో. శరీరంలో నూతనశక్తి వస్తుంది"

"నాకు అలవాటులేదు"

"నా మాట వినవా?"

ఆమె మాటాడలేపోయింది.

అతడామె ప్రక్కనే కూర్చుని, చేతికందించాడు. అమృతంవంటి ఆద్రాక్షరసాన్ని త్రాగింది. ఆమె కన్నులలో అనందరేఖలు వెలువడ్డాయి. అతని ఆదరువుకు ఆమె ఆశ్చర్యపోయింది. అతని ప్రేమకు ఆమె ముగ్ధురాలైపోయింది.

"అభాగిని అయిన నాపై మీ కెందుకింత జాలి?"

"అనురాగవతివి కాబట్టి"

ఆమె కన్నులెత్తి అతనివంక చూచింది – చేరెడు కళ్ళు; చంద్ర బింబంవంటి ముఖం; కండలు తిరిగిన శరీరం; బంగారు ఛాయ; చిరునవ్వు ముత్యాలు, తొలికించే, ప్రతిపద రసోదయమైన భాష; తలుచుకుంటుంటే – అతడు మన్మధునకు అపరావతారం అనుకుంది.

సృష్టిలో అందమేకదా! ఆనందం.

ఆనందమే కదా! అభిలషణీయం.

ఆమె తెలియకుండానే, ఆమె హృదయంలో అతని రూపం చిత్రించబడుతూ ఉంది.

రెండు నిమిషాలు ఒకరినొకరు చూచుకుంటంలో గడిపారు. ఒకరి రూపాలు, ఒకరు భావించుకుంటంలో గడిపారు.

"వేసవికాలం ఎడారిలో, అమృతవర్షం కురిసినట్లు – కాల వంచితురాలైన నాకు, మీ ఆదరణ అమృతసేచనంలాగుంది. ఎంత అదృష్టవంతురాలను"

అని ఆమె అరమోడ్పు కన్నులతో, అంటుంటే అతని కెక్కడలేని ఆనందం కలిగింది.

"నీ వంటి భావోకద్రేకపూరితురాలను రక్షించి, సంఘసేవ చేయగలిగినందుకు నేనూ చాలా అదృష్టవంతుడనే"

"గొప్పవారు తమ్ము, తాము పొగుడుకోరు."

"దానికేమిటిగాని, నీ పేరు వినేభాగ్యం నా కింతవరకు కలిగించలేదుకదా!"

"నాపేరు వింటంకూడా భాగ్యమేనా?"

"ఎందుకు కాదు"

"అయితే నాపేరు సరళ - ఇంక తమరిపేరు..."

"విజయకుమార్"

ఆమె త్రుళ్ళిపడింది -

"ఏం, అలా త్రుళ్ళిపడ్డావు"

"మీరు యువరాజుగారా!"

"అవును"

"నే ననుకొన్నట్లే అయింది. మహాశయా తెలియక, నేనేమైనా పొరపాటు మాటలన్న, క్షమించ ప్రార్థన".

"నీవన్న మాటలలో పొరపాటులేదు. సరేకదా, ప్రతి మాటలోను, నిగూఢార్థం ఉంది. బ్రతుకు బరువులు మోయలేక, బాధపడి, బాధపడి ప్రాణత్యాగం చేసుకోబోయావని మాత్రం స్పష్టంగా గ్రహించాను."

"అయినా! ప్రాణులు, సంసారపతితులు కదూ!"

"ఎన్నడూ కాదు. సంసారే సాధువులకు, సన్యాసులకు పట్టుగొమ్మ. అతని ఆదరవు - వారికి అత్యవసరం. సంసారి లేకపోతే, ప్రపంచం, సారవంతంకాలేదు."

"ఇంతకూ, మహాశయు! నన్ను మరణం నుంచి తప్పించి, మళ్ళీ ఈ మాయ ప్రపంచంలో, నా దరిద్రపాత్రను పొడిగించారు."

"అలా అనకు సరళా! నీ దరిద్రపాత్రకు, నాడే నీ విజయుడు, నీరాజనం ఇచ్చాడు. నీవిప్పుడు నా భాగ్యలక్ష్మివి. నీ దింక మహోజ్వలమైన పాత్ర.

సరళా! మేఘాలు దట్టంగా కమ్మినప్పుడే, మెరుపు మెరుస్తుంది. కష్టాలు బలసినప్పుడే, సుఖం యొక్క తేజస్సు తొంగి చూస్తుంది. ప్రళయానంతరమే, ప్రపంచక పరిణామం, ప్రారంభం.

సరళా! పవిత్రమైన నీ జీవితం ఎవరిగురించి, బలిచేస్తున్నావు. దేశం గురించా! మతం గురించా? సంఘం గురించా? దేనిగురించీ కాదు. నీకష్టాలు నీవు భరించుకోలేక ఏమంటావు, నిజం చెప్పు. కష్టాలు భరించలేపోవటం సామాన్యలక్షణం సుమా!"

అంటూ విజయుడు ఆమె ప్రక్క కూర్చుని, అతిచనువుగా అంటుంటే, ఆమె అతని విజ్ఞానానికి ముగ్ధురాలైపోయింది. తేమగిల్లి ఆమె కనులనుంచి, జలజలా, నీటిబిందువులు చెక్కిలిమీదుగా, జారాయి.

విజయుడు చూచాడు. ఆమెను నొప్పించాననుకొని తన చేతితో ఆమె కన్నీరు తుడిచి -

"సరళా! నిన్నెంత కష్టపెట్టాను. నీదెంత సుకుమార హృదయం. మబ్బుమాటున, చందమామలాగ - ఎంతకాలం, నీ పవిత్రత లోకానికి తెలియపరచకుండా, దాచుకున్నావు"

అంటూ, శిరీషపుష్పాలవంటి ఆమె చేతులను తన హృదయానికి గాఢంగా హత్తుకున్నాడు. ఆమె తన శరీరాన్ని తాను మరచిపోయింది. ఇప్పుడామెతల, విజయుని, తొడమీదనిలిచింది. అతడామెతల కుడిచేత్తోనిమురుతూ, ఆమెచేయిని ఎడమచేత్తో హృదయానికి హత్తుకున్నాడు.

ఇరువురి శరీరాలు పులకరించాయి.

వారి హృదయాల్లో, ప్రేమదేవత అమృతవృష్టి కురిపించింది.

"సరళా!"

అని అతి ప్రేమతో అతడు పిలిచాడు.

"విజయా!"

అని ఆమె 'వలపు పిలుపు' పిలిచింది,

సరళావిజయు లిద్దరు, ఇప్పుడు ప్రేమైకజీవులు;

ఆనందో పాసకులు; అనురాగ వల్లరులు;

ఆప్తబంధువులు; అమృతరసపూరితులు -

అలా కొన్ని నిమిషాలు గడిచాయి -

ఆమె ఇప్పుడతని హృదయాన్ని, మల్లెపూచాలులాగ హత్తుకు పోయింది.

"సరళా!"

"విజయా!"

"ధన్యుడను"

"ధన్యురాలను"

"నన్ను విడవరాదుసుమా!"

"నిన్ను విడువలేను సుమా! కాని విజయా!"

"ఏం, సంశయం!"

"నేను అనాధను - అభాగ్యజీవిని."

"నేటినుంచి సనాధవు - భాగ్యజీవివి"

"విజయా! నా పూర్వజీవితం - అగాధం - కారుచీకటిమయం - దుఃఖాశ్రు దూషితం - పాపావిలం - నా జీవితం తెలుసుకుంటే నీవు నన్ను, పరిగ్రహించలేవు సుమా!"

అంటుంటే ఆమె కన్నీరు ఆగలేదు.

విజయుని హృదయం తడిచిపోయింది.

కన్నీరు తుడుస్తూ, గంభీరంగా - ప్రేమతో - నవ్వుతో -

"సరళా! "గతం నచామి, కృతం స్మరామి" అన్నా పెద్దల మాట మరచిపోయావా? గడిచినది, గడిచిపోయింది. గడువబోయేది - గడిచి తీరుతుంది. దీనికి విచారం ఎందుకు?

సరళా! నీ పూర్వజీవితం ఎటువంటిదైనా నాకు లెక్కలేదు - నీ భావిజీవితానికి మాత్రం, నన్ను అధినాధునిచెయి.

సరళా! నేటినుంచి నీ జీవితం -ప్రేమ అగాధం - వలపు వెన్నెల మయం - ఆనందాశ్రుపూరితం -పుణ్యావిలం - నీజీవితం తెలుసుకున్నా, నిన్ను పరిగ్రహించక మానను సుమా!

ముమ్మాటికి, దైవసాక్షిగా చెబుతున్నాను విను సరళా! నేటి నుంచి నీవు నాదానవు. ప్రపంచం తారుమారైనా, నిన్ను పరిగ్రహించి తీరతాను."

"నిజమా!"

"ముమ్మాటికి!"

"ఆనందం!"

అంటుంటే సరాగపూరితమైన, ఆమె పెదవులను ముద్దుగొన్నాడు. ఆమె హృదయపాత్రలో దాచుకొన్న, అమృతాన్ని, అతనికి అర్పించింది. అతడు ప్రేమతో స్వీకరించాడు. ఇరువురు ఒకరి కౌగిలిలో మరొకరు సోలిపోయారు.

ఆహా! ప్రపంచం ఎంత విచిత్రమైంది.

అన్నంలేక, ఇంటింటా, అశ్రుపాత్రతో,

అడుక్కొంటున్న, అభాగ్యజీవికి,

అమృతపాత్ర లభించింది - రేపా

అమృతపాత్రపై, విషం కర్మదేవత కలపకూడదూ?

ఏమో! ఏనాటికి ఎవరి జీవితం ఎలా మారాలని ఉన్నదో!

సరళావిజయు లిప్పుడు ఒక్కటై, జీవితోద్యానవనంలో, వలపు పూలు పూయిస్తూ ఉన్నారు.

విజయుని బాహు డోలల్లో, ఆమె ఉయ్యాల ఊగుతుంది. ఆమె కష్టాలన్నీ ఆ మహాసముద్రంలోనే కలిపివేసి, మరో ఆనందప్రపంచంలోకి వచ్చినట్లుంది.

వారిద్దరు అలా ఆనందంలో ఉంటే, కొందరు పరిచారికలు, బంగారు పళ్ళేలలో, పండ్లు పలహారాలు తీసుకువచ్చి, అక్కడ టేబులుమీద పెట్టి వెళ్ళిపోయారు.

"సరళా! లే, రెండు పళ్ళుతిని, కొంచం పాలుత్రాగుదాం!"

"నాకు ఆకలిలేదు విజయా!"

"పళ్ళరసం, జీర్ణశక్తికి మార్గం!"

"ఇదిగో! ఇవి తిను"

అంటూ రెండు పెద్దద్రాక్షలు ఆమె నోటికి అందించాడు. ఆమె స్వీకరించింది. ఆమె రెండు ఏపిల్సుముక్కల నాయన నోటికందించింది. అతడు కర్పూర చక్రకేళీ అరటిపండు, ఆమెకు అందించాడు.

ఇరువురూ ఒక్క గ్లాసులోనే పాలుత్రాగారు.

తరువాత ఒక్క పళ్ళెరంలోనే భోంచేశారు.

తరువాత ......

అలా వారిద్దరి హృదయాలు, కర్మదేవత ఒక్క శ్రుతిమీద లయ వైచింది.

వారి ప్రేమనింక, వైవాహిక సంబంధంచేత, పవిత్రం చెయ్యాలి. ఆ సుభముహూర్తం కొరకే, వారి హృదయాలు, ఎదురుతోవ్రలు చూస్తూఉన్నాయి.

'పురందరపూర్' లో ముష్టెత్తిని పిల్ల,

'పురందరపూర్' నకే మహారాణి కాబోతుంది.

ఆమె జీవితసౌధంలో, ఆశాజ్యోతికి అన్నిమూలలా

అంటిస్తుంది – అది ప్రకాశిస్తుంది.

ఆహా! ఎంతలో ఎంతమార్పు.

మార్పు ప్రకృతికి సహజం కాబోలు!

5

మహారాజు పరాక్రమ సింహుడు, విజయుని తండ్రి. తండ్రీకొడుకులిద్దరూ, కొన్ని రోజులు గడిచింతరువాత, ఒక సాయంకాలం, రెండు తెల్లగుఱ్ఱాల మీద ఊరుబయటకు బయలుదేరారు.

పొలాలు చూచుకుంటూ పొలాలమీద పక్షులరొదలు వింటా, ఆకాశంమీద అటు, ఇటూ కదలే, చిన్నచిన్న మబ్బుపడవల, కదలికలు చూస్తూ, ఆనందంతో వెళుతున్నారు.

"నీ అంతఃపురంలో ఉన్న ఆమె ఎవరు?"

తండ్రి అలా గంభీరంగా అడగ్గానే విజయుని గుండెలో బండపడినట్లయింది. తండ్రి కావృత్తాంతం తెలుసునని విజయుడనుకోలేదు. నెమ్మదిగా ఆ వృత్తాంతం చెబుదామనుకున్నాడు. కాని ఈ లోపుగానే తండ్రి అడిగివేశాడు.

"ఆయనకేమని సమాధానంచెప్పడం?

అబద్ధం, ఆత్మవంచనకదా!

ఆత్మవంచన, మహాపాతకం!

సత్యం, సర్వశ్రేయస్సుకు మూలం!"

అనుకొని విజయుడు నెమ్మదిగా,

"ఆమె ఒక అభాగిని" అన్నాడు.

"ఆమె పేరు?"

"సరళ"

"తల్లిదండ్రులెవరు?"

"ఎవ్వరూ లేరు!"

"ఏ ఊరు"

"నే నామెను అడుగలేదు"

"ఆమె బంధువులెవరు"

"ఎవ్వరూ లేరు."

"ఆమెను నీ వెప్పుడు చూచావు?"

"ఆమె సముద్రంలో పడిపోయే ముందు"

"పడిపోయిందా?"

"అవును, పడిపోయింది. నేనే రక్షించాను."

"ఆమె పూర్వజీవితం"

"నేనడుగలేదు."

"కారణం?"

"కష్టపెట్టుకుంటుందేమోనని"

"మంచిది"

అని తండ్రి ఒక్క నిట్టూర్పు విడిచాడు. అతడాజానుబాహుడు. కోరమీసములలో, అతనిముఖం గంభీరంగా, ఉంది. అతని కన్నులు ఎఱ్ఱవారాయి. విజయుడు భయపడ్డాడు.

"నేను మొన్నటివరకు పెండ్లికొరకై చూపించిన రాజకుమార్తుల చిత్రాలలో, ఎవరిది నచ్చింది" అని తండ్రి ప్రశ్నించాడు.

"ఎవ్వరిదీ నచ్చలేదు"

"కారణం"

"ఎవరియందూ నాకు ప్రేమ కలగలేదు!"

"అయితే బ్రహ్మచారిగా ఉండను"

"మరి ఎవరిని పెండ్లిచేసుకుంటావు"

... ...

"విజయా! నీకు నాదగ్గర సిగ్గెందుకు, చెప్పు!"

... ...

"విజయా ఆమె ఏరాజకుమార్తె"

"ఆమె రాజవంశమున జన్మించలేదు!"

"ఆc. మరేవంశము?"

"సామాన్యవంశము"

"ఎవరామె!"

"నాయింట నున్న అభాగిని"

తండ్రి తల గిఱ్ఱుమని తిరిగిపోయింది. అంపశయ్య మీద ఉన్నట్లు బాధపడ్డాడు. తన కోడలు, తల్లిదండ్రులు, ఇల్లు వాకలి, లేని దరిద్రురాలు. అవుతుందని అతడెన్నడూ, కలలోకూడా తలచలేదు. అతని తలమీద పిడుగుపడినట్లయింది.

అటు – తన కులసాంప్రదాయాలకు తక్కువైన స్త్రీని, తన కొడుకు వివాహం, ఆడిననాడు – పుట్టబోయే సంతానానికి రాజ్యార్హత ఉండదు. ప్రజలు అంగీకరించరు. ప్రజలను కన్నీరు కార్పించిననాడు, ప్రభువు శాంతిగా ఉండలేదు. ప్రభుత్వం క్షీణిస్తుంది. విప్లవం తప్పదు. విప్లవంచే, దేశవినాశం రూఢి.

అటు – విజయుడు – దృఢనిశ్చయుడు. అతని మాట–పొల్లుపోదు. మనసు–మారదు. తలచిన కార్యం–జరిగేవరకు శాంతి పొందని దతని, నిశ్చలహృదయం. ప్రజల గురించి, విజయుని వివాహానికి అంగీకరించని నాడు – విజయుడు, తనప్రియురాలితో రాజ్యాన్ని విడిచి వెళ్ళిపోవడం స్థిరం. అప్పుడు తండ్రి బెంగతో మరణించడం ఖాయం. రాజులేని రాజ్యం, నిరాధారం వినాశనమార్గం.

అటు రాజ్యం – ప్రజలు.

ఇటు కుమారుడు – అతని వివాహం.

ఏ విధంగా చూచినా, కష్టనష్టాలు తప్పవు.

అందుచేత కన్నకొడుకు, కోరిక తీర్చడం ఉత్తమం –

అని పరాక్రమసింహుడు తలచాడు. తలచిన తలపు, ఆచరణలోనికి రానీయాలను కున్నాడు.

ఆడినమాట తప్పపోవడంలోను –

అనుకున్న పని చేయడంలోను–

కష్టాలను భరించడంలోను–

తండ్రీకొడుకు లిద్దరు, ఆదర్శప్రాయులు.

"విజయా!"

"నాన్నాగారు!"

"నీ ఉద్దేశం మార్చుకుంటానికి వీలులేదు?"

... ...

"ఏం విజయా!"

"నా యిష్టం వచ్చిన అమ్మాయిని పెండ్లిచేసుకోమనేకదూ, మీ ఉద్దేశం."

"అవును"

"అలాగైతే నాకోరిక నెరవేరుస్తే సంతోషిస్తాను"

"విజయా! నీ సంతోషానికంటే, నాకీ ప్రపంచంలో కావలసిందేముంది? నీ ఆనంధమే, నా ఆనందం.నీ యిష్టం వచ్చినట్లు చెయి".

అంటూ తండ్రి చెప్పగానే, విజయుడనుకోకుండానే, అతని పెదవులపై చిరునవ్వు చిందులాడింది. అతని కన్నులలో, ఆనందలక్ష్మి నృత్యం చేసింది. అతనిముఖం చూచి, చంద్రునిచూచి, ఉప్పొంగే సముద్రంలాగ, తండ్రి హృదయం ఉప్పొంగి పోయింది. తండ్రి అభిమానానికి, అనురాగానికి, ఆయన రుణం, ఎన్నిజన్మాలకైనా తీర్చుకోలేమనుకున్నాడు, విజయుడు.

నిజానికి ఈ ప్రపంచంలో, తల్లిదండ్రులకంటే ప్రేమించేవా ళ్ళెవరూ లేరు- వారి ప్రేమ, మహాసముద్రం వంటిది. దాని లోతులు మన సామాన్య కన్నులతో చూడలేం.

"విజయా! పరస్త్రీని కన్నెత్తి చూడని నీకు, ఆ అభాగినిపై అనురాగం, కలిగిందంటే, మీ బాంధవ్యం ఎన్ని జన్మలనుంచి, వస్తుందో అని అనుకుంటాను."

"అవును నాన్నగారు. ఏదైనా 'కర్మ' కాపోవచ్చునుగాని, వివాహం మాత్రం – పూర్వజన్మ కర్మఫలితమే. అందుకనే ఒకరి ముఖం చూస్తే – చెప్పలేని ఆనందం కలుగుతుంది. మరొకరి ముఖం చూస్తే – చెప్పలేని అసహ్యం కలుగుతుంది. ఇంతకూ, మానవజీవితం కర్మాధీనం కదా!నాన్నగారు!"

"అవును నాయనా! అయితే నీ వివాహానికి ముహూర్తం, కొద్దిరోజులలోనే!"

"తమరి ఇష్టం!"

"ఇవాళ నుంచే పెళ్ళిసన్నాహం!"

"తమరి ఆజ్ఞ!"

అంటూ వారిద్దరు, వారి భవనంవైపు బయలుదేరారు.

ఆ శుభవార్త ఎప్పుడు సరళకుచెప్పుదునా, ఎప్పుడు ఆమెను ఆనందసముద్రంలో ముంచి తేల్చుదునా! అనిఅనుకూంటూ అతి రీవిగా, స్వారీ చేస్తున్నాడు విజయుడు, విజయసారధిలాగ.

మేడమీద సరళ, తన ప్రియుని కొఅకై, పెద్దగులాబీపూల హారం అల్లి, ఎదురుత్రోవలు చూస్తూ ఉంది. వసంతుడూ, మన్మధుడు, వయ్యారం వలికిస్తూ వస్తూ ఉన్నట్లు, గుఱ్ఱంమీద బోర విరుచుకొని, అతి ఉత్సాహంతో వస్తూ ఉన్న విజయుని చూచింది.

విజయుడు, ఆనందం పట్టలేక, గుఱ్ఱంమీదనుంచి ఒక్క దూకుదూకి, పరుగు పరుగున మేడపై కెక్కి,

"సరళా! సరళా!"

"విజయా! విజయా!"

"సరళా! ఆనందం! శుభవార్త"

అంటూ ఎదురుగుండా, పరుగుపరుగున వచ్చి, సరళను బిగియార కౌగిలించు కొన్నాడు.

ఆమె చేతిలో ఉన్న పూలచాలు, అతని మెడ నలంకరించి, పాదాలకు నమస్కారం చేసింది.

"సరళా! శుభవార్త చెబుతాను, బహుమానం ఏమిటి?"

"నా జీవితం అంతా నీకు బహుమానమే!"

"అలాగా"

"ఇంకెలాగు"

అంటూ అతని చేయి పట్టుకొని నవ్వి –

"విజయా! ఆ శుభవార్త ఏమిటో చెప్పవూ"

"చెప్పనా?"

"ఏం ఊరిస్తావు, విజయా! చెప్పుదూ!"

"అయితే మన వివాహం"

"ఎప్పుడు"

"కొద్దిరోజులలో – నాన్నగారు అంగీకరించారు"

ఆమె సిగ్గుతో తలవంచుకొంది.

విజయుడామెను తన హృదయానికి హత్తుకొన్నాడు.

ఇరువురిని ప్రేమదేవత, తన అమృతహస్తాలనెత్తి –

"శుభమస్తు" అని దీవించింది.

6

పెండ్లి
పెండ్లికాగానే
పట్టాభిషేకం
ఎంత ఆనందం.

సరళావిజయు లిద్దరూ, తలారాస్నానం చేశారు.

జలతారు పట్టుబట్టలు కట్టుకొన్నారు.

సర్వాభరణ భూషితులయ్యారు.

పెండ్లిబొట్టు పెట్టుకున్నారు, బుగ్గల చుక్కలతో హొయలు కులికారు.

సరళ తలలో పరిచారికలు పూలు బెటుతున్నారు. ఆమె నిలువుటద్దములో చూచుకుంటూ, ఆమె అందానికి ఆమే ముగ్ధురాలైపోతుంది.

"సరళా! తలంబ్రాలు పోయడంలో నీదే పై చెయ్యిగా ఉండాలి."

"సరళ! విజయకుమార్ చిటికినవ్రేలు, పటుకన నొక్కాలి సుమా!"

"అమ్మా! గుమ్మం ముందు, ముందు నీవు పేరు చెప్పక" అంటూ అమ్మలక్కలు హాస్యాలాడుతూ, నవ్వుచూ ఉంటారు. ఒక ఆమె -

"సరళా! బంతులాటలో, నీ బంతులు విజయునకు దొరక నీవకు" అంటే అంతా పక్కున నవ్వారు -మరొకరు

"విజయుడు బంతులాటలో విజయుడే"

అంటూ విజయునివైపు మాట్లాడుతుంది. సరళ వారి మర్మసంభాషణలకు లోలోన పొంగిపోతూ ఉంది.

అక్కడున్న చిలుక 'విజయ్' 'విజయ్' అంది.

సరళ తల అటువైపు తప్పింది. విజయుడు పెండ్లికొడుకై ఆమె వైపు అతి గర్వంగా వస్తూ ఉన్నాడు. పరిచారికలు ప్రక్కప్రక్కలకు తొలగిపోయారు.

"సరళా!"

"విజయా!"

అంటూ అతని హృదయభాగంమీద, తలనిలిపి, క్రీగంట అతనిచూచింది.

"పెండ్లికూతురు వయ్యావు"

"నీవు పెండ్లికొడుకు వయ్యావా!"

"అవును. నేటినుంచి మన జీవితాలు, పవిత్రముగా ఉంటాయి"

"... .... ని-జ-ము"

"మనం క్రొత్త దంపతులంకదూ!"

... ...

'సరళా! సిగ్గుపడక వివాహానంతరం పట్టాభిషేకం. అపుడు నీవే దేశానికంతటకు, మహారాణివి, నేను మహారాజును. మన సౌభాగ్యరేఖ లానాడు, సింహాసనంమీద, ధగధగాయిమానంగా, మెరుస్తాయి సుమా!"

అంటుంటే అతని శరీరం ఉప్పొంగింది.

"విజయా! నా కృతజ్ఞత నీకెలా తెలుపుకోవాలో తెలియకుండా ఉంది."

"నన్ను నీవానిగా చూచుకొని"

అంటూ ఆమె చబుకం నొక్కి -

"సరళా! పెండ్లిమంటపమునకు సిద్ధంగా ఉండు" అంటుంటే కొందరు పరిచారికలు వచ్చి -

"పెండ్లికూతురిని, తీసుకు రమ్మన్నారు" అని చెప్పారు -

"మంచిది"

అంటూ విజయుడు వెళ్ళిపోయాడు.

అది పెండ్లిపీఠం.

బంగారు తొడుగుతోటి; ప్రజవైడూర్యాల ధాళధళ్యంతోటి; మెరిసిపోతూ ఉంది. ఇసుక వేసినా రాలకుండగా, ప్రజలు కిక్కిరిసిపోతూ ఉన్నారు.

పెండ్లికూతురును తీసుకువస్తున్నారు.

పరాక్రమసింహుడు, అతి ఆతృతతో కోడల్ని చూచుకొన్నాడు. ఆనందంలో, అతని శరీరం, మనసు, సర్వస్వం, అతడు మరచిపోయాడు. అలాగే దిగ్భమతో చూస్తూ నిలబడిపోయాడు.

"ఎవరీమె? నా కోడలా!

మానవజాతికి సంబంధించినదే? ఏమిటీ సౌందర్యం! లక్ష్మి, సరస్వతుల సౌందర్యం రూపుదాల్చి ఈమూర్తి అయిందా? లేక రతీదేవే ఇలా అవతారం ఎత్తిందా? ఎక్కడిదా లావణ్యం? ఆ వినయం - ఆ సౌశీల్యం - ఆ సౌమనస్కత - ఆ భయభ్రాంతులు - ఆ సిగ్గు, లజ్జా-ఈమె పుట్టుకతోనే నేర్చుకుంది గాబోలు. ఈమె పెద్దింటిబిడ్డ కాదంటానికి, ఎవరికి శక్యం.

అటువంటి సౌందర్యవతి కాబట్టే; మా వినయుడు, తనంత తాకోరి వరించాడు. వివాహం చేసుకుందామని నిశ్చయించుకున్నాడు. నాలో దాగున్న, విచార శల్యం, నేటితో తొలగిపోయింది.

శభాష్! విజయా! మంచి మాణిక్యాన్ని సంపాదించావు. నన్ను, నా వంశాన్ని తరింపజేశావు."

అంటూ పరాక్రమసింహుడు; తనకోడల, సౌందర్య, సౌశీల్యాలకు లోలోన పొంగిపోయాడు. అమృతం ఎవరికి చేదు? చంద్రబింబం ఎవరికి ఆనందం కూర్పదు?

వివాహానికి వచ్చిన ప్రజలంతా -

"ఈడూ జోడైన, దంపతులను గూర్చి, బ్రహ్మ తనసృష్టికొక నూతనశోభన తీసుకు వచ్చాడు. దంపతులంటే అలాగుండాలి."

అంటూ వారు మనసా క్రొత్త దంపతులను దీవించారు.

విజయుడు చిరునవ్వుతో, మంగళప్రదమైన మంగళసూత్రంచే ఆమె గళాన్ని అలంకరింప జేశాడు.

నవ్వు ముత్యాలు తొలుకాడుతూ ఉంటే, ఒకరిపై ఒకరు తలంబ్రాలు పోసుకున్నారు...

వాద్యవిశేషాలు మందుగుండు సామాను, దిగంతాలతో నిదురించే, దిగ్గజాలను సయితం, మేలుకొల్పాయి.

విజయుని ఉదాత్తత్త లోకం అంతా వ్యాపించింది.

ఇప్పుడు సరళావిజయులు,

"భార్యాభర్తలు"

* * *

ఆనందంలో యుగాలు, యుగాలు క్షణకాలంలో గడచిపోతాయి. వివాహం అయిన తరువాత పట్టాభిషేకం జరిగింది. పట్టాభిషేకం తరువాత కుమారుడు కలక్కుండా ఉంటాడా?

సరళ ఇప్పుడు గర్భవతి. సరళను విడచి ఉండడం అంటే, విజయునకు, ప్రాణం పోయినట్లుంది. సరళే, అతని ప్రణయాధిదేవత, సరళే, అతని రాజ్యలక్ష్మి. సరళే, అతని భాగ్యమూర్తి. ఇదీ, అదీ ఏమిటి, సరళే అతని జీవితాధారం –ప్రాణం –మనసు–సర్వం సరళే.

కొన్ని నెలలు గడిచాయి.

ఆనాడు సాయంకాలం.

సరళావిజయులు, ఉద్యానవనంలోకి బయలుదేరారు. పద్మంలోని, మకరందాన్ని, ఆస్వాదిస్తూ, గండుతుమ్మెద, వారి రాకనైన చూడలేదు. ప్రపంచకాన్నంతా విస్మరించింది – ఆ వసంతకాలంలో, లేతచివురులు మేసి, ఎఱ్ఱవారిని గొంతుకుతో, పలుపుతేనె లొలికిస్తూ, ఆడుకోయిల తన తీయని కంఠంతో ఎల్గెత్తి, పంచమస్వరంలో, విపంచి సారించినట్లు, ప్రణయగీతికలు, పాడడం ప్రారంభించింది. పుంస్కోకిల ఆమెను వెన్నాడి ఆనందం పట్టలేక, ముక్కు ముక్కుకేసి రాసి, అనురాగవర్షం కన్నులలో కురుపించింది. వారలా ఒకరినొకరు చూచుకుంటున్నారుగాని ప్రపంచ కాన్ని చూడడంలేదు – ఆకాశంమీద ప్రేమవాహినుల్లో, మబ్బు పడవలు వేసుకొని, మెరపుకన్నెలు, తమ ప్రియులతో విహరిస్తున్నారు – కాని తమచుట్టూ విహరించేవాళ్ళను, కన్నెత్తి అయినా చూడడంలేదు.

ప్రకృతి అంతా ప్రణయతరంగితంగా ఉంది. ఎవరి ప్రేమసామ్రాజ్యాన్ని వాళ్ళే నిర్ణయించుకున్నారు. ఎవరి సామ్రాజ్యానికి, వారే అధినాధులయ్యారు. ఎవరి ఆనందానికి వాళ్ళేకదా కర్తలు –

అటువంటి సాయంకాలంలో, ముసలికొమ్మలైనా ముద్దులొలికే, చిరువులు చిగురుస్తాయి; పూలుకాస్తాయి. ముసలి దంపతులుకూడా, తమ పూర్వవయోసౌందర్యాన్ని తలుచుకుంటారు.

అటువంటప్పుడు మన సరళావిజయులు ఊరుకుంటారా? పాటలు, పాడుకుంటారు; ఆటలు, ఆడుకుంటారు; నృత్యంచేస్తారు; తూగుటుయ్యాలలో మిన్నులు ముడతారు. అది సహజమేకదా!

వా రొకరిచెయ్యి, మరొకరు పట్టుకొని, పరుగు పరుగున గులాబీ చెట్లదగ్గరకు వెళ్ళారు. విజయుడు రెండు విడీవిడని, గులాబీపూల జంటను కోసి, ఆమె వాలుజడలో కీలుకొల్పాడు. దానికిగాను, గులాబీలవంటి ఆమె పెదాలను ముద్దుగొన్నాడు. ఆమె మనసార–తనివితీర–వలపూర –ప్రియమార–బిగియార–కౌగిలించుకొన్నాడు.

ఆ కౌగిటిలో ఆమె కరగిపోయింది;
ఆమె ఆనందం పట్టలేపోయింది;
అక్కడ నిలువలేపోయింది;
ఒక్క గంతువేసి, చుక్కలాగెగిరి,
మక్కువతో, జాజిపొదమాటున జేరి, ఎల్గెత్తి
"ప్రియా! ప్రియా!"
అని పిలుస్తూ కల్యాణిలో, కల్యాణిలాగ, గానామృతం కురిపిస్తూ –
భావగీతం :
ప్రణయ వీణియ మీటి
పాట పాడర ప్రియుడ;
పాటలో మనసంత
పదును కొల్పును రార!

నింగి నీలాలలో
తొంగి చూచెను మెరుపు;
వలపు లొలికే పలుకు
పలుక రించగ రార!"

అంటూ కోకిల పాడినట్లు – వీణ మీటినట్లు–తేనె లొలికేటట్లు –మనసు కరిగేటట్లు – వలపులూ రేటట్లు–సన్నగా – తీయగా–హాయిగా–పాట పాడింది.

పాటలో ప్రపంచాన్ని మరపించింది.

అంతతో ఊరుకుందా? లేడిపిల్లలాగ, పరుగు పరుగున, చెరువు గట్టునున్న రెండు అశోకవృక్షాలకు అల్లుకొన్న, పూలతీవలపై ఊగుతూ విజయుని చేయెత్తి –

"ప్రియా! ప్రియా!"

అని పిలుస్తూ, మెరుపులా మెరుస్తూ, మళ్ళీ పాటపాడడం ప్రారంభించింది –

భావ గీతం :-

పూల టుయ్యాలలో
పోదాము మబ్బుపై;
మబ్బు మాటున మనము
మాయమై పోదాము -
ప్రణయ వర్షముకురిసి
పాడి పంటలు పెంచి,
భాగ్య లక్ష్మికి నొసలు
వలపు కుంకుమ దిద్ది-
మిన్ను మిన్నూ కలిపి,
మనసు లొకటిగ జేసి,
మమత కొలిపే పాట,
పాడుకొందము రారా!
ప్రియుడా!
ఆడు కొందము రారా!

* * *

ఆ పాటతో విజయుడు వెఱ్ఱివాడైపోయాడు.

స్వర్గవీధుల్లో - కల్పవృక్షచ్ఛాయల్లో -గంగాతరంగిణిలో - మెరపులో - మబ్బులో - పూవులో - ఆకులో - ప్రతి అణువులోనూ అతడు ఐక్యమైపోయాడు. ప్రకృతిలో లీనమైపోయాడు.

రెండుచేతుల నెత్తి, పరుగు పరుగున వచ్చి, ఆమె కౌగలిలో వాలి పోయాడు. ఇద్దరూ ఒకటై, పుష్పలతా డోలపై, తూగుటుయ్యాల ఊగుతూ, నింగి నీలాలలో తొంగిచూచే మెరపులతో, సల్లాపలాడుతూ - ప్రపంచకాన్ని మరచి, ప్రణయ సామ్రాజ్యాన్ని, పరిపాలిస్తూ ఉన్నారు.

పొంగు, పొంగేపాలు, పొంగక మానవు -
పొంగిన పాలు, బూడిదలో కలియక మానవు -
చీకటి చివర - వెన్నెల కొనలు తొంగిచూస్తాయి -
వెన్నెల చివర - చీకటి బళ్ళేలు పొడుచుకు వస్తాయి.
ఆనందం - క్షణమాత్రమే.
దుఃఖం - యుగయుగాలు.

అసలు, తత్వదృష్టితో చూస్తే -

ప్రపంచం - ప్రకృతి కలిస్తే, సృష్టి ఏర్పడింది. అలాగే కష్టసుఖాలు కలిస్తే, మానవ జీవితం ఏర్పడింది.

ప్రపంచం - కష్టభూయిష్టం;

ప్రకృతి - సుఖప్లావితం;

ఇదే సృష్టి రహస్యం.

వారలా పూలటుయ్యాల ఊగుతున్నారు. ఆకాశ వీధుల్లో, అలముకొన్ని, నీలిమబ్బులు, నిష్ప్రయోజనం అవుతాయా? వర్షధారలు కురిపిస్తాయి. వీటి ప్రయోజనం నెరవేర్చుకుంటాయి - అది ప్రకృతి సహజమే కదూ!

వారలా ఊగుతూనే ఉన్నారు; చినుకులు పడుతూనే ఉన్నాయి. ఆమె భయపడిపోయింది.

"విజయా! కాలుజారి పడిపోతావేమో!"

"మరేమీ భయంలేదు సరళా! నీవు నా కౌగిలిలో ఉన్నంత కాలం నీకేమీ భయంలేదు. నీ ప్రాణానికి, నా ప్రాణం అడ్డు" అంటూ ఉయ్యాల ఊపుతూనే ఉన్నాడు.

ఆమె పళ్ళు 'ఝల్లు' మంది. ఆమె కన్ను లెవరో పెగిలించినట్లయింది. ఆమె పాదాలు కదిలిపోతున్నాయి. ఆమె కన్నులు తిరిగి పోతున్నాయి. ఆమె పెదవులు వణికిపోతున్నాయి.

విజయుడామె భయపడిందనుకున్నాడు. ధౌర్యం చెప్పటానికి,

"సరళా! ఏం ఉలికిపడుతున్నావు. భయపడ్డావా? ఎందుకా భయం! నేను నీ దగ్గరే ఉన్నాను కదూ!"

ఆమె జవాబు చెప్పలేపోయింది.

ఎందుచేత? ఏమిటా మార్పు? కారణం ఏమిటి?

పాపం! ఎవరి హృదయం ఎవరికి తెలుస్తుంది. ఆమె అనాధగా నున్నప్పుడు, మఱ్ఱిచెట్టుక్రింద, తాను, తన ప్రియుడు శ్యామసుందరునితో, ఉయ్యాల ఊగినట్లు వచ్చినకల, ఆమెకు జ్ఞాపకం వచ్చింది. ఆనాడు కలలో కనుపించిన దృశ్యం - ఈనాటి దృశ్యం ఒక్కలాగున్నాయి. ఒకదానిని మరొకటి, అనుకరిస్తూ ఉన్నట్లుంది. ఆనాటి 'శ్యామసుందరుని' స్థానంలో, ఈనాడు 'విజయకుమారు' డున్నాడు.

తన చనిపోయిన ప్రియుని పూర్తిగా మరచిపోయిందామె. ఇప్పుడామె హృదయానికి అధినాధుడు, విజయుడే. చనిపోయిన ఆమె ప్రియుని కెంత ద్రోహం చేసింది. అతని ఆత్మ ఎంతబాధపడుతుందో? ప్రేమతత్వం తెలిసిన ఆమె ఏం చేసింది?

ఛీ! ఛీ! ప్రపంచంలో బ్రతికి ఉన్నంతసేపేకదా, మనుష్యుల ప్రణయ ప్రసంగాలు- వారు చనిపోగానే మరచిపోయే ప్రపంచకానికి - నీతి ఏముంటుంది? ప్రేమ ఏముంటుంది?

ఆమె హృదయంలో, ఇటువంటి భావాలన్నీ, బల్లెపు పోటుల్లా నాటిపోయాయి.

ఆమె శరీరం ఆమె స్వాధీనంలోనుంచి తప్పిపోతూ ఉంది. విజయుడది పూర్తిగా గ్రహించాడు.

"సరళా! ఏమిటలా అయిపోతున్నావు.మాటాడవేం సరళా! నీ ముఖం చూస్తేనాకు భయమేస్తుంది! సరళా! సరళా! మాటాడవు" అని అతిజాలిగా అతడంటుంటే, ఆమె నెమ్మదిగా,

"ఏమీలేదు శ్యామూ!... ఆ-హా-హా! కాదు విజయా!" అతడాశ్చర్యపోయాడు.

"'శ్యామూ!' ఏమిటి సరళా! అలా తడబడుతున్నావే?" ఆమె ఒక్కనిమషం తన మనస్సుని స్వాధీనం చేసుకొని -

"ఏమీలేదు, విజయా! శ్యామలాకాశాన్ని చూస్తూ ఉంటే, నాకు భయంగా ఉంది అలా భయంగా ఉందంటే - నీ వెక్కడ నన్ను పిరికిదానవనుకుంటావేమోనని అలా తడబడ్డాను. అబద్ధం ఎంతోకాలం ఆగదుసుమా!

విజయా! ఇంక మనమేడకు వెళిపోదాం! నాకు చాలా భయంగా ఉంది"

అంటూ ఉయ్యాల దిగింది. అతడు కూడా దిగాడు. ఆమె భవనం వైపు బయలుదేరింది మాట్లాడకుండా. అతడామె భుజంమీద చేయివైచి, ఆమె వింతప్రకృతికి ఆశ్చర్యపోతూ బయలుదేరాడు.

ఇద్దరూ తమ భవనం జేరారు.   తడి బట్టలు మార్చారు.

ఏదో భోంచేశారు - ఆమె మనసు మనసులో లేపోయింది. ఆరాత్రి విజయ దేది అడిగినా, ఆమె పరధ్యానంగా జవాబు చెప్పింది.

రాత్రి ఆమె త్వరగా కన్ను మూసింది.

నాటి వరకు విజయుడామె, పూర్వజీవితం గురించి ఏమీ ప్రశ్నించలేదు. ఆమె చెప్పనూలేదు. సముద్రగర్భంలో మహాగ్నిని దాచినట్లు, ఆమె హృదయంలో తన శ్యామసుందరు ప్రణయగాధ దాచివేసింది - ఇలా ఎంతకాలం?

తెలుస్తే విజయుడామెను - బ్రతుకనిస్తాడా?

ఆమె చనిపోయిన తరువాత తాను బ్రతకగలడా?

ఇప్పుడామె ఏమి చేయాలి?

ఆనందంలో మునిగి తేలుతున్న ఆమె జీవితం, సంధిగ్ధావస్థలో పడి పోయింది -

ఆమె పండుకుంది. విజయుడామె ప్రక్కన పడుకొని, ఆమెలో, అకస్మాత్తుగా గలిగిన మార్పుకు, ఆలోజిస్తూ ఉన్నాడు. అతనికి నిదురపట్టలేదు.

అర్ధరాత్రి అయింది.

ఆమె నిదుటిలో కలవరించటం మొదలుపెట్టింది. అతడతిజాగ్రత్తతో, ఆమె కలవరింపు విందామనుకున్నాడు.

"శ్యామూ! శ్యామూ!" అని కలవరించింది.

అతడులుక్కుపడ్డాడు –

"మహాపాపిని" అని మళ్ళీ కలవరించింది.

అతడుపూర్తిగా అనుమానం పడ్డాడు. ఆమెను లేపి, ఆమె పూర్వ జీవితం అడుగుదామనుకున్నాడు. కాని, త్వరపడి ఏ పనీ చేయకూడదనుకొని, ఆగి అలాగే ఆమె ముఖం చూస్తూ ఉన్నాడు.

రాత్రి ఒంటిగంటయింది.

ఆమెను సన్నని ముసుగులోనుంచి, తొంగిచూస్తూనే ఉన్నాడు – ఆమె కనులు విప్పి చూచింది. ఒకసారి విజయునిముఖం చూచింది. అతడు నిదురపోతున్నా డనుకుంది. తన మంచానికి ఎదురుగుండా ఉన్న కిటికీలోనుంచి, శ్యామలాకాశాన్ని చూస్తూ ఉంది – ఆకాశవీధుల్లో తన శ్యామసుందరుడు, ఒకగులాబీ చెట్టు పాతుతున్నట్లు, అది ఒక పెద్దగాలికి పడిపోయినట్లు, అతడు కన్నీరు కారుస్తున్నట్లు కనిపించింది –

ఆమె కన్నుమూస్తే శ్యామసుందరుడు – కనులు తెరుస్తే శ్యామసుందరుడు ఆమె అనుకోకుండానే –

"చచ్చి సాధిస్తున్నావోయి, శ్యామూ!"

అనేమాటలు వెలువడ్డాయి. విజయుడు చెవులారా విన్నాడు. అతని అనుమానం, స్థిరపడిపోయింది. ఇంకా ఆమె విచిత్రజీవితనాటకాన్ని, ప్రేక్షకుడై చూస్తూ ఉండాలను కున్నాడు.

"చనిపోయిన వానిని మరచి శ్యామునికి అపకారం చేశాను.నా నిజస్థితి చెప్పకుండా, నన్ను నమ్మిని విజయుని వంచించాను. అటు శ్యాముని – ఇటు విజయుని మోసంచేశాను. నాకంటే కులట, నాకంటే ఆత్మవంచకురాలు, ద్రోహి, మరొకరుండరు"

అని తనలో తను ఎంతో నిందించుకొంది. ఆమె పాపానికి ఆమె హృదయం మండిపోయింది. మండిన హృదయం, పశ్చాత్తాపంతో కరిగిపోయి, కన్నీటిధారగా, చెక్కుల మీదుగా స్రవించింది – అలా ఎంతసేపటికి, ఆమె కన్నీరు ఆగలేదు. అదంతా విజయుడు, చూచీ చూడనట్లు చూస్తూనే ఉన్నాడు.

ఆమె ఏడ్చి, ఏడ్చి అక్కడనుంచి లేచి, ప్రక్కనే నిదురపోతున్నట్లున్న, విజయుని పాదాలపై తలపెట్టి, పండుకొంది. అతని పాదాలపైన, ఆమె వేడినీటి బిందువులు పడుతున్నాయి. అతని పాదాలు తడిచిపోతున్నాయి.

ఆమె యెంత బాధపడుతుందో, ఒకవేళ ఆమె తెలిసో తెలియకకో, ఏదైనా తప్పుచేస్తే, ఎంత పశ్చాత్తాపపడి, కన్నీరెంత కార్చిందో విజయుడు పూర్తిగా గ్రహించాడు.

"తప్పుచేయటం సహజం. చేసిన తప్పుకై పశ్చాత్తాపపడి, దిద్దుకుంటం ఉత్తమ లక్షణం. పాపాలు, ఉపశమించడానికి, పశ్చాత్తాపం కంటే వేరే మార్గం లేదు.

సరళ పూర్వజీవితం తెలుసుకొని, ఆమె హృదయంలో నాటిన శల్యాన్ని, ఆవలకు పెరికి, క్షమించి, శాంతిచేకూర్చాలి. క్షమలో ఉన్నటువంటి శాంతం మరొకదానిలో లేదు. ఆమె చేసిన తప్పుకు క్షమిస్తే, ఇంతకంటే ఎక్కువగా ప్రేమిస్తుంది. లేకపోతే ఆమె భావిజీవితం అంతా కూల్చివేసుకుంటుంది. కూలిపోయిన ఆమె భావిజీవితంలో, నేను ఆనంద సౌధాన్ని నిర్మించుకోగలనా?

ముఖ్యంగా జీవితం ఉంటేనే, మళ్ళీ మంచిచేసుకోగలం. చేసిన చెడుకు మారు మంచి నిలపుకోగలం. జీవితమే లేనప్పుడు, మనకు పుణ్యానికి తావులేదు; మిగిలేది పాపమే, గోడున్నప్పుడే బొమ్మల చెక్కుతాం, లేకపోతే లేదు.

సరళ కులట అయినా, మహాపాపి అయినా, నేను క్షమించి తీరుతాను. అటువంటి మహోజ్వలమైన జీవితానికి, చూస్తూ చూస్తూ, అంతిమ నీరాజనం ఇవ్వలేను"

అనుకొన్నాడు విజయుడు.

ధారలు ధారలుగా కన్నీరు, కారుస్తున్న సరళను ఓదార్చాలనుకొని లేచి, ఆమె తలపైకెత్తి, కారే కన్నీరు తనచేతితో తుడిచి – ఆమెను తన ఒడిలోకి ప్రేమతో లాక్కొని –

"సరళా! నీ జీవితం అంతా తలుచుకుంటుంటే నాకు చాలా ఆశ్చర్యంగా ఉంది. నీ విషాదగాథంతా నాతో చెప్పి, నన్నుకూడా నీ కష్టంలో భాగం పంచుకోనీయరాదు? కష్టసుఖాలు మనమిద్దరము సమానంగా, పంచుకోవాలి సరళా!"

అంటుంటే అతని ఔదార్యానికి, ఆమె వెఱ్ఱిదైపోయింది. ఏమి మాట్లాడాలో ఆమెకు తెలీలేదు, "ఆత్మవంచన చేసుకొని, అబద్ధం ఆడి, అటువంటి ప్రేమమూర్తికి ద్రోహం చేసేదానికంటే, నా జీవిత గ్రంధాన్ని, ఆదినుంచి తుదివరకు పూర్తిగా విప్పి చూపించి, క్షమాభిక్ష వేడటం – క్షమిస్తే సరేసరి, లేకపోతే కాలప్రవాహంలో కలసి పోవడం. ఇదే మంచిపని."

అని ఆమె అనుకొని, విజయుని ముఖం చూడలేపోయింది. ఆమెనోటినుంచి మాట, బయటకు రాలేదు.

"సరళా! భయంలేదు. ఇందు నీదేమీ తప్పులేదు, నీ పూర్వ జీవితం నేను అడిగాను కాబట్టి, నీవు చెప్పలేదని విచారిస్తావా? నీ పూర్వ జీవితం ఎటువంటిదైనా, నాకు విచారంలేదు, నీవిప్పుడు నాకు నచ్చిన ప్రియురాలవు. నీకంటే నాకు ఆనందం కూర్చగలిగిన ప్రాణి ఈప్రపంచంలో లేదు –

చెప్పు! సరళా! చెప్పు. 'ప్రాణులు సంసార పతితులు' అని నీవే కదా చెప్పావు. నీ హృదయాకాశంమీద, నీలిమబ్బులను క్రమ్ముకోనీక, దానిని నిర్మలాకాశంగా ఉంచుకో– అప్పుడే శాంతి.

సరళా! శ్యాము డెవరు? చనిపోయిన నిన్నెలా సాధిస్తున్నాడు" ఈ మాటలతో ఆమె తల తిరిగిపోయింది. ఆమెనాడులు సడలి పోయాయి.

"విజయా! ఈ వృత్తాంతము నీ కెలా తెలుసు"

"నీ కలవరింతలో తెలిసింది"

ఇంక ఆమె తన జీవితాన్ని దాచటానికి వీలులేదు. చెప్పితీరాలి–

"విజయా! నీవు నన్ను క్షమించినా సరే! దండించినా సరే! నా పూర్వజీవితం అంతా పాపావిలం. ఈ సంగతి నాడే చెప్పాను –

నేనొక కులటను, నా చిన్ననాటి ప్రియుడు శ్యామసుందరుడు – అతి మనోహరుడు. నన్ను ప్రాణానికంటే ఎక్కువగా చూచుకొన్న భాగ్యశాలి. నేనొక సంపన్న గృహస్తురాలను.నా తండ్రి ధనవంతుడే –కాని మధ్యలో కన్నులు పోయాయి."

అంటుంటే ఆమె కన్నుల నీరు జారిపోతూ ఉంది.

అతడు కష్టాన్ని, కంఠగతం చేసి –

"సరళా! తరువాత ఏమైంది.?"

"నేనూ నా ప్రియుడు, పెండ్లిచేసుకుందా మనుకున్నాము. ముహూర్తము స్థిరపడింది. శుభలేఖలు అచ్చుపడ్డాయి. పెండ్లి ప్రయత్నాలు చేస్తూ ఉన్నారు.

ఈలోపుగా ఒకసాయంకాలం, ఇద్దరం మైమరచిన ఆనందంలో, నదిఒడ్డున కూర్చున్నాం. అది నిర్జనప్రదేశం. మా స్వేచ్ఛావిహారానికి అడ్డువచ్చే ప్రాణి ఒక్కటికూడా లేదు.

నే నాతని ఒడిలో శిరసు వాల్చాను. ఇరువురం ప్రేమతో మాట్లాడుకుంటూ ఉన్నాం. అంతలో నే నాతనికి బహుమానంగా ఇచ్చిన, చేతిరుమాలు నీటిలో జారిపడిపోయింది. దానితో అతనికి నా ప్రేమబంధమే తెగిపోయిందనే అంతభయంవేసింది. అతడు వెంటనే నన్ను ప్రక్కకు త్రోసి, ఆ చేతిరుమాలు కొరకు ఆనదిలో ఒక్క దూకుదూకాడు."

అంటూ ఆమె వెక్కి వెక్కి ఏడ్వటం ప్రారంభించింది.

"తరువాత ఏమైంది సరళా! ఏం ప్రమాదం సంభవించలేదుకదా!"

"ఇంకా వేరే చెబుతావేమిటి విజయా! ఎక్కడనుంచి వచ్చిందో పెద్ద సుడిగుండం, అతనిని తనలో ఆహుతిచేసుకుంది. అతడు ఆనదిలో మునిగిపోయాడు. నేను కెవ్వుమని కేకవేసి, నలుగురను పిలిచి వెతికించాను. ప్రయోజనం ఏముంది? చనిపోయినవాడు తిరిగివస్తాడా? ఎంతవెఱ్ఱి!

తరువాత నాప్రియుడులేని ఊరులో ఉండలేక, ఒక అర్థరాత్రి నా ఇంటిని, నా స్నేహితులను విడచి, కన్నులులేని నా తండ్రిని తీసుకొని బయలుదేరాను. ఊరూరు తిరుగుతూ,

ఈ ఊరు చేరాము. కాని రోజులు గడుస్తున్నకొలదీ, మా పొట్ట మేము గడుపుకోలేపోయాము – మా ఆకలిమంటను మేము చల్లార్చుకోలేపోయాము. మాకు ముష్టి కూడా పట్టే పుణ్యాత్ములు లేపోయారు. ఒకరోజున నిలవటానికి చోటులేక, ఒక మఱ్ఱిచెట్టుక్రింద పరున్నాము. గాలివాన మాకు తోడయ్యాయి. ఆ వానలో మా తండ్రి బిగుసుకు పోయాడు. మృత్యుదేవత అతనిని కబళించి వేసింది"

అంటుంటే ఆమె గుండె ఆగిపోతుందేమో నన్నంతగా, ఆమె ముఖం మారిపోయింది. కన్నీటికి అంతులేదు. విజయుడామె దుస్తితికి విచారిస్తూ –

"సరళా! నీవెంత ప్రేమమూర్తివి. ఎంత మానవతివి. ఎంత త్యాగశీలవు. ఇన్ని సద్గుణాలు ఉండబట్టే, నీవింత యోగ్యురాలవై, నన్నింతగా ఆకర్షించావు. తరువాత ఏమి జరిగింది? నీ వెందుకు ప్రాణత్యాగం చేసుకోబోయావు"

"ఇంక తరువాతేముంది. నా విషాధగాథ ముగుస్తూ ఉంది– విను విజయా! నన్ను ఒకపూటకూళ్ళ వెంకమ్మ కొడుకు రక్షించాడు. అనాధబాలికల, సౌశీల్యం మంటకలిపేది ఆ యిల్లు. తిండిలేక స్త్రీలు, మానం అమ్ముకొంటున్నారా కొంపలో – విజయా! వారి జీవితం తలుచుకుంటే, ఎవరి హృదయం కరుగదు– నీవు రాజువయ్యా, 'అనాధ శరణాలయాలు' కట్టించలేదంటే విచారం. రేపు కొన్ని కట్టించు – అది నా కోరిక."

"తప్పక – తరువాత"

"ఆ యింటిలో నన్నుకూడా తుచ్ఛకామానికి బలిచేయాలను కున్నారు నేను ఒప్పుకోలేదు. ఆమె కుమారు డారాత్రి నన్ను బలవంతం చేయబోయాడు నేనాతని బారితప్పించుకొని – అనాధజీవితం చాలా హానికరమనుకొని, పాడుబ్రతుకు బ్రతికేదానికంటే ప్రాణాలు వదులుకుంటం మంచిదని, సముద్రంలో పడిపోయాను.

ఈ నిర్భాగ్యురాలను సొంతంగా చనిపోనీయకుండా, పాపం నీవు నన్ను రక్షించావు. అందుకనే నీకీ కష్టం కలుగచేశాను –

విజయా! మొట్టమొదటే, నా జీవితం తెలుసుకుంటే నన్ను పరిగ్రహించలేవని చెప్పిందంతుకనే – ఇంక నన్ను నీ యిష్టము వచ్చినట్లు శిక్షించు – నీదాననే కదా! నా హృదయం ఇప్పుడు తేలికగా ఉంది."

అంటూ ఆమె తలను విజయుని పక్షంమీద వాల్చింది. విజయుడామె శిరమును ముద్దుగొన్నాడు. ఆమెను మనసారా దగ్గరకు తీసుకొని –

"సరళా! మానవజీవితంలో ఎన్నో విచిత్రసంఘటనలు, జరుగుతూ ఉంటాయి. అందులో నీదీ, నా శ్యామునిది ఒక సంఘటనం, నాదీ, నీదీ ఒక విచిత్ర సంఘటనం. దాని ఫలితాలు మనం అనుభవించాలి.

జరిగిందేదో జరిగిపోయింది. జరిగిపోయిన జీవితానికి విచారిస్తూ, మూర్ఖుడు భావిజీవితాన్ని వ్యర్థం చేసుకుంటాడు. విజ్ఞాని గడచిన జీవితంలో తప్పులు దిద్దుకుంటూ, భావిజీవితాన్ని ఆనందమయం చేసుకుంటాడు.

సరళా! నన్ను నమ్మిన, ఏకైకజీవిని, నిన్ను మోసం చేయలేను. నీవు నా కెప్పటికీ ప్రేమదేవతవే. నీ పూజ నాకు "ప్రేమపూజే!"

సరళా! నీవు ప్రేమించిన శ్యాముడు, నాకూ మిత్రుడే. ఇరువురము అతనిని పూజిస్తూ, ధన్యజీవుల మౌదాము."

అని అంటున్న అతని నిర్మలప్రేమకు ఆమె ఆశ్చర్యపోయింది. అతడామెను పూర్తిగా క్షమించాడు. నాటినుంచి ఆమె ప్రేమ మరింత వృద్ధిపొందింది. క్షమంలో ఎంతశక్తి ఉంది!

నాటినుంచి వారు మరింత ఆనందంతో కాలం గడిపారు. రోజులు, వారాలు, నెలలు కూడా గడిచాయి. సరళ ప్రసవించింది. అందరూ అనుకున్నట్లుగా మగపిల్లవాడు జన్మించాడు.

ఈ 'పురందరపూర్' నకు కాబోయే సార్వభౌము డతడేనని, భార్యాభర్త లిద్దరూ పొంగిపోయారు. వారి నిర్మలప్రేమకు సాక్షిగా ఉన్న బిడ్డనుచూచి, తాత పొంగిపోయాడు. ప్రజలందరకూ చెప్పలేని విందుచేశారు. రకరకముల మందుగుండుసామాను కాల్చారు... అనాధ శరణాలయాలను, సత్రములను అతని పేరుమీద కట్టించారు -

"సరళా! బిడ్డనికి ఏంపేరు పెడతావు" అన్నాడు విజయుడు నవ్వుతూ.

"నీ యిష్టము విజయా!" - అంది ఆమె సిగ్గుతో -

"అయితే, మన ప్రణయమూర్తి 'శ్యామసుందరుని' పేరు పెడదాం"

"మీ ఆనందం"

"అయితే - ఏడే ఏడే మా శ్యామసుందరుడు" అంటూ పిల్లవానినెత్తుకున్నాడు. తల్లిదండ్రు లిద్దరూ, ఆ ముద్దుబిడ్డ తలపైన ఆనందాశ్రువులు వర్షించారు.

"శివాజీకివలె మనబిడ్డని, యుద్ధవిశారదుని చేయాలిసుమా!" అన్నాడు విజయుడు-

"అలాగే-మనవాడు మహావీరు డౌతాడు. యుద్ధానికి జంకడందీ"

''అవును సరళా! సింహంకడుపున, పిల్లిపిల్ల పుట్టదు. నీ విజయుడు శత్రువిజయుడైనప్పుడు, అతని కుమారుడు మాత్రం శత్రువిజయుడు కాడూ!"

"ఎందుకు కాడు! మన "శ్యామసుందరుడు" మహాయుద్ధ విశారదుడు, శూరుడు, వీరుడైతాడు"

''పరాక్రమసింహుని ముద్దు మనమడు; విజయకుమారుని కుమారుడు; మన ""శ్యామసుందరుడు" యుద్ధవిశారదుడు కాకుండా ఉంటాడా?"

"యుద్ధం - శ్యాముడు"

అంటూ ఆమె మనసులో ధ్యానించింది.

యుద్ధం –

యుద్ధం కాగానే –

జయాపజయాల నిర్ణయం–

యుద్ధం –

ప్రజల శాంతికి –

భంగకరం –

యుద్ధం–

ప్రపంచ వినాశనానికి –

మూలకారణం –

యుద్ధం –

ప్రజా సముదయానికి –

మారణహోమం–

"యుద్ధం – భయంకరం; యుద్ధం –ఘోరం, యుద్ధం –నీచం; యుద్ధం – హేయం; యుద్ధం – పాపం; యుద్ధం – సర్వవినాశనానికి మూలం –"

అంటూ 'పురందరపురం'లో ప్రతియింటా, ప్రజలు అల్లకల్లోలం అయిపోతున్నారు. వారెంతో శాంతిజీవితం అనుభవిస్తున్నారు. యుద్ధ విషయాల్లో చాలా ఏమరుపాటుగా ఉన్నారు. ఆవులమందపైన–పెద్ద పులి దండులాగ, విక్రమపురసైన్యం అకస్మాత్తుగా, పురందరుకోటను ముట్టడించింది.

కోట తలుపులు వేసేశారు. కోటబైట శత్రువులు, గుడారాలు వేసుకున్నారు. కోటలోపల ప్రజలు, సంక్షుభితులయ్యారు. యుద్ధం ప్రారంభమయింది.

అప్పటికి శ్యామసుందరునకు ఆరవయేడు.

అర్థరాత్రి, కుమారుని తీసుకొని భవానీదేవాలయంలో ఉన్న విద్వాంసునివలన, అతని జాతకం తెలుసుకుందామని, సరళ బయలు దేరింది. అతడాశ్చర్యపోయాడు.

"అమ్మా! అర్థరాత్రి! శత్రుదళం!"

"వీరమాతను; భయమేమీలేదు. కాని మహాశయా ఈ కుఱ్ఱవాని జాతకంచూడాలి; అత్యవసరం. చూచి రహస్యం దాచకుండా చెప్పాలి!"

"తమరి ఆజ్ఞ!"

అంటూ అతని చేయిచూచి, పెదవి విరిచి, ముఖం చిట్లించాడు.

"ఏం! ఎలా ఉంది"

"మీకు ఇతని జాతకం చెప్పి కష్టం కలిగించాలి"

"మరేమీ భయంలేదు. చెప్పండి కష్టాలను భరించడం, మా విజయుని దగ్గర పూర్తిగా నేర్చుకున్నాను."

"అయితే చెబుతావినండి. ఇతడు మహారాజౌతాడు. కాని... తండ్రి గండాన్న పుట్టాడు. త్వరలోనే తండ్రి మరణం తప్పదు"

"ఆ-ఎంతమాట! తండ్రి మరణమే! తప్పదూ! తప్పదూ!"

"తప్పదు"

ఆమె తల పగిలిపోయింది. మృత్యుదేవత తన ఇనుపచేతులతో, ఆమె లేతహృదయాన్ని, పట్టి, ఉంచినట్లు బాధపడింది. కుమారుడు మహారాజౌతాడని, ఆమెకు ఈషత్తు ఆనందంలేదు. భర్తపోయిన తరువాత, విధవముండై, కుమారుని అభివృద్ధి కనులతో చూచి ఆనందించేదాని కంటే, ఏ అగ్నిగుండంలోనో పడి, ప్రాణవాయువులు పంచభూతాల్లో కలిపివేస్తే చాలా ఉత్తమం అనుకుంది. కొడుకు ముఖంచూచింది, అతడు జాలిగా నవ్వాడు. ఆమెకు అసహ్యం వేసింది. భర్తపోయాక, బ్రతికి ఉండే భార్యకంటే, శవం మేలనుకుంది. పసుపు కుంకుమానికి దూరమైన, విధవముఖంకంటే, స్మశానంలో తిరిగే పిశాచం ముఖం మేలనుకుంది. తన భర్తతో తానూ యుద్ధరంగంలో, స్వదేశం నిమిత్తమై బలియై, వీరస్వర్గంలో తన ప్రియుని కౌగిలిలో, కేళీవిలాసంలో ఉందామనుకుంది. అంతగాప్రేమించిన భర్తను విడిచి, బ్రతుకకూడదనుకుంది – బ్రతికితే మహాపాపం అనుకుంది.

భవానికి నమస్కారంచేసి, గంటమ్రోయించి, కుమారు నెత్తుకొని వీరమాతలాగ బయలుదేరింది. ఇంటికి వచ్చి, నడుము బిగించి, కవచం ధరించి, కుంకుమబొట్టు పెట్టుకొని, ఖడ్గం పట్టుకొని, తన 'విజయుని' ఫోటో దగ్గరకు వెళ్ళింది. వెళ్ళి పూలహారం వేసి, హారతి వెలిగించి, నమస్కారం చేసింది.

మూసిన కన్నులనుంచి, రెండు వేడికన్నీటిబిందువులు జారాయి. కవచకిరీటాదులు ధరించి, మెరుస్తూ ఉన్న, ఖడ్గంతోటి, ఢాలుతోటి, విజయుడు ఆమె కొఱకై వస్తాడు.

వెనుకమాటుగా వచ్చి, ఆమె భుజములమీదుగా, భక్తితో నమస్కరిస్తున్న రెండుచేతులు పట్టుకొని,

"సరళా! ఏమిటీ హడావిడి!"

అంటూ తనవైపు తీసుకున్నాడు. ఆమె అతని పాదములపై బడి, నమస్కరించి –

"విజయా! నన్ను దీవింపుము. నేను వీరమాతను, ఇక ముందు మహారాజమాతను కూడా కాగలను. అటువంటి నేను నీవు యుద్ధరంగమందు, వైరుల చెండాడుతూ ఉంటే, నేను ఇంట్లోపాటలు పాడుతూ ఉండగలనా?

విజయా! జయించామా! రాజ్యసింహాసనాన్ని, అధిష్టిస్తాము; ప్రణయసింహాసనాన్ని పరిపాలిస్తాము; లేదా వీరస్వర్గంలో, కల్పవృక్షచ్ఛాయల విశ్రమిస్తాము; అంతే – నాకు కావలసినది నీ దీవనే – లే! విజయా! లే!

పిరికిపాలు పోయక, నన్ను వీరమాతను చేయి. నేను పరాక్రమసింహుని కోడలను, విజయకుమారుని అర్ధాంగిని; మహారాజు కాబోయే శ్యాముని మాతృదేవతని; తెలిసిందా, విజయా!

నా "జన్మభూమి"కి నేను సేవ చెయ్యాలి;

నా "జన్మభూమికై" నా ప్రాణాలు బలిచెయ్యాలి;

నా "జన్మభూమికై" నా సర్వస్వం ధారపోయ్యాలి;

విజయా! మన ప్రజలు మన బిడ్డలుకదూ! మన ప్రజలు కన్నీరు కారుస్తూ ఉంటే, మనం చూచి సహించగలమా! మన ప్రజల రక్తంలో, మన శరీరాలు పెంచుకోగలమా విజయా!"

అంటుంటే, ఆమె కన్నులలో, పౌరుషవహ్ని మెరుస్తూ ఉంది. విజయు డామె చూపిన పరాక్రమానికి, జన్మ తరించిందనుకొన్నాడు.

"సరళా! లే! యుద్ధానికి సిద్ధపడు. వీరమాతవు కాగలవు. నీకు, శుభం తప్పదు. ఇద్దరం "భవానీ" దగ్గరకు వెళ్ళి, వీరపూజ చేసి, యుద్ధానికి వెళదాం పద."

అంటూ ఇద్దరూ భవానీ పూజకు బయలుదేరారు. అంతకు ముందే పరాక్రమసింహుడు, పూజచేస్తూ ఉన్నాడు. వీరిద్దరూ ఆయనకు ప్రప్రథమమున, నమస్కారం చేశారు. ఆయన.

"విజయ ప్రాప్తిరస్తు"

అని దీవించి –

"కొడుకూ, కోడండ్రిద్దరూ, యుద్ధానికి, సంసిద్ధులయ్యారా?" అంటూ వారిని గంభీరంగా ప్రశ్నించాడు.

"చిత్తం" అన్నారు.

ముగ్గురూ కలసి దేవిని పూజించి, యుద్ధరంగంలో, సింహపు కొదమల్లాగ దూకారు.

అసలు పరాక్రమసింహునకు, తన ప్రజలను యుద్ధభూమికి బలి సేయడం ఇష్టంలేదు. అందుచేత శాంతికొఱకు ప్రయత్నించాడు. కాని ప్రయోజనం లేకపోయింది. విక్రమపుర, సర్వసేనాని అయిన 'సుందర సేన్' పరాక్రమశాలి; యుద్ధప్రియుడు అందుచేత యుద్ధం సంభవించింది – ఘోరంగా జరుగుతుంది.

యుద్ధం ప్రారంభించి పదహారు రోజులయింది. కోటలోకి శత్రువులు ప్రవేసిస్తున్నారు. సరళా విజయులు, పరాక్రముడు ఘోరంగా, అశ్వారోహకులై, యుద్ధంచేస్తూ ఉన్నారు. కాని జయం మాత్రం, సుందర సేన్‌దే అయ్యేటట్లుంది.

కోటలో, కుప్పలు కుప్పలుగా, సైన్యం పడిపోయింది. చనిపోయిన పీనుగులను, తీయడానికి కూడా వీలులేకుండాఉంది. అదంతా చూచి పరాక్రముడు, చాల విచారపడ్డాడు.

ఆ రోజున సుందరసేను – విజయుడు, అశ్వారోహకులై ఖడ్గపాణులై, యుద్ధంచేశారు. ఇద్దరూ సమానులే. ఒకరినొకరు తీసిపోని పరాక్రమం కలవారు.వారలా యుద్ధం చేస్తూ ఉంటే కొంతసైన్యం వారికి మధ్యగా వచ్చింది – వారు చీలిపోయారు.

" 'పురంధరపూర్' కోట స్వాధీనం చేసుకుంటం – సమీపించింది – ఇంక రేపో, మాపో స్వాధీనం అయిపోతుంది. ప్రజలు శత్రువుల పాలైపోతారు. మనబలం నసించిపోయింది."

అని పరాక్రముడు, విజయునితో చెబుతూ ఉంటే, ఒక రాయబారి ఆ చీకటిపడే సమయంలో పరాక్రముని రహస్యమందిరంలోనికి రమ్మనమని పిలుస్తాడు. పరాక్రముడు వెళతాడు. అతడు సుందరసేన్ పంపిన రహస్యపు ఉత్తరం ఇస్తాడు –దానిలో –

"పురందరపురపు మహారాజ పరాక్రమసింహునకు,

సుందరసేన్ నమస్కారములు.

రేపుగాని, ఎల్లుండిగాని,మీ కోట స్వాధీనం చేసుకుంటం – మా రాజుగారు మీ సింహాసనాన్ని ఆక్రమించుకుంటం ఖాయం. అది మీకు తెలిసిన విషయమే. శాంతిగా పరిపాలింపబడుచున్న మీ రాజ్యం, శత్రువుల పాలుపడడం, నా కోరిక కాదు.

నాకు మీరు చిన్నసాయంచేస్తే, మీకే జయం కలిగేటట్లు చేస్తాను.

అదేమిటంటే –

మీ కోడలు 'సరళ'ను, ఈ రాత్రి నావద్దకు పంపవలెను. రేపు ఉదయం మళ్ళీ పంపిస్తాను. అలా చేయని నాడు, మీ ప్రజల మారణహోమానికి, మీరు సిద్ధపడవలెను. ఏ సంగతి వెంటనే తెలియపరచవలెను –

ఇట్లు

విక్రమపుర మహాసేనాని,

సుందరసేన్"

అని ఉన్న ఆ ఉత్తరం చూచాడు. అతని కన్నులు పొడివారాయి. ఆ కాగితం మీదే, తలనుండి కారుచున్న, అతని రక్తంలో చిటికినవ్రేలు ముంచి –

"అలాగే చేస్తాను –

పరాక్రముడు"

అని సంతకం చేసి, ఆ రాయిబారిద్వారా ఆ ఉత్తరం పంపించాడు. రాయిబారి వెళ్ళిపోగానే, విజయుడు సంగతులు కనుక్కుంటానికి తండ్రి దగ్గరకు వెళ్లాడు. తండ్రి ముఖం మధ్యాహ్నపు సూర్యబింబంలాగ, ప్రజ్వరిల్లు పోతుంది.

"నాన్నగారూ! విశేషాలేమిటి?"

"విజయా! మన పరీక్షాసమయం వచ్చింది. భగవంతుడు ఇంతకంటే మనల నేమీ చేయలేదు".

"ఏమిటి నాన్నగారూ! ఆ పరీక్ష!"

"నీకు నీ ప్రియురాలా లెక్కువో! నీ ప్రజ లెక్కువో ఇప్పుడు తెలిసిపోతుంది"

"మీరు చెప్పేది నాకేమీ బోధపడడంలేదు. నా భార్యకు, నా ప్రజలకు సంబంధం ఏమిటి?"

"చాలా సంబంధం ఉంది. ఇప్పుడు నీ భార్యను, మనశత్రుసేనానిని దగ్గరకు పంపిస్తే, మన ప్రజలు రక్షింపబడతారు. మనకు జయం లభిస్తుంది. కాబట్టీ నీ భార్యను, ఈరాత్రే పంపించవలెను.

"నాన్నగారు! మీరిలా సామాన్యుల్లాగ మాట్లాడుతారనుకోలేదు. మానవతి అయిన, మహారాణి మానం అమ్ముకొని, సామ్రాజ్యాన్ని నిలబెట్టుకొని, సార్వభౌములని పించుకొనేదానికంటే - కారడవిలో కందమూలాలు తింటూ, కాలంగడపటం చాలా ఉత్తమం. నీతి బాహ్యమైన జీవితం - నిష్ప్రయోజనం."

"ఇవి రాజోచితమైన మాటలు కావుసుమా, విజయా! సన్యాసులకు అరణ్య వాసం కాని, సామ్రాజ్యాభారం వహించే రాజులకు కాదు సుమా! ఏ విధంగానైనా ప్రజలను రక్షించవలసిన భారం మనది. ప్రజలగురించి, సర్వం త్యాగంచెయ్యాలి. అదే రాజధర్మం."

"ప్రజల గురించి, నా భార్య శీలం మంటగల్పలేను. నా భార్య "కులట" అని నలుగురూ, అంటుంటే, ఆ కష్టం నేను భరించలేను".

"అవును అంతా సుఖాభిలాషులే సుఖం ఎవరికి వాంఛనీయం కాదు. నాయనా! విజయా! కష్టం భరించలేవూ!"

"లేను! నాన్నగారూ! నా రాజ్యం శత్రువుల పాలుకానియ్యండి. ప్రజలందరు, యుద్ధంలో ప్రాణాలు విడువనియ్యండి, నేనా తుచ్ఛమైన పని కొప్పుకోలేను. మా శ్యామసుందరుడు, తన తల్లి 'కులట' అనే దుష్కీర్తి మోయలేడు.

మన రాజ్యం నిమిత్తం, నేను, నా భార్యా, నా సర్వస్వం బలి యైపోతాం. మా ప్రాణాలు బలిచేస్తాం. అంతేకాని 'చెడుపని అని తోచింది నేనుచేయలేను నాయనా!"

అంటుంటే పరాక్రముని కన్నులు చింతనిప్పులులాగ మెరిసిపోతున్నాయి.

"విజయా! నీ విలా సామాన్యునిలాగ మాట్లాడతావనుకోలేదు. నాయనా! ప్రాణాలు విడిచివేయడం చాలా శులభం - కాని ప్రాణాలతో బ్రతికి, కష్టాలు భరించడం చాలా కష్టం.బ్రతుకు బరువులు బరించేవాడే, మగవాడుగాని - కష్టాలకు నిలువలేక, ప్రాణాలు విడచేవాడు మగవాడు కాడు.

విజయా! నీ భార్యకులటే అనుకో, దానివలన పాపం ఆమెకూ, నీకూ నీకు సంబంధించిన నాకూ తటస్థిస్తుందనుకో - మనం ముగ్గురం నరకంలో నాశనం అయిపోతామనుకో - అంత మాత్రంతో మనం విచారించ నవసరంలేదు. కారణం ఏమంటే - మనప్రజలు నాటి నుంచి సుఖజీవనం అనుభవిస్తారు; నాటినుంచి ఆనందలక్ష్మి ముద్దుబిడ్డ లౌతారు. అంతమందికి ఆనందం కూర్చగలిగిన, మనం నరకంలో కష్టాలు అనుభవించడం కంటే, కావలసిందేముంది విజయా!

ఈ శరీరాలు ఇతరులకొరకు, వినియోగింపబడేదానికంటే, పరమ ప్రయోజనం మరొకటి లేదు.కాబట్టి మారు మాటాడక, 'సరళను' సర్వసేనాని, సుందరసేన్ దగ్గరకు పంపు - మన రాజ్యానికి అతడు జయలబ్ధి కూరుస్తాడు. మన ప్రజలు సుఖపడతారు - మనలను దీవిస్తారు - ఆ దీవనలే ఎన్ని జన్మాలకైనా మనకు చాలు"

అంటుంటే అతని శరీరం అంతా పులకలెత్తింది! విజయుడు మాట్లాడలేదు -

"విజయా! మనోచాంచల్య విజయుడవు కమ్ము-లెమ్ము- కార్యరంగమున కాయత్తముకమ్ము-సరళను పంపుము-ఊ-"

అంటూ ఎంతో గంభీరంగా ఉన్నాడు. విజయుడు చలించలేదు.

"నాన్నగారూ! మీ మాటను శిరసా వహించలేనందుకు చాలా విచారిస్తున్నాను."

అంటూ అక్కడనుంచి బయలుదేరి వెళ్ళిపోబోయాడు. తండ్రి కోపంతో, చూపుడు వ్రేలుతో చూపుతూ-

"విజయా! నా ఆజ్ఞను తిరస్కరించి వెళ్ళిపోతున్నావా? వెళ్ళు! వెళ్ళు! ఎంతదూరం వెళతావో చూస్తాను. నీ తండ్రిని - నీ ప్రజలను దుఃఖపెట్టి నీవు...."

"మామగారూ! నమస్కారం! క్షమించండి. ఇలా నేను వచ్చినందుకు - అలా విజయుడు వెళ్ళుచున్నందుకు"

అంటూ సరళ యుద్ధభూమిలో నుంచి వారిని చూచివచ్చి, గుఱ్ఱం దిగి నిలబడింది. అప్పుడే ఆమె ముహంమీద దెబ్బతగిలి రక్తంకారి పోతూ ఉంది. ఆమె ఒక చేత్తో రక్తం తుడుచుకుంటూ,

"విజయా! ఎక్కడికి?మీ నాన్నాగారి కెందుకో, కోపం వచ్చింది. విజయు నంతటివాడు, తండ్రి ఆజ్ఞ తలదాల్చకపోవడం కూడానా! ఇలారా విజయా!"

అంటుంటే అతడామె వద్దకు వచ్చి నిలబడ్డాడు.

"మామగారు! అలా కోపంగా ఉన్న కారణం నేను అడుగవచ్చునా!"

"అడుగవచ్చు - నేను చెప్పవచ్చు. నా కారణానికి హేతువు నీవే"

"ఆశ్చర్యం! మీ ఆజ్ఞ ఎన్నడూ జవదాటలేదే!"

"ఇప్పుడు దాటుదువేమోనని నా సంశయం"

"ఎప్పటికీ దాటను. ఆజ్ఞ యిస్తే మరుక్షణంలో ఆచరిస్తాను."

"తప్పకూడదు సుమా!"

"ముమ్మాటికి తప్పను"

"అయితే ఈ రాత్రి మన శత్రుసేనాని, సుందరసేన్ వద్దకు వెళ్ళు. ఆయన మనసుకు సంచరించు. అప్పుడు ప్రజలు విముక్తులౌతారు - ప్రజలకై, వెళ్ళమని నా ఆజ్ఞ; వెళ్ళుటకు వీలులేదని, విజయు నాజ్ఞ; ఈ రెండింటిలో నీ యిష్టం వచ్చింది నీవు ఆచరించు-"

ఆమె నిర్ఘాంతపోయింది. అటువంటి విషమపరిస్థితులు వస్తాయని, ఎవరనుకుంటారు?

అటు మామగారి ఆజ్ఞ - ఇటు భర్తృనాజ్ఞ.

అటు ప్రజాసంరక్షణ - ఇటు మాన సంరక్షణ.

ముందు నుయ్యి -వెనుక గొయ్యి.

ఆమె రెండు నిమషాలు అలాగే నిశ్చేష్టురాలై, ఆలోచనలో మునిగిపోయింది.

"నా సౌశీల్యం కాపాడుకోవాలి-

నా ప్రజలను రక్షించాలి -

ఎలా?

సుందరసేను దగ్గరకు వెళ్ళి కనబడడం -

ప్రజలను రక్షించు కొంటం -

ప్రాణాలు నా భర్త ఖడ్గానికే అర్పించడం -

ఇదే నాకర్తవ్యం. తత్ఫలితంగా, నా భర్త మరణం తటస్థిస్తుందికాబోలు -

అవుగాక - వీరస్వర్గంలో క్రొత్తదంపతుల మౌతాం.

ఇంక నేను వెంటనే బయలుదేరతాను"

అని అనుకొని -మామగారికి వంగి నమస్కారం చేసి, తరువాత విజయుని దగ్గరకు వెళ్ళి, పాదాలవద్ద మోకరించి -

"విజయా! ఇదే నా ఆఖరు నమస్కారం. ఇంక నీ సరళను ఈజీవితంలో చూడలేవు. విజయా! నీ సరళ నీ ప్రజల కొరకే బలియౌతుందని మాత్రం అనుకుంటే, శాంతిగా నా జీవయాత్ర ముగిస్తా- శలవు- వెళ్ళివస్తా. నన్ను దీవించు"

అంటూ నమస్కారం చేయబోతు, ఆమె తలతన్నీ-

"ఛీ! దుర్మార్గురాలా! ఆవలకు పో!"

అంటూ విజయుడు పళ్ళు పటపట కొరికి, ఆమెను చంపివేయాలని, చేతిలోని కత్తిని పైకితీశాడు. తండ్రి ఆ కత్తినిపట్టుకొని -

"విజయా! నీ తండ్రి బ్రతికి ఉండగా అలా చేయలేవు. నీ తండ్రిని చంపి, తరువాత నీ భార్యని చంపి పుణ్యం కట్టుకో!"

అంటూ ఎదుటిగానిలబడ్డాడు. విజయుడు, కర్తవ్యంతెలీక, వెఱ్ఱి వాడైపోయాడు.

"విజయా! ఇటువంటి విషమ పరిస్థితులలోనే, మానవుడు తన మనస్సును స్వాధీనం చేసుకోవాలి.

"విజయా! నా విషయంలో ఎన్నడు పొరపడక, ఎన్నిజన్మాలకైన నేను నీ దాననే! శలవు!"

అంటూ తన గుఱ్ఱం ఎక్కి ఆ చీకటిలో, చరచరా శత్రుసేనాని దగ్గరకు వెళ్ళిపోతూ ఉంది. ప్రజలు వెఱ్ఱివారలాగ చూస్తూ ఉన్నారు. ఒక్కరి ముఖంకూడా చూడకుండా, ఆమె వెళ్ళిపోయింది.

మన విజయుడు పిచ్చివాడైపోయాడు. పతివ్రత అని నమ్మిన, తన భార్య కులట అయిపోతుంది. ఇంక ఆమె ముఖం చూచి బ్రతుకలే ననుకున్నాడు. అటువంటి కులట కుమారుడు బ్రతుకకూడదనుకొని, తన కొడుకును చంపి, తాను చనిపోవాలనుకొని, అంతఃపురంలోకి, వెఱ్ఱికేకలు వేసుకుంటూ బయలుదేరాడు.

అంతఃపురంలో నాలుగు మూలలా చూచాడు. తన కొడుకు కనబడలేదు. పరిచారికల నడిగాడు. శత్రువులు ఎత్తుకుపోయారన్నారు.

"ఎప్పుడు! శ్యామసుందరుడు శత్రువుల పాలయ్యాడా!"

"అవును"

ఛీ! ఇంక బ్రతుక్కూడదనుకొని, తనచేతిలో కత్తిని పైకెత్తాడు. అతనికత్తి పట్టుకొని–

"విజయా! నీకు మతిపోయిందా!" అన్నాడు తండ్రి.

"అవును–"

"ఆత్మనిగ్రహం, అత్యవసరం సుమా!"అంటూ విజయుని వెన్నాడుతూ వచ్చిన తండ్రి తీక్షణంగా అతని కనులలో చూస్తూ పలికాడు.

"నాన్నగారూ! క్షమించండి! భార్యాబిడ్డ లిద్దరూ శత్రువుల పాలయ్యారు! ఈ అపకీర్తి భరించి నేనుబ్రతుకలేను."

"కాలం అనుకూలంగా ఉంటే, అంతా కలసి ఉంటాం – లేక పోతే లేదు. దానికి విచారం ఎందుకు నాయనా" అంటూ కుమారుని విశ్రాంతి గృహానికి తీసుకువెళ్ళాడు – ఎవరి హృదయం ఎటువంటిదో ఎవరికి తెలుసు.

* * *

విజయుని శాంతి గృహంలోనికి తీసుకువెళ్ళి, సోఫా మీద పండుకోబెట్టి, తండ్రి భావిరాజ్యం గురించి విచారిస్తూ, అటూ ఇటూ తిరుగుతున్నాడు.

విజయుడు కన్నులు మూచి –

"హా! సరళా! సరళా! ఇంకనాకు కనబడవా!" అంటూ విచారంతో అంటాడు.

8

"హా! సరళా! సరళా! ఇంక నాకు కనబడవా" అంటూ అతి దుఃఖంతో సుందరసేన్ అంటూ ఉంటాడు.

సరళ శత్రు సైన్యాన్ని తప్పించుకొని, అతి చాకచక్యంతో సుందరసేన్ డేరా దగ్గరకు వచ్చింది. అతడామెను ముట్టుకొన్నాడా, తన కొత్తితో పొడుచుకొని చనిపోదామనుకొంది.

ఆ డేరాదగ్గరకు వెళ్ళేటప్పటికి –

"సరళా! సరళా! ఇంక నిన్ను చూడకుండా చనిపోవలసిందేనా! సరళా! ఎంత అభాగ్యుడను. ఆఖరకు నిన్ను చూడలేకపోయాను. ఇంత ప్రయత్నం వృథా"

అనే మాటలు వింది. ఆమెపై అతనికి అంత మమకారం ఎందుకు? అయినా ఆ గొంతుకు ఎక్కడో విన్నట్లుందే?

అదెవరు?

ఆమె లోపలకు వెళ్ళింది. నేలమీద దొల్లుతూ, ఉన్నాడు. రక్తంలో అతనిముఖం తడిచిపోతుంది. "సరళా!" అనే స్మరణ తప్ప మరొకటి లేదు.

ఎవరది?

ఆమె ఆశ్చర్యపోయింది. ఆమె నతడు ఒంటికన్నుతో చూచాడు. సరళను గుర్తించాడు. ఆనందం పట్టలేపోయాడు. ఎడారిలో నాలుక ఈడ్చుకొనిపోయినవానికి, అమృతభాండం చేతికిస్తే ఎంత ఆనందిస్తాడో, అంత ఆనందించాడు. వెంటనే లేచి –

"సరళా! సరళా! రా! అబ్బా! ఎంతకాలానికి చూచాను సరళా! నా జన్మ తరించింది."

అంటూ రెండు చేతుల చాచి నామెను ఆహ్వానించాడు. ఆమె 'అతడెవరా!' అని ఆశ్చర్యపోతూ నిలబడిపోయింది.

"సరళా! నన్ను పోల్చుకోలేదా! ఈ కారే రక్తంచేత నా ముఖ ఆనమాలు కట్టలేపోయావా! నేను కుట్రచేసినట్లు తెలుసుకొని, కొందరు నన్నిప్పుడే తలమీద పొడిచారు. ఒక కన్ను పోయింది. చనిపోయా ననుకొని వెళ్ళిపోయారు.

కాని సరళా! నేను ధన్యుడను. కాబట్టే కొన ఊపిరితో, ఒంటి కన్నుతోబ్రతికి ఉన్నాను –

ఇంకానన్ను పోల్చుకోలేదా! ఇప్పుడు నా ముఖం చూడు" అంటూ ఆతృతతో రక్తం శుభ్రంగా తుడిచివేశాడు.

ఆమె ఆనమాలు కట్టింది.

"ఎవర్నీవు – శ్యామూ!"

"సరళా!"

"శ్యామూ!"

ఇద్దరూ గాఢంగా కౌగిలించుకొన్నారు. రెండు నిమషాలు గడిచాయి – ఆమె ప్రపంచాన్ని మరచిపోయింది –

"శ్యామూ! చనిపోయావుకదా! ఎలాబ్రతికి వచ్చావు."

"బ్రతికి రావడమేకాదు. నీ గురించి బ్రహ్మచారినై, నిన్ను చూచి ప్రాణాలు విడుద్దామనే, దృఢనిశ్చయంతో కూడా ఉన్నాను."

"ఏమిటి శ్యామూ! నా మతిపోకముందే. నీవెలాబ్రతికావో, ఇలా గెలాగయ్యావో చెప్పు!"

"నీ దగ్గర నదిలో పడిపోయి 'శశిపూర్' జేరాను. నాకు స్మృతిలేదు. నన్ను పల్లెవాళ్ళు రక్షించారు. అక్కడనుంచి మన ఊరు కొద్దిరోజులు పోయాక, వచ్చాను. మీరు లేరు. దానితో నాకు మతి పోయి 'విక్రమపుర' సైన్యంలో చేరి, పరాక్రమవంతుడనై సేనాధిపతి నయ్యాను. నన్నంతా 'సుందరసేన్' అని పిలుస్తూ ఉన్నారు. తరువాత నీ జాడ తెలిసి, నిన్ను చూడాలని – నీ కుమారుని చూడాలని బయలుదేరి ఇలా దండెత్తి వచ్చాను"

"అబ్బా! ఎంత ఆనందం శ్యామూ! నిన్నెన్ని జన్మలకైనా చూడలేననుకున్నాను"

"నేనూ అలాగే అనుకున్నాను! కాని సరళా! క్షేమమా!"

"క్షేమమే! విజయుడు చాలా మంచివాడు"

"విన్నాను. నాకూ చాలా ఆనందం కలిగింది. ఇంక నా జన్మ తరించింది. శాంతిగా చనిపోతాను. నీవు వెళ్ళిపో! లేకపోతే నీ విజయుడు నిన్ను శంకిస్తాడు – పైగా శత్రువులు కుట్రచేశానని నన్ను, మహారాణివని నిన్నూ బ్రతుకనీయరు.

"శ్యామూ! నీకు కూడా భయమా! శత్రువులు మనల నేమీ చేయలేరు – ఇంక విజయునకు నీ సంగతి చెప్పాను. అతడు మన ప్రేమకు చాలా మెచ్చుకున్నాడు. ఇద్దరం నిన్ను మరచిపోక, పూజిస్తున్నాంకూడా శ్యామూ! అందుకు సాక్షిగా మనకుమారునకు నీ పేరే– "శ్యామసుందరుడని" పెట్టాము.

"అబ్బా! ఏమీ నా ధన్యజీవితం! మీమీద ఇలా దండెత్తి మీ శాంతి జీవితానికి భంగం కలిగించకుండా, నేను భూగర్భంలో బూడిదైపోతే ఎంతో సంతోషించేవాడ్ని. కాని నిన్నుచూచి, చనిపోదామనే బాధ నన్నింత చేసింది."

అంటుంటే, ఎవరో ఇద్దరు సైనికులతనిమీద పడ్డారు. ఆమె వారిద్దరిని నరికివేసింది. "శ్యామూ, మనం మన కోటలోకి వెళ్ళిపోదాం పద! అక్కడ సంగతులన్నీ నెమ్మదిగా మాట్లాడుకోవచ్చు"

"ఒక్క సాయం చేస్తే వస్తాను"

"నీ యిష్టం వచ్చింది చేస్తాను - ఇదిగో ప్రమాణ!" అని అతనిచేయి పట్టుకుంది.

"అయితే నీకుమారుని నాకివ్వాలి."

"ఎందుకు-"

"నేను మీ సైన్య సహాయంతో విక్రమపురమును జయించి అతని నా సింహాసనం మీద కూర్చునబెట్టి, ప్రాణాలు విడుస్తాను. అదే నా కోరిక"

"శ్యామూ! అతడు నీ కొడుకే సుమా!"

"ఎలా!"

"నీవూ నేనూ కలసి ఉన్న రోజులనే...?"

"అలాగా! విజయు డనుమానించలేదు!"

"లేదు. నిన్ను విడచిన రెండు నెలలకే అతనిని వివాహమాడాను. ఈ రహస్యం ఎవ్వరికీ తెలీదు."

"అయితే నాకుమారుడు మహారాజన్న మాట. నాకిస్తావు కదూ!"

"తప్పక - పద"

అని ఆమె గుఱ్ఱంమీద ఎక్కించుకొని, అంతఃపురానికి వెళ్ళింది - పక్కమీద పండుకో పెట్టింది.

"విజయా! విజయా! మన శ్యామసుందరుడే ఆ సుందరసేన్ - నేను తీసుకు వచ్చాను - రా! చూద్దుగాని"

అంటూ అతి ప్రేమతో, అతని అనుమానం అంతా పోయేటట్లు చేయిపట్టుకు లేపి, శ్యాముని దగ్గరకు తీసుకువెళ్ళింది. ఇద్దరూ ఆనందంతో కౌగలించుకున్నారు.

తండ్రికా వృత్తాంతం తెలీక, ఆశ్చర్యపోయాడు.

"ఇతడు నా బాల్యమిత్రుడు, నా ప్రాణతుల్యుడు, ఇతని పేరే మన బిడ్డకు పెట్టాను 'శ్యామసుందరుడని' అని విజయుడు తండ్రికి చెప్పాడు.

అతని కర్తవ్యం కూడా చెప్పాడు. అంతా ఆనందంతో మునిగిపోయారు.

కాని బిడ్డడేడీ;

అందరి మొఖాలు వెలవెలా పోయాయి.

దాసీది లోపలనుంచి - బిడ్డనెత్తుకొని

"క్షమించండి. ఈయన కెక్కడ హాని జరుగుతుందో అని దాచింది నేనే" అని తల్లిచేతుల కిచ్చింది. మూడు మూర్తులా శ్యాముని పోలాడు...

శ్యాము డిప్పుడు విజయుని సైన్యం వైపు నిలచి, శత్రువుల చెండాడి, విక్రమపురం జయించి, "బాలశ్యామసుందరుని" సింహాసనం మీద కూర్చోపెట్టాడు.

వెనుకనుంచి సరళా విజయులు వస్తున్నారు.

"శ్యామూ! పురందర, విక్రమపురముల రెండింటిని నీవే, శౌర్యవంతుడవై, తండ్రి కీర్తిని మించిన కీర్తి సంపాదించి, పరిపాలించునాయనా"

అంటూ బిడ్డని తొడలో, శ్యాముడు ప్రాణాలు విడిచివేస్తూ –సరళా విజయు లిద్దర్ని కనులపండువగా చూచాడు.

"సరళా!"

అంటూ ఆమె చేతులలో ప్రాణాలు విడిచేశాడు. "తండ్రి గండాన్న పుట్టాడన్న" సాధువు మాట వృథాపోలేదు –

శ్యామసుందరుని, నిర్మలప్రేమకు; సరళా విజయు లిద్దరూ లోలోన మెచ్చుకున్నారు – పొంగిపోయారు – పూజించారు. అతనిని కులదేవతగా ఎంచుకున్నారు. తుదకుకష్టాలు మరచి ఒకరినొకరు చూచి నవ్వుకున్నారు –

ప్రణయసామ్రాజ్యాన్ని పరిపాలించారు.

"జన్మభూమికి" జయ్! జయ్! లర్పించారు.

అటు ప్రేమదేవతకు –

ఇటు జన్మభూమికి –

హారతు లర్పించారు – ధన్యజీవులయ్యారు – జన్మభూమిని విస్మరించలేదు...

క్షామం

ఒక విషయం

ఇది కథకాదు; నవల కాదు; నాటకం కాదు:

మహా కావ్యం కాదు.

మరేమిటి?

క్షుధా క్రాంతుల ఆక్రందనధ్వానం.

ఆకలి కడుపుల అగ్ని తరంగం.

అనాథ జీవుల రుధిరాశ్రుపతనం.

అభాగ్య జీవుల మృత్యుఘోషార్భాటం.

తెలిసిందా?

మీరెప్పుడైనా ఆకలి మంటలకు, చలికాగారా?

మీ నడి గుండెలో పడగిప్పి 'ఆకలి'

మిడినాగు బుసకొట్టిందా?

అయితే చదవండి.

లేకపోతే వద్దు.

మీకు వేయివేల నమస్కారాలు.

"సర్వమానవ సమానత్వం" మీలో

చివురించకపోతే ఈ పుస్తకం చదవొద్దు సుమండీ! ఇదే నా ప్రార్థన.

స్థలం : అన్నామలై విశ్వవిద్యాలయం

కాలం : 26-11-1943

మీ

- చంద్రం

నా ఆశయాలు:

కాలాన్ని బట్టి కవి కలం కదను తొక్కుతుంది.

నా కలం పదును పెట్టుకొనేది కాగితంమీదగాదు, భావుక హృదయం మీద. నే పూరించే శంఖం శివుని గర్భగుడిలోకాదు; భగ్నజీవిత విషాదగర్భంలో. నే నెత్తే కవితా పతాకం కూడలిలోకాదు. కూలిపోయిన కూలీల పాకల్లో. నేనిచ్చే హారతి సరస్వతికి కాదు. పరిదగ్ధ దరిద్ర బానిస భావానికి.

నా ప్రధానాశయాలు :

జాతి కుల మత భేదాలు రూపుమాపడం.

సర్వమత సమత్వ నిరూపణ చేయడం.

అభాగ్యులైన కూలీల ఆకలి మంటలకు కారణం బోధించి మార్గం చూపటం.

స్త్రీ పురుషుల సమాన హక్కుల నుద్ఘాటించడం.

ఇవి కాక –

నాకంటె అంధులైన నా ఆంధ్రసోదరులను ఆరని విజ్ఞాన జ్యోతులనే చీకటినుండి వెలుగునకు, అజ్ఞానం నుండి సుజ్ఞానానికి, భిన్నత్వం నుండి అభిన్నత్వానికి మార్గం చూపడం.

శాంతి స్వతంత్రాభ్యుదయాలకై పాటుపడటం.

సంఘంలో పాతుకుపోయిన స్వార్థం; ద్రోహం, ద్వేషం, రోషం, మోసం మొదలైన అంటువ్యాధులను హతమార్చడం.

ఆరిపోని అనురాగ నూతన కవితా దీపికలు ఆంధ్రహృదయ దేవాలయాల్లో వెలిగించి ఆనంద గీతాల నాలాపింపడం –

ఇవీ నా ముఖ్యాశయాలు :

నా ఆంధ్రసోదరులు నన్నన్యథా తలచక హృదయం గ్రహించి సహృదయులై ఆదరిస్తారని,

అన్నామలై విశ్వవిద్యాలయం, ఆశించే

దీపావళి మీ అనురాగాభిలాషి, అభ్యుదయ కవితోపాసి,

నవంబర్, 1943 **– జంపన చంద్రశేఖరరావు.**

క్షామం

1

అది బెంగాల్ దేశం.
అశ్రుతర్పణాలిస్తుంది ఈనాడు.
ఆశ లల్లుకొంది ఒకనాడు.
అశువు లర్పిస్తుంది ఒకనాడు
అనురాగం పుష్పించింది ఒకనాడు.
ఆకలి మంటల రగిల్చింది ఈనాడు.
"నారు పోసినవాడు నీరుపోయడా!"
ఈ తత్వం అక్కడ ఫలించలేదు.
"నిస్సహాయులకు భగవానుడు సాయమౌతాడు"
ఈగాంధీ సూత్రం అక్కడ అమలు జరగలేదు.
"భగవానుడు అనాధ రక్షకుడు; ఆపద్బాంధవుడు."
ఈ వేద ఋక్కులు పదును తప్పి, తుప్పుపట్టాయ్
"బిడ్డల పుట్టించకముందే తల్లుల దగ్గర పాలుదాచాడు"
ఈ ఉపనిషద్ఘోష వ్యర్థఘోష అయింది.
"ద్రౌపది నుంచి 'కరి' వరకు రక్షించాడు కరుణా మయుడు"
ఈ పురాణ రోదనం అరణ్యరోదనం అయింది.
"భగవానుని నమ్మినవారికి బాధలుండవు."
ఈ ముసలి దీవన పసచెడి, విసమయింది.
"అన్నపూర్ణ హస్తంలో అమృత పాత్ర"
ఈ సాధువుల మోట విస్సారం అయింది,
ఇంక మిగిలినవేమిటి?

ఆకలి మంటలు
ఆకలి పేగుల అరుపుల శంఖధ్వానాలు.
అన్నార్తుల ఆక్రందనాల మృత్యుఘోషలు.
అభాగ్య దరిద్ర జీవుల రుధిరాశ్రుధారలు.

* * *

"అమ్మా! ఆకలే! ఆకలే!"
"తల్లీ!"
"అమ్మా! కడుపుమంటే..."
"ఏంచెయ్యనే?"
"కొంచం అన్నం - రెండు ముద్దలు -"
"రెండు ముద్దలే!"
"నాలుగు మెతుకులు"
"పోనీ-కొద్దిగా గంజినీళ్లు"
"గంజి కూడానా?"
"అమ్మా! ఇంకెలాగే బ్రతికేది?"
"బ్రతకడమా!"
తల్లి కళ్ళనుంచి జలజలా కన్నీళ్ళు జారిపోయాయ్.
"అమ్మా! పేగులు చిదికి పోతున్నాయే."
"అబ్బా!"
"నెత్తురు కమిలి పోతున్నట్లుందే... చూడవే..."
"ఏమిటి?"
"ఇంట్లో ఏమైనా ఉన్నదేమో!"
"ఉన్న దొక్క దరిద్రదేవతే, మన కుంచినది ఒక్క కన్నీటిధారే."
"కళ్ళు మసకలు కమ్ముతున్నయ్యమ్మా!"
"లక్ష్మీ!"
"అ...మ్మా!..."
"ఇలా... చూడు."

అంతే. కుమార్తి తల్లి ఒడిలో పడిపోయింది. తల్లి హృదయం ఒక్కసారిగా బ్రద్దలైపోయింది. ప్రపంచం అంతా ఆమె హృదయంలో ముక్కలు ముక్కలుగా చిదికి పోతున్నట్లయింది.

"ఆకలి... ఆకలి" అంటూ కుమార్తె ఒడిలో సొమ్మసిలిపోయింది. ఏం చేస్తుందా హతభాగిని? పాలకు మారు కన్నీటితో పిల్లలను పెంచగలిగితే కడవడు కన్నీళ్లుపట్టి, పిల్లల ప్రాణాలు రక్షించుకొనేదే. కాని కరిరాజు ప్రాణదాత ఆ ఉపాయం అయినా చూపలేదా, అన్నార్తులకు...

నెత్తురుపట్టి ఆకలిమంట చల్లార్చగలిగితే తన హృదయంలో సలసలా మరిగే వేడినెత్తురు దోసిళ్ళతో నింపి పిల్లలకు పట్టుకొనేదే ఆ కన్నతల్లి. కాని నెత్తురు త్రాగి బ్రతకడం క్రూర జంతువులకే గాని, మానవులకు అలభ్యం అయినపని పోనీ, ఆమెలైనా చేశాడుకాదు ద్రౌపదీ మాన సంరక్షకుడా అభాగ్యులకు...

మానవ మాంసంతో బ్రతికించగలిగితే, తల్లి తన వేడి రక్తనాళాలలో ఉడికిపోయిన మాంసపు ముద్దయినా కోసి పిల్లలకు పెట్టుకొనేదే... కాని మనుష్యులను మనుష్యులు చీల్చుకొని తినేస్థితి ఇంకా రాలేదు. ఈమాత్రం రాక్షసత్వం అయినా ప్రసాదించే ఆ కుచేల ప్రాణదాత చూపాడు కాదా దరిద్రులకు... ఇప్పుడా కన్నతల్లి ఏం చేస్తుంది?

చూస్తూ చూస్తూ బిడ్డలను చంపుకుంటుందా?

చంపుకోక ఏం చేస్తుంది?

* * *

అయ్యో! భగవానుడా!

జబ్బులొచ్చి చచ్చేవారున్నారు, యుద్ధంలో చచ్చేవారున్నారు. భగ్నజీవులై ఏ చెరువులోనో పడిప్రాణాలు విడిచేవారున్నారు. అకస్మాత్తుగా ఏకారుక్రిందోపడి మరణించే వారున్నారు. ఏ మసూచకమో, కలరాతో చచ్చిపోయే వారున్నారు. మందుమాకులు లేక గతించే వారున్నారు. ఏపాము కరిచో, ఏ పులి మ్రింగో చనిపోయే వారున్నారు – ఇంకా ఎన్నో విధాల చచ్చేవారున్నారు.

కాని భగవానుడా!

అన్నంలేక చచ్చేవాళ్లెక్కడైనా ఉన్నారా?

నీవు రక్షించినవారిలో ఏభక్తుడైనా అన్నంలేక ఏడ్చినవాడున్నాడా? ఆకలి మంటలకు ఆహుతి అయినవాడున్నాడా? ఏదీ నీ ఆవర్జా తిరగేయ్...

ఏమిటయ్యా తండ్రీ ఈ అన్యాయం! నిండు ప్రాణాన్ని "ఆకలి...ఆకలి" అని అరిపించి చంపిస్తున్నావే... వీళ్ళు చేసిన మహాపాపం ఏమిటి? నీకు గుడులు కట్టించలేదా? కొబ్బరి కాయలు కొట్టలేదా?

ఏమిటి ప్రభూ! ఈతాండవం? మాదేశం శ్మశానంచేసి; మా శవాలపై ప్రళయతాండవం చేద్దామనుకున్నావా? వెఱ్ఱితండ్రి!

చూడు తండ్రీ చూడు.

అమ్మాయి సొమ్మసిల్లిపోయింది.

అబ్బాయి ఎక్కడ పడిపోయాడో తెలీదు.

ఇంతకంటే ఏ ఇల్లో కూల్చి అందరినీ ఒక్కసారి చంపితే నీకరుణాళుత్వానికి ఎంత నుతించేవాళ్ళం! నీకు కావలసినవి "నుతు' లేకదూ!"

పార్వతి కన్నబిడ్డ ముఖంపై కన్నీళ్ళు కారుస్తూ గుండెలు బాదుకుంటూ ఏడుస్తూంది.

అంతలో కాళ్ళచప్పుడుయ్యాయ్

"ఎవరది?

"అమ్మా."

"ఎవరు... బాబూ?"

"అ...మ్మా!"

"సురేశ్! ఏమైనా బియ్యం..."

"దొరకలేదమ్మా!"

పాతికేళ్ళ సురేశ్ వచ్చి తల్లిప్రక్కన కూర్చుండి పోయాడు. ఆమె హృదయం, తుప్పుపట్టిన గడియారం లాగ, తుప్‌తుప్ మనికొట్టుకొని ఆగిపోతున్నట్లుంది మధ్య మధ్య.

సురేశ్ ముఖం వంక దీనంగా చూస్తూ కూలబడి పోయింది.

* * *

"అమ్మా! పేగులు తోడుకు పోతున్నాయే."

"ఏం చెయ్యను బాబూ?"

"అబ్బా! ప్రతి పేగులోనూ ఏవో ఇనపూచలు గుచ్చుతున్నట్లుందమ్మా!"

"అవును బాబూ!ఆకలిబాధకంటే మించిన బాధ ఈలోకంలో ఏముంటుంది?"

"ఇంత బాధపడుతున్నా ప్రాణం అంటే ఎందుకమ్మా ఈ తీపి."

" 'బ్రతకగలం'-అనే ఆశ ఉన్నంతకాలం ప్రాణంపైన తీపి పోదుబాబూ!"

"నిజం. అన్నింటికంటే ప్రాణం 'తీపి' – అన్నింటికంటే ఆకలి 'బాధ.' "

"పాపం చెల్లి చూడు."

"చావలేక బ్రతకలేక సొమ్మసిల్లిపోయింది...ఛా..ఛా... వెధవ చావురాదమ్మా!"

ఆమాట పూర్తికాకముందే సురేశ్ తండ్రి శ్రీధరం పరుగు పరుగున వచ్చాడు నాలుగు కొబ్బరి చిప్పలతో.

"సురేశ్... అమ్మాయి లక్ష్మి ఇంకా బ్రతికుందా? అయితే లేవండి ఇదిగో కొబ్బరి చిప్పలు" అంటూ వచ్చి నేలపై కూలబడిపోయాడు.

మోకాళ్ళనిండా రక్తమే. పాలభాగంమీదనుంచి రక్తంజారి కళ్ళల్లోపడుతూ ఉంది కుమారుడు ఆశ్చర్యపోయాడు. పార్వతి హడలిపోయింది.

"ఏమిటండీ ఈ రక్తం?"

"తరువాత చెబుతా ఈ కొబ్బరి..."

"మొదట చెప్పండి."

"ఏముంది పరుగెత్తుకొని వస్తుంటే, మనకంటే తిండిలేని కామందుల కుక్క- అబ్బా! ఎంత పెద్దదనుకున్నావ్ - అది వెనకపడింది. దాన్ని తప్పించుకుంటానికి పరుగెత్తబోయి రాయితగిలి పడిపోయాను."

"కుక్క కరవలేదుకదా!"

"అంత అదృష్టంకూడానా?"

ఆమె మాటలాడలేకపోయింది.

"త్వరగా పగలగొట్టు... లక్ష్మి పాపం సొమ్మసిల్లి పోయింది. ఉదయంనుంచీ తిండిలేదు. పరగడుపున ఈపాడు కొబ్బరి గొంతుకు దిగుతుందో, దిగదో... సరే ఈనాటి కిదే ప్రాప్తి" అంటూ లక్ష్మిని లేవతీశాడు.

ఆమె కన్నులు చన్నీళ్ళతో తుడిచాడు.

ఆ అభాగిని కళ్ళువిప్పింది. తండ్రిని చూచింది.

"నా–న్నా!"

"ల – క్ష్మీ!"

"తెచ్చారా?"

"ఆఁ – – – లే తల్లీ లే!"

ఆ కన్నతండ్రి వాత్సల్యం చూచిన సురేశ్‌కు తన మూడేళ్ళ కుమారుడు జ్ఞాపకం వచ్చాడు. అతని కన్నులు చెమర్చాయ్.

పార్వతి కొబ్బరి ముక్కలు పెద్దవి ఇద్దరు బిడ్డలకూ పెట్టి మిగిలిన చిన్నముక్కలు భర్తకిచ్చింది. ఆయన కొన్ని పార్వతి కిచ్చాడు.

ఆకాస్త కొబ్బరితిని అంతా ఆపూటకు ప్రాణాలు నిలుపుకోగలిగారు... చీకటిపడింది. వెలుతురంతా ఎక్కడకు పోయిందో.

* * *

"నాన్నా! మీకీ కొబ్బరి చిప్పలెక్కడివి?"

"గుళ్ళో ఎవరో కొడుతున్నారమ్మా!"

"ఓహో! మీకిచ్చారా?"

"ఇస్తారూ! వారుచూడకుండానే..."

"రామ రామ దొంగతనమా?"

"ఇంకానయ్యం. మిమ్మల్ని రక్షించుకొనే నిమిత్తం ఏది చెయ్యమంటేచేయను తల్లి! నరకాగ్ని మధ్యంలో దుమకమన్నా దుమకగలను! బిడ్డల ఆనందం కంటే తల్లిదండ్రులకు కావలసిందేముంది?"

"నాన్నా! అయితే తిండికి లేక ఇలా చచ్చిపోతుంటే దేమునికి కొబ్బరి కాయ లెక్కడ దొరికాయినాన్నా!"

"దేముని పేరు మతంపేరూ చెప్పితే జరగని అక్రమం, అన్యాయం ఘోరం ఏమున్నాయమ్మా! అంచేతే" మతమనే ముసుగుతో ప్రపంచాన్నంతా మోసం చేయొచ్చును. అని వివేకానందస్వామి అన్నాడు. భగవంతుడు నాలుగు కొబ్బరికాయలు తీసుకొని శాశ్వత భాగ్యభోగాలిచ్చే లంచగొండని ఈ నిర్భాగ్యుల తలంపు. వారి బుద్ధి బూజు పట్టింది. వారి హృదయం బండ బారింది"

ఆమాట అంటూ ఉంటే కొడుకు అడ్డువచ్చి "నాన్నా! కోటీశ్వరులు కొన్ని కొబ్బరికాయలు లంచమిచ్చి, మరో కొన్నికోట్లు గడించాలనుకుంటుంటే ఈ భగవానుడెలా సహిస్తున్నాడో!" అన్నాడు.

"బాబూ! వాడిహృదయం తెలియడం కష్టం"

"అవున్లెండి. మనహృదయాలు మనకు తెలిసినవి కాబట్టివాని హృదయం తెలియలేదనుకుంటామా!"

"నాయనా విజ్ఞాన చంద్రికలు జీవితాంధకారాన్ని విచ్ఛిన్నం చెయ్యాలే కాని, మనం తెలుసుకోలేని దేమిటి? రామకృష్ణ పరమహంస చెప్పినట్లు - మనకూ పరమాత్మకూ మధ్యనున్న 'మాయ' అనే తెర తొలగిపోతే, పరమాత్మ యెవరో మనమెవరమో తెలుసుకోగలం. అప్పుడు మనకూ వానికీ భేదం ఉండదు నాయనా! సర్వప్రాణికోటిలో వెలిగే ఆపరంజ్యోతి ఒక్కటే. పేరులువేరు రూపాలు వేరు అంతే"

"బాగుందిలెండి. ఇటువంటి వేదాంతం బోధించే లక్షాధికారులు కోటీశ్వరులై భిక్షాధికారులను పకీరులనుచేసీ తుదకు పట్టెడు మెతుకులుకూడా లేకుండా చంపుతున్నారు."

"సురేశ్! వారికి తెలిసింది ఈ వేదాంతంకాదు. అది వేరు. వారు దరిద్రబానిస జీవచ్ఛవాల జీవితాలతో జూదమాడి లక్ష్మిని కైవసం చేసుకుంటారు లక్షలు గడిస్తారు. బంగారపు గొలుసులు చేయించుకుంటారు వాటిచేతే బంధించుకుంటారు. ఆ బంగారు సంకెళ్ళలో వారికి రక్తి ఆసంకెళ్లలోనే వారికి ముక్తి."

"అంతేలెండి మనకు ఇనుప సంకెళ్ళు వారికి బంగారు సంకెళ్ళు. ఇద్దరం ఖయిదీలమే కదూ!"

"మన సంకెళ్ళు బానిసత్వంచేత. వారివి ఆశాపిశాచం చేత. మనకు కావలసినవి గుప్పెడు మెతుకులు. వారికి కావలసినవి పట్టెడు బంగారపుకాసులు."

"అవును. వారికి జీవితంపై రక్తి, మనకు విరక్తి; ... సృష్టికి శక్తి –పాపికి; భక్తి... భక్తునకు ముక్తి; భగవంతునకు యుక్తి. బలే చిత్రంగా ఉందిలెండి ఈమాయానాటక ప్రదర్శనం! కాని ఈనాటకంలో ప్రధాన పాత్రలెవరివో!"

ఆమాట అంటుంటే లక్ష్మి నవ్వుతూ "ఇంకెవరివి? గుళ్ళోపూజారిది; మఠంలో ఆచారిది" అని చెప్పింది. "నిజం తల్లీ! నిజం. పేదల నెత్తుటి బొట్టుల్లో తయారుచేసిన డబ్బంతా భగవంతున కిచ్చేది ఈపూజారి భక్తుడేకదూ! వాని విసపు గుండెలోప్రవహించే కుళ్ళునీటి కాల్వకు ఆనకట్టు కట్టేది, అతని వీభూది వెండికట్టులేకదూ! అతని కన్నుల మరిగే కాముకజ్వాలలు దాచుకొనేది, శివుని మూడవ కంటి మంట లోనేకదూ! కరుడుకట్టి, మొరటుబారిన అతని కుచ్ఛిత ప్రవర్తనా వికృత క్రూర సర్పముల తలలు దాచేది, మతమని పేరుపెట్టిన నీలిముసుగులోనేకదూ! అటువంటి మహాశయుడు, బంగారు తండ్రి పూజారయ్యకంటే పుణ్యాత్ముడెవడుంటాడు? భగవానునకూ మనకూ మధ్యవర్తికదూ? పదణాలిస్తేనేగాని కొబ్బరికాయ కొట్టనీయని నట్టింటి వేల్పుకదూ!" అంటూ తండ్రి ఉద్రిక్త హృదయంతో అంటుంటే కుమారుని ఆనందం వర్ణించలేం.

"నాన్నగారూ! నిజం చెప్పారు లేకపోతే మనహృదయార్తి భగవానునకు వెళ్ళబోసు కుందామంటే మధ్యవీడెవడండీ, వెధవ పెండికట్లూ వీడూనూ. తింటానికి తిండిలేక 'అలోలక్షణా' అని మనం చస్తుంటే, కొవ్వు పట్టి పొట్టపెంచి, కస్తూరి బొట్టుపెట్టి, పట్టుబట్టి కట్టి, గంధం పూసి పరమభక్తునిలా తయారయ్ ఎప్పుడు కావాలంటే అప్పుడా దేవుని చూడకుండా, వానికీ మనకూ మధ్యతెరవేస్తాడేమిటి – సృష్టంతా తానే శాసిస్తున్నట్లు?"

"సురేశ్! నిజానికి శాసకుడతడే; రాజుకాడు. రాజుని కూడా భగవానుని పేరు చెప్పి భయపెట్టగల సమర్థుడు. కాని ఒక్క చిత్రం"

"ఏమిటండీ"

"గాంధీగారు 'భగవంతు డున్నాడు. నే నాయనను సర్వత్రాచూస్తున్నాను.' అని అన్నట్లు సర్వేశుడు పిపీలకాది బ్రహ్మపర్యంతం ఉన్నాడు.విగ్రహంలో చూడగలిగిన ఆ పరమాత్ముని పరంజ్యోతి, మానవులలో చూడలేకపోవడం కేవలం మూర్ఖం; అప్పుడు విగ్రహాన్ని పూజిస్తూ, అంతకంటే విలువై బ్రతికిచరించే ప్రాణికోటిని కుక్కలకంటే నీచంగా చూచేటట్లు చేస్తున్నదీ పూజారే. వానికే 'మానవసేవే మాధవసేవ' అని తెలుస్తే, ఈ 'క్షామం' రోజుల్లో దేవునిపేర నిచ్చే నైవేద్యాలైనా ప్రజలకిచ్చి వారి ఆకలి మంటలు చల్లార్చడూ!"

“అయితే స్వార్ధపరు డెలాగౌతాడు. నలుగురు చేతా నాలుగు అక్షింత లెలా వేయించుకుంటాడు.”

“ఎవరెన్నన్నా, ఎవరెలా చచ్చినా, దేవునికిమాత్రం దీపారాధన, నైవేద్యం మానడు.”

“లేకపోతే దేవుడూ మనలా ఆకలివేసి అరిచరిచి చావడూ.”

“అందుకనే ఒకోగుడిలో నిదరపోయే దేవునికి, కమ్మనినేతి భోజనాల కొరకు వందలాదిగా భూములున్నాయ్”.

“ప్రజలు తిండిలేక కరువు కాటకాలవల్ల చస్తే చావొచ్చునుగాని, భగవానుడు చావరాదు చూడండీ. ఎందుకంటే వాడుచస్తే ఈ దరిద్రసృష్టి మళ్ళీ చేసేదెవరు?”

“అంచేతే వివేకానందస్వామి అన్నాడు ‘ఇండియా ప్రజలకు తినడానికి తిండిలేదు. విగ్రహాల మెడలనిండా రత్నాలే’ అని.”

“బాగా చెప్పాడు లెండి”

“సురేశ్! భారతమాత రత్నగర్భే ప్రయోజనం ఏమిటి? ప్రాణంలేని రాతి బొమ్మలమెళ్లల్లోనూ, రాజుల ఖజనాల లోనూ రత్నాలు దాచుకుంది. ప్రజలకు నత్తగుల్లలు, గులక రాళ్ళు మిగిల్చింది. అంచేతే ఈ ‘క్షామం!”

“ఈ పూజారికితోడు లక్ష్మి చెప్పినట్లు మఠాధికారులూ”

“శంకర! రామానుజ, మధ్వాచార్యులు మహాత్ములే హిందూమతోద్ధారకులే కాని వారి పేర కట్టిన మఠాలలోని వారంతా వారిలా మహాత్ములుకారు. అంచేత సత్యానికిబదులు అసత్యం, ధర్మానికి బదులు అధర్మం. న్యాయానికి బదులు అన్యాయం మఠాలలో తాండవం ఆడుతున్నాయ్.”

“సురేశ్! ఒక్కటి చెబుతావిను, గాంధీగారన్నట్లు శక్తిగలవారెవరూ పూర్వార్జితంమీద, దానధర్మాలమీదా ఆధారపడి సోమరులై బ్రతుకరాదు. కష్టపడాలి చెమటూడ్చాలి. బ్రతకాలి. అది నిజమైన బ్రతుకు అంతేగాని ఆయాచితంగా వచ్చిన ఆస్తిమీద బ్రతకరాదు”

“కష్టపడాలన్నా పనులు లేకపోతే ఏంచేస్తారు?”

“ఇలా క్షామాగ్నికి శలభాల్లాచస్తారు. ఈ కరువుకు కారణం దేశంలో డబ్బులేక కాదు ఆహారం లేక కాదు ఉన్నా ధన ధాన్యాలన్నీ ధనికుల మహాభవనాల్లోనే దాగుడు మూతలాడడం వల్ల మిగిలిన ప్రజలు చస్తున్నారు.”

“నిజం నిజం వారికి కరుణ పూజ్యం”

“జహ్వార్ లాల్ చెప్పినట్లు ప్రజలలో రెండేతెగలు. గొప్పవారు బీదవారు. కాలంగడుస్తున్న కొద్దీ గొప్పవారు మరింత గొప్పవారౌతున్నారు. బీదవారు మరింత బీదవారౌతున్నారు”.

ఆమాటలన్నీ వింటున్న లక్ష్మి “ఇంక చాల్లెండి ఈ మాటల్లోనే తిన్నదంతా అరిగి

పోతుంది. తెల్లారి అన్నం దొరికితే చూచుకుందాం పదండి పోయి కళ్ళు మూద్దాం" అంటూ లేచింది.

అంతా చీకటిలో చిన్న లైటుకాంతిలో ఎవరిమంచాల మీద వారు పండుకున్నారు - వివిధ భావాలతో; వివిధ బాధలతో... ...

2

కన్ను గానని కటికి చీకటి.
కాళరాత్రి భయంకర వికృతాట్టహాసం.
ఖనేల్ ఖనేల్ మని మండే చితాగ్నీ పరివృత్త స్థలం.
కంఠేకాలుని ప్రళయనాట్యోచిత రంగప్రదేశం.

* * *

"అమ్మా! ఎవరో ఏడుస్తున్నట్లున్నారే?"

"ఎవ్వరూ లేరు. గండుపిల్లి తిండి లేక ఏడుస్తూంది."

నాలుగు నిమిషాలు గడిచాయ్.

లక్ష్మి శరీరం భయంచేత వణికిపోతూంది.

సురేశ్ శ్రీధరం చేసేదేమీ లేక, పొడికళ్ళను తడిచేసే కన్నీటిని తుడుచుకుంటూ ఉన్నారు.

లక్ష్మి రోడ్డుమీద ఎవరైనా కేకవేస్తూంటే హడలి పోతూంది.

పదహారేళ్ళ పడుచుపిల్లకు లోకానుభవం ఎలా తెలుస్తుంది? లోకంలోని ఏడుపంతా ఆమె గుండెలోనే వినబడుతూంది.

"అమ్మా! భయమేస్తూందే?"

"ఎందుకమ్మా ! ఏముంది? రోజూచూచే చీకటే కదూ!"

"ఆ చీకటివేరూ, ఈ చీకటి వేరమ్మా! ఆ చీకటి గడవగానే అంతా నవ్వుతూ లేచేవారు. ఈ చీకటిలో అరచి అరచి చచ్చిపోతున్నారు. పూర్వం నవ్వులు ఇప్పుడు ఏడ్పులు. సృష్టికి జననం. ఇప్పుడు మరణం."

"లక్ష్మీ! మీనాన్న చెప్పినట్లు జననమరణాలు. స్వర్గ నరకాలు, కలిమి లేములు, చీకటి వెలుతురు - సర్వం ఆత్మకు ఒకటేనమ్మా."

"ఏమిటో నమ్మా, ఎవరెన్ని చెప్పినా చావంటే నాకు చాలా భయం చచ్చిపోతే నిన్నూ, నాన్ననూ, అన్నయ్యనూ, వదెన్నూ, చిట్టిపాపనూ, మా స్నేహితుల్నీ, నాబొమ్మల్నీ అన్నీ విడిచి పోవలి కదూ! అబ్బ అంతకంటే కష్టం ఏముందమ్మా"

"వ్యామోహం విడిచి వేయాలి తల్లీ!"

"కబుర్లలో విడిచివేయొచ్చు. హృదయం నుంచి ఎవరు తొలగించారో చెప్పు?"

"గాంధీగారు; రామకృష్ణ పరమహంస..."

"నలభైకోట్లలో ఇద్దరో ముగ్గురో లెక్కకు వస్తారు మిగిలినవారో!... అమ్మా! లక్షచెప్పు, వ్యామోహం చావదమ్మా!" ఆమాటకు తల్లి జవాబు చెప్పలేపోయింది. లక్ష్మి నిమ్మదిగా ప్రారంభించిందిలా "అమ్మా! జీవియాత్రలో అడుగుతీసి అడుగు వేసేసరికి ఆహ్వానం చేస్తుంది వ్యామోహం; ధనవ్యామోహం; విద్యావ్యామోహం; కీర్తివ్యామోహం; తుదకు చస్తే స్వర్గవ్యామోహం–ఇలా సృష్టంతా భగభగ మండే అవ్యామోహాగ్నిలోపడి కాలి బూడిదైపోతూంది. ఆ బుగ్గినుంచే పునఃసృష్టి ప్రారంభం"

అలా లక్ష్మిచెబుతుంటే తల్లిదండ్రుల ఆనందం – ఆనకట్టలు లేని నదీప్రవాహం అయింది.

"లక్ష్మీ! ఇన్ని తెలిసి ఇంకా భయం అంటావే తల్లీ!"

"భయం కాకేముందమ్మా! వృద్ధాప్యం వచ్చి చనిపోనీ ఏజబ్బు వచ్చి చచ్చినా పరవాలేదు. అంతేకాని "ఆకలి ఆకలి" అని అరిచరిచి ప్రాణాలు విడవడంకంటే అన్యాయం ఏముందమ్మా!"

"అవును తల్లీ అవును."

ప్రపంచ నాటక రంగంపైన నాలుగు మాటలుచెప్పి, రెండుపాటలు పాడకుండా వేషం వేసుకుంటూ ఉంటేనే–" నీపాత్ర అయిపోయింది. ఇక నీవు తెరామటునేగాని, తెర'ముందుకు రాలేవు' అని భగవానుడాజ్ఞయిస్తే ఎలా చెప్పు?'

"అమ్మా! ఇచ్ఛామాత్రం చేతే ఏర్పర్చిన ఈ సృష్టిని, ఇచ్ఛామాత్రం చేతే అంత మొందించుకొంటున్న ఆయన ఇచ్ఛకు ఎవరు వ్యతిరేకం చెప్పగలరు? ఒక చిత్రాన్ని చిత్రించిన చిత్రకారుడా చిత్రాన్ని తన చేచేతులతోనే ముక్కముక్కలు చేసుకుంటూ ఉంటే ఎవరేమనగలరు?"

"ఎవరైనా అంటారు, మూర్ఖుడని. నవమాసములు మోసి, కన్న సంతానాన్ని చంపుకొంటున్న కన్నతల్లి నేమంటారు? మూర్ఖురాలంటారు..."

"ఇక్కడే పొరబడుతున్నావ్. చిత్రకారుడు తానువేసిన చిత్రంకంటే మంచి చిత్రాన్ని వేయాలనే మొదటిచిత్రాన్ని నాశనం చేస్తాడనుకో – అప్పుడేమంటావ్?"

" 'కళాధర్మం తెలిసిన ప్రజ్ఞాశాలి' అంటాను."

"అలానే ఈ సృష్టికంటే మరో అద్వితీయవెయైన సృష్టిని నిర్మించాలని అనుకుంటాడనుకో – అపుడా భగవానుని కూడా 'కళాధర్మం తెలిసిన ప్రజ్ఞాశాలి' అని అనాలికదూ!"

ఆ మాటలకు లక్ష్మి నిరుత్తర అయిపోయింది.

ఒక గంటసేపు గడిచింది.

సురేశ్‌కు కునుకుపడుతూ పడుతూ ఉంది.

లక్ష్మి సృషట్టపరిణామాన్ని ఆలోచిస్తూ నిదరపోతూ ఉంది.

అంతలో వీధితలుపులు ఎవరో కొట్టారు.

సురేశ్ లక్ష్ములు కళ్ళు విప్పారు.

శక్తిలేని చేతులతో తిరిగి ఎవరో కొట్టినట్లయింది.

'ఎ-వ-ర-ది?" అన్నాడు నెమ్మదిగా శ్రీధరం.

బోరున వీచేగాలిలో ఆమాట వినబడలేదుకాబోలు, మళ్ళీ నెమ్మదిగా తలుపు కొడుతూ ఉందొక అభాగిని.

"ఎ-వ-ర-ది?" అన్నది పార్వతి ధైర్యంతో

"పా-ర్వ-తి!"

పార్వతి వెంటనే ప్రక్కమీదనుంచి లేచింది

"సుగుణా?"

"పా... ... ..."

పార్వతి ఒక్క పరుగున వీధి గుమ్మం దగ్గరకు వెళ్ళింది. వణికిపోయే చతేలతో తలుపు తీసింది.

అంతే - అభాగిని పార్వతి పాదాలపై పడిపోయింది శ్రీధరం లైటు పెద్దదిచేసి చూచాడు.

"ఎవరు? సుగుణా!"

"పా...ర్వ..."

ప్రక్కింటి సుగుణ పార్వతివంక దీనంగా చూస్తూ చేతికేదో ఇచ్చింది. అది ఆమె యితరుల కిచ్చిన అప్పుపత్రాల మూట. ఆమెకున్న ఆస్తిదే. ఆస్తిఉన్నా అన్నం లేదుపాపం!

పార్వతి ఎంత పలుకరించినా పెదవికదిపి మారుమాటాడలేదా! దరిద్రజీవి. కన్ను విప్పి చూడలేదు. ఆమెను చూస్తున్న లక్ష్మి-"ఛీ-ఛీ వెధవ పరిపాలన భగవంతుడే కనబడితే ముక్కలు ముక్కలు చేసే దానిని ఇలా ఎన్ని నిండు ప్రాణాలు మట్టి కలుపుతాడు?" అనుకుంటూ ఉంది.

పాలమ్మి, రాట్నం ఒడికి జీవిస్తూ ఉండేది సుగుణ. గడ్డి పెట్టలేక నూలు వడికే చేయిని కదలకుండా చేసుకుందిప్పుడు-- మృత్యుదేవునితో చేయికలిపి.

పార్వతి కన్నీళ్ళు ఆమె ముఖంపై వర్షధారల్లా పడుతూ ఉన్నాయ్, భర్తవంక దీనంగా చూచింది.

"సుగుణ చచ్చిపోయినట్లేనా?"

"ప్చ్, చచ్చిపోయినట్లే"

"ఇప్పుడేం చెయ్యాలి?"

"ఎవరు?"

"మనమే"

"మనమా?"

"ఇంకెవరు?"

"ఎ-వ-రీ-మె?" అంటూ అంతలో ఎవరో నలుగురు రక్షక భటులు నిలబడ్డారు.

"అభాగిని" అన్నాడు శ్రీధరం - సుగుణవంక చూస్తూ. వెంటనే ఆరక్షక భటులామెను తీసుకొని వెళ్ళి శవదహనం చేసేందుకు అనుజ్ఞ కోరారు. ఆయన ఒప్పుకున్నాడు, వెంటనే వారు ఆమె నొక కారులోవేసుకొని వెళ్ళిపోయారు.

పార్వతి "సు-గు-ణా!" నీకీగతి పట్టిందా!" అని గొల్లుమని కూలిపోయింది. లక్ష్మికూడా 'రామ రామ' అంటూ నిశ్చేష్టితురాలై పోయింది.

ఒక క్షణం క్రితం పిలిచి పలుకరించిన సుగుణ ఇప్పుడే భూగర్భంలో శాశ్వత నిదురపోతూ ఉంటుందో!

అబ్బా! చావెంత విచిత్రమైంది.

కలిసిపోయిన హృదయాలను సహితం పెగిలించి వేరు చేస్తుందే!

* * *

రాత్రి పన్నెండు గంటలయింది.

ఎవరికీ నిద్రలేదు.

ఇల్లంతా బీభత్సంగా ఉంది.

అరగంట గడచింది.

అంతలో పక్కింటి పాపాయమ్మ గొల్లుమంది.

"ఏమిటే అమ్మా! అత్తమ్మ ఏడుస్తున్నట్లుందే" అన్నది లక్ష్మి వణకి పోతూ

"కొంప తీసి పాప-"

"చచ్చిపోలేకదా?"

"ఏమో!విను-విను."

వారు వింటున్నారా ప్రక్క ఇంటిలో రోదనం.

"ఎంతపని జరిగిందే పాపా! అచ్చటాముచ్చటా తీరడానికి పెళ్ళైన ఆరునెలలైనా కాలేదప్పుడే అకాలమృత్యువు వాతాపడ్డావాతల్లీ! అబ్బాయివస్తే ఏమిచెప్పనేతల్లీ" అంటూ ప్రక్కింటి పాపాయమ్మ పదెనిమిదేండ్ల పాప చచ్చిపోతే ఏడుస్తూ ఉంది.

"అమ్మా! పాపేనే!"

అంటూ లక్ష్మిలేచి బయలుదేరింది.

"ఎక్కడికే"

"పాపను చూడాలి - నాపాప నన్నువిడిచి పోయిందే అమ్మా!" అంటూ లక్ష్మి ఏడుస్తూ బయలుదేరింది. ఆమెతో పార్వతి కూడా బయలు దేరింది.

సాయంకాలం వరకూ కబుర్లు చెప్పిన పాప కళ్ళు మూసేసింది. మూసిన కళ్లింక విప్పదు. భర్తతో మళ్ళీ మాట్లాడదు. ప్రాణానికి ప్రాణంగా చూచుకొనే లక్ష్మితో నింక పిలువనైనా పిలువదు – తెల్లవారి ఉదయించబోయే సూర్యభగవానుని తిరిగిచూడపోదు–

"పాపా!" అని కేకవేసి అనురాగంతో పిలిచే తల్లికి "వస్తున్నా" నంటూ జవాబు చెప్పలేదు. ఇంతకంటే సృష్టిలో విచిత్రం ఏముంది?

ఆమె జీవిత నాటకానికి చివరతెర జారిపోయింది.

లక్ష్మి వచ్చి పాపమీదపడి "పాపా... పాపా––వెళ్ళిపోయావా? ఇంక నా కెవ్వరేపాప!" అంటూ కన్నతల్లి కంటే యెక్కువగా వెక్కి వెక్కి ఏడ్వడం ప్రారంభించింది.

ఎంతమంది ఏడ్చినా, ముఖంమీద ఎన్ని కన్నీళ్ళుపడినా పాప లేస్తుందా?

మొదలంటా కూలిపోయిన చెట్టును తిరిగి పాతినీళ్ళు పోస్తే బ్రతుకుతుందా? అంతే.

సురేశ్, శ్రీధరాలు మరికొందరి సాయంతో పాపదహన సంస్కారాలుచేసి ఇంటికి వచ్చారు.

రాత్రి రెండుగంటలయింది.

లక్ష్మి ఏడుస్తూ కూర్చుంది.

తండ్రి ఎంత ఓదార్చినా, కారే కన్నీటిధార అగడం లేదు.

"లక్ష్మీ! ఏడుస్తే లాభం ఏముంది?"

"హృదయభారం తగ్గుతుంది"

"మన హృదయ భారాలు మృత్యుదేవత పవిత్రహస్తాలతో లేవనెత్తితేనేగాని తగ్గదమ్మా! అనుక్షణం అధఃపాతాళానికి తొక్కి వేస్తూ ఉంటుందా భారం."

"నాన్నగారూ! లోకం అంతా ఇలా ఆకలి బాధకు ఆహుతి అయిపోతుందా?"

"ఎన్నటికీ కాదు."

"మరి మనకర్మం ఏమిటి?"

"అబద్ధాలాడి, అన్యాయాలుజేసి అక్రమంగా ఆస్తి గడించి మన ఆంధ్రదేశానికి వెళ్ళకపోవడం"

"అదా? అయితే మనమిలా నెత్తురు కక్కుకొని చస్తూంటే ఆనందంగా భోంచేసే వారుకూడా ఉన్నారూ?"

"ఆనందంగా నేమిటి? పరమానందంగా... పంచభక్ష్య పరమాన్నాలతో భోంచేస్తున్నారు. వారు కుక్కలకూ పిల్లులకూ పారవేసిన భోజనం మనకుంటే – ఈక్షామబాధ తొలగి పోయేదే"

"వారు పూర్వజన్మలో పెట్టిపుట్టుకున్నా రేమో!"

"అదేమీ కాదమ్మా!"

"ఏమోలేనాన్నా! మనకర్మిది; వారికర్మది. మనంచావడానికి పుట్టాం. వారు బ్రతకడానికి పుట్టారు. ఎవరి తలవ్రాత ఎవరు తప్పించగలరు?"

"లక్ష్మీ! అబ్బాయి చెప్పినట్లు ఇటువంటి శుష్కవేదాంతం బోధించే మనలను నిర్జీవులను చేశారు. మనజాతిని నిర్వీర్యంచేశారు. మనదేశాన్ని పేదదేశం చేశారు.

పూర్వం రష్యాలో ఇలానే అనుకొనేవారు. మానవ హృదయం తరచిన మహాత్ములైన మార్క్సు టాల్‌స్టాయ్ గోర్కీ, గాగుల్స్, లెనిన్, స్టాలిన్ మొదలగు వారి మహోపదేశాలవల్ల జాతికి పిరికికండ పోయింది జాలిగుండెలో వేడినెత్తురు ప్రవహించింది. జాతిచూపులో విశాల భావం చివురించింది. నలభై సంవత్సరాలలో రష్యా ప్రపంచవిఖ్యాతి పొందింది... నలభై సంవత్సరాల క్రితం చావలేకా బ్రతకలేకా కదిలే శవాల్లాగైపోయిన కూలీల కండపెంకులు, ఇప్పుడు అమృతపాత్రలయ్యాయ్ రైతుల పొలాలలో భాగ్యలక్ష్మి అమరనృత్యంచేస్తూ ఉంది. ఇప్పుడక్కడ స్వదేశరక్షణకై ప్రాణసుమాలు అర్పించే వారున్నారు గాని, "ఆకలి – ఆకలి" – అంటూ అరచిచచ్చే అన్నగత ప్రాణులు లేరు.

లక్ష్మీ! స్వార్థపరులు కల్పించిన స్వర్గం రంభానురాగం వారికి లేవు. వారి స్వదేశమే వారికి స్వర్గం. వారి ప్రభువే వారికి ఇంద్రుడు, వారేదేవతలు వారి భోజనమే అమృతం...

లక్ష్మీ! ఈ మార్పంతా ఏబ్రహ్మదేవుడు వచ్చిచేశాడమ్మా! గర్భదరిద్రుల తలవ్రాతుల ఏవిధాత చెరిపాడమ్మా."

"వారంతా ఎలా స్వర్గసుఖం అనుభవిస్తున్నారు నాన్నా!

"వారందరికీ గల సంఘీభావంవల్ల గొప్పవారంతా పేదవారిపై సోదరత్వం వహించి, ఉన్నధనరాసులను ప్రభుత్వ పరం చేయడంచేత, ఇక్కడక్కడ ఒకనికి ఆకలిబాధ; మరొక నికి అజీర్తి బాధాలేదు. అందరూ ఆ మాతృభూమికై పాటు పడువారే."

"బాగుంది నాన్నా! బాగుంది. మనవారెందుకు చేయరాదూ!"

"చేయొచ్చు. మనలో సంఘీభావంలేదు. అరవింద ఘోషుగారందుచేతే 'భారత వర్షమందెప్పుడూ ఐక్యతలేదు. చంద్రగుప్త అశోకాదులకాలంలో లేదు. ముసల్మానుల భారత విజయంనాడు లేదు.' అని సంఘీభావం నేటికైనా రావాలని చాటారు."

"బాగా చెప్పారు."

"లక్ష్మీ! సంఘీభావమే మనలోఉంటే, ఒకడు ఇంటి ముందు తిండిలేక, అలోలక్షణా అని ఏడ్చిచస్తుంటే, మరొకడు కడుపునిండా – తుదకొక ముద్దకూడా భోంచెయ్యగలడా తల్లీ!

ఎందరు లక్షాధికారులులేరు; ఎందరు కోటీశ్వరులు లేరు; మరెందరు జమీందారులు లేరు; ఇంకెందరు మహారాజులు లేరు... వారి ఖజానాలలో ధనరాసులు లేవా? వారి గాదులలో ధాన్యపురాసులులేవా? వారి మందిరాలలో ఏవిలేవు! వారికన్నీ ఉన్నాయ్. వారు పరితపించేది

తిండికి కాదు; మండే గుండెలు చల్లార్చే ద్రాక్షరసామృతధారలకు. వారు అన్వేషించేది ప్రజాసేవకుకాదు; మానినీ మధురాధర సుధాధారలకు...వారు పఠించేది భగవద్గీతకాదు; అప్పుపత్రాల పూర్వాపర సందర్భాలు.

తల్లీ! వారూ మన మతగురువులు.

లక్ష్మీ! వారూ మన సంఘోద్ధారకులు.

అమ్మా! వారూ మన జీవన దాతలు"

తండ్రి హృదయద్వారాలు తెరిచాడు. లోపల పగిలి పోతున్న అగ్నిపర్వతాలు చూపించాడు... లక్ష్మి ఆశ్చర్య పోయింది. శ్రీధరం ఉద్రేకం చూచిన పార్వతీ సురేశులు మారుమాటాడలేకపోయారు.

అందరి హృదయంలోనూ అగ్నివర్షమే.

అందరి కడుపులకు ఆకలి మంటలే.

ఏంచేస్తారు?

ఆనందంగా భోంచేసే సోదర భారతీయుల స్వార్ధపరత్వానికి చింతిస్తారు.

అంతకంటే ఏం చెయ్యగలరు?

మహాత్యాగుమూర్తులూ వారి శవాలను ఆకలిగొన్న నక్కలకు బలిజేసి భూతదయ పాటించగలరు.

అంతేనా?

అంతకంటే ఇంకేం చెయ్యగలరా అభాగ్య బానిస క్షుద్ర జీవచ్ఛవాలు?

* * *

తెల్లవారుతూ తెల్లవారుతూవుంది.

అంతా నిదరపోతూ ఉన్నారు కొద్దిగా.

అంతలో మళ్ళీ తలుపు ఎవరో కొడుతున్నారు.

లక్ష్మి కళ్ళు విప్పింది.

మళ్ళీ తలుపెవరో కొడుతున్నట్లయింది.

లక్ష్మి గుండెలు వేగంగా కొట్టుకుంటూ వున్నాయ్.

తల్లిని గట్టిగా కౌగలించుకొని "అమ్మా! దెయ్యమే - దెయ్యమే" అని కళ్ళు మూసేసుకుంది.

పార్వతి లేచి ఆ చప్పుడు వింది.

ఆమె హృదయంకూడా శతధా విభిన్నమైపోయినట్లయింది.

"జీవితాశలు అంతరించని సుగుణగానీ ఇలాప్రేతమై వచ్చిందా!" అని కళ్ళువిప్పి శూన్యంవంక చూస్తూ ఉంది.

అంతలో -

"అత్తమ్మగారూ! అత్తమ్మగారూ" అని స్పష్టంగా వినబడింది. ఆమాటవిని సురేశ్ లేచాడు.

"ఎవరిది?"

అత్తమ్మగారూ!"

"శ్యామలా!"

"తలుపుతీయండి"

ఆమాట ఆనమాలు కట్టిన అంతా పరుగు పరుగున వెళ్లి తలుపు తీశారు ఇంకెవరు?

ఇంటికోడలు శ్యామల, కన్నబిడ్డ సుధీర్‌తో ప్రక్కనున్న పల్లెటూరునుంచి వచ్చింది.

శ్యామలను అత్తగారు చేయిపట్టుకొని లోనికి తీసుకువెళుతూవుంటే, సురేశ్‌కూడా వెంట ననుసరించాడు.

మూడేళ్ళు దాటిన సుధీర్‌ను మేనత్త లక్ష్మి ఎత్తుకొని "ఎన్నాళ్ళకు చూచారాబాబూ!" అని ఆడిస్తూ లోపలకు వెళ్ళింది.

నిలబడిన బండివానికి డబ్బులిచ్చి పంపించాడు శ్రీధరం.

ఆమె అలారావడం చూచి అంతా ఆశ్చర్యపోయారు.

ఆవెు తండ్రి చనిపోయినట్లూ ఇల్లు కనిపెట్టుకున్న బామ్మకూడా తిండిలేక చనిపోయినట్లూ, తాను చేసేదేమీలేక పిల్లవాడినైనా రక్షించుకుందామని బయలుదేరి వచ్చినట్లూ చెప్పింది.

వారు బంధువియోగానికి కొంతసేపు చింతించారు.

బెంగాల్ దేశం అంతా క్షామపిశాచ నృత్యకేళీ రంగస్థలం అయిపోయిందికదా అని విచారించారు.

సుధీర్ క్షేమంగా వచ్చాడుకదా అని సంతోషిస్తూ ఉందిలక్ష్మి. క్షేమంగా బ్రతికివచ్చిన మనమని ఎలారక్షించుకోనా అని క్రుంగిపోతున్నారు పార్వతీ శ్రీధరం.

చాలా కాలానికి కలుసుకున్న సతీపతులు-వాళ్ళ సంగతులేవో మాట్లాడు కుంటానికి మరో గదిలోకి వెళ్ళారు. చీకటి పోయింది. సూర్యభగవాను డుదయించాడు.

మనమంతా భారతమాత సంతానమే.

అంతా ఆమె మృదులాంకం మీదే నిదురపోతాం

ఆమె పెంచిన ప్రకృతి తోటలోనే ఆడుకుంటాం.

ఆఖరకు అజగజ్జనని పిలిచినప్పుడే యాత్ర ముగిస్తాం.

ఇలా ఎన్నిట్లోనో ఐక్యభావంపొందుతాం.

కాని, తినేతిండిలోనూ, కట్టే బట్టలోనూ, ఉండే ఇంటి లోనూ మనలో మనకున్న భేదాలు అనంతం. ఈ ఆనంత భేదాలూ అంతం అయితేనేగాని మానవ జాతికి ముక్తిలేదు. జీవనజ్యోతికి ప్రకాశంలేదు నవ వసంతంలో శోభలేదు.

ఆ కల్యాణం ఎప్పుడో! ఆ ఆనంద ప్రభాతం ఎప్పుడో?

* * *

భారతదేశంలో ఒకచోట

పిల్లికి పాలుపడుతున్నారు. అది తాగగా మిగిలినవి కుడితికుండలో పోస్తున్నారు... కుక్కకు మాంసభోజనం పెడుతున్నారు. అది తినగా మిగిలినది పెంటకుప్పపై వేస్తున్నారు, కోతికి ద్రాక్షపళ్ళు పెడుతున్నారు. అది తినగా మిగిలినవి బయట పారేస్తున్నారు – ఆ విధంగా వారు "భూతదయ" చూపెడుతున్నారు. వారి భూతకోటిలో మానవులు ప్రేతాలు పిశాచాలు; శాకినీ ఢాకినీ భూతదయ్యాలు; ఊపిరిపీల్చుకోలేని మాంసపుతిత్తులు; శవాలను చీల్చుకుతినే కాక భల్లూకాది క్షుద్రజీవులు, అంతేగానిపరమ పవిత్రులైన సోదర మానవులుకారు.

భారతదేశంలో మరోచోట –

పిల్లలకు పాలులేక కన్నతల్లులు కన్నీరు కారుస్తున్నారు. లేగదూడలకు పాలిచ్చే గోమాతలనుచూచి నిట్టూర్పులు పుచ్చుతున్నారు. "మానవులకంటే పశువులుమేలు" – అనుకొంటూ లోలోపల క్రుంగి, క్రుసించి, కుళ్ళికుళ్ళి విలపిస్తున్నారు... కడుపుమంట చల్లార్చుకుంటానికి కడివెడు గంజినీళ్ళయినాలేక, కన్నబిడ్డల కన్నీళ్ళుతుడుస్తూ, భాగ్యవంతుల భోగాలకు నివ్వెరపోతున్నారు. పచ్చని వృక్షవాటికల పళ్లు తిని,పరుగులెత్తే పక్షులనుచూచి పిచ్చివాళౌతున్నారు. "మానవులకంటే పక్షులుమేలు"– అనుకొంటూ పేగులు చిదికిపోతుంటే చావలేక బ్రతుకుతున్నారు... పిడికెడన్నం పెట్టలేక కడపున కాచిన కన్న సంతానాన్ని చేచేతుల చంపుకొని, చచ్చిన బిడ్డలను పూడ్చుడానికీ, మాడ్చుడానికిగూడా డబ్బులేక బిగుసుకుపోతున్నారు. "అయ్యో! భగవంతుడా! ఉన్నావా? లేవా? ఉంటే దరిద్రులందరిని ఒక్కసారి నిశ్శేషం చేయకూడదా బాబూ!" అనుకుంటూ పరుగెత్తే మబ్బుల వంక వెఱ్ఱిగా చూస్తూ ఉన్నారు. 'కన్నీరు వర్షించేది నీవా? మేమా అని ఇది వీరి జీవనస్థితి.

ఆ వెలుగు చీకట్లేమిటి?

సర్వమానవ సమత్వం లేకుండా ఆ కలిమిలేము లేమిటి?

దీనికి జవా బెవరు చెబుతారు?

1. భక్తులకు భగవానుడు చెబుతాడా? అతని మహత్యాన్ని నిదర్శన పూర్వకంగా చూపగలిగిన రామకృష్ణ పరమహంస శాశ్వత సమాధిలో ఉన్నాడు.

2. మానవసేవే మాధవసేవని, సర్వమానవసమత్వాన్ని పాటించిన మహాత్ముడు చెబుతాడా? ఆయన ఖయిదులో కన్నీరు కారుస్తున్నాడు - 'క్షామం' తలుచుకుంటూ.

3. మానవలోకాన్ని ఉద్ధరించడానికి ఉద్భవించిన మఠాధికారులు చెబుతారా? 'ఓం భూర్భువఃస్వః' అంటూ గాయత్రీ మంత్ర పఠనలో నిమగ్నులయ్యారు - సూర్యోపాసన చేస్తూ.

4. ఉభయ సంధ్యలలో ఉడుకుడుకు నైవేద్యాలు భగవానునకు పెట్టి, ఆయన ఆకలి దప్పులను తీర్చగలిగిన మఠాధికారి పూజారి చెబుతాడా? గణగణ ఘంటకొట్టి, వచ్చేపోయే వారందరికి తీర్థం ఇవ్వడంలోనే నిమగ్నుడై పోయాడు పాపం!

5. మహాగ్రంథాలకు భాష్యాలువ్రాసే మహాపండితులేమైనా చెబుతారా? చీడపురుగులా ఒకో అక్షరం కొరుకుతూ, పూర్వాపరార్థాలు విమర్శిస్తూ, వ్యాకరణ దోషాలాలో చిస్తూ ఉంటారు - ముక్కుపొడుం నిషాలో.

6. పోనీ భావకవి సార్వభౌము లెవరైనా చెబుతారా? - వారి భావనా ప్రపంచంలో మధురమంజుల నికుంజాలలో మల్లెపూ పొదరింటిలో, వెలదివెన్నెలలో, కలలలో, వలపులో, పిలుపులో, భ్రమలుకొలిపే రాగరస సామ్రాజ్య రాజ్ఞీమతల్లుల చల్లని పైటచెంగు నీడలలో జీవనయాత్ర సాగిస్తారు.

ఇంకెవరు జవాబు చెప్పేది?
సంఘోద్ధారకులా?
దేశోద్ధారకులా?
జాత్యుద్ధారకులా?
సృష్ట్యుద్ధారకులా?
ఎవరండీ ఎవరు?
సాధువులా?
సన్యాసులా?
వర్తకులా?
రక్తపిపాసులా?
ఎవరుచెబుతారు దీనికి సమాధానం?

చెప్పగలిగితే ఈ క్షుదాక్రాంతులకు చెప్పండి. ఈ క్షామపరిపీడితులవైపు కన్నెత్తి చూడండి. చూడండీ పాపం తిండి తిప్పలు లేక ఎలా అలల్లాడి పోతున్నారో ఆ బానిసలు.

"అమ్మా! ఆకలే; ఆకలి?

ఇది పూర్వం లక్ష్మి పాఠం.

ఇదే ఇప్పుడు వల్లిస్తున్నాడు మూడేళ్ళ సుధీర్.

"అబ్బాయి ఏడుపు వింటున్నారా?" అని దీనంగా అడిగింది సురేసును శ్యామల.

"వింటున్నా శ్యామలా ఎంత బాధపడ్డారో ఇప్పుడర్థం అయింది" అంటూ సురేశ్ బిడ్డవంక దీనంగా చూస్తూ ఉన్నాడు.

"అబ్బాయికన్నా ఏమీ..."

"దొరకదు శ్యామా! దొరకదు. మనకన్నీట - కాదు, నెత్తురుపిండి లక్షలు గడిస్తున్నారు వర్తకులు పావలాసొమ్ముకు, యుద్ధ మిషపెట్టి, పదింతల లాభం లాగి పేదలను పీనుగులు చేస్తున్నారు. క్షామంచే మనశవాలు కష్టాలమీద కాగిపోతూ ఉంటే, ఆ మంటమీద సాంబ్రాణి వేసి, ఆదూపంతో తల లార్పుకుంటున్నారు - మన భారతీయులలో భ్రాతృభావం నశిస్తూ నశిస్తూ ఉన్నరోజులివి. కుళ్ళిపోయిన డాంబిక నాగరిక శవపు శిరం ఖండిస్తేనేగాని కన్నీటిలో కాంతి కనబడదు ప్రజలకు... జీవనశక్తి నశించి పిశాచశక్తులు ప్రబలి ప్రజల నెత్తుటిలో రూపాయలు ముంచి, కాసులు చేసుకుంటున్న వర్తక మహాశయులలో తిరిగి నవజీవనం పోయాలంటే గాంధీ జవ్హార్ లాల్ వంటి మహాత్ములకు తప్ప సామాన్యులకు శక్తి చాలదు... ప్రజాహితబోధ చేయడానికి వారు -వారి సహచరులైన మిగిలిన జాతీయనాయకులు కారాగార బద్ధులయ్యారు.

"ఇప్పుడు మన కర్తవ్యం?"

"ఏడ్చి ఏడ్చి చావడం"

"మనదేశానికింక సాయంరాదా?"

"మన దేశం నుంచిరాదు. పరదేశాలనుంచి వస్తే రావాలి. 'త్యాగ' భూమి అయిన మనదేశం, రక్తగర్భ" అయింది. పరదేశాలకు 'జ్ఞానభిక్షపెట్టిన మనదేశం, నేడు 'జ్ఞానభిక్ష పరదేశాలనుండి అర్థిస్తుంది -

శ్యామా! మన విజ్ఞాన సముద్రంలో ఇప్పుడు రత్నాలు లేవు ఉన్న వన్నీ నత్తగుల్లలే. రత్నాలు రాజులకు, రాళ్ళు ప్రజలకు... వారికి భోగాలు మనకు యోగాలు-వారికి రాగం మనకు శోకం"

వారలా మాట్లాడుకుంటూ ఉంటే సుధీరునెత్తుకొని లక్ష్మి అటూ ఇటూ తిప్పుతూఉంది. ఏడుపు మానతాడేమో నని మాన్తాడా? పుండొకచోట మందొకచోట ఆకలి కడుపుకు అన్నం కావాలి. కమ్మని కబుర్లు కాదు.

మనకిప్పుడు కావలసింది మతబోధకాదు; ఆర్థిక సమత్వం. Not religons Propaganda but economical equality కావలసింది కడుపుమంట చల్లాచర్చడం; ఆధ్యాత్మిక ప్రబోధంకాదు.

అందుచేత వివేకానందస్వామి అన్నాడు : 'ఆకలి మంట చల్లార్చండి తరువాత అద్వైతబోధ చేయొచ్చు, ఆకలి బాధతో అల్లాడేవారికి ఆధ్యాత్మిక ప్రబోధం చేయడంకంటే అన్యాయంలేదు'.

కడుపుమంట చల్లారితే కావ్యాలు వ్రాయొచ్చు; నాటకాలాడొచ్చు; సంగీతం తీయొచ్చు; సమత్వం చూపొచ్చు అందాక మన భారతదేశానికి అధోగతి తప్పదు,

* * *

మధ్యాహ్నం ఒంటిగంటలయింది.

శ్రీధరం తిరిగి తిరిగి చాలా ధరపెట్టి నాలుగుశేర్ల బియ్యం, కొద్దిగా కందిపప్పు వగైరా పట్టుకొచ్చాడు.

అందరి వాడిన మొఖాలు క్రొత్త చివురులు తొడిగాయ్

లక్ష్మి సాయంతో శ్యామల పొయ్యిరాజేసింది.

రెండుగంటల కంతా ఆనందంగా భోంచేశారు సుధీర్ జీవితానికి నూరువసంతాల వరకూ భయంలేదని మాతృదేవి అమృత హస్తాలెత్తి దీవించింది.

సుధీర్ లక్ష్ములు నిదరపోతున్నారు.

సాయంకాలం నాలుగ్గంటలయింది.

"సురేశ్!" అని పిలిచాడు తండ్రి.

"ఏం నాన్నగారూ!"

"ఇవాళ కలకత్తా వెళ్ళివస్తా బాబూ!"

"ఎందుకు?"

"అమృతలాల్ దగ్గరకు - అక్కడేమైనా బియ్యం ఉంటే తీసుకొస్తాను."

"అవును. మీకు ప్రాణస్నేహితుడుకదూ! ఉంటే తప్పక ఇస్తాడు."

"వాడివద్ద ఉండకపోవడం ఏమిటి? కోటీశ్వరుడు."

"అవునవును."

"నీవు జాగ్రత్తగా సుధీర్‌ని వాళ్ళనీ చూస్తూవుండు" అని బయలుదేరాడు కలకత్తా.

* * *

కలకత్తా అంతా క్షామ పీడితులే. శవవాహకులే శవదహనాలే.

అంతాఘోరం. భీభత్సం. రుద్రనృత్యం. కాళీ తాండవం.

శ్రీధరం నెమ్మదిగా అమృతలాల్ సదనానికి చేరుకున్నాడు.

ఆ మహా భవనం అంతా నిశ్శబ్దంగా వుంది. శాంతి దేవత ఆ భవనాన్నే తన ఆశ్రమంగా చేసుకొన్నట్లుంది.

ఆయనవెళ్ళి ఆ భవనం ముందు నిలబడ్డాడు.

అతని హృదయ శతథా విభిన్నమైపోయింది.

"లోపలెవరూ లేరే! ఏమీ ప్రమాదం లేదుకదా!" అని రెండు మెట్లెక్కాడు. తనను ఆనమాలు పట్టిన కుక్క ఆనందంతో మొరుగుతూ, తోకాడిస్తూ వచ్చి శ్రీధరం కాళ్లు నాకటం ప్రారంభించింది.

శ్రీధరం దాని తల నిమురుతూ లోపలకు వెళ్ళబోయాడు. అంతలో అది ఏడ్వడం ప్రారంభం అయింది. ఈ వింతకంతకూ కారణం ఏమిటా అని లోనికి వెళ్ళాడు.

ఎవ్వరూ లేరు.

అంతలో ప్రక్కనుంచి ఒకడువచ్చి "బాబూ! ఎవరి కోసం" అని బెంగాలీ భాషలో అడిగాడు.

"అమృతలాల్ ఎక్కడకు వెళ్ళాడు"

"... ... ..."

"ఊరు వెళ్ళాడా?"

"అవును."

"ఎప్పుడొస్తాడు?"

"ఇంకెవ్వడూ రాడు."

"అదేమిటి?"

"మళ్ళీ తిరిగిరానటువంటి ఊరు వెళ్లిపోయాడు బాబూ! ఆ లోకంలో ఉన్న అతన్ని చూడలేం"

శ్రీధరం గ్రహించాడు.

ఆప్రక్కనే ఉన్న కుర్చీలో ఒక్కసారిగా కూలబడి పోయాడు. ఆబెంగాలీబాబు వెళ్ళబోయాడు.

"ఏం జబ్బండీ?"

"ఏముంది పేదలకు 'ఆకలి' గొప్పవారికి 'కలరా'!" ఆమాట చెబుతూనే వెళ్లిపోయాడా బెంగాల్ బ్రాహ్మణుడు.

శ్రీధరం నిశ్చేష్టుడై కూర్చుని కుక్క తల నిమురుతూ ఉన్నాడు. అతని ఆశ నిరాశ అయింది. అతని కన్నుల నిండిన నీళ్లు జలజలా జారిపోయాయ్.

అంతలో అతని పాదాల దగ్గరే కొన్ని తెలుగు బెంగాల్ హిందీ పేపర్లున్నాయ్.

ఒకదానిలో... "బెంగాల్ క్షుద్బాధ" అని ఉంది దానిలో "ఒకవారంలో 1960 మంది మరణం. అంతకు ముందువారంలో మరణసంఖ్య 1875" అని వ్రాసిఉంది. కలరావల్ల 80 మందట.

అతడాశ్చర్యపోయాడు.

"రామ రామ రెండు వారాలలో షుమారు 4000 ప్రజలు ఆకలిబాధచేత చనిపోయారా? అంతకు ముందెంత మందో! వేలకు వేలు; లక్షలకు లక్షలు, క్షుద్బాధచే అంతమొంద వలసిందేనా?"

ఇలా ఈ బెంగాలంతా నాశనం అయిపోవలసిందేనా? దీనికి అంతులేదూ? ఈ ఆకలి అఖిలేశు హస్తంలా అనంతమా?

బెంగాల్ తరువాత ఒరిస్సా. ఒరిస్సా తరువాత రాయల్‌సీమ తరువాత ఇండియా కంతటకూ వస్తుందికదా భగవంతుడా ఈ క్షామం అని వెఱ్ఱివానిలా పేపరు చూస్తున్నాడు, కమలిపోయిన అతనినెత్తుటిలో కాలుమోపి దరిద్రదేవత విహారం చేస్తున్నట్లుంది,

పేపర్లలో -

"కాంగ్రెస్ నాయకులను విడుదలచెయ్యండి. క్షామ సమస్యను ఎదుర్కోవడానికి వారే సమర్థులు. వారు క్షామ నివారణచేయటానికి ఆరంభించిన వెంటనే ప్రజల భయం పోతుంది."

అఖిల్‌చంద్రదత్తా.

"నిన్న చచ్చిన వారికోసం నేను తాపత్రయపడను. రేవుచావనున్నవారి విషయం ఏమిటి? బెంగాలు లాగ భారతదేశం అంతా తయారు కాకూడదా?"

డాక్టర్ దేశముఖ్.

"రేషణింగ్ దేశంలో అందరికి ఒకేవిధంగా ఉంటున్నదా? బెంగాలులోని మిలటరీ వారి వర్గాలకు సామాన్యుల కంటె పది పన్నెండురెట్లు ఆహారధాన్యా లివ్వబడుతున్నది. మిలటరీ వర్గాలలో అమిత దుబారా జరుగుతున్నది... ... తిండిలేక వేలమంది చస్తుంటే యీభాగవతం నడుస్తున్నది...; ఆర్థికస్వాతంత్ర్యం లేని రాజకీయ స్వాతంత్ర్యం, దేవుడు లేని దేవాలయం లాంటిది; చెంబు తెప్పాలాలేని సంసారం లాంటిది?"

సర్ ఫ్రెడరిక్ జేమ్సు.

"రైతులను ఉద్ధరించటానికిపూనుకొని క్షామాన్ని సిద్ధింపజేసి లిన్‌లిత్‌గో శలవు తీసుకున్నాడు. ఆర్థిక విషయాలను గురించి ఆయన శ్రద్ధతీసుకోలేదు."

నవాబ్ జాదా లియాకత్ ఆలీఖాన్.

అలా ఢిల్లీ అసెంబ్లీలో ఆహారపద్ధతిపై జరిగిన ప్రసంగాలన్నీ శ్రీధరం చదివాడు. రెండు నిట్టూర్పులు విడిచాడు.

"ఇలా ఎందరో చర్చించారు. ప్రభుత్వాన్ని హెచ్చరించారు. పరదేశాలను సాయానికి అర్థించారు. ఎన్ని చేసినా ప్రభుత్వంవారు క్షామవిషయం ఆలోచించడానికి ఇంగ్లండు షుమారు 600 మందికి 34 గురుమాత్రం హాజరయ్యారట. అదీ టిఫిన్ తీసుకుంటూ క్షామవిషయం చర్చించారట. కడుపు నిండినవారికి క్షామస్థితి ఎలా తెలుస్తుంది?

కామన్స్ సభలో మిష్టకోవ్ వాదించాడు; ఇండియాలో జిన్నాగారు మొరపెట్టారు. ప్రయోజనం – శూన్యహస్తాలు; శుష్కవాదాలు.

1943 సెప్టెంబరునకు వివిధ రాష్ట్రాలలో కాంగ్రెస్ ఉద్యమంలో పాల్గొన్నందుకు గాను 1,98,284 రాజకీయ ఖైదీలుగా ప్రజలను పట్టుకున్నారు. ప్రభుత్వం వారు వారిని పట్టుకోపోయినా ఆ తిండిమాకుంటే ఈక్షామం రాకపోయేదేమో!

పైగా తిండితిప్పలు లేక మేం చస్తూ, పిల్లలను చంపుకుంటూ ఉంటే; శ్రీశ్రీశ్రీ అమెరీగారు 'భారతీయులు భోజన ప్రియులు' అని అంటున్నారు. 'యథామతా తథాపథా' అని ఎవరి భావం ఎటువంటిదైతే వారి మార్గంకూడా అలాగే కనబడుతుంది. 'చెప్పులిడుకొన్నవానికీ క్షితితలమ్ము, తోలు కప్పినచందాన తోచుచుండు' అని శ్రీ చిలకమర్తి వారన్నట్లు కడుపునిండిన శ్రీ అమెరీగారికి అంతా కడుపునిండినవారిలాగే కనబతారు గాని, క్షామపీడుతులుగా కనబడతారా? ఇంతకూ 'మంగలాడు కోడుగుడ్డంతబంగారం' సామెత జ్ఞాపకం తెచ్చారు. వారి ప్రవర్తనవల్ల.

దొంగనిల్వలు చేసేవారు చేస్తున్నారు. దొంగలాభాలు పొందేవారు పొందుతున్నారు. దొంగమార్కెట్లు సాగించే వారుసాగిస్తున్నారు. పన్నులు పెంచేవారు పెంచుతున్నారు. ఇవన్నీ ఎందుకు? క్షామపీడితులు త్వరగా భూగర్భంలో శాంతి నిదుర పొందటానికేకదూ!

అఖండోపన్యాసాలవల్ల ఆకలి డొక్కలు నిండుతాయా? కన్నీళ్ళు ఇంకుతాయా?

బెంగాల్ క్షామదేవతకు క్రీడారంగమై పోతే భావి భారతలక్ష్మి భారతీయుల పునెకల పట్టుకొని ముష్టెత్తుకోవలసిందే. ఆముష్టైనా పెట్టేదెవరు? నక్కలూ కుక్కలూను...

అదైనా అప్పుడుంటేనే...

ఇండియాలో కావలసి నన్ని ఖనిజాలున్నాయ్; రత్నాలున్నాయ్; ముత్యాలున్నాయ్; బంగారపురాసులున్నాయ్; లాభం ఏమిటి?

శవాలను నక్కలు చీల్చుకుతినడమేనా?

కొన్నాళ్ళుపోతే మనుష్యులను మనుష్యులే చీల్చుకుతినడమా? అలా అనుకొంటున్న.

శ్రీధరం హృదయం బ్రద్ధలై పోతున్నట్లుంది.

"ఈమహానుభావులు క్షుద్బాధలో చచ్చేవాళ్ళ విషయం ఆలోజించలేదుగాని యుద్ధానంతరం ఇండియావిషయం ఆలోజిస్తున్నారా! ఏమిచిత్రం."

అతడు రుద్ధభుజంగం లాగైపోయాడు.

అక్కడున్నా పేపర్లపై కాలువేసి నిలబడి వెళ్ళపోయాడు.

అంతలో "ఆకలి" అని పెద్దక్షరాలతో ఒక పత్రికపై వుంది. దానిని తీశాడు వణికే చేతులతో

ఆకలి
ఆకలి; ఆకలి;
అన్నమో రామచంద్రా!
ఆకలి; ఆకలి;
అన్నపూర్ణతల్లీ!
ఆకలంటూ

అరచిచచ్చిన
అన్నదమ్ముల
కేకలన్నీ
అడుగు అడుగున
వీపుతట్టే
అగ్ని దేవుని
నాల్కలయ్యాయ్
ఆకలీ!
కలి
ఆకలీ!

* * *

పైరు పండెడు
పంట భూముల
నరుల శవములు
కుళ్ళిపోతే
కాకిగద్దల
కేకలన్నీ
గుండె చీల్చే
బాకు లయ్యాయ్!

ఆకలీ!
కలి
ఆకలీ!

* * *

చిదికిపోయిన
పేగులన్నీ
ముదురు నెత్తురు
కక్కుకుంటే
బ్రదికి కదిలే
శవపు నీడలు
మృత్యుఘోషకు
హడలిపోయాయ్!
ఆకలీ!
కలి
ఆకలీ!

* * *

కన్నబిడ్డను
విడువకుండా
మట్టి కలసిన
మాతృదేవికి
గద్ద రెక్కల
గాలిచేతా
పెద్ద నిద్దుర
పట్టిపోయే!
ఆకలీ!
కలీ
ఆకలీ!

* * *

అన్నమో రామచంద్రా!

ఆకలీ!

కలి!

ఆకలీ!

* * *

చదువుతున్న ఆపాటమీదే కాన్కగా రెండు కన్నీళ్ళు వర్షించాడా క్షుధాక్రాంతుడు.

కుక్క నొకసారి కౌగిలించుకొని, దాని తలను కన్నీటితో అభిషేకం చేసి బయలు దేరాడు. వచ్చినదోవనే.

మళ్ళీ ఇల్లు; పిల్లలు.

కన్న కడుపున కెంత బాధ!

'క్షామ' పిశాచహాసం ఎంత వికృతం!

'క్షామ' పిశాచ నృత్యం ఎంత భయంకరం!

4

అర్ధరాత్రి 12 గంటలకు బెంగాల్ చేరాడు శ్రీధరం.

ఇంటికి బయలుదేరి వెళుతున్నాడు.

అంతలో ఎవరో చనిపోయిన చిన్న బిడ్డనెత్తుకొని వెళ్ళిపోతున్నారు శ్మశాన ముఖంగా శ్రీధరం ఆ నిర్భాగ్యుని చూచాడు.

"ఎవరదీ? మాసుధీర్ కాదుకదా చనిపోయింది" అనుకుంటూ ఆ అభాగ్యుని దగ్గరకు వెళ్ళి చూచాడు – బెదిరి పోయే కనులతో. కాని ఆ దరిద్ర జీవి సురేశ్‌కాదు చనిపోయింది సుధీరూకాదు. "అమ్మయ్య! మామనమడను కున్నాను. ఇదే రజ్జుసర్ప భ్రాంతి. మామనవడు ఇంటివద్ద హాయిగా తన తల్లి దగ్గర ఆడుకుంటూ ఉంటే నాకెందుకీ భయం!" అనుకుంటూ బయలుదేరాడు; కాని అతని హృదయంలో తలవిరగ బోసుకొని ఎవరో మృత్యుదేవతలా ఏడుస్తున్నట్లుంది.

"అయినా ఈ కాలంలో నమ్మలేం. ఏ క్షణంలో ఏజీవితం అస్తమిస్తుందో! ఇంతకూ ప్రతి జీవితం మృత్యువునకధీనమేకదా!" అను కుంటూ ఇల్లు సమీపించాడు.

దూరానికాతనికి తన ఇల్లొక సమాధిలా కనబడుతూ ఉంది. ప్రాణంపోయిన కట్టెలా కనబడుతూంది. ఆయింటిమీద ఏదో గద్దవాలింది.

ఆతని గుండె రెక్కలు రెపరెపా కొట్టుకున్నాయ్.

"ఈహృదయం ఇంత తీవ్రంగా కొట్టుకుంటుందే – ఏదో కారణం ఉండితీరాలి" అనుకొంటూ ఇల్లుచేరాడు.

లోపల ఎవరో ఏడుస్తున్నట్లుంది.

శ్రీధరం అలాగే కొయ్యబారి పోయాడు.

ఇంట్లోకి వెళ్ళలేకపోయాడు. వీధిలో నిలబడాలేక పోయాడు.

"భగవంతుడా! ప్రపంచ నాటక సూత్రధారివి. ఈ దరిద్రపాత్రలను నీయిష్టం వచ్చినట్లు ఆడిపించుబాబూ! నాటకం రక్తి కట్టించుకొనే బాధ్యత నీది. ప్రేక్షకులు స్తుతించినా నిందించినా నిన్నేనే కదా!" అనుకుంటూ ఇంటి తలుపు తీశాడు.

ఇంట్లో అంతా గొల్లుమన్నారు.

వారెందుకలా ఏడుస్తున్నారో" అతనికేమీ అర్థం కాలేదు.

"నాన్నా. సుధీర్!" అని తలుపు దగ్గర నిలబడి లక్ష్మి గొల్లు మంది. అంతే అతని కన్నీళ్ళుచెక్కులనుంచి మీరిపోయాయ్. శరీరం అంతా వణికి పోయింది.

"నాన్నా! సుధీర్!" అని మళ్ళీ లక్ష్మి ఏడుస్తూ ఉంటే.

"ఏం తల్లీ! ఏమయ్యాడు" అని అనలేక అనలేక అన్నాడు.

"ఇంకేముంది నాన్నా! అంతా అయిపోయింది. ఇంక నాచిట్టి తండ్రిని మనం చూడలేం క్షామదేవత తనపొట్టను పెట్టుకుంది... అన్నయ్య తీసుకొని వెళ్లిపోయాడు నాన్నా!"

"ఆఁ ఎవరిని శ్రీధరాన్నే!"

"అవును"

"ఎక్కడకు? శ్మశానానికే!"

"అవును నాన్నా!"

"ఎవరితో వెళ్ళాడు."

"ఎవ్వరూ లేరు..."

"ఒక్కడేనా... ఒక్కడే."

ఆమె వెక్కి వెక్కి ఏడ్వడం ప్రారంభించింది. నోట మాటరాక తలపట్టుకొని శ్రీధరం అలాగే కూలిపోయాడు.

పాపం! కన్నబిడ్డను చేచేతుల పూడ్చివేయడానికి శ్మశానానికి వెళ్ళిపోయాడు సురేశ్.

ఇంతకంటే సృష్టిలో ఘోరం ఏముంది?

శ్యామలా పార్వతీ లక్ష్ముల కన్నీటి కాల్వలో ముఖం చూచుకుంటూంది దరిద్రదేవత.

వారి ఏడుపులు వినలేక పిచ్చివానిలా అయిపోతున్నాడు శ్రీధరం.

* * *

అది శ్మశానం

సురేశ్ కుమారు నెత్తుకొని ఆ అర్ధరాత్రి వేళ ఒంటరిగా వెళ్ళిపోయాడు. ఆ చీకటిలో ఏ చెట్టుచూచినా తలవిరగబోసుకున్న దయ్యంలా కనబడుతూ ఉంది. కీచురాళ్ళు "ఘీమ్" అని భయానకంగా అరుస్తూ ఉన్నాయ్.

ఆ భయంకరరాత్రి బిగుసుకుపోయిన తన కుమారుని ఎత్తుకొని శ్మశానం సమీపించాడు.

కుమారుని భుజంమీదనుంచి దించాడు.

నక్షత్రాల కాంతిలో కుమారుని ముఖం చూచాడు.

"బాబూ! పెంచాను పెద్దవాని చేశాను. నాచేతుల తోనే పూడ్చివేస్తున్నాను. ఇంతకంటే నీకు కావలసిందేమిటి?" అని పారతో మన్ను తీస్తూ ఉన్నాడు.

అంతలో కొన్ని నక్కలు అరిచాయ్. అతని హృదయం జల్లుమంది. ప్రక్కన పండుకోబెట్టిన కుమారుడు కదలకుండా మెదలకుండా మూసిన కన్ను విప్పకుండా, హాయిగా నిదరపోతున్నాడు. నక్కల కేకలకు అంత పెద్దవాడైన తండ్రి బెదరిపోయాడు. కాని అతడు బెదరిపోలేదు. చెదిరిపోలేదు. నిజాని కతనికంటే ధైర్యంగలవాడెవడు?

సురేశ్ కన్నబిడ్డనొకసారి చూచాడు. పాపం! పొంగి పొర్లిపోయే దుఃఖాన్ని ఆపుకోలేక పోతున్నాడు.

"భగవాన్! కన్నబిడ్డనీ నక్కలు ముక్కలు చేయవుకదా!... ... ఛీ. ఛీ. ఇంతేనా జీవితం? కష్టసుఖాల కలలల్లిన బతుకింతేనా? - పోనీలే నాయనా! ఈ మట్టిలోనైనా మానవులు కలిసిపోయినపుడు 'సర్వమానవ సమత్వాన్ని" నెలకొల్పుతున్నావ్. బీదసాదలనకుండా సమస్త ప్రాణికోటినీ సమానంగా మట్టిలో కలిపి మట్టిని చేస్తున్నావ్!

శభాష్! ఈ మాత్రం దానికేనా వ్యామోహం? ఈ మాత్రపు సమాధికేనా ఆశాపాశం? ఈమాత్రపు జీవితానికేనా అన్యాయ అక్రమాది దుష్టకృత్యాలు?" అనుకుంటూ మట్టి తీస్తున్నాడు.

సగం గొయ్యితీశాడు.

ఈ గొయ్యిలోనే అతని కన్నీళ్ళురెండు జారిపడ్డాయ్. ఆకన్నీళ్ళే బిడ్డకు మల్లెపూలు అనుకుంటూ కుమారుని వంక చూచాడు.

అంతలో కొన్ని నక్కలెవరినో లాక్కొస్తూ ఉన్నాయ్. లేచి వాటిని తరవబోయాడు అవి అక్కడనుంచి కేకలు పెట్టాయ్. వెంటనే పదడుగులు వేసి వాటిని తరిమి వేశాడు-కుమారుని వద్దకు ఎక్కడ వస్తాయోనని.

తరువాత గోతి దగ్గరకు వచ్చి చూచాడు.

ఇంకెక్కడున్నాడు తన కొడుకు సుధీర్

ఆ ప్రక్కనే పొదలమాటు పొంచి ఉన్న నక్క లాశవాన్ని ఈడ్చుకు పోయాయ్. అక్కడ నుంచీ ఆకారు చీకటిలో వెదకడం ప్రారంభించాడా శ్మశానంలో తన కుమారునికై ఎక్కడా కనబడలేదు. అటూ ఇటూ పిచ్చివానిలా వెదుకుతున్నాడు.

అంతలో ఒక శవం కాలికి తగిలి పడిపోయాడు. లేచిచూచేసరికి తలలేని శవం.

అతడు పిచ్చివాడ్లాగై పోయాడు. విరగబడి నవ్వుతూ "బాగుంది తల నీకూలేదు. నాకూలేదు. నీవు చచ్చిన శవానివి నేను బ్రతికున్న శవాన్ని. భేదం అంతే" అంటూ బయలు దేరాడు.

ఏ కుమారుని రక్షక భటులను అప్పజెప్పకుండా తానే స్వయంగా పాతి పెట్టాలని నిర్భయంగా వచ్చాడో, ఏకుమారుని నక్కలు ముక్కలుగా చీల్చుకు తింటాయని భయపడుతున్నాడో. ఆ కుమారునే నక్కలు లాక్కుపోయాయ్.

ఇదే సృష్టిలో విచిత్రం.

మన మీ ప్రపంచంలో దేనిని ఆసిస్తామో అదే లభ్యంకాదు. ఏ వ్యామోహానికి మన జీవితం లక్ష్యం జేస్తామో ఆ వ్యామోహం విచ్ఛిన్నమయ్యే వరకూ, ముక్తిద్వారాలు తెరువబడవు... ఆశనిరాశ కావాలి. వాంఛ తృంచబడాలి. గర్వం ఖర్వం కావాలి సర్వం నాశనం కావాలి. అప్పుడే మానవుని మత్తు వదుల్తుంది. మనసునకు శక్తికలుగుతుంది. జీవితంపై విరక్తి జనిస్తుంది. ముక్తికి మార్గం దొరుకుతుంది... కష్టాలు కలగాలి కన్నులు తెరవాలి కర్మయోగి గావాలి ధర్మ మంటపాధిష్ఠాన తేజో స్వరూపం చూడాలి. అప్పుడే శాంతి అందాక లేదు విశ్రాంతి - ఆకలి రుచి చూడనివారూ, కష్టాలు చవిచూడనివారూ, గుండెలు పిండి నెత్తురుజల్లి విజ్ఞాన బీజాలు మొలిపించనివారూ, భగ్నజీవులు కానివారు, పరిదగ్ధ హృదయాలులేనివారు, సత్యాన్వేషణం చేయనివారూ, ఈ మురికి శరీరపు కవచాలు ఎన్నోసార్లు వేసుకోవాలి. వారి జీవనయాత్ర ముగియడం ఎప్పుడో! వారి పాత్రలకు మంగళ హారతు లెప్పుడో!

చూడండీ మన సుధీర్!

ఆ చీకటి ప్రపంచాని కంతకూ అధినాధునిలా నిలబడ్డాడు. రుద్రమూర్తియై నాలుగు మూలలా పరికించి చూచాడు.

"ఎందుకీ పాడు బ్రతుకు?

ఎన్నాళ్ళు బ్రతుకుతావిలా?

జీవచ్ఛవంలా బ్రతికే దాని కంటే చావరాదూ"

అంటూ లోపలెవరో నిలబడి ఉపదేశిస్తున్నట్లుంది?

"చచ్చి ఏం సాధిస్తావ్?

ఏ మహాకార్యానికి నీజీవితం అంతా బలిచేస్తున్నావ్?"

నీవు చస్తే నీ కుటుంబం అంతా ఏమౌతుంది?

అంటూ మరొకరెవరో పిరికి మందు పోస్తున్నట్లుంది. అతని కన్నులు బెదిరిపోతున్నాయ్.

"సురేశ్! చావని వారెవరు?

మహాత్ములు సహితం ఏనాడో ఒకనాడు మట్టిలో మాయం కావలసిందే - రూపాలు మాసి పోవలసిందే - ఇలా కుటుంబాన్ని ఆకలి మంటలతో మలచుట మాద్చక ఒకాసరిగా కుటుంబ వధచేయ్ - లే - లే. పాపభూయిష్టమైన సంసారంలో పతితుడవుగాక"

అంటూ మనోశక్తి ప్రబోధిస్తూంది. "బాగుంది. అందరం బలికావాలి" అనుకున్నాడు అంతలో -

"ఎంత పాపపు పని తలపెట్టావ్ సురేశ్!

కాల ప్రవాహానికి ఎదురీదాలి గడ్డిపూచలా వంగి పోయి, క్రుంగిపోరాదు.

నీలోని విజ్ఞాన జ్యోతిని వెలిగించు మార్గం కనబడుతుంది.

కష్టాలొచ్చాయని చావలేకేనా నల, హరిశ్చంద్ర, ధర్మజాది మహాపురుషులు బ్రతికింది.

కష్టసుఖ సమ్మిశ్రితం ఈవిశాల జగచ్చక్రం తెలుసుకో! సాహసించి ఏకార్యం చెయ్యక. మానవజీవిత ప్రయోజనం అనంతం."

అంటూ ఆత్మప్రబోధిస్తూంది. "అవును చచ్చి సాధించేదేముంది? పట్టిన మబ్బు పట్టినట్లే ఉంటుందా? రాత్రి పోయి పగలురాదా? అలానే కలతజెందకూడదు" అనుకుంటూ కొంతదూరం నడిచాడు.

ఇల్లు సమీపించలేదు.

"సురేశ్! ఒక్కమాట చెబుతా విను.

గాంధీగారు ఆవునెందుకు చంపించారు?

దానిబాధ చూడలేకనేకదా?

నీవుమాత్రం నీ కుటుంబంబాధ చూడగలవా?

అందుచేత ఉపాయం ఆలోజించు.

మహాయజ్ఞంలో అందరినీ ఆహుతిచేసి ధన్యుడవుగా.

పిరికితనంకంటే పాపంలేదు."

అంటూ తిరిగి మనస్సు ప్రబోధించింది. దానితో నిశ్చయంలోకి వచ్చేశాడు. తల్లిదండ్రుల బాధ చూడలేక వారిని చంపితేగాని వారా బాధనుండి విముక్తులు కారనుకున్నాడు.

ఉపపాండవులను చిత్రవధజేసిన శక్తిప్రబోధితుడు అశ్వద్ధామలాగ, తల్లికుత్తుక నరికిన పరశురామునిలాగ, దక్షయజ్ఞం విధ్వంసం చేసిన కుమారస్వామిలాగ, రోషకషాయిత నేత్రుడై, క్రోధాగ్ని పరిదగ్ధహృదయుడై శక్తి ప్రబోధితుడై, మహారుద్రమూర్తియై ఇల్లుచేరాడు.

* * *

కుమారుని చూచినతండ్రి హృదయం విచ్ఛిన్నం అయిపోయింది. పాపాయిని నేలపాలుచేసి వచ్చిన భర్తను చూడలేకపోయింది శ్యామల. తల్లి గొల్లుమంది. లక్ష్మి కూలి పోయింది.

తండ్రి అతని భయంకరాకారం చూచి హడలి పోయాడు.

"బాబూ సురేశ్! సుధీరుని...."

"ఆఁ పూడ్చలేదు. ఈడ్చివచ్చాను."

"అదేమిటి?"

"నక్కలను ముక్కలుచేయమని చెప్పివచ్చాను."

ఆ మాటలేవీ శ్రీధరానికి అర్థంకాలేదు.

"బాబూ! విచారించక"

"విచారం పిరికి పీనుగలకు, నెత్తురు చల్లారిపోయిన శక్తిహీనులకు. బాధలుపడుతూ బ్రతకాలనుకున్న పౌరుషహీనులకు."

"అవును. ఇన్నిబాధలు పడుతూ బ్రతుకుతున్నా మంటే మనకంటే పిరికి వారులేరు."

"పిరికేమిటి నాన్నగారూ! ఆకలి పేగులలో అగ్నినాగులు తోకలపై నిలబడి తలలను చిదుకకొట్టుకొని నెత్తుటి బురద కక్కుతూఉంటే - ఇంకా బ్రతకాలనుకొనేదెవరు? అగ్ని దేవుని నాల్కలు మన ప్రాణవాయువులు పీల్చుకుంటూన్నాయ్. ఆది శివుడు మన పునికెలతో బిచ్చం ఎత్తాలని తపసుచేస్తున్నాడు, మన నెత్తురు త్రాగి వెన్నెలలో మోరలెత్తి పాడుకుందామని నక్కలు చూస్తున్నాయ్. మన యెముకలను దొలిచి బరిణలు చేసుకొని బంగారం దాచాలని భాగ్యవంతులు తలుస్తున్నారు. మన జీవన జ్యోతులు భగవానునకు హారతులిచ్చి, మననెత్తుటితో కుంకుమబొట్టు పెట్టుకొని మన చర్మాలు చెప్పులుచేసి, దేవదాసీల కళావిలాసలాస్యాన్ని తిలకించాలని 'భోగులకంటే మహాభోగులైన' పూజారులు చూస్తున్నారు - వింటున్నారా నాన్నగారూ! ఇలా ప్రపంచంలో ప్రతిప్రాణీ మనయెముకల మెట్ల మీదనుంచే నడిచి స్వర్గం చేరాలనుకుంటూంది. మననెత్తుటి చేతే రంభాద్యప్సర స్త్రీల పాదాలకు లత్తుక రంగు పూద్దామనుకుంటుంది. మన హృదయాలను దొలిచే నాన్నగారూ! వారు వైకుంఠం నిర్మించుకొనేది, అలా స్పష్టతకూ ఉపయుక్తమైన మన జీవితాలను మన సోదరమానవుల కెందుకు బలి చేయరాదూ?"

"చేద్దాం నాయనా చేద్దాం!"

"చేద్దాం ఏమిటి మావగారూ! లేవండి కన్నూ మిన్నూగానని కాలసముద్రంలో కలసిపోదాం. అంతు పంతూ లేని అగాధ భూగర్భంలో ఆలయం కట్టుకుందాం పదండి. ఈపాడు బ్రతుకు బ్రతకలేం" అంటూ శ్యామల వీరవనితలా లేచింది.

"వదినా! రోజుకు రోజు మన హృదయ పాషానాలు కన్నీటిలోపడి కరిగిపోతూఉంటే ఎన్నాళ్ళలా జీవచ్ఛవాలలా బ్రతుకుతాం? లేవండి. అంతా లేవండి మన యావత్కుటుంబం ఒక్కసారిగా బలిచేద్దాం-" అంటూ లక్ష్మి ప్రళయ లక్ష్మిలా బయలుదేరింది.

"పదలక్ష్మీ! పద, ఇలా కొన్ని వేల కుటుంబాలొక్కసారిగా నాశనం కావాలి. కొన్ని వేల జీవితాలిలా మట్టికలిస్తేనేగాని, కన్నతల్లులు కళ్ళుతెరవరు. గుడిపై కోడిపుంజు 'కొక్కురోకో' అని కూసి నిదురపోయే దేవుని మేలుకొల్పదు... పాపం పండాలి. గుండె మండాలి. ప్రళయరుద్రుడు లేవాలి. సృష్టంతా సహస్రభాస్కర పరీవృతంకావాలి. దిగ్దిగంతాల దరిద్రపిశాచం కాలి నుసికావాలి. అందాకరాదు సోదరసమత్వం. అందాక లేదు సత్యప్రతిష్ఠాపం. అందాక పోదుమారణహోమం... అందాక రాదు శ్రామిక విశ్రామం, అందాకలేదు కర్షకానందం. అందాకలేదు పేదసాదలకు భిక్షం... అందాక ఆగదు రుధిరాశ్రుపతనం... అందాక చల్లారదు హృదయాగ్నిజాలా మాలికాకరాళ భీకర తేజోప్రతాపం... లేవండి లేవండి" అంటూ మహాశక్తి రూపందాల్చి పార్వతి గది గుమ్మం దాటింది.

వారి హృదయార్తి నెవరాపగలరు?

వారి భగ్నజీవితాల నెవరు దగ్ధం చేయగలరు?

బాబూ! సురేశ్! అమ్మా! లక్ష్మీ! తల్లీ శ్యామలా ప్రియతమా పార్వతీ! బాగుంది. మీ హృదయ పరివర్తనం బాగుంది. భగవానుడు చక్కని మార్గం చూపించాడు. మానవ జీవితోద్దేశం మీ హృదయాంతరాళాలలో నాటాడు. "బలి" – "కుటుంబబలి" – ఎందుకు? మన మాతృదేశానికి; మన భ్రాతృభావానికి; మన సోదర సమత్వస్థాపనకు; స్వార్థపరుల మేలు కొల్పడానికి, అనాథ ప్రజాదరణకు; క్షుధాపరిదగ్ధ బానిస జీవితాలకు క్షామ పీడితులకు... బాగుంది. లేవండి. బుద్ధభగవానుడు చెప్పినట్లు మనిల్లు ఇల్లులేని వారికి విడిచి వెళ్ళిపోదాం... క్రీస్తుదేవుడు చెప్పినట్లు మన ప్రజలను మనం ప్రేమించడానికి ప్రాణాలు బలిచేద్దాం... గాంధీమహాత్ముడు చెప్పినట్లు మానవసేవచేతే తరిద్దాం... ఆ త్రిమూర్తులను తలచుకొని భూగర్భంలో శాంతి సమాధి పొందుదాం. ఆనాడైనా మేలుకుంటుంది ప్రభుత్వం. ఆనాడైనా మేలుకుంటుంది సోదరహృదయం. భాగ్యవంతుల బంగారు సింహాసనాలానా డైనా కదిలిపోతాయి పదండి... దొంగ భక్తుల దాంబిక ప్రవర్తనలు ఆనాడైనా అంతమొందుతాయ్. పదండి... పదండి." అంటూ తలనెరిసిన శ్రీధరం త్రోవతీశాడు.... సురేశ్ శ్యామలలు వెన్నాడారు... వారివెనుకే పార్వతీ లక్ష్మలు బయలుదేరారు... ఇంటి ద్వారాలు తెరచివేశారు. వారికంటే పేదలు తల దాచుకుంటానికి ఆశ్రయం ఇచ్చారు.

హృదయద్వారాలు తెరిచివేశారు వారికంటే యోగులు పొందలేని సత్య స్వరూపాన్ని నెలకొల్పారు.

శాంతి సమాధికై బయలు దేరారు.

ఎక్కడకు?

రైలుక్రింద నరకబడడానికి
ఎప్పుడు?
ఆ నిశాప్రశాంత సమయంలో
ఎందుకు?
"సర్వమానవ సమత్వాన్ని" స్థాపించడానికి
ఎలా?
యావత్ కుటుంబం బలి అయిపోయి.

* * *

"బాబూ! ఆవచ్చేది ట్రయినేకదూ!"

"అవును త్వరగాపదండి ఏకత్తీ మన అన్ని కుత్తుకలనూ ఒక్కసారి ఖండించలేదు"

"అవును పదండి - ఇలారండి."

శ్రీధరం తన భార్య పార్వతి ఒకప్రక్క నిలబడ్డారు. సురేశ్ శ్యామలలు మరొకప్రక్క నిలబడ్డారు, కన్నతల్లి ప్రక్కనే నిలబడింది మన లక్ష్మి.

మహామృత్యువులా ట్రయిను వచ్చేస్తూ ఉంది.

"జై పరమేశ్వరా! ఈనాటితోనైనా ఆకలి మంటలు చల్లార్చి, సర్వమానవ సమత్వాన్ని నెలకొల్పు" అని ప్రార్థించి పట్టాలమీద అడ్డంగా పడుకున్నారు.

అంతే -

ట్రయిన్ వచ్చేసింది.

వారి శిరసులను, మొండాలను ముక్కలు ముక్కలు చేసేసింది. నెత్తుటితో ఆ భూమంతా తడిసిపోయింది.

వెంటనే ట్రయినాగింది.

ప్రభువులంతా దిగి వచ్చిచూచారు.

ఆభీభత్స దృశ్యంచూచి వారి కన్నులు చెదిరి పోయాయి; వారి హృదయాలు బెదిరిపోయాయ్. మోచేతుల వరకూ నరకబడి గాజులు చెదరని చేతులు, చిరునవ్వు ఇంకిపోని నరకబడిన శిరస్సులు, నెత్తురు ప్రవహించే మొండెములు, పేగులు బయటకు వచ్చిన పొట్టలు, చూచినవారి కన్నుల నిండా నీళ్ళునిండాయ్.

"రామ రామ కుటుంబం కుటుంబం ఆకలి బాధకు కాబోలు బలిఅయిపోయారు" అన్నారు కొందరు దీనులు.

"ఏదో దెబ్బలాడి వచ్చారేమో ఎవరికి తెలుసు" అన్నాడొక శ్రీమంతుని ముద్దుబిడ్డడు.

"ఇలాచేస్తే ముక్తి ఒస్తుందనుకున్నారో ఏమో వెఱ్ఱి వెధవలు. చచ్చేవాళ్ళు మాగుడిలో

శ్రీవిష్ణువుపాదాలపైనైనా పడిచావలేదు – ఇంతకూ బుద్ధిః కర్మానుసారి' అని ఊరకే అంటారా!" అన్నాడు రుద్రాక్షమాలికలు ధరించిన పూజారి.

"చావాలని ఉంటే కాళికా శక్తికి బలిచేసి ముక్తి ఇప్పించనూ!" అనుకొన్నాడొక శాక్తేయుడు.

"ఛీ ఛీ ఇంతమంది తిండి తిప్పలు లేకుండా చచ్చిపోతుంటే, నాకీ ఆస్తిఎందుకు? నాయావదాస్తీ వారికుపయోగించి మానవ జన్మసార్థకం చేసుకుంటాను" అని అనుకున్నాడొక హృదయం కలిగి, కరిగిన, పరమయోగి స్వభావుడు.

ఇలా పలువురు పలువిధాల అనుకున్నారు.

ఎంతమంది ఎన్నివిధాలనుకున్నా, చనిపోయిన వారి హృదయాలు శాంతిగానే ఉన్నాయ్.

వారి బాధలన్నీ చల్లారాయ్. ఆకలి మంటలు ఆరిపోయాయ్.

నిజానికి మాతృదేశానికి ప్రాణసుమాలు అర్పించిన మహాత్ముల కంటే ధన్యజీవులెవరుంటారు?

అంతా మరణించారు.

కాని – ఒకచేయి పట్టాలక్రింద నలిగిపోయి చావకుండా ప్రాణాలతో మాత్రం లక్ష్మి మిగిలింది.

ఆమెను వెంటనే లేవనెత్తి ట్రయినులో ఫస్టుక్లాసులో వేసుకువెళ్ళి గవర్నమెంటు ఆసుపత్రిలో జేర్చారు. అప్పటి వరకూ ఆయమకు స్మృతిలేదు.

మిగిలిన మహాత్ములకు దహన క్రియలు జరిగాయ్ – అంతకాలం వివిధాహారాలతో పెంచి, పోషించి; లాలించిన శరీరాలన్నీ కాలిగుప్పెడు బూడిదైపోయాయ్. ఆబూడిద మీద ప్రకృతితల్లి, జగన్మాత రెండు ఆనందాశ్రువులను రాల్చింది – వారి త్యాగాన్ని తలచుకుంటూ

ఎవరెన్ని కన్నీళ్లు కారిస్తే ఏం ప్రయోజనం!

బూడిదగా మారిపోయిన వారి శరీరాలు చెలిస్తాయా? వారి ఆత్మలు చివురిస్తాయా? వారి ఆశయాలు పుష్పిస్తాయా?

"బాబూ! సురేశ్!" అని శ్రీధరం పిలుస్తాడా?

"నాన్నగారూ! సర్వమానవ సమత్వం రావాలి" అని సురేశ్ ఉద్రేకోపన్యాసాలిస్తాడా?

"అబ్బాయికన్నా అన్నం పెట్టలేమటండీ" అని శ్యామల మళ్ళీ భర్తనడుగుతుందా?

"బలి...కుటుంబం అంతా బలిగావాలి పదండి మన సోదర మానవులకొరకు బలి అయిపోదాం"

అని పార్వతి ఘోషిస్తుందా?

అంతా అయిపోయింది.

అందరూ అలాగే అయిపోతారు.

ఈ విషయం గ్రహించ గలిగిన ఏధనికుడూ తన ద్రవ్యంలో కొంత భాగాన్నైనా బెంగాల్ క్షామనిధికి పంపకుండా ఉండదు. ఉంటేవాని కంటే పశువుమేలు.

5

అది ఆసుపత్రి.

మలేరియా వ్యాధివల్ల చనిపోయే క్షామపీడితులు చనిపోతున్నారొక మూల. వారిని కుక్కల్లా ఈడ్చేసేవారీడ్చేస్తున్నారు.

మరోమూల కలరావల్ల చనిపోయే వారు చనిపోతున్నారు. చచ్చిన శవాలలోని పేగులను ముక్కుతో లాగివేసే రాబందుల్లా లాగిపారవేస్తూ ఉన్నవారు, లాగివేస్తున్నారు.

ఆసుపత్రి అంతా భీభత్సంగాఉంది.

మరోమూల లక్ష్మిచుట్టూ డాక్టర్లు చేరారు.

లక్ష్మికి కొంచం స్మృతి వచ్చింది.

"సర్వమానవ సమత్వంరావాలి దానికే మనం బలికావాలి" అంటూ కలవరిస్తూ కళ్ళుతెరిచింది, చుట్టూ డాక్టర్లు. ఆమె కన్నులు చెదరిపోయాయ్ హృదయం తల్లడిల్లిపోయింది అదికలా? భ్రమా?... స్వప్నావస్థా? జాగ్రదవస్థా? ఆమె కేమీ అర్థంకాలేదు.

పిచ్చిదాన్లా చూస్తూఉంది వారివంక అంతలో చెయి బాధపెట్టింది.

చూసింది నలినలిగా చిదికిపోయింది.

ఒక్క క్షణంలో ఆమెకు అర్థం అయింది.

ఆమె ట్రయిను కింద పడిపోయినట్లు చెయ్యినలగిపోయినట్లు, ప్రాణంపోయినట్లు దానితో ఆమెకు తిరిగి స్మృతి తప్పిపోయింది.

అంతే అరగంటవరకూ ఆమె స్మృతి పథంలోకి రాలేదు. డాక్టర్ గోపీనాథ్ ఆమెహృదయం, ఆమె కలవరింత విని గ్రహించాడు. సర్వమానవ సమత్వానికి బలి కావాలనుకున్న మహాత్మురాలని, పచ్చిబాలింతరాలగు భారతమాత కన్నవీరమాతని, భావి భారత స్వాతంత్ర్య భాగ్యసౌధానికి పునాదులు వేయగల ధర్మదేవతని, లోకాలోకములను తనతేజస్సుచే పునీతము చేయగల సత్యస్వరూపిణిని, 'భగవానుడొక్కడే సత్యం - ఆత్మ ఒక్కటే నిత్యం' అని నమ్మి, నమ్మిన దానిని ఆచరించ గలిగిన కర్మయోగిని అనీ భావించాడు.

వెంటనే డాక్టరు గోపీనాథ్ మిగిలిన డాక్టరు మిత్రులతో 'ఆపరేషన్' గదిలోకామెను తీసుకు వెళ్ళాడు, కొందరి కంపౌండర్ల సాయముతో

అంతే -

ఆమెకు స్మృతి వచ్చిన కొన్ని నిమిషాలకు క్లోరోఫారం ఇచ్చి. అతిచాక చక్యంగా పదినిమిషాలలో చేయితీసి వేసి కట్టు కట్టివేశాడు.

ఆమెకు ప్రత్యేకంగా ఒకగది ఇప్పించాడు తోబుట్టిన సోదరి కంటే ఎక్కువ ప్రేమతో చూచుకుంటూఉన్నాడు.

ఆమె కళ్ళు విప్పింది.

"చెల్లమ్మా!"

"అన్నయ్యా!"

"చెల్లమ్మా..."

"అన్నయ్యా! అమ్మేదీ! నాన్న..."

ఆమె కళ్ళువిప్పి చూచింది డాక్టరుని చూచింది ఆమె కేమీ అర్థంకావడంలేదు... చేయిబాధ పెట్టినట్లయింది. చూచింది, చెయ్యిలేదు.

చెదరిపోయేకళ్ళతో డాక్టరు గారివంక చూచింది.

"ఎవరు మీరు?"

"అమ్మా"

"ఇది ఆసుపత్రా!"

"... ... ..."

"మీ...రు... డాక్టరుగారా?"

ఆ మాటంటూ మళ్ళీ ఆమె స్మృతి తప్పిపోయింది. ఆమె బాధ చూచిన డాక్టరు దుఃఖం ఆగలేదు. అటువంటి బాధా జీవులనెంతమందినో చూచాడు కాని ఆమెను చూస్తున్నప్పుడతని కెందుకో హృదయం చెరువైపోయింది కన్నీరు కారిపోయింది. ఆమె ముఖంపై పడిపోయింది.

ఆమె కళ్ళు విప్పి చూచింది.

"ఊహూఁ డాక్టరుగారా?"

"కాదు, మీ అన్నయ్యను"

"అవును అన్నగారే... అమ్మేది?"

"అమ్మా నాన్నా అంతా వెళ్ళిపోయారు"

"ఎక్కడకు స్వర్గానికా?"

"కాదమ్మా! సర్వమానవ సమత్వాన్ని స్థాపించడానికి" ఆమె స్థబ్ధురాలై పోయింది.

"అన్నయ్యా! వారెక్కడున్నారు?"

"మనయింటిలోనే"

"ఏంచేస్తున్నారు?"

"భోంచేస్తున్నారు?"

"ఏమిటి? భోజనమా? భోజనం!"

ఆమాటలంటూ ఆనందాతిరేకంతో లేవ పోయింది. అతడామెను ఆపి నెమ్మదిగా పడుకోపెట్టి – "వారికి లోటేమిటమ్మా! అంతా వారిదే!" అన్నాడు.

ఆమె కన్నులానందాశ్రు పూరితాలయ్యాయ్.

"నిజమేనా అన్నయ్యా!"

"నిజమే నమ్మా!"

"మరివారు చావలేదూ?"

"ఎంతమాటమ్మా! వారికి చావేలేదు. వారు శాశ్వితులు"

"అయితే క్షామం..."

"పోయిందమ్మా! పోయింది"

"క్షామం పోయిందా!"

"ఆఁ పూర్తిగా పోయింది"

ఆమె ఆనంద పరవశురాలైంది.

వెంటనే ఆమెకు కాఫీ ఇచ్చాడు. ఆమె తల్లిదండ్రులంతా బ్రతికి ఉన్నారని, క్షామం పోయిందనీ నమ్మి కాఫీ త్రాగింది.

గోపీనాథ్ ఆమె అమాయకత్వానికి, నిర్మలత్వానికి చాల ఆనందించాడు.

ఆమె ఆసుపత్రిలో మంచంమీద –

ఆమె తల్లిదండ్రులు, అన్నావదినెలు భూగర్భంలో సమాధిక్రింది.

ఒకరికి హృదయం ఇంకా కొట్టుకుంటుంది.

మరొకరి హృదయం రాయిలాగైపోయింది.

ఒకరికి ఆకలి దప్పులు.

మఱొకరికి శాశ్వత శాంతి

ఒకరి కన్నుల వెలుతురు.

మరొకరి కన్నుల చీకటి

* * *

కొన్ని రోజులు గడిచాయ్

లక్ష్మికి చేయి నిమ్మళించింది.

డాక్టర్ నవ్వుతూ వచ్చాడు

"చెల్లమ్మా! ఎలాగుంది?"

"బాగానే ఉంది. కాని అమ్మానాన్నావాళ్ళొక రోజునారాలేదే?"

"వస్తారు"

"పోనీ మనమే వెళ్ళకూడదు"

"వెళదాం"

"ఎప్పుడు?"

"ఈసాయం కాలమే"

"నిజం - నిజం -"

"తప్పకుండా!"

ఆమె హృదయం అమృత రసపూరితమైపోయింది.

సాయంకాలం 8 గంటలయింది.

కారు వచ్చింది.

"చెల్లమ్మా! రా! పోదాం!"

అది ఆమె నాహ్వానించి కారులో ఎక్కించి క్షుధార్తులు, శవదహన ప్రదేశాలూ కనబడని రాచమార్గం (Lords Street) నుంచి కారును శరవేగంగా పోనిచ్చాడు. గోపీనాథ్. అయిదు నిమిషాలలో గోపీనాథ్ మహాభవనం ముందు కారాగింది.

గోపీనాథ్ కారుదిగి తలుపుతీసి "రా! చెల్లీ! రా!" అంటూ లక్ష్మిని పిలిచాడు.

పద్దెనిమిదేళ్ళ పడుచుపిల్ల లక్ష్మి చిరునవ్వుతో దిగుతూ ఉంది. ఆయన చేయి ఊత ఇచ్చాడు. ఆచేయి పట్టుకొని కారు దిగింది.

ఇద్దరూ నవ్వుకుంటూ మేడలోపల ప్రవేసించారు.

ఆ సురూపలావణ్యవతిని, ఆ నవ శృంగార వసంత కోకిలను, ఆ యౌవన మాధుర్య జీవనిని మేడమీదనుంచి గోపానాథ్‌భార్య రాగిణీదేవి చూచింది. ఆమె ఆపాదమస్తకం నిప్పులలో పెట్టి కాల్చినట్లయింది. ఆమె జీవిత నావ పర్వత చెరియలకు తాకి ముక్కలు ముక్కలైపోయినట్లయింది.

"క్రొత్తకవింత. పాతొకరోత బట్టలను మార్చినట్లు పడుతులను మార్చటమే పురుషుల నీతిశాస్త్రము. వారి కామాగ్నిని రగులకొల్పే కట్టెపుల్లలుకదూ స్త్రీలు - కట్టిన మంగళసూత్రం కాంతులు తగ్గకముందే, కన్నీటితో అభిషేకం చేస్తారు మరొక అర్ధాంగికి - నీతీ జాతీలేని ఇటువంటి పురుష జాతికంటే పులుగుల జాతిమేలు - పైగా నాయింటిలోనే ఈ సాహసం! - నేను బ్రతికి ఉండగానేనా నాతల దగ్గర దీపం!... నేజీవించి ఉండగానేనా నాశిరసున కొరివి! - చెబుతా! ఆ నర హంతకురాలు నాయింట్లో ఎలా ఉంటుందోచూస్తాను" అను కుంటూ చిందులు తొక్కుతుంది రాగిణీదేవి. అనుమాన పిశాచం ఆమె హృదయ రంగంపై అప్పుడే బైరవ నృత్యం చేస్తూంది.

* * *

"లక్ష్మీ! ఇటు, ఇటు," అంటూ గోపీనాథ్ ఆమెను తన పడకగది ప్రక్క హాలులో కూర్చుండపెట్టాడు.

గదంతా అతి శాంతప్రదంగా ఉంది. గాంధీ, జవార్‌లాల్, తిలక్, గోఖలే, రామకృష్ణ, వివేకానంద, బుద్ధ, క్రీస్తు మొదలగు మహాత్ముల చిత్రాలున్నాయ్.

"సత్యంవద" "ధర్మంచర" "అహింసా పరమోధర్మః అని త్రిమంత్రాలు ఊలుదారంచే ఒకగుడ్డపై చిత్రింపబడి ఉన్నాయ్.

ఒకటేబులుపైన గాంధీగారు రాట్నం ఒడుకుతున్నట్లు వేరొక టేబులుపై ఏసుక్రీస్తు పాపులను రక్షిస్తున్నట్లు, ఇంకొక టేబులపైన కృష్ణుడు అర్జునునకు భగవద్గీత బోధిస్తున్నట్లూ మరొక టేబులుపైన బుద్ధభగవానుడు మేకపిల్లకు మేతపెడుతున్నట్లు, ఉంది.

నాలుగుమూలలా చిన్న బల్లపై కఱ్ఱతో చెక్కబడి చక్కని రంగులు వేయబడిన ఆ నాలుగు శిల్పాలను చూస్తూ ఉన్న కన్నులు నీటిచే తడిఅయ్యాయ్.

ఆమె రెండు నిట్టూర్పులు విడిచింది.

"అన్నయ్యా! కృష్ణ, బుద్ధ, క్రీస్తు గాంధీమహాత్ముల శిల్పాలనీ, చాలా అర్ధవంతంగా గదిలో అమర్చావే?"

"అవునమ్మా అవును. ఆమహాశయులను చూడగా మహత్తరమైన మానవసేవ తెలుస్తుంది. మానవసేవకంటే భగవత్ సేవలేదని అర్ధమౌతుంది."

"అవునవును"

"చూడు... కృష్ణుని కాలంలో కృష్ణుని కంటే మహాత్ములు లేరు" ఆయన చేసిందేమిటి? ధర్మజుడు చేయు–రాజసూయయాగంలో అతిథులు కాళ్ళుకడిగే సేవకా వృత్తి చేశాడు. కురుక్షేత్ర సంగ్రామంలో మహావీరునిలా యుద్ధం చెయ్యలేదు. సామాన్య సూత పుత్రకునిలా రథంతోలాడు చూచావా తల్లీ ఆయన నమ్రత! ఆయన అఖండ మానవసేవ.

అలాగే బుద్ధభగవానుడు రాచకిరీటంలోని ఆనందం కంటే, సేవకావృత్తిలోని ఆనందం ఎక్కడని రాజ్యాన్ని విడిచి మానవ సేవకుడయ్యాడు. భార్యాపుత్రులను విడచి పరులకు సేవచేశాడు. కృష్ణునికంటే ఆధ్యాత్మచింతనలో అభివృద్ధి చెంది మానవసేవేకాక, నోరులేని పశుసేవకూడా చేశాడు. తాను తరించాడు. తన ప్రజలను తరింపచేశాడు.

ఇక మన క్రీస్తుప్రభువును చూడు. బుద్ధునికంటే ఒక మెట్టుపై కెక్కి, మానవులలో పాపులను సహితం రక్షించాడు. ప్రజల కొరకు తన నెత్తురు ధారపోశాడు. అంతకంటే సర్వమానవ సమత్వాన్ని పాటించేదెవరు?

సరే–మన గాంధీ తాతయ్య దగ్గరకు వద్దాం వారందరికంటే ఆధ్యాత్మచింతనలో అద్వితీయమైన మార్గం చూపించాడు రోజుకు రోజు మానవ జీవితప్రవాహం ముక్తి సముద్రాన్ని చేరుకుంటుందనేది ఈ మహాత్ముని జీవితం వల్లరుజువవుతూఉంది. పతితుడైన ప్రతి మానవుడుకూడా మహాత్ముడు కాగలడని ఆయన అన్నమాటల్లా ఆచరించి, మనల నాచరించ

మని బోధించే ధీరుడయ్యాడు. అహింసాసూత్రానికి ఆయువుపట్టయ్యాడు. సర్వమత సత్యానికి సూత్రాత్మ అయ్యాడు.

ఆ మహాత్ముల జీవితాలను సూక్ష్మంగా పరిశీలిస్తే, మానవ జీవిత పరిణామం అర్థమౌతుంది. ప్రపంచయాత్ర చీకటినుంచి వెలుగునకు, అజ్ఞానం నుండి సుజ్ఞానానికి, భిన్నత్వం నుండి అభిన్నత్వానికి, జరుగుతున్నదని తెలుస్తుంది" ఆమాటల కాయమ నిర్మల శాంతిని చెందింది.

"అన్నయ్యా! దిగంతాల వెలిగే ప్రదీప్తి తారకలు కోటానుకోట్లు, మట్టిలో దాగిన మహాత్ముల జీవితగాథ లనంతములు. ఆకాశాన వెలిగే చుక్కలకు, మట్టిలో నిదురించే మహాత్ములకు ఏదో సంబంధం, ఉందనుకుంటాను..."

"జీవితపరిణామాన్ని, సృష్టి వైచిత్రాన్ని తలచిన కొద్దీ వెఱ్ఱివాళ్ళమై పోతాం తల్లీ!"

"నిజం"

"ఇదిగో! ఈ పళ్లరసం, పాలూ తీసుకో!"

"అమ్మా నాన్నా వాళ్ళేరి అన్నయ్యా!"

"ఇప్పుడే వస్తారమ్మా!"

"అప్పుడంతా కలసే భోంచెయ్యొచ్చునుగా!"

"అలాగేలే... అందాకా ఈపళ్ళరసం తాగమ్మా! లేకపోతే వట్టే"

"బలేవాడ వన్నయ్యా! ఎప్పుడెలా మాట్లాడాలో బాగా తెలుసుకున్నావ్!"

"అదన్నా తెలుసుకోపోతే ఎలాగమ్మా!"

అతడు నవ్వుతూ పళ్ళరసం. పాలూ ఇచ్చాడు. ఆమె ఆనందంతో కడుపునిండా తాగింది.

"కాసేపు పండుకోతల్లీ!"

అంటూ ఆమెకు ప్రక్కచూపాడు. ఆమె పండుకుంది. అతడు ఫేన్ వేశాడు.

ఆమెకు కునుకు పడుతూ, పడుతూ ఉంది.

"అన్నయ్యా!"

"ఏం చెల్లీ!"

"ఇవాళ అమ్మావాళ్ళను చూస్తాను కదూ!"

"తప్పక"

ఆమె శాంతిగా నిదరపోయింది.

ఆమె తల వరకూ శాలువాకప్పి తన భార్యదగ్గరకు వెళ్ళిపోయాడు గోపీనాథ్.

* * *

ప్రక్కగదిలో కారాలు మిరియాలు నూరుతూ ఉంది రాగిణీదేవి అమాయకుడగు భర్తపైన.

"రాగిణీ!" అంటూ నవ్వుతూ వచ్చాడు జవాబులేదు

"రాగిణీ! ఆలశ్యం అయిందని కోపమా!"

"ఎందుకు? మీయిష్టం వచ్చిన స్త్రీతో మీరుంటారు. దానికి అడ్డు చెప్పటానికి నేనెవ్వరిని?"

"ఏం మాటలు రాగిణీ అవి?"

"చేతకాని మాటలు దేవరా అవి - ఆడవారివి మాటలు; మగవారివి చేతలు తెలిసందా ప్రభూ! కమ్మగా కబుర్లుచెప్పి పరకాంతల వశం చేసుకుంటం మీకు తెలిసినట్లు మాకెలా తెలుస్తుంది? తీసుకురండి - అనాధప్రేతల నందరినీ తీసుకురండి - పదహారువేల మందిని తీసుకువచ్చి గోపాల కృష్ణుడవండి,"

"రాగిణీ!"

"ఏం?"

"పొరబడ్డావ్ సుమా! ఆమె నా చెల్లెలు."

"అలా అనకపోతే రంకెలా దాగుతుంది?"

"రాగిణీ! అనరాని మాటలంటున్నావ్. ఆమె మహాపతివ్రత"

మీరు సతీవ్రతులు, ఆమె పతివ్రత? డాక్టర్లనెవరు నమ్మారు లెండి"

"డాక్టర్లు మనుష్యులు కారా?"

"అవుతారు గాని - దయచేసి దానిని ఇంట్లో నుంచి తక్షణం పంపండి."

"అది ఈ జీవితంలో చెయ్యను."

"మీరు చెయ్యపోతే నేనేచేస్తాను."

అంటూ ఆమె బయలుదేరింది. లక్ష్మిని గెంటివేయాలని ఆమెకు అడ్డుగా నిలబడి "రాగిణీ! నేను బ్రతకుండగా ఆమెను నాయింట్లోనుంచి గెంటివేయలేవ్" అన్నాడతి శాంతంగా.

"ఇది మీయిల్లుకాదు నాఇల్లు, నా ఆస్తివల్ల మీరింత చదువు చదివారని మరచి పోకండి, ఈ ఇల్లునాది ఈ ఆస్తినాది కాబట్టి దానిని ఇంటినుంచి గెంటివేయడానికి నాకు హక్కుంది.

రాగిణీ! కోపంతో అంటున్న ప్రతిమాట శాంతంగా ఉన్నప్పు డాలోచించుకుంటే చాలా తప్పుగా తోస్తయిసుమా! కోపం కంటే పాపంలేదు. క్రోధంకంటే తప్పులేదు. తప్పుచేసి పశ్చాత్తాప పడేదానికంటే తప్పుచేయ పోవడంమేలు".

"ఓహో!చాల్లెండి శ్రీరంగనీతులు."

"పిచ్చిదానా! నీయిల్లూ నాయిల్లూ నీఆస్తి నా ఆస్తీ అని ఒకటుందా? అందరిదీ ఒకేయిల్లు; అందరిదీ ఒకేఆస్తి అటువంటి అద్వితీయమయిన సర్వమానవ సమత్వాన్ని నెలకొల్పటానికే

బలి అయ్యారు సుమా ఆమె తలిదండ్రులు... చూడు ఈక్షామంలో, మృత్యుదేవత హస్తాన్న చిక్కినవారు ఏఇల్లు తీసుకుపోయారో, ఏఆస్తి తీసుకుపోయార్!"

"తల్లిదండ్రులు చచ్చిన అనాథ బాలికల నందర్నీ రక్షించడాని కిది సత్రవా! క్షామంలో చచ్చేవాళ్లు చస్తూంటారు దానికి మనమేం చేస్తాం?"

"ఇలా ఆశ్రయం ఇస్తాం. రాగిణీ ఒకేమాట ఆమెనా సోదరి.నేనామెను విడువను కావాలంటే నీయింట్లో నుంచి నేనిప్పుడే లేచిపోగలను".

"పోతారూ! తల్లి దండ్రులు చచ్చిన ముష్టిముండకోసం - క్షామ పిశాచాని కోసం" ఆమాటలతి కోపం తోటి అంటూ ఉంది. లక్ష్మి విన్నది - "ముష్టి-క్షామం-తల్లిదండ్రులు చచ్చిన ముష్టిముండ" అనడం. ఉలుక్కుపడిలేచింది.

"క్షామం!"

ఆమె నాలుగుమూలలా చూచింది.

భార్యాభర్తలు దెబ్బలాడు కుంటున్నారు.

"తల్లిదండ్రులు చనిపోయారా? "ముష్టి" ఇంకా ఉందా? "క్షామం" ఇంకా ఉందా! "క్షామం!" అంటూ కిటికి తలుపులు తీసింది.

శవాలను మోసుకు పోతున్నారు.

దేవాలయాల ముందే శవాలను తగలబెడుతున్నారు. నడవలేక పడిపోయేవారు పడిపోతున్నారు. పీనుగులను మోసుకుపోయే కార్లు వెళ్లిపోతున్నాయ్. ఆమె చూస్తున్న ప్రదేశం అంతా బహుభీభత్సంగాఉంది. మృత్యుదేవత శివ తాండవం చేస్తుంది. లక్ష్మి కన్నులు చెదిరిపోయాయ్, తలతిరిగిపోయింది.

"క్షా...మం...!"

"క్షా...మం...!"

"ము...ష్టి....!"

"ము...ష్టి...!"

అని పెద్దపెద్ద కేకలు వేసి ఆ కిటికీలోనుంచి నీళ్ళగొట్టం పుచ్చుకొని "క్షామం!" అంటూ జఱ్ఱుమని నేల మీదకు జారిపోయింది.

గోపీనాథ్ ఆమె కేకలు విని ఒక్కపరుగున గదిలోకి వచ్చాడు.

ఎక్కడుందామె?

"చెల్లీ!" అన్నాడు మేడమీద

"క్షామం!" అన్నది నేలమీద

చూచాడామెను వెంటనే అతడుకూడా "చెల్లీ" అంటూ పంపు పట్టుకొని దిగిపోతున్నాడు.

"క్షామం! క్షామం!" అంటూ ఆమె వళ్ళు తెలీకుండా పరుగెత్తుకొని వెళ్ళిపోతుంది. ముష్టివాళ్లామెవంక వెఱ్ఱిగా చూస్తూ ఉన్నారు. లక్షాధికారుల కుక్కలు "భౌఁయ్! భౌఁయ్!" మంటూ వెనకపడ్డాయ్.

"క్షామం! క్షామం!" అంటూ శరవేగంగా వెళ్లి పోతుందా అనాధబాలిక.

"చెల్లీ! చెల్లీ!" అంటూ పిచ్చివానిలా కేకలు వేసుకుంటూ ఆమె వెనుకే పరుగెడుతున్నాడు గోపీనాథ్.

అంతలో శవాలను మోసుకుపోతున్న కారకొటి వచ్చేస్తుంది.

ఆమె చూపుకది మృద్యుదేవతలాగ కనబడింది.

"క్షామం!" అని గుండెలు బద్దలయ్యేటట్లు పెద్దకేక వేసిందామె.

"చెల్లీ!" అని హృదయం శిధిలమయ్యేటట్లు పెద్దకేక వేశాడతడు.

పర్వతంలా వచ్చేసింది కారు.

"క్షా...మం!" అంటూనే ఉన్నది కారు. ఆమె గుండెమీద ఇనుపచేతితో ఒక్క చరుపు చరిచింది.

అంతే -

కారుక్రింద ఆ తల్లి పడిపోయింది.

తల పిప్పి పిప్పి అయిపోయింది. శరీరం పప్పు పప్పు అయిపోయింది నేలంతా కుంకుమ రంగులా నెత్తుటిధారలతో లత్తుకరంగు పూసింది.

గోపీనాథ్ కళ్ళు చెదిరిపోయాయ్.

చెల్లెల ఆకారమే లేదు.

అది ఒకనెత్తుటి ముద్ద.

"చెల్లీ! చెల్లీ!" అంటూ చిదికిపోయిన ఆమెనెత్తుటితల చేత్తో పట్టుకున్నాడు. ఆమె ప్రతి రక్తనాళంలో నుంచి, వేయి వేల గొంతుకుల ధ్వనితో, "క్షామం! క్షామం! క్షామం!" అన్నట్లు ఆమె చుట్టూ నిలబడిన వారికి వినబడుతూ ఉంది. వారి చెవులలో మారుమోగి పోతూఉంది.

గోపీనాథ్ "చెల్లీ!" అని ఆనెత్తుటి తలపై రెండు కన్నీళ్లు జార్చాడు.

"అన్నయ్యా" అని నెత్తురినుంచి అమృతమూర్తి శాంతంగా పిలిచింది.

"చెల్లీ" అని చిక్కటి ఆనెత్తుటిలో పల్చటి అతని కన్నీళ్లు కలిపివేశాడు.

"అన్నయ్యా! సర్వమానవ సమత్వం!"

అంటూ ఆమె గడ్డకట్టిన నెత్తురు బోధించింది.

అంతే -

ఆ నెత్తుటిలో - ఈ కన్నీళ్ళు

"కళ్ళనుంచి నీటి బొట్టులకు బదులు నెత్తుటి బొట్టులు కారిస్తేనేగాని –

"క్షామం" పోదు – "సర్వమానవ సమత్వం"రాదు' అని ఆ నెత్తురు – కన్నీళ్ళు బోధిస్తున్నాయ్!

వింటున్నారా ఆ ప్రబోధం!

వింటున్నారా ఆ మృత్యుఘోషం!

కంటున్నారా ఆ క్షామ పిశాచ నృత్యం

ఆకలి; ఆకలి;

అన్నమో రామచంద్రా!

క్షామం; క్షామం;

కన్నులు తెరువండోయ్!

క్షామం; క్షామం.

క్షామం.

1943 బెంగాల్ క్షామం.

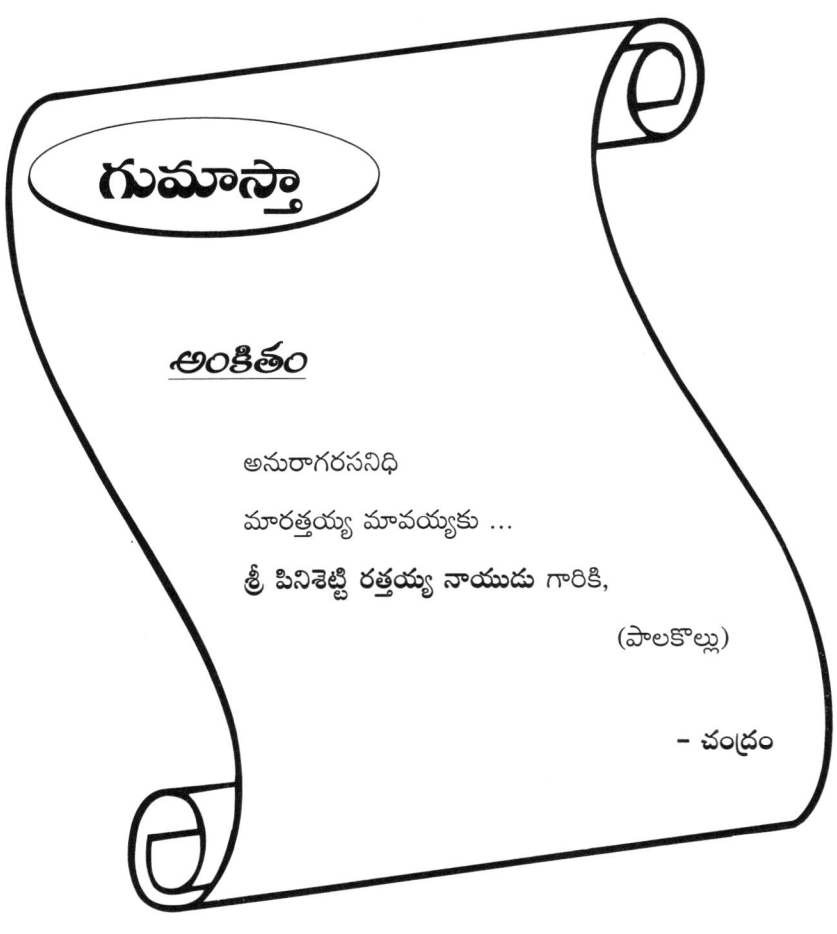

గుమాస్తా

అంకితం

అనురాగరసనిధి

మారత్తయ్య మావయ్యకు ...

శ్రీ పినిశెట్టి రత్తయ్య నాయుడు గారికి,

(పాలకొల్లు)

– చంద్రం

"ఈసురోమని మనుషులుంటే
దేశ మేగతి బాగుపడునోయ్;
తిండి కలిగితె కండగలదోయ్
కండగలవాడేను మనిషోయ్"

– మహాకవి శ్రీ గురజాడ అప్పారావుగారు

గుమస్తా

1

పర్వతాలు పర్వతాలే పగలగొట్టి, బండలు ముక్కలు చేసి, రాళ్ళుపరచి రోడ్లువేసే ఉప్పరోళ్ళ చెమటబిందువులకు విలువలేదు. మండుటెండలో మలమలమాడుతూ, వంటినిండాబట్ట, కడుపునిండా తిండీ లేకుండా, మగా ఆడా అనకుండా పిల్లాజల్లలతో, రెక్కలు ముక్కలయ్యేటట్లు అంతా కష్టపడతారే. వారి కష్టాలకు–కన్నీళ్ళకు విలువుందా! రోడ్లు పరిచింది వాళ్ళయినా పేరుదక్కేది కంట్రాక్టర్లకు, ఇంజనీర్లకు, ప్రెసిడెంటులకే! పైపెచ్చు ఆ కష్టజీవులను త్రాగుబోతులూ, గుండాగొయ్యిలూ అని నిందిస్తారు? ఎక్కడుంది ధర్మం?

* * *

భూమి చీల్చి, నాగలిమొనతో తమ పేరునాటి, చెమటబిందువులతో విత్తునాటి, కన్నీటి వర్షపుజల్లుతో మొక్కపెంచి, నెత్తురోడ్చి ధాన్యంఉడ్చే పేదరైతులకు తిండిలేదు. భూస్వాములు, జమీందారులు, కోట్లలో ధాన్యపుసంచులు నిలవుంచుతారు. రైతులు క్షామపీడుతులై ముష్టెత్తుతారు. ఏ గొప్ప దొరైనా వస్తే "ఈ భూములన్నీ మనవేనండీ" అని బోరలు విరిచి చెబుతారు భూస్వాములూ, జమీందారులు. కర్షకులకు కూలి; కామందులకు పేరు; ఎక్కడుంది న్యాయం!

* * *

కోడి కూతకంటే ముందు మిల్లు కూస్తుంది. పగలు పగలల్లా పడిన శ్రమచే అలసిపోయి, గట్టిగా రెప్పల తలుపులు బిగించి కళ్లు నిదరపోతూంటే – కేప్టిలిస్ట్ అయిన మనసు వచ్చి, రెప్పల తలుపులను బలవంతంగా తెరిపించి, కళ్ళను మేల్కొల్పి కార్యరంగంలోకి దింపుతుంది –

అక్కడనుంచీ ఆ కూలిపోయే కూలీల పాకల్లో కలకలాలు. ఎండిపోయిన ఎముకల పంజరాలను చాపలమీదనుంచి లేవదీస్తారు. అంతే, ఆరిపోయిన బుగ్గలతో, లోతుకుపోయిన కళ్ళతో, మాసిన తలలతో, చినిగిన బట్టలతో, ఉట్లలోఉన్న గంజికూటి ముంతలు తీసుకొని పొట్టకూటికి బయలు దేరతారు కార్మికులు.

గోధుమ రంగుగాఉన్న ధాన్యంపొట్టు వలిచి తెల్లని బియ్యం చేస్తారు. రాసులకు రాసులు పోస్తారు. కాని చారడు నూకలైనా తీసుకుపోలేరు. ఆతెల్లని బియ్యంచూస్తూ, మాడిన కడుపులతో, ఇళ్ళకు పోతారే. ఎంత ఘోరం? యజమాని ఇచ్చే రూపాయి డబ్బులూ ఈకరువు రోజుల్లో పొట్టకు సరిపోతాయా?

ధూళితోటీ, గింజలతోటీ ఉన్న నూనెను శుభ్రపరచి, దారం తీసి, బట్టలు నేస్తారు. కొత్తకొత్త రంగుల బట్టలు కోట్లకొలదీ మేట్లు పడతాయ్. వాటినన్నిటినీ, చూస్తూ ఆ చిరిగిన బట్టలతోనే ఇంటికి "మనకర్మ" అనుకుంటూ పోతారే- ఎంత అన్యాయం? తమ కష్టం విడిచి తామురిక్త హస్తాలతో ఇళ్లకు పోతున్నారంటే ఎంతబాధో హృదయాలుంటే భావించండి.

గోదుమలు పిండిచేస్తారు. గుప్పెడుపిండి లభించదు - అలా సృష్టికి కావలసినవన్నీ మిల్లుల్లో తయారుచేస్తారు. కాని వాళ్ళు అనుభవించలేరు.

రెండువేల కూలీలున్నా మిల్లు యజమాని రోజుకు షుమారు ఆరువేల రూపాయిలు గడిస్తున్నాడు. ఆ ఆరువేలరూపాయలు పెట్టి మరనాడు పద్దెనిమిది వేల రూపాయలు గడిస్తున్నాడు.

కాని మన కష్టజీవికి ఎప్పుడూ చాలీచాలని దిన వెచ్చమే. మిల్లుయజమానులు కోటీశ్వరులౌతుంటే, కూలీలు తిండిలేక చస్తున్నారు. ఏకూలీ అయినా, ఈ విధంగా 'కూలి' **(Wages)** పద్ధతులుంటే ఒక్కబంగారు కాసు చూడగలడా? వంటినిండా బట్టకట్టగలడా? కడుపునిండా తిండి తినగలడా? వానకారని ఇంటిలో ఉండగలడా?

ఒక్కసారి చరిత్ర విమర్శించిచూడండి.... ఏకార్మికులకైనా, ఏ కర్షకులకైనా కడుపునిండా భోజనం ఉందేమో!

ఇంత నవనాగరిక దేశంలోనూ చొక్కాలున్నయ్యా రైతులకు? నల్లని మసిగుడ్డలు పోయాయా కార్మికులకు?

నేటికీ 'మన' పూర్వజన్మకర్మ; మన తలరాత' అంటున్నారే గాని - ఈ కలిమి లేములు స్వార్థమానవ కల్పితాలేగాని, భగవల్లిఖితాలు" కావని గ్రహిస్తున్నారా?గ్రహించేటట్లు వారికి విద్యావిధానం ప్రభుత్వం ఏర్పరచిందా?

"బాబూ! నీవు పేదవాడిగా పుట్టలేదోయ్. నిన్ను పేదవానిగా ఈ ధనిక సంఘం చేసింది.

తల్లీ! చక్కని పిల్లల్ని దేశానికి ప్రసాదిస్తున్నావ్? ఎఱ్ఱని నెత్తురంతా తెల్లని చనుబాలగా మార్చి బిడ్డలకు కండపుష్టి కలిగిస్తున్నావ్? కాని కొత్తనెత్తురు పట్టడానికి కావలసినంత తిండి తినకుండా చస్తున్నావ్. నీవు అర్ధాయుషుతోనే చావడానికి పుట్టలేదు తల్లీ! అందరి లాగే నీవూ ఆరోగ్యంగా ఉండొచ్చు. నిన్ను నీచుట్లుపట్లున్న ధనిక వర్గమే పీల్చి పిప్పిచేస్తుంది. నీలో ప్రతిరక్త కణాన్ని నీరుచేసేస్తున్నారు. తల్లీ! నీ బిడ్డలకే విజ్ఞానజ్యోతిని కనబరుస్తే,

దేశదారిద్ర్యం ఏనాడో తొలగిపోయి, స్వతంత్రశంఖం ఈనాటికి మనపిల్లలు పూరించకుండా ఉండేవారా? స్వతంత్రపతాకం మనఇళ్లమీద ఎగరకుండా ఉండేదా? మన పాకలు మేడలు కావూ? మనమేడల్లో పుస్తక భాండా గారాలు వెలయవూ? తల్లీ! 'ఇది నీపూర్వజన్మకర్మ" కాదు. ఈ జన్మకర్మే. కర్మంటేపని. ఈ జన్మలో అవివేకివయి సేవచేస్తుంటే, చేయించు కుంటున్నారు కసాయివాళ్లు – ఏకసాయివానికి మేకపై ప్రేమ ఉంటుంది తల్లీ? ఆలోచించు –మేకపిల్లవుకాక సింహపుపిల్లవువా. నీలో అనంత శక్తులూ ఇమిడి ఉన్నాయ్. కస్తూరిభాయ్, సరోజినీ దేవివలె నీవూ గొప్పదానవు కాగలవు. గాంధీ, జహ్వార్, పఠేల్, మార్క్స్, స్టేలిన్, లెనిన్, బుద్ధ–వలె నీభర్తకూడా మహావీరుడు కాగలడమ్మా.

లే. అదిగో విజ్ఞాన జ్యోతి. చూడు తల్లీ! చూడు... అదిగో అటు చూడు. అదే స్వతంత్ర శంఖం. పూరించమ్మా! పూరించు... ఆపైనచూడు. అదే స్వతంత్ర పతాకం–మన పిల్లలందిరితో కలసి నీవూ నీభర్తా నమస్కరించడి తల్లీ! నమస్కరించండి" అని ఎవరు చెబుతున్నారు? ఎంతమంది కవులు తమ కావ్యాల్లో కష్టజీవుల విషాద బాధాజీవిత గాధలు వర్ణిస్తున్నారు?

ఆలోజించండి –

కవి సంఘురధాన్ని నడిపే సారధికాడూ? కాలాన్ని తన కావ్యంలో చిత్రించ నవసరంలేదూ? నలభైకోట్లలో ముపైకోట్లమంది నిరక్షరాశ్యులే. వారికి విజ్ఞానం కలిగి ప్రబోధాలు చేయొద్దు? తినతిండీ, కట్టబట్టా, ఉండ ఇల్లూ లేకుండా, అనాధలై, అభాగ్యులై అయ్యయ్యో! జీవచ్ఛవాల్లాగ చస్తున్నారే. వారలా చావవలసిందేనా? వారలా చస్తూంటే మీరు చూడవలసిందేనా? వారికి తిండీ, బట్టా, కలిగే మార్గాలు మీరు ఆలోజించరూ? మీకు తోచిన యదార్థాన్ని ముసుగుతీసి వారికి చూపించరూ?

మీరు కూడా 'వారికర్మే!' అంటే వారి గతేమిటి? మీరూ కేప్టిలిస్టుల్లాగ 'ఎవరి కర్మకు ఎవరు కర్తలు!' అంటే వారికిమార్గం ఏమిటి?

కేవలం "మహాకవులం" అని అనిపించుకుంటానికేనా మన కావ్యరచన? సభలలో ఒకరి నొకరు "నీవు మహాకవివి" అంటే "నీవు మహాకవివి" అని పొగుడుకుంటాని కేనా మనం కావ్యాలు వ్రాయవలసింది? సిగ్గేయడంలేదూ?

ప్రజలను విడిచి మీ కవిత్వం ఏమిటి? ప్రజల కష్టాలు వర్ణించని మీ కవిత్వంఏ రాజు మెచ్చుకోను...

"మహాశిల్పం – దివ్యరచన. –అలంకారాలు చూపించాలి – దివ్యశృంగారాలు చిత్రించాలి" అంటారా? చిత్రించండి. వద్దని ఎవరన్నారు? కాని ఇప్పుడు కాదు బాబూ ఇప్పుడు కాదు.

కవీ!

నీ శృంగార కవిత్వాన్ని బంగారపు పెట్టిలోపెట్టి కడుపునిండా కూడు లభించేవరకూ దాచివుంచి ఈలోపుగా చస్తానేమో అంటావా? ప్రజలకు పట్టుదన్నం కైనా పాటుపడని నీవంటివాడు చస్తేమాత్రం ఏం నష్టం? బెంగాల్, మలబార్, రాయలసీమలలో రోజుకు లక్షలాదిగా ప్రజలు క్షుధాక్రాంతులై, క్షామదేవతకు బలి అయిపోవడంలేదూ? వారికంటే నీవు ఎక్కువా బాబూ!

నవకవీ!

మేలుకో! పాడుబూతుల పచ్చిశృంగారం ఎవరికికావాలోయ్ వెఱ్ఱివెంగళప్పా! నీ పట్టు శాలువలు మూలపెట్టి కూలీల గుడెసల్లో కాలుపెట్టు. వారి కన్నీటిలో నీరాతిగుండె కరగనీయ్. వారి నెత్తుటితో నీ నెత్తురు పొంగనియ్. వారి హృదయ స్పందనాలతో నీ హృదయ స్పందనం జోడించు.

యుగకవీ!

చస్తున్నారోయ్ ప్రజలు తిండిలేక చస్తున్నారు. మతం పేరు చెప్పి ఎన్నో దురంతాలు చేశారుకొందరు వారిలో నీవూ ఒకడవవుతావా?

యువకవీ!

జాతి కులమత భేదాలు కల్పించి ప్రజలను పశువుల చేశారోయ్ పూర్వులుకొందరు. మనిషిని మనిషినుండి వేరు చెయ్యడం కాదోయ్ గొప్పతనం; కలపడం. ఏమంటావ్– మహాకవి ఏమన్నాడు:

మతం వేరైతేను యేమోయ్,

మనసు లొకటై మనుషులుంటే

గాంధీజీ ఏమన్నాడు :

"ఈ మూగ ప్రజలకు విజ్ఞానం గరపాలి. వాళ్ళూ మనుషులే అని ఆలోజించుకొనటట్లు చెయ్యాలి."

చూశావా! విన్నావా!

ప్రజాభ్యుదయానికే నీ కవిత్వం ఉపయోగించకపోతే కవివి కావు; నీటికాకివి. కవి అనే అర్థం దానికే ఉంది మరచిపోకు.

2

"గుమస్తా"

విన్నావా ఈపదం షాహుకార్!

ఇది వినని వాళ్ళున్నారా?

* * *

ఏపదిమంది గుమస్తాలవల్ల నీవు కోటీశ్వరుడ వౌతున్నావో, ఆపదిమంది గుమాస్తాలకు ఏనాడైనా పదిరూపాయిల జీతం ఎక్కువ చేశావా? పదిమందికీ పదివేలు బహుమానంగా ఇచ్చావా? వారు లేకపోతే నీవు కాలుకదప గలవా? లెక్కవేయగలవా? నీకసలు అంకెలు వచ్చునా? వుత్తరాలు చదవడం వచ్చునా? భగవానుని ప్రార్థన చేయడం వచ్చునా?

అన్ని పనులూ చేసిపెట్టి నిన్ను కోటీశ్వరుని చేస్తున్నాడే, ఆ గుమస్తా మూడుపూటలా తిండి తింటున్నాడేమో ఎన్నడైనా అడిగావా? తినడం లేదని చెబుతే నమ్మావా?

ఏమోయ్ షాహుకార్!

నిజం చెప్పు? నీకూ – గొఱ్ఱెలూ మేకపోతులూ నరికి, మాంసం అమ్ముకొనే ఆ కసాయివానికీ భేదం ఏముందోయ్. కసాయివాళ్ళు చచ్చిన శవాలను కోసి అమ్ముతున్నారు – నీవుబ్రతికితిరిగే జీవచ్ఛవాలనే నీ ఇష్టం వచ్చినవాళ్ళకు అమ్ముకుంటున్నావ్. కడుపునిండా తిండి పెట్టకుండా ఇలా వేపుకు తినేదానికంటే, ఏబండకత్తితోటో వారి కుత్తుకలు కత్తిరించడం మేలు కాదోయ్!

ఆలోజించు –

నీకొట్లో పని చేస్తున్నాడు; నీ యింట్లో పనిచేస్తున్నాడు. నీకు పనిచేస్తున్నాడు. అతని శరీరంలో ప్రతిరక్తనాళం "నీ" అనే బలివేదిక మీద బలిచేస్తున్నాడు.

పగలనక, రాత్రనక, నిన్నేదైవంగా పూజిస్తున్నాడు. నిన్నే ఇలవేల్పుగా ఆరాధిస్తున్నాడు. నీకంటే అతనికి అన్యశరణం నాస్తి. నీవుఇచ్చే నెలజీతమే అతనిపొట్ట పోషిస్తుంది. అతని కుటుంబాన్ని నిలబెడుతుంది.

అటువంటప్పుడు– అతని పోషకుడవు నీవేకదా, అతని కడుపు నిండా అథమం మూడు పూటలా భోజనం అయినా పెట్టే బాధ్యత నీదికాదూ? షాహుకారు ప్రభూ!

ఆలోజించు –

పోనీ నీకు అతనివల్ల లాభంలేకపోతే అనుకోవచ్చు. నీకు లేక పోయినా అనుకోవచ్చు. అతనివల్ల లక్షలు గడిస్తున్నావే, ఎందుకోయ్ అతన్ని భిక్షకుని చేస్తున్నావ్. నీకు లక్షలువస్తున్నాయ్. అని గ్రహించీ అతడు కడుపుమాడ్చుకొని కన్నీరు కారుస్తున్నాడే హనుమంతునివంటి భక్తుని ఎంతగా ఏడిపిస్తున్నావోయ్! నీకు ధర్మంగా ఉందా? ఈఆస్తి అంతా కట్టుకుపోవని – చచ్చిన నీ తాతలవల్ల తెలియడంలేదూ?

బాబూ?

"వార్ బాండ్లకు, వేలువేలు గుమ్మరిస్తున్నావే. నీ ఇంటిముందు కుక్కలా తోకాడించుకుంటూ ఉన్న నమ్మిన బంటు కేమిస్తున్నావు?

నీవు చేసిన పాపాలన్నీ పోడానికి గుడులు కట్టిస్తున్నావు. దీపారాధనలు చేయిస్తున్నావు.

అమ్మవారికి నగలు చేయిస్తున్నావు. తిరుపతి మొక్కులు తీరుస్తున్నావు. యాత్రలకువెళ్ళి ముడుపులు చెల్లిస్తున్నావు. కాని నీభక్తునికి ఏమిస్తున్నావోయ్.

ఆలోచించు -

నీభక్తుడు కదిలే దేవాలయం. కదిలే దేవాలయాన్ని విడిచి కదలని దేవాలయానికి కనక గోపురం నిర్మిస్తానంటా వేమంటి?

నీభక్తుడు సేవాలయం. సేవించే సేవకుని విడిచి, సేవించని రాళ్ళకు మొక్కుతా నంటావే?

షాహుకార్?

ఒక్కటి చెబుతావిను. నీభక్తుడు గరుత్మంతుడు. అతని భుజస్కంధంపై నీవు కూర్చున్నావు. అతనివల్లె నీవు ఆకాశపథాన్ని అంటుకుంటున్నావు. ఆశాపథాల్లో నక్షత్రంలా మెరిపిపోతున్నావు. అతనివలె ఎత్తయిన ప్రదేశాల్లో నీవునిలబడి అందరి కన్నులూ మిరిమిట్లు గొలుపుతున్నావు. కానిపైకి ఎగరగానే ఎవ్వరిమీద నీవునిలబడ్డావో అతడ్నే మరచిపోయావు.

అతడెపుడూ నీకంటే తక్కువే. నీకంటే కిందే ఉంటాడు. కాని నిను అంటే ఉంటాడు. అతడు తనరెక్కల జాడించుకొని ఆవలికిపోయాడా - నీగతి చూడు.

ఎక్కడుంటావు?

పాతాళ గహ్వరాంతర్భాగ తమోపదంలో -

నీలక్షలు ఏమౌతాయ్?

బుగ్గిపాలై భూమిలో రేణువుల్లా కలసిపోతాయ్ అందుచేత షాహుకారు?

నీబిడ్డవంటి గుమాస్తాకు కూడుగుడ్డలు లేకుండా చేయకోయ్‌బాబూ! చేయక. చేస్తే వచ్చే ప్రమాదం నీకేగాని అతడికి కాదు.

నీ శత్రువులనుండి నిన్ను రక్షించే నీచేతి కత్తివంటివాడు గుమాస్తా; ఆ కత్తితో నీకుత్తుకే కోసుకుంటావా?

నీదొంగలనుండి నిన్ను కాపాడే నీఇంటిదీపం నీగుమస్తా; నీ దీపంచేతే నీఇల్లు కాల్చుకుంటావా?

నీకంటే ముందు మేల్కొంటున్నాడు; నీకంటే వెనుక నిదర పోతున్నాడు; నీనీడగా ఉంటున్నాడు. ఆ నీడతోటే నీకళ్ళు మూసుకుంటావా?

3

చెప్పు షాహుకార్! చెప్పు

"ప్రేమించు ప్రేమకై-

ప్రేమించు శాంతికై"

అది షాహుకార్ భద్రంగారి మహాభవనం.

చుట్టూ ప్రాహరీ గోడలేదు. వంటింటి ప్రక్కనే పడకగది. పడకగదిలో పందిరి మంచం, పందిరిమంచముకింద కిరసనాయిల డబ్బాలు, పంచదార బస్తాలు, చింతపండు బుట్టలు, గదంతా బూజుమయం – ఆ గదిపక్కనే దేవుడుగది. దాని ప్రక్కసావిడి, సావిట్లో గుమాస్తాలు. ఊరిలోకొట్టు. ఊరుబయటమిల్లు.

భద్రంగారిది ఒకవర్తకంకాదు; ఒక వ్యాపారంకాదు. రకరకాల వ్యాపారాలు చేస్తాడు. బట్టలకొట్టు దగ్గరనించి కిరాణా కొట్టువరకూ అన్నిరకాల వ్యాపారం అతనిదే.

యుద్ధానికిముందు భద్రం అంటే ఆవీధివారికే తెలీదు. ఏదో అక్కడక్కడ రెండుమూడు చిన్నకొట్టులూ, మిల్లులో ఒకభాగం అంతే... ...

యుద్ధానంతరం భద్రం అంటే తెలియనివారులేరు లక్షలకు లక్షలు గడించాడు.

యుద్ధం వల్ల పేదలు మరింత పేదలయ్యారు. ఆఫీసర్లు, ధనికులు మరింత ధనికులయ్యారు. పేదలకు వంటినిండా బట్టలేదు; గొప్పవారికి వంటినిండా నగలే.

రేషనింగువల్ల వచ్చిన లాభం గొప్పవారికి, వచ్చిన నష్టము పేదవారికే. ఎందుకంటే ఏ "బ్లాక్‌మార్కెట్" లోనో గొప్పవాడు కొనగలడు; పేదవాడెలా కొంటాడు?

ఈ ఆఫీసర్లు, గొప్ప ధనికులు తమ తమ ఇళ్ళల్లో దాచిన ఆహారపదార్థాలు ధనరాసులవల్లనే దేశంలో క్షామం బయలుదేరింది. ఈనాటికి కడుపునిండా భోజనం లేకుండా ప్రజలు ఆకలిదప్పులకు అటమటించి పోతున్నారంటే దీనికి కారకులు స్వార్థపరులైన ఆఫీసర్లు – ధనికవర్గం. ఇంతే. అంచేతే జవ్హర్‌లాల్ చెప్పినట్లు – అన్నంలేక శలభాల్లా మాడి చావరాదు; అన్నంకొరకు పోరాడి, ఆ పోరాటంలో ప్రాణాలు విడిచివెయ్యాలి. ఆహారపదార్థాలు నిలవ ఉంచుకొన్న ఏ వ్యక్తినీ విడువరాదు....

తన చుట్టూ ఉన్న ప్రజలు తిండిలేక చూస్తూంటే, తన గుమస్తాలు కదిలే ఎముకల గూళ్ళలా తయారైతే, సిగ్గూశరం లేకుండా భద్రం లక్షలు గడించుకుని నిలవచేసుకున్నాడు; వేలకొలది ప్రజలకు సరిపోయే ఆహారపదార్థాలను నిలవచేసుకున్నాడు.

తెల్లవారింది.

ఏడుగంటలయింది.

గుమస్తా సుబ్బన్న రాలేదని కారాలూ మిరియాలూ నూరుతూ ఉన్నాడు షాహుకార్ భద్రం.

ఉదయం ఎనిమిది గంటలయింది.

గుమస్తా సుబ్బన్న ఇంకారాలేదు. భద్రం ఆగ్రహానికి అంతులేదు; ఆనకట్టలు తెగిపోయాయ్. సుబ్బన్న రావడం రావడం అతని పై పడి, గొంతునులిపి, ప్రాణం తీయాలనుకున్నాడు. దానికి ఉపశ్రుతిగా అక్కడున్న నలుగురు గుమస్తాలపైనా నాలుగు అక్షింతలు వేశాడు. వారు లోలోన తిట్టుకుంటూ కుక్కిన పేనుల్లా కూర్చున్నారు...

ఉదయం తొమ్మిదిగంటలు దాటింది. సుబ్బన్నరాలేదు. నిప్పులు తొక్కిన కోతిలా గంతులు వేశాడు. ఇద్దరు గుమాస్తాలను పంపించాడు సుబ్బన్న ఇంటికి. వాళ్ళెలాగైనా యమకింకరుల్లా సుబ్బన్నను లాక్కొచ్చారు.

గుమ్మం ముందు వణికిపోతూ నిలబడ్డాడు సుబ్బన్న. భద్రం ఉరుములు గర్జిస్తున్నాడు. సుబ్బన్న కనులలో మెరుపులు మెరుస్తున్నాయ్... మేఘాలు కమ్ముతున్నాయ్... వర్షపుచినుకులు రాలవచ్చు.

"ఏం సుబ్బన్నా! ఇంత ఆలశ్యం అయిందే?"

"మా అమ్మ–"

"ఊంఏ?"

"మరణావస్థలో ఉందండీ'

"ఇంకా అవస్థలోనే ఉందా?"

"చిత్తం"

"ఎప్పుడు పోతుందోయ్."

"డాక్టర్ల మందులమీద భగవంతుని దయమీదా నాసంపాదనమీదా ఆధారపడి ఉందండి."

"నేననేది జబ్బుకాదోయ్. మనిషి – మనిషి"

"సుబ్బన్న హృదయాన్ని రాళ్ళతో చివరకొట్టినట్లయింది."

"మా అమ్మ ఎప్పుడుపోతుందో చెప్పాలా?" సుబ్బన్న కళ్ళమ్మట నీళ్లుతిరిగాయ్.

"పోయేవాళ్లనెవరాపకలరోయ్ పిచ్చోడ..."

"చిత్తం."

"సుబ్బన్నా! మీ అమ్మకొచ్చినభయం ఏమీలేదు. ఆమె ప్రాణానికి నా ప్రాణం అడ్డువేస్తా?

ఏలోకంలోనూ, ఎప్పుడూ జరగనివిషయం లెండిది. చరిత్రకు విరుద్ధం ఒకరి ప్రాణానికి మరొకరి ప్రాణం అడ్డువేయ గలిగితే షాజహాన్ తన ప్రాణానికంటే ఎక్కువగా ప్రేమించే ముంతాజ్‌మహల్‌కు తనప్రాణాన్ని అడ్డువేసి రక్షించుకోడూ..."

"మాటవరసకంటే..."

"అలాగా అండి –"

"సుబ్బన్నా! మంచిడాక్టర్ని పెడతా, నీవులేనిలోటు అన్ని విధాలా తీరుస్తా. కావలసినంతడబ్బూ మంచినీళ్ళ ప్రవాహంకింద కర్చుపెడతా, ఇంకేం కావాలి?"

'ఇంతకూ నన్నేం చెయ్యమంటారు?"

"బట్టలకుమనకింకా పరిమిట్స్' రాలేదోయ్. కాబట్టి మెద్రాసువెళ్ళి ఆపరిమిట్లు తీసుకురావాలి. మనకేదో నాలుగుడబ్బులు లాభించే చోట సంసారిక విషయాలు చూస్తూ కూర్చుంటే ఎలా?"

"అలాగేనండి."

"మరి త్వరగాలే. ఈమధ్యాహ్నం బండికే బయలుదేరుతే రాత్రి 'మేల్' అందుకోవచ్చు".

"ఇప్పుడే!!"

"ఒక్కటి చెబుతా విను. ఈనాటికి ఇన్నిలక్షలూ గడించానంటే - అదంతా మీసలవవల్లేకదూ! చూడు, ఈ డబ్బాంతా ఎవరిది? మీదికదూ? ఇదంతా మీకుకాక మరెవరికి కర్చుపెడతాచెప్పు బిడ్డా? పాపా?... చస్తే కట్టుకుపోతానా? ఎవరైనా కట్టుకుపోయారా? ఏమిటోయ్! సుబ్బన్న! మాటాడవేం... ఇదంతా మీదికాదుని ఏ గాడిద కొడుకన్నాడూ? ఒక్కటి చెబుతావిను- డబ్బుని మనం గడిస్తామా? మనల్ని డబ్బు గడిస్తుందా?"

"మనమే డబ్బుని గడిస్తామండి"

'మరింకే'

'అంచేత-'

'మీడబ్బు మీకే ఖర్చుపెట్టేస్తా. కష్టాలలో ఆదుకోబోయాక ఇంకెందుకోయ్ వెధవబ్రతుకు? నీ కష్టసుఖాలు నాకష్టసుఖాలు కావా? నీఇల్లు నాఇల్లుకాదా? నీతల్లి నాతల్లికాదా?"

"చిత్తం. చిత్తం."

'మరి నీవు ప్రయాణంలో ఉండు."

"వెళ్లడానికి అభ్యంతరంలేదు. కాని..."

"ఆ౦ఏం?"

'మా అమ్మకు ప్రాణంమీదకొచ్చిందని డాక్టరన్నాడండీ.'

'వాడిముఖం. వాడికేం తెలుసు. ఇటువంటి నాటువైద్యుల వల్లే ఎంతోమంది అన్యాయంగా చంపబడుతున్నారు. నేను సర్జనుని పెడతాగా - పోనీవోయ్ ఒక సంచి రూపాయిలు పోతే పోనియ్,నీ తల్లికంటే ఎక్కువేమిటి?'

సుబ్బన్న కళ్ళల్లో ఆనందం చిందులు తొక్కింది. అతని తల్లి బ్రతికిపోయిందను కున్నాడు. తల్లికి పూర్ణారోగ్యం వచ్చినట్లే భావించాడు. అంతకు ముందు తల్లి అవసాన దశలో లేకపోతానేమో అని భయపడినవాడు - తల్లిప్రాణాలను నిలబెట్టడానికైనా మదరాసు మహానగరానికి ప్రయాణం కట్టాలనుకున్నాడు.

"బాబయ్యా!"

"బయలు దేరినట్టేనా?"

"చిత్తం."

'ఫోంచేసి ఇలావచ్చేయ్. కావలసిన కాగితాలూ డబ్బూ తీసుకెళుదువుగాని.'

'అలాగే'

'ఇంటిదగ్గర నీ భార్యా బిడ్డలేమైనా పిరికితనంతో వద్దంటారేమో?'

'నేవస్తాగా'

'మీ అమ్మ వద్దంటుందేమో!'

"సర్జన్ వస్తాదని ఆమెకు చెబుతాగా. అయినా నేను వెళ్లేది ఆమె కోసమేగా."

"బాగా చెప్పావ్! తల్లిరుణం తీర్చుకోలేం'

"చిత్తం."

భద్రం భద్రంగా మేడమీదకు వెళ్లిపోయాడు. సుబ్బన్న. ఇటు అధికారిని సంతృప్తిపరుస్తూ, అటు మాతృప్రాణాలను నిలబెట్టుకోగలుగుతున్నానుకదా అనే ఆనందంతో మెద్రాసు ప్రయాణం కట్టాడు... ఎంతమంది వద్దన్నా వినకుండా మెద్రాసు వెళ్ళాడు.

4

గురుభక్తి, సేవాధర్మంతప్ప సుబ్బన్నకు మరొకటి లేదు. పురాణశ్రవణం అతనికి ప్రాణం. గుడికివెళ్ళి గర్భగుడి చుట్టూ ప్రదిక్షణచేసి, గుళ్లోదేవుని పాదాలపై తన తలమోపి నమస్కరించందే నిదర పోదు - రాత్రి భోజనం చెయ్యగానే బజారుబయలు దేరతాడు - అక్కడ నుంచీ ఎక్కడ హరికథ ఉందో - ఎక్కడ భాగవతం ఉందో, ఎక్కడ పురాణం చెబుతున్నారో గాలించి వేస్తాడు. అక్కడ రాత్రి పన్నెండూ ఒంటిగంటవరకూ గడిపి ఇల్లుచేరతాడు. అతనికి వాదం అంటే ఇష్టం.

ఏకాదశి, దసరా, సంక్రాంతి, దీపావళి, వినాయకచవితి మొదలగు పండుగలకు స్వామిని బంగారపు నగలతో పూర్తిగా అలంకారం చెయ్యకపోతే పూజార్ల ప్రాణాలు తీశాడే ప్రతి ఊరేగింపుకు పదిమంది గుమస్తాలను వెంటేసుకుని ముందు తయారు.

ఏస్వాములవారైనా శాస్త్రులవారైనా ఆ ఊరు వచ్చారా ఆయన వచ్చేవరకూ ఆయనను విడువడు -

అంతా మూఢవిశ్వాసం; పూర్వపంథా.

* * *

ఒకచోట లంచాలిచ్చి; మరొకచోట బ్రతిమలాడి, వేరొక చోట అధికార్లతో తిట్లుతిని- నానా అవస్తలుపడి, తిండితిప్పలు లేకుండా ఆఫీసు చుట్టూ తిరిగి ఏలాగైతేనేం పరిమిట్లు సంపాదించి బయలుదేరాడు. పాలకొల్లు - మదరాసు నగరం నుంచి -

సుబ్బన్నకు ఆరుగురు పిల్లలు. భార్య. తల్లి, ఇద్దరు తమ్ములు విధవఅత్తగారు. అవ్వ. వేలిడిసిన మేనల్లుడు. మొత్తం అతనితో అతని కుటుంబం పధ్నాలుగురు జీతం నలభైఅయిదు. ఇద్దరు తమ్ములూ కుర్రకుంకలు - ఆ 'నెలజీతం'తో ఈసంసారం అంతా ఈదాలి ఎలా?

అప్పుడప్పుడు వాళ్లఅమ్మగార్ని - అంటే భద్రంషాహుకారు భార్యాగార్ని- అడిగి కాసింత పాతూరగాయ్ పట్టుకుపోతాడు. సల్దన్నంలోకి ఊరగాయ్ చాలాపనిచేసేది. పాపం! అలా అలా- ఎలాగో చమటూడ్చి కష్టించి సంసార రథాన్ని నడిపిస్తున్నాడు.

మెడ్రాసు సెంట్రల్ స్టేషన్ విడిచింది ట్రయిను. ట్రయినులో కదిలిపోయే మేడమిద్దిల్నీ- పర్వతలనూ చూస్తూన్నాడు. అతని మనసుకూడా బొంగరంలా తిరిగిపోతూ ఉంది. కళ్ళు చెదరిపోతూ ఉన్నాయ్. టెలిగ్రాఫ్ తీగలమీద కూర్చున్న పక్షుల్లాగ తనభావాలు కదిలిపోతున్నాయ్.

పాపం! వాళ్ళమ్మ జ్ఞాపకం వచ్చింది. కళ్లమ్మట నీళ్ళు తిరిగాయ్ అనుకోకుండానే అతనిహృదయం గాలికి రెపరెపకొట్టుకుపోయింది.

"ఎందుకో ఈపిరికిమనసు ఇలా సుడిగుండాల్లో సున్నాలు చుడుతూంది. సర్జన్ గారు ఈసరికి మా అమ్మరోగం పూర్తిగా కుదిర్చి ఉంటారు. మహాత్ములు. వారిమందులలోని మహత్తరశక్తి ఉంది. వారి చల్లనిహస్తం పడితే చాలు. సర్వవ్యాధి నివారణే... పైగా భగవంతుడు లేడూ? ఇంతకూ నా భాగ్యరేఖ బయటపడింది. కాబట్టే మా షాహుకారుకు మంచిబుద్ధి పుట్టింది. లేకపోతే పిల్లికిబిచ్చం పెట్టనివాడు, గుమస్తాతల్లి చచ్చిందంటే తలగోరికి పది రూపాయలు అప్పుగా ఇవ్వనివాడు, నాకు సాయంచేస్తానన్నాడంటే నా భాగ్యం ఏమనిచెప్పను?

నేను ఇంటికి వెళ్ళేసరికి మా ఆడపిల్లలంతా "నాన్నా! నాన్నా ధవనం తెచ్చావా? తెచ్చావా" అంటూ నాచుట్టూ జేరతారు. అతిగర్వంతో "ఇదిగో" అని పావలా పెట్టికొన్న ఈ ధవనం కట్ట వారి ముందుపడేస్తా. వాళ్ళు చంకలు కొట్టుకుంటూ, గంతులు వేస్తూ తలోకాస్తా పెట్టుకుంటారు. మా ఆవిడకూడా ముసిముసి నవ్వులునవ్వుకుంటూ కాసింత తానుపెట్టుకొని – కాసింత చుట్టుపక్కలున్నా వాళ్ళకిస్తుంది. ఇల్లంతా పండుగ చేసుకున్నట్లుంది కదా!

మా అమ్మ 'అబ్బాయ్! మీషాహుకారు దయవల్ల నాప్రాణాలు చల్లబడ్డయ్. నచ్చిపుట్టాననుకో, ఇంతకూ పేదలపాలిట దేవుడు లేడూ' అంటూ నావంక చూస్తూంటే మా ఇల్లే వైకుంఠం క్రింద ఉంటుందికదా!" అనుకుంటూ ప్రయాణం చేస్తున్నాడు సుబ్బన్న.

తీయనిభావాలలో తేలిపోతూఉన్నాడు. గాలిలో మేడలు కడుతూ ఉన్నాడు. కాని గాలి మేడలకు పునాది ఉండదనీ, పునాదిలేని నేలంటూ కూలిపోతాయనీ తెలీదు పాపం.

* * *

ఇల్లుజేరాడు.

ఇల్లంతా నిశ్శబ్దంగా ఉంది.

గదితలుపు తోశాడు.

తల్లిమంచంలేదు.

తల్లిమంచందగ్గిర మాత్రం అలికి, ముగ్గులు పెట్టారు. దానిపై ఒక దీపపుస్థంభం దీపం వెలుగుతూ ఉంది.

అతనికేమీ బోధపడలేదు.

తలుపు తోసుకొని సావిట్లోకి వెళ్ళాడు. భార్యాబిడ్డలు గొల్లుమన్నారు.

పాపం! సుబ్బన్న ఒక్క నిమిషం అలాగే శవంలా బిగుసుకు పోయాడు.

తరువాత స్పృహవచ్చింది. దానితో 'అమ్మ! అమ్మా!'' అంటూ నేలమీదపడి తలబాదుకుంటూ చంటిపిల్లవానిలా వెక్కి వెక్కి ఏడ్వడం ప్రారంభించాడు.

తానొకటి తలిస్తే దైవం ఒకటి తలచాడు? ఎంతఘోరం!

* * *

కొంతసేపయింది.

భార్యాలక్ష్మిని దగ్గిరకు పిలిచాడు.

"లక్ష్మీ?! ఎంత పనిజరిగిందే.

'మనం అనుకున్నదేగా. వెళ్లొద్దని అత్తమ్మగారు ఎంతబ్రతిమలాడినా ఆగారా? మీపేరే పిలుస్తు అబ్బాయ్, అబ్బాయ్' అని కలవరిస్తూ ప్రాణాలు విడువలేక విడువలేక విడిచారు. ఎంత బాధపడ్డారో అందరూ ఎన్ని మాటలన్నారో"

"నేనిలా గౌతుందని అనుకోలేదు."

"ఏం?"

'సర్జను రాలేదూ?'

'ఆయనెవరు?"

"పెద్దడాక్టర్ని మాషాహుకారు పంపలేదు?"

"అతని కేం కర్మం పంపడానికి?"

"ఆఁ"

"గొప్పవాళ్లకు హృదయాలెలా గుంటాయండీ!"

సుబ్బన్న ఆశ్చర్యపోయాడు.

అలాగే గోడకు జేరబడిపోయాడు.

"లక్ష్మీ! అసలు అమ్మ చనిపోయినట్లు ఆయనకు తెలుసా?"

"తెలియకేం? ఏభై కబుర్లు పంపాం."

"మందుమాకులకు ఇవ్వకపోతే మానె, శవదహనానికైనా డబ్బుపంపలేదా?"

"పంపితే ఇంకేం?"

మరెలా దహనం..."

అతడి కేమీ మాటలాడలేక పోయాడు. తల్లిచస్తే తగలబెట్ట డానికైనా దమ్మిడీలేని తన దరిద్రస్థితి, తన అవ్యక్తిని తలచుకొనే సరికి – గుండెకరిగి కన్నీరై, ప్రవహించింది. హృదయం బద్ధలైనట్లయింది. తలవంచుకున్నాడు.

భార్యజవాబు చెప్పలేక తలవంచుకొంది.

"లక్ష్మీ! ఎలా–"

ఆమె మాటాడలేదు.

ఆమెవంక బాధతో చూచాడు. మెళ్లో మంగసూత్రంలేదు. అతనికి అర్థం అయింది. ఇల్లాలి మంగళసూత్రంతో తల్లి దహనం అయిందని తెలిసింది. అతని దుస్థితికి కారణం షాహుకారని అర్థం అయింది. తల్లి తనచేతులమీదుగా వెళ్ళిపోయే భాగ్యానికి దూరం చేసింది షాహుకారని బోధపడింది.

లేచాడు.

తోకమీద నిలబడిన మహాసర్పంలా లేచి నిలబడ్డాడు.

అతనిలో తరతరాలుగా, యుగయుగాలుగా దాగున్న ప్రళయాగ్ని ఒక్కసారిగా ప్రజ్వలించింది. గుండెలోని బాధ ఒక్కసారిగా గొంతెత్తి కేకవేసింది.

ఎదురుగా ఉన్న గొడ్డలి తీసుకున్నాడు. ఆ గొడ్డలితో షాహుకారు తలముక్కలు ముక్కలు చెయ్యాలనుకున్నాడు. బయలు దేరాడు భార్యా అడ్డు నిలిచింది.

"ఎక్కడికి?"

"షాహుకారింటికి"

"ఎందుకు?"

"వాడితల ముక్కలు ముక్కలుచేసి" వాడి కళేబరాన్ని నెత్తుటిలో పొర్లించడానికి."

"లాభం?"

'అటువంటి దుర్మార్గులు చస్తేనేకాని లోకం బాగుపడదు.'

'ఎంతపొరపాటు.'

'ఏం?"

"దుర్మార్గులను చంప గలరుకాని, దుర్మార్గాన్ని లోకం తీసివేయలేదుగా. ఇతడ్ని చంపితే అతనితాత మరొకడు. అతడ్ని చంపితే లాభంలేదు. మీరు శక్తిఉంటే అతనిలో నాటుకు పోయిన దుర్మార్గాన్ని; స్వార్థాన్ని కూకటివేళ్ళతో పెగలించండి. అతని బుద్ధి చెడునుంచి మంచికి మరల్చండి. అంతేకాని దుర్మార్గుని చంపితే దుర్మార్గము పోతుందా? రోగిని చంపితే రోగం పోతుందా? కావలసింది హృదయ పరివర్తనంగాని మానవ హింసకాదు."

'లక్ష్మీ! ధనికులకు హృదయ పరివర్తనం కలుగదు. అది ప్రకృతి విరుద్ధం."

"పొరపాటు ధనికులూ మానవులే. వారిస్వార్థంవల్ల వారురాక్షసులౌతున్నారు. వారి దుర్మార్గం వల్ల వారు పిశాచాలౌతున్నారు. ఎదటి మానవునకు మేము బలి అవడానికి మారు, తమస్వార్థానికి ఎదటిమానవుని బలిచేస్తున్నారు. వారిలోని స్వార్థం అనే కుళ్ళుకడిగే యండి. వారూ మానవులౌతారు. వారు పెట్టుకున్న నల్లద్దాల కళ్ళజోడు తీయండి. సృష్టిని చక్కగాచూడగలరు"

"నీతు లాజాతికి లాభంలేదు లక్ష్మీ! ధనికులకు హృదయాలుంటేగా పరివర్తనానికి."

"అలా అనకండి. రాజాధిరాజులే మారిపోయారు."

"ఎవరది?"

"బుద్ధుడు ధనికుడు కాడా? తన రాజ్య సర్వస్వాన్ని త్యాగంచేసి మహాత్ముడు కాలేదా? అతనికి హృదయపరివర్తన కలగలేదా?

అశోకుడు మహాచక్రవర్తి కాదా? తన సర్వస్వాన్నీ త్యాగంచేసి కత్తివిడిచి ప్రేమతో రాజ్యాన్ని పాలించలేదా?

అంతవరకెందుకు? మనజహ్వర్‌లాల్ కోటీశ్వరుడు కాదా? ఆయన సర్వస్వం ప్రజలకు ధారవోసి త్యాగమూర్తికాలేదా? ఇలా వేనకు వేలు."

"లక్ష్మీ!"

"నామాట వినండి. హింసాత్మకబుద్ధి విడువండి. మానవుడు మహాత్ముడయ్యేది పగసాధించికాదు; పగవిడచి... ద్వేషించికాదు. ప్రేమించి – ఎదటివారిని శిక్షించికాదు, క్షమించి– మనసుకు మహత్తరశక్తి లభించేది. క్షమవల్ల కాదు... క్రోధంవల్లకాదు; మానవునకు దైవత్వంసిద్ధించేది అహింసవల్ల. హింసవల్లకాదు."

ఇలా ఆ గొడ్డలి ఇవ్వండి –కసాయితనం మనకుకాదు. రాక్షసులకు"

"లక్ష్మీ! ఇలా దరిద్రంలో చావవలసిందేనా?"

'అవసరంలేదు. బానిసత్వంపోతుంది. స్వతంత్రం వస్తుంది."

"వస్తే?"

'సర్వమానవసమత్వం, సర్వమానవసౌభ్రాతృత్వం నెలకొల్పబడతాయి. మనదేశం స్వర్గం అవుతుంది. మనం దేవతలం అవుతాం"

"స్వతంత్రం వస్తుందంటావా?"

"తప్పక."

"పేదలూ పెన్నిధులూ అనేభేదం పోతుంటావా?"

"ముమ్మాటికి"

అతడు వెర్రిగా నిలబడిపోయాడు – కన్నీళ్ళు నిండిపోయాయ్. కన్నీటిపొరలను తోడుకొనే అతని చూపు భావిభారతభాగ్యోదయ వికాసాన్నే చూస్తోంది.

ఆమె అతనిచేతిలో గొడ్డలి లాక్కుంది. గొడ్డలికి బదులు ఏడాది పాపాయిని అందించింది. పాపాయ్ తలపై అతని కన్నీళ్లు జారాయ్.

మళ్ళీకూర్చుండిపోయాడు.

"పరమాత్మా! మానవులే మానవులను విరుచుకు తింటున్నారు ఈరాక్షసత్వం ఎప్పుడు పోతుందోకదా?" అనుకూంటూ పాపాయిని చూస్తూ "దరిద్రులకే సంతానం" అని నిట్టూర్పు పుచ్చాడు. ఏమిటో పాపం!పేదబ్రతుకు!!

5

"Poverty makes life so pitiable! so utterly ludicrous."

Ibsen– Narway

“దారిద్ర్యం జీవితాన్ని చాలా దౌర్భాగ్యస్థితిలోకి తీసుకు వెళుతుంది. చాలా అసహ్యకరంగా మార్చివేస్తుంది.”

ఇబ్‌సన్ - నార్వే.

* * *

"The poor ought to revolt against the rich and those who oppressed them."

Pearl–Buck–America

“పేదలు భాగ్యవంతులపైనా, వారిని అణిచివేసేవారిపైనా తప్పక తిరగబడాలి. వారి దౌష్ట్యాన్నిఎదుర్కోవాలి.’

పెరల్‌బక్ - అమెరికా.

"If all the houses of the rich were opened, it would not be enough for all the people, The poor filled the earth"

Pearl Buck – America

“భాగ్యవంతుల ఇళ్ళ తలుపులన్నీ తెరిచి చోటిచ్చినా పేదలకు చాలదు. పేదలతో ఈ ప్రపంచం అంతా నిండిపోయింది.”

పెరల్‌బక్ - అమెరికా.

దరిద్రం చవిచూడపోతే మానవుడు కాలేడంటాడు మన రామకృష్ణ పరమహంస. స్వరాజ్యం దరిద్రులను ధనికులను చేయడానికే అంటాడు జహ్వారులాలు నెహ్రూ! ఈ ప్రపంచంలో ఏమూలైనా ఒక దరిద్రుడున్నాడంటే నేను ఆనందంగా బ్రతకలేనంటాడు. గాంధీజీ ఏదేశంలో ఏమూలైనా ఒక కుక్కయినా ఆకలితో బాధపడుతుందంటే నేను భరించలేనంటాడు. వివేకానంద పేదల కన్నీటిబిందువుల్లోనే భగవానుడాలయం కట్టుకుంటాడు, పేదవాళ్ల దగ్గరే భగవంతుడుంటాడంటాడు. మన రవీంద్రకవీంద్రుడు.

ఇలా దరిద్రంచేసే విలయతాండవానికి కన్నీళ్ళు కార్చని సహృదయు డుండడు - మనషాహుకారో! - పాపం! అతని స్వార్థ జీవితానికి జాలి చెందాలిగాని కోపించరాదు.

వారంరోజులు గడిచాయ్.

దాస్యంలో పెరిగిన ప్రాణి స్వాతంత్ర వాతావరణంలో ఎలా పెరుగుతాడో -అలాగే గుమాస్తా జీవితానికి అలవాటు పడిన సుబ్బన్న గుమాస్తాపని తప్ప ఏపనీ చెయ్యలేడను కున్నాడు.

చేసేపని ఏమీలేక, గతిలేక, తిండిగడవక, మళ్ళీ యజమాని భద్రం గుమ్మం తొక్కాడు గుమస్తా సుబ్బన్న.

భద్రం తమలపాకులు వేసుకుంటూ చూచాడు సుబ్బన్నను.

"ఏమోయ్? సుబ్బన్నా?"

"ఏం బాబు"

"పరిమిట్లు పంపావు; లెఖ్ఖ చెప్పలేదే"

"ఇంకా లెఖ్ఖ ఏమిటండీ ఇచ్చింది చాలక నానా అవస్థపడితే.

'50 రూపాయి లేమిచేశావ్'

'పాతికరూపాయిలు లంచం ఇచ్చా.'

'అయితే రసీదేది?

'లంచం తీసుకున్నవాడు లంచం తీసుకున్నానని ఎక్కడైనా రసీదిస్తాడా?'

'మరి నీవు లంచం ఇచ్చినట్టెలా!"

"ఇవ్వకపోతే పరిమెట్లలా వస్తాయ్."

"వాల్లిస్తే"

'డబ్బిస్తేనేగా వాళ్ళిచ్చింది."

'నమ్మడం ఎలా?"

'దానికి నేనేం జవాబు చెబుతానండి."

"సుబ్బన్నా! ఆపిచ్చి పిచ్చి వేషాలేమీ మనదగ్గర పనిజరగవు. ఆ పాతికరూపాయలూ నీ కాతాలో కర్చురాయవలసిందే."

'కాతాలో కర్చువ్రాస్తారా!'

'తప్పుతుందా!'

'అలాగే వ్రాయండి. కడుపుకట్టుకొని వాడికాళ్లూ వీడికాళ్లూ పట్టుకొని పరిమిట్లు సంపాదించినందుకా ఈ శిక్ష'

'దానిక్కాదు; నీ తెలివితక్కువకు.'

'చిత్తం. తెలివి తేటలే ఉంటే మేం సంపాదించి మిమ్మల్ని భాగ్యవంతుల నెందుకు చేస్తాం.'

'చాల్లే. అట్టే ఎక్కువగా మాట్లాడకు. మాటలు మాజారీగా వస్తూ ఉన్నాయ్.'

'అలాగే. వచ్చినవే మాటలు. కార్యాలు కావు.'

'అయితే మిగిలిన పాతికిరూపాయలూ ఏంచేశావ్.'

'భోజనానికి, రిక్షా, ట్రాంబళ్ళకూ కాలేదూ...'

'భోజనానికా... ఇంకానయ్యం! ఏమైనా డబ్బు చెట్టున కాస్తుందనుకున్నావా అలా తినేయడానికి.'

'భోంచెయ్యకుండా ఎలా పనిచెయ్యడం చెప్పండీ.'

"ఏం తయర్‌సాదమో" కొనుక్కు తినాలిగాని మహాభాగ్యవంతుల్లా హోటల్లో భోం చెయ్యగలమా?"

'కడుపు నిండొద్దండి.'

కడుపు నిండాలి కళ్ళకు కావరం రావాలి.

సుబ్బన్నకు కోపం వచ్చింది.

'ఎంతకావరం కాకపోతే కన్నతల్లిని మృత్యువు కప్పగించి మీసేవా వ్యామోహంలో కళ్లుగానక కొట్టుకుపోతాను?'

"నీవు దగ్గరుంటే రక్షిస్తావు కాబోలు"

"ఏమో! ఎవరు చెప్పగలరు?"

"మందూ మాకూలూ లేకే మహారాజులు మరణిస్తున్నారా? పిచ్చివాడా! కాలం సమీపించేసరికి కాలరుద్రుడైనా కన్నుమూయవలసిందే. పుట్టినవాళ్ళు గిట్టకుండా ఉంటారా? గిట్టినవాళ్లు పుట్టకుండా ఉంటారా? జననమరణాలు మనచేతిలో ఉంటాయా?

'జనన మరణాలు మనచేతిలోలేవు. పుట్టినవాళ్లు చావకతప్పదు. చచ్చినవాళ్లు వట్టి చేతులతో పోక తప్పదు. అందుచేత మీరిలా దానధర్మాలు చేసేస్తున్నారు. ఎందుకొచ్చిన మాటలండీ కబుర్లకూ కార్యాలకూ సంబంధం లేనపుడు డాక్టర్ని పెడతాను, డబ్బుఖర్చుకేసి మా అమ్మ ప్రాణాలు రక్షిస్తానని మందుమాకులు పోయక మృత్యువుకు అప్పజెప్పిన మహనీయులు, ఏం చెయ్యలేరు? బ్రతుకు దెరువుఉన్న వాడెవడండీ మీదగ్గర పనిచేసేది?'

హృదయంలేని మీవంటి షాహుకార్లకు యావజ్జీవితం మాశరీరాలను అమ్ముకొని జీవచ్ఛవాల్లా బ్రతికేదానికంటే - ఒక్కక్షణం ఆకసాయివాని కత్తిమొనకు అమ్ముడైపోతే బాగుంటుంది. ఈ పాపాలన్నీ నాటితోటైనా శమిస్తాయ్.'

"పాపాలేమిటోయ్"

"మీ గురించి ఎన్ని అబద్ధాలాడుతున్నామ్; ఎన్ని అక్రమాలు చేస్తున్నామ్' నరకాగ్ని మధ్యంలో మేం మలమలా మాడిపోతూ, మీకు సర్వసౌధాన్ని నిర్మిస్తున్నాం. మేం పస్తుండి మీకు పరమాన్నం పెడుతూన్నాం. మా శవదహనానంతరం మిగిలిన బూడిదలోనే మీసౌభాగ్యం'

'సుబ్బన్నా! ఏమిటోయ్! అలుసిచ్చిన కొద్దీ నెత్తెక్కి పిండికొడుతున్నావే. జాగ్రత్త. నీ ఇష్టం ఉంటే పనిచెయ్; లేకపోతే మానేయ్. నీతాత మరొకడు. ప్రజలు పనిపాటలులేక చస్తుంటే నీకు పనిచ్చి కూడుపెడుతున్నందుకా ఈపొగరు? ఇకనుంచీ నేను చెప్పినట్లల్లా చేయగలిగితే పనిచేయ్; లేకపోతే తక్షణం మానేయ్.'

'చేయడానికి వచ్చాను కాని మానడానికి రాలేదండి.'

'అయినపుడెందుకీ వెధవవాగుడు?'

'వెధవను కాబట్టి'

'అలాగే ఉంది. అయితే రేపు ఆదివారం సెలవుకదూ?'

'తమరిదయవల్ల.'

'నాదయుంటే సెలవిచ్చి మిమ్మల్నిలా సోమారులాగా చేస్తానా?'

'సోమారులను చేయడం ఏముందండీ - ఆ రోజైనా హాయిగా విశ్రాంతి తీసుకుంటారీ గుమాస్తాలు. వారానికి ఒక రోజేగా -'

'వారానికి ఒక రోజంటే నెలకు నాలుగురోజులు. సంవత్సరానికి 48 రోజులు దసరా, సంక్రాంతి, దీపావళి మొదలైన పండుగలు కలుపుతే సంవత్సరానికి రెండునెలలు - ఈ లెఖ్ఖని షాహుకారు నోట్లో దుమ్ముకొట్టుకు పోవలసిందే -'

'ఈ మాత్రానికే -'

"కాకపోతూ ఈ వెర్రిమొర్రి సెలవలేమిటోయ్. రానురాను ఈకమ్యూనిస్టులవల్ల దేశం అంతా నాశనం అయ్యేటట్టుంది. వాళ్లు తెచ్చిందే అనుకుంటా ఈ సెలవలగొడవ - వారివల్లే ప్రతిపాకీ వెధవా ఒక మహాయోధుడై పోతున్నాడు. ప్రతిస్త్రీ ఒక ఇస్త్రీపెట్టె మమ్మల్ని తోమేస్తూంది. వీళ్ళంతా కలిసి కేవలం మమ్మల్ని చాకిరేవు పెట్టేస్తున్నారు. అంతా ఒకటై పోవాలంటే పేదసాదలుండరాదంట. స్త్రీపురుషభేదం పాటించరాదంట. అన్ని కులాలూ కలిసి పోవాలంట. మతాలన్నీ ఒకటైపోవాలంట - ఏమిటో వెధవ ప్రబోధాలు. తల క్రింద పెట్టినడవమంటారు. వాళ్ళకేం. నమ్మేవారుండాలి"

"వారు చెప్పినట్లు ముమ్ముందు దేశం మారకూడదండీ -"

"ఆనాడు మనం వెనక్కి నడుస్తాం; వెనక్కి చూస్తాం... మా మారఘు, మాంధాత, దశరథ, శ్రీరామచంద్రమూర్తి మహారాజుల పాలనలలో లేని ఈసమానత్వం వస్తుందా? సరే - వాళ్లెలా అఘోరిస్తే మనకేంగాని రేపు ఆదివారం కదూ!'

'అవునండి.'

"అయితే రేపు మంచిమంచి ఉప్పాడంచుకోకలూ, వాయిల్సు జరీపేటంచు కండువాలూ, సిల్కు జంపర్లు మూటకట్టించుకొని ఏపల్లెటూరైనా వెళ్ళు. చాలా మనకు లాభిస్తుంది.'

"రేపు సెలవరోజండి"

"అది సోమారులకోయ్; మనక్కాదు."

"ఆరోజు మాచేత పనిచేయిస్తే ప్రభుత్వం మిమ్మల్ని శిక్షిస్తుందండి."

"అలాగా... అయితే ఎప్పుడో ఖయిదులో ఉండవలసినవాళ్లమేగా, లక్షరూపాయిలు బ్లేక్ మార్కెట్టులో సంపాదించినప్పుడేశిక్ష పడింది? ఇప్పుడాదివారం సెలవరోజులోకూడా పనిచేస్తే శిక్షపడుతుంది? గవర్నమెంటు సంగతి మనకు తెలిందేముంది? దానికి భయపడేది పేదలుకాని పెన్నిధులు కాదోయ్ సుబ్బన్నా!"

"నిజం సుమండీ! ఏకరువు కాటకాలు వచ్చినా బాధపడి చచ్చేది పేదలేకాని పెన్నిధులుకారు. ఏతప్పుచేసినా క్రమశిక్షణ అనుభవించేది కూలివాళ్ళేగాని గొప్పవాళ్ళు కారు. ఏప్రభుత్వం అయినా నడచి వెళ్ళేది కూలీల గుండెలమీద..."

సుబ్బన్న గొంతుకెవరో బిగపెట్టి నట్లయింది. ఇంకేమీ మాట్లాడలేకపోయారు. దారిద్ర్యం మానవహృదయాలను ఎంతగా దహించి వేస్తుందో తలుచుకొనే సరికి గుండె బద్దలైపోయింది.

ఎంత కష్టించా పొట్టగడవని దౌర్భాగ్యదరిద్ర బానిస భారత దేశం తలుచుకొని లోలోన కుమిలిపోయాడు.

'రేపు వెళతావ్‌కదూ?" "తప్పుతుందా!"

"ఏమిటోయ్! ఆనీళ్లు నమలడం! ఏదో మాకు మహాఉపకారకే చేస్తున్నట్లు ఇలా మీరు ఉసూరుమంటూ పని చెయ్యబట్టె వచ్చేలాభాలన్నీ పోతున్నాయ్... ఎందుకో వెధవ మాడుముఖం...'

భద్రం సుబ్బన్నను తిడుతూ మేడమీదకు వెళ్ళిపోయాడు. తిట్లన్నీ జీర్ణంచేసుకొని పద్దులు వ్రాసుకుంటం ప్రారంభించాడు మనగుమాస్తా సుబ్బన్న, ఏమిటో కాలమహిమ?

6

"No solution was found for the problem of equality. India deliberately ignored this and built up her social structure on inequality and it have the tragic consequences of this policy in the millions of our people who till yesterday were suppressed and had little opportunity for growth"

JAWAHARLAL NEHRU – 1930

"సర్వమానవ సమత్వానికి ఎట్టిమార్గం కనబడలేదు. ఇండియా ఈసమత్వ మార్గాన్ని పూర్తిగా నిర్లక్ష్యంచేసి, తనసాంఘిక జీవనపథాన్ని అసమానత్వంమీద నిర్మించుకొంది. దాని దుష్ఫలితంగానే నిన్నటివరకూ లక్షలాదిగా మనప్రజలు పీడింపబడుతున్నారు. అభ్యుదయానికి ఎట్టివీలూ లేకుండా బాధా పరిదగ్ధబానిస జీవచ్ఛవాలయ్యారు."

జవహరులాలు నెహ్రూ –1930

* * *

సర్వమానవ సమత్వం, స్వతంత్రం, స్వతంత్రం, అభ్యుదయం కోల్పోయిన మనజాతి పతితమై, పరిదగ్ధమై, కలుషితమై, కంటకాకృతమై పోయింది. బానిసత్వానికి అలవాటుపడిన భారతిజాతి స్వతంత్రాన్ని కాక్షించలేకపోతూంది.

జాతిమత కలహాలవల్ల, కులభేదాలవల్ల, ధనికుల దౌర్జన్యం వల్ల, స్త్రీల నగౌర వించడం వల్ల మనభారతదేశం ఎంత అభ్యుదయాన్ని కోలుపోయిందో చెప్పలేం.

ఆంగ్లజాతి హైందవజాతి ధర్మాల నాక్షాపణ చేసింది. హైందవ జాతి ఆంగ్లేయుల ఆచారాల నధిక్షేపించింది. దానితో కలహాలు –

బౌధ జైను మహమ్మదు క్రైస్తవ మతాలు హిందూమత సాంప్రదాయాలను ఎదుర్కొన్నాయ్. హిందూమతం పై మతాలను కూకటి వేళ్ళతో పెగలించాలని చూచింది. దానితో యుద్ధాలు; రక్త ప్రవాహాలు...

వేదాధ్యయనం, విజ్ఞాన సముపార్జనం మాసొమ్మని బ్రాహ్మణులు బ్రాహ్మణేతరుల అజ్ఞానులచేశారు. వేదం చదివినవారి నాలుకలు కోశారు. విన్నవారి చెవులలో సీసం కరగించి పోశారు. ఇలా ఎన్నో అమానుషకృత్యాలు చేశారు. దానితో బ్రాహ్మణేతరులకు సేవించడంతప్ప మరొక స్వతంత్రభావం కలుగలేదు. అలా జాతి నిర్జీవం అయిపోయింది.

ఇక ధనికులు దరిద్రుల నెత్తురు పిండివారబోశారు. వారి ఖజానాలముందు వారి దౌర్జన్యాం వల్ల ఎందరో పేదలు తమ ఉన్నత భావాలకు దోహదం లేక నశించి పోయారు.

అన్నిటికంటే ముఖ్యంగా స్త్రీనిచాలా అగౌరవపరచారు మనవారు. వేదకాలంనాడు స్త్రీకున్నా గౌరవం; పూజ, అభిమానం, విజ్ఞానం పౌరాణకాలం నాడులేదు. రానురాను స్త్రీని ఒక ఆటబొమ్మ కింద తయారు చేసిందీ స్వార్ధసంఘం. కేవలం మగవాని కాముకతృష్ణ చల్లార్చుకుంటానికి ఉపయుక్తమైన యంత్రంక్రింద తయారుచేసింది. దానితో భారతజాతి విజ్ఞాన శిఖరంనుండి పడిపోయింది. పాతాళలోకంలో ఏజాతి స్త్రీజాతిని పూజించలేదో ఆజాతి కోతిజాతికంటే హీనం.

ఇలా మనదేశం జాతిమత కులభేదంవల్ల – మన స్త్రీలకు తగిన విజ్ఞానాన్ని ప్రసాదించక పోవడంచేత... ధనికులు తమ ధనాన్ని సక్రమంగా వినియోగించుకోలేక పోవడంచేత – నాశనం అయిపోయింది. మనలో విజ్ఞానం ఉంటే, అంతర్జాతీయ విషయాలు అర్థం అయితే, ప్రపంచ పరిణామం గ్రాహ్యం అయితే, మానవమనః ప్రవృత్తి అవగాహన అయితే, స్వతంత్రేచ్ఛ ఈషణ్మాత్రం అలవడితే, అభ్యుదయానికే మన హృదయాలు ముందడుగు వేస్తే మనకీ బానిసత్వము ఎందుకుంటుంది? మనల నీపాశ్చాత్యులు ఎలా పాలిస్తారు?

ఒక్కమాట చెబుతావినండి –

విజ్ఞాని అయిన బ్రాహ్మణుడు అజ్ఞానులైన బ్రాహ్మణేతరులకు విజ్ఞాన ప్రబోధం చేయరాదూ!

ప్రతిమగవాడూ తన కన్నతల్లిని, చేసుకున్న భార్యను, తాను కన్నాకూతుంద్రను ప్రేమించడం నేర్చుకోరాదూ!

ప్రతిధనికుడు తనను గొప్పవాడ్ని చేసిన దరిద్రులను ప్రేమిస్తూ వారికి తన ఆస్తిలోకొంత త్యాగము చేయరాదూ!

చేస్తే ఈ కరువూ కాటకాలుంటాయా? ఈ పేదలప్రాణిలిలా ఆకలి దయ్యానికి ఆహుతి అవుతాయా?

సుబ్బన్న శరీరం రోజురోజుకూ యెముకలగూడులా తయారైపోతూంది. కట్టుకుంటానికి బట్టలేదు. తినడానికి తిండిలేదు. పూర్వం మూడు పూటలా తినేవాడూ ఇప్పుడు "నెలజీతం" చాలక రెండు పూటలే తినవస్తున్నాడూ అదైనా కడుపు నిండాకాదు. అర్థాకలి తీరుతూంది... పిల్లలగతి మరీదుర్భరంగా ఉంది. ఇలా సంసారం ఉంటే దీనికి తోడు చుట్టాలు; స్నేహితులు, ఎలా?

అక్కడితో అయిందా? సంవత్సరం తిరగకముందే భార్యాగర్భవతి కావడం; పిల్లల్ని కనడం; సుబ్బన్న; "చచ్చానురాదేవుడా" అని గొల్లుమని ఏడ్వడం.

మధ్యమధ్య భార్యాబిడ్డలకు జబ్బులు జబ్బుతగ్గడానికి! మందులు – మందులకు డబ్బు–ఎక్కడిది? దానితో బెంగ; మంచం పట్టడం, ఆనందం అనుభవించవలసిన జీవితాలు దారిద్ర్యంతో ఎలా కృంగికృశించి పోతూ ఉన్నాయో చూడండి.

* * *

సుబ్బన్న కారోజుమధ్యాహ్నం కూడా భోజనంలేదు. అతగాడీ వాటా ఎవరో చుట్టం తినీపోయాడు. అందుచేత పస్తు, కరువులో అధిక మాసం.

ఆ మిట్టమధ్యాహ్నం శరీరంలో ఓపికలేకపోయినా కాళ్లీడ్చుకుంటూ షాహుకారుగారి ఆఫీసుకు జేరబోతూ ఉన్నాడు. త్రోవలో తనమిత్రుడు రత్తయ్య కనిపించాడు... సుబ్బన్న ఆకారంచూచి నివ్వెరపోయాడు.

"సుబ్బన్నా! ఏరా ఇలాగున్నావు?"

"అబ్బే! ఏమీ లేదురా?"

"నిజం చెప్పు – భోంచేశావా?"

సుబ్బన్న సిగ్గుతో తలవంచుకున్నాడు. అబద్ధ మాడలేదు, నిజం చెప్పలేదు...

"సుబ్బన్నా! నీవు ఏమైనా తప్పుచేస్తే సిగ్గుపడాలి. తిండిలేక పోతే సిగ్గుపడడం ఎందుకు?"

"మగవాడ్నయియుండీ తిండికైనా సంపాదించుకోలేపోతున్నా కాబట్టి"

"దానికి నీవేం జేస్తావ్? కష్టపడుతున్నావ్. పొట్ట గడవడం లేదు.'

'అవునవును'

'ఇలారా...'

ఇద్దరూ కాఫీహోటలుకు వెళ్ళారు. సుబ్బన్న దోసి తింటూ ఉన్నాడు. ఎందుకో భార్యాబిడ్డలను తలచుకొనేసరికి అతనికి కంటి నీళ్ళు నిండిపోయాయ్. తినలేకపోయాడు. వెంటనే లేచిపోయాడు –

'ఏరాసుబ్బన్నా!తినలేదేం?'

"ఇంట్లో నా భార్యాపస్తుంటే నేనెలా తినగలనురా"

"వాళ్ళకూ తీసుకు వెళుదువుగాని..."

"అయితే ఆపొట్లాం ఇంటికేపట్టుకుపోతా–"

'సరే'

రత్తయ్య దోసిలూ అవీపొట్లాం కట్టించాడు, సుబ్బన్న ఆనందంతో ఇంటికి వెళ్ళాడు. పేదవాల్లకు పేదవాళ్ళే దిక్కు.

* * *

రత్తయ్య మొట్టమొదట సుబ్బన్నలాగే గుమస్తా. కాని స్వతంత్రాభిలాషి, మరొక షాహుకారుచే కొట్టు పెట్టించి అతనితో 'బేడవాటాకు జేరాడు. నమ్మినబంటు. కష్టించి పనిచేస్తాడు-దానితో ఆసంవత్సరం 80 వేలరూపాయల లాభం వచ్చింది. తన వాటాకు పదివేలరూపాయిలు వచ్చాయ్.

ఆరాత్రి సుబ్బన్నను కలుసుకొన్నాడు.

'సుబ్బన్నా! ఒక పనిచెప్తా చేస్తావా?"

"తప్పక"

"ప్రమాణంచెయ్యి"

అతడు ప్రమాణం చేశాడు.

"అయితే రేపటినుంచీ నీపనిమానెయ్."

"మానేస్తే బ్రతుకు తెరువలా?"

"నేను చూపిస్తా"

"అయితేసరే."

'లచ్చన్న చెట్టి లక్షాధికారి. బిజినెస్ ఎలాచెయ్యాలో తెలీదు. అతగాడితో నీవు 'వర్కింగ్ పార్టనర్'గా జేరితే 'బేడవాటా' ఇస్తాడు.

'నిజం.'

"నిజంగానే."

'అంతకంటేనా, నాపనిరేపే మానేస్తాకాని మాషాహుకారికి ఏభైరూపాయిల అప్పుందే.'

'నేనిస్తాలే.'

"బ్రతికిచ్చావ్ రత్తయ్యా! మాకుంటుంబాన్ని నిలబెట్టిన వాడవయ్యావ్... నీరుణం ఎలా తీర్చుకుంటమో!"

"రుణం ఏముందోయ్! గుమస్తాలంతా కలిసి ఒక సంఘంగా ఏర్పాటు చేసుకుని, ఒకేమాట మీదుంటే ఈ షాహుకార్లేం చెయ్యగలరు?"

"తలుపు వేసుకొని ఇంట్లో బెంగపెట్టుకొని మంచం పట్టగలరు."

"సుబ్బన్నా! ఒక్కమాట చెబుతావిను. ఈషాహుకార్లంతా మొట్టమొదట మనవంటి గుమాస్తాలే. వాళ్ళను లక్షాధికారులను చేస్తుందిమనం. మనల్ని భిక్షాధికారుల్ని చేస్తుంది వారు. మన కష్టాల ఫలితంగా వారు మేడలు కడుతున్నారు. వారు మనల్ని పెట్టే కష్టాల ఫలితంగా మనం కొంపలు లేకుండాపోతున్నాం."

"నిజం. నిజం మనకింక మోక్షంలేదనుకుంటా."

"లేకేం. అందరం ఒకటైతే సరి."

"అయితే."

"మొట్టమొదట జీతాలు హెచ్చించకపోతే పని చెయ్యనందాం -

"తరువాత."

"వాటాలు పంచకపోతే పని చెయ్యనందాం."

"సాగుత్తంటావా?"

"తప్పక. వాళ్లకేంబాధ? రూపాయి లాభంవస్తే బేడ-యివ్వలేరూ-"

"కొంపతీసి మరొక ఊరునుంచి గుమస్తాలను తెచ్చుకుంటే..."

"అక్కడెలా? ఇలా ఎంతకాలం చెయ్యగలరు? వారికిమాత్రం ఆకటి బాధలేదూ? వారు మాత్రం మనుష్యులు కారూ?

"బాగా చెప్పావ్?"

"ప్రతి ఊరులోనూ గుమాస్తాలసంఘం నెలకొల్పుదాం. అన్ని సంఘాలకూ ఒక సెంట్రల్ ఎసోసియేషన్" ఏర్పర్చుకుందాం. ఆపెద్ద సంస్థ ఎలా చెబుతే అలానడచుకుందాం."

'బాగు బాగు.'

"దానితో వారిపొగరూ అణుగుతుంది; మన తిండి గడుస్తుంది."

"అవును. వారిని మనం ద్వేషించడం లేదుగా. ప్రేమిస్తూనే ఉన్నాం. కన్నతండ్రుల్లా చూస్తూనే ఉన్నాం. కాకపోతే మాకడుపునిండా తిండిపెట్టమంటున్నాం. వారిని పేదవాళ్లు కావాలనడం లేదు. మనల్ని గొప్పవాళ్ళని చెయ్యమంటున్నాం. వారి మేడలు గుడిసెలు కారాదు. మన గుడిసెలు మేడలుకావాలి."

'అవునవును'.

'అలాగైతే గుమస్తాల సంఘం లేవదీద్దాం.'

"సరే."

ఇద్దరూ అలా నిశ్చయానికి వచ్చారు. ముందు వారెలాగుంటారో చూద్దాం.

7

'సంఘబలం కంటే గొప్పబలంలేదు.

"Unity is devine"

సాంఘీ భావమే భగవచ్ఛక్తి.

ఒక గడ్డిపరకను త్రెంచడం సులభం. కొన్ని వేల గడ్డిపరకలను కలిసి జతచేసి తాడుగా అల్లితే మహాకొమ్ములు తిరిగిన వాడుకూడా త్రెంచలేడు. దానితో బంధిస్తే ఏనుగుకూడా బంధీకావలసిందే. దాని బంధం తెంచుకుపోలేదు.

అందుచే స్వార్ధపరులమై ఒకళ్లొకళ్లం వేరైపోతామా, శత్రుమృగరాజుకు బలిఅయిపోతాం. అంతాకలిసి ఏ మహాత్మునిమాటమీదో ఉంటామా శత్రుమృగరాజు మన పొలిమేర అంచులపై కూడా పాదం మోపలేడు. మనలను కన్నెత్తిచూడలేడు.

ఒకేమతం; ఒకే జాతి; ఒకే కులం - ఏదేశానికైనా వాంఛనీయమే. అలా ఒకేమతం సిద్ధించక పెక్కుమతాలు మానవ భిన్నప్రవృత్తుల కనుగుణ్యంగా ఏర్పడినా, భిన్నజాతులూ కులాలూ సంభవించినా భయపడ నవసరంలేదు. ఎప్పుడు? మనవ్యక్తిగత భావాలు విడిచి మహాసంస్థ ఆదేశానుసారం నడిచినపుడు.

ఎలాగంటే ఇండియాకంతకు మహాసంస్థ కాంగ్రెసు. దానిని ఆదేశించేది మహాత్ముడు. ఆయన ఆదేశాలకు భిన్నాదేశాలు కలవాడు జహ్వర్‌లాల్ నెహ్రూ.

గాంధీజీ దృష్టి జాతీయతమీద, నెహ్రూ దృష్టి అంతర్జాతీయత మీద -స్వాతంత్రం వస్తే అహింసా సిద్ధాంతాలమీదే అన్నాడు గాంధీజీ, స్వతంత్రం అహింసా సిద్ధాంతాలమీద కాకపోతే హింసాసిద్ధాంతం నేనవలంభించవలసి ఉంటుందన్నాడు నెహ్రూ-

ఇలాగే గాంధీజీ తిలకుల దృక్పధంలోకూడా భేదంలేకపోలేదు. నాదేశానికి స్వతంత్రం వచ్చే నిమిత్తం అవసరం వస్తే ఎన్ని అబద్ధాలైనా ఆడేస్తానన్నాడు తిలక్. నా ప్రాణం పోయినా, స్వతంత్రం రాకపోయినా నేసత్యాన్ని తప్పను. సత్యం భగవంతుడు. నామంత్రం సత్యం- అన్నాడు గాంధీజీ.

ఇలామన నాయకుల దృక్పధాలలో ఎన్నో భేదాలున్నాయ్ - అవి సహజం. ఎవరి మహా ప్రవృత్తులనుబట్టి వారి భావాలుంటాయ్. అందరి మనసులూ ఒకటికానేరవు. అందరి భావాలూ ఒకటికానేరవు, అయితే సృష్టిలో అందచందాలేలేవు.

అయినప్పటికి మన మహాసంస్థ - మన మహానాయకులంతా కలసి సంస్థ ఏక కంఠాన్న ఏది తీర్మానిస్తే అదిమనం చేయవలసిందే, మన వ్యక్తిగతాభిప్రాయాలు బలిచేయ వలసిందే -

అలా కానినాడు మనం 'ముందడుగు' వేయలేం - 'ముందు చూపు' చూడలేం కాలానికి 'ఎదురీత' కొట్టలేం - శత్రుహృదయనిర్జేదకంగా ఒక్కమాట అనలేం. ఈపరమ సత్యాన్ని గ్రహించాడు కాబట్టే తన సామ్యవాద సిద్ధాంతాలకు సంస్థ అనుకూలంగా లేకపోయినా దానిని వెన్నంటే ఉన్నాడు. ఈపరమసత్యాన్ని అర్థం చేసుకోనివాళ్ళంతా సంస్థనుండి బయటకు వచ్చివేశారు.

దానితో టెర్రరిస్టులు, రాయిస్టులు, కమ్యూనిస్టులు, సోషలిష్టులు - అంటూ కాంగ్రెస్ మహావృక్షాన్నుంచి చీలిపోయి, వేరై, దేశంలో బలం తగ్గించివేస్తున్నారు. వ్యక్తిగతాభిప్రాయాలను పాటిస్తున్నారు.వారు చీలిపోయారు; దేశాన్ని చీలదీస్తున్నారు -

దేశానికి కమ్యూనిజం వచ్చినా కాంగ్రెస్ వచ్చినా సంతోషమే కారణం ఆరెండు పార్టీలూ వాంఛించేది - "స్వతంత్రం" - 'సర్వమానవసమత్వం" - మానవాభ్యుదయం" కాబట్టి పరప్రభుత్వం ఈనిరంతర దాస్యంపోయి ఏపార్టీ వచ్చినా ప్రజలకు మేలే.

కాని ఇలా ఒకళ్ళపై మరొకళ్లు కాలుదువ్వినంతకాలం స్వతంత్రం రాదేమోనని భయం వేస్తుంది... మహాసంస్థ అయిన కాంగ్రెస్ ఉడుకు నెత్తురు ఉప్పొంగే ఈచిన్న సంస్థఅయిన కమ్యూనిస్టు పార్టీని తన కడుపులో దాచుకుంటే మంచిదనుకుంటా...

ఇదంతా ఎందుకు చెబుతున్నానంటే పై పార్టీలలాగ మీగుమస్తాలంతా భిన్నాభిన్నకాకండి. వివిధ పార్టీలగా వేరై పోకండి. వేరైతే మీఆశయం నెరవేరదు. మీగమ్యం మీరు చేరలేరు.

మీగుమస్తాలంతా ఒక్కటై మీమీ జీవితాలు మీకుటుంబ పోషణానికి అణుగుణంగా, హెచ్చించ మనండి. కష్టించేది కడుపుగడవడానికే ఆర్జించేది అనుభవించడానికే ధనాన్ని వినియోగించడానికే గాని, భూస్థాపన చేయడానికి ఎవ్వరికీ, ఏ దేశంలోనూ, ఏకాలంలోనూ అర్హతలేదు. షాహుకార్లు తప్పకుండా మీమీ జీతాలను హెచ్చిస్తారు.

తరువాత అనుభవజ్ఞులైన గుమస్తాలు షాహుకార్లను ఒక అణావాటా అడగండి. తప్పులేదు. అతనికి పదిహేనువంతులు మీకు ఒక వంతు...

ఇలా మీమీ కోర్కెలను తీర్చకపోతే మీమీ గుమస్తాల పని మానివేయండి. తిండి గడవకుండా, మీమీబిడ్డలను మృత్యుదేవతకు అప్పగించే దానికంటే మీమీవృత్తులు మార్చుకుంటేమేలు.

లోకంలో బ్రతకడానికి ఎన్నో వృత్తులున్నాయ్. "అలవాటు" (habit) చేత మీరు గుమస్తాల పనులు తప్పక ఇతర పనులు చేయలేరను కుంటున్నారు, అది చాల పొరపాటు. నీరుండాలేకాని, అది వంగమొక్కనూ పెంచుతుంది. కొబ్బరి మొక్కనూ పెంచుతుంది. ఈ కష్టం మీరితరత్రా వినియోగిస్తే మీ భార్యాబిడ్డలు తిండిలేకుండా చావరు... దేశాని కెంతో తోడ్పడవలసిన మీరిలా బక్కచిక్కి, ఎముకలగూళ్ళలాగున్నారంటే ఎంతో అన్యాయం, అక్రమం... ఈ అమానుష కృత్యంవల్ల వచ్చే పాపాలకు మీషాహుకార్లు యదార్థముగా బాధ్యులు.

మీవల్లవారు లక్షాధికారు లౌతున్నారు. ఈసత్యాన్నిమీరు మరచిపోకండి. మిమ్మల్ని విడిచిపెడితే షాహుకార్లకు మార్గంలేదు. కాని షాహుకార్లను విడిచిపెడితే మీకు మార్గం ఉంది. మీరువిడిచి పెడితే వారు లక్షాధికారులు కాలేరు; వారిని మీరు విడిచిపెడితే మీరు లక్షాధికారులు కాగలరు.

తిండిగడవని ఉద్యోగం చేయడం బుద్ధిహీనత. ఇంతకంటే లక్షపనులున్నాయ్. కన్నులు తెరచిచూడండి. మీరంతా ఒకటికండి. మీమాట మీషాహుకార్లు వింటారు; వేరయ్యారా మీసమాధులను మీరే తవ్వుకున్న వారౌతారు. తరువాత మీఇష్టం.

ఇలా కొన్నాళ్లు గడపండి. కొన్నాళ్ళంటే కొన్నాళ్లే. ఇంతలో స్వతంత్రం తప్పక వస్తుంది. సర్వమానవ సమత్వం నెలకొల్పబడుతుంది... అపుడంతా భాగ్యవంతులే. సౌభాగ్యం మనది. రత్నాలు మనవి – భరతమాత ఆనాడు రత్న గర్భ అవుతుంది...

'ఐక్యతే బలం'

* * *

గమస్తాల సంఘం స్థాపించారు రత్తయ్యా సుబ్బన్నలు. రత్తయ్య కార్యదర్శి, సుబ్బన్న అధ్యక్షుడు. ఆ సంఘంలో అలా ఉపన్యసించాడొక కళాశాలాధ్యాపకుడు.

వాళ్ళ హృదయాలు ఉప్పొంగాయ్. వాళ్ళనగరాలకు శక్తి వచ్చింది. అంతా కలిసి జీతాలు ఎక్కువ చేయమని అడగాలని బయలు దేరారు –

రత్తయ్య దయవల్ల సుబ్బన్న భద్రం షాహుకారుదగ్గర పని మానేశాడు. లచ్చన్న శెట్టితో 'బేడ' వాటాకు చేరాడు. దానితో అతని దారిద్ర్యం పటాపంచలైపోయింది.

అదొక వ్రాతబల్ల, పుస్తకాలు పర్వతాల్లాగున్నాయ్ ఒక దానిపయి నొకటి. పద్దులు వ్రాయాలి. వ్రాయడానికి ఓపికలేదు. ఆకలివేస్తుంది. ఏం చేస్తాడు. తలపట్టు కూర్చున్నాడు. ఇది పూర్వపు స్థితి–

అదొక సోఫా. టేబిల్‌మీద ఫేను. వచ్చిన చెక్కులపయి సంతకం చేస్తున్నాడు. టేబిల్ మీదున్నా కాఫీ తాగి ప్యూనుకు ఇచ్చాడు. తెల్లని బట్టలు.కండలు తిరిగిన శరీరం – ఇది ఇప్పటిస్థితి ఇప్పుడు మన సుబ్బన్నను పోల్చుకోలేను – ఎంతలో ఎంతమార్పు.

"ఈసురోమని మనుషులుంటే
దేశ మేగతి బాగుపడునోయ్;
తిండి కలిగితె కండగలదోయ్
కండ గలవాడేను మనిషోయ్."

మహాకవి, శ్రీ గురజాడ అప్పారావుగారు.

నెలజీతం

అంకితం

ప్రియ మిత్రుడు, సహృదయుడు
పైడేటి మల్లేశ్వరరావుకు
ప్రేమతో.....

– చంద్రం

జీవితం చాల విచిత్రమయింది. తుపానుగాడ్పుల్లో చీలిపోతుందొకోసారి. సుడిగుండాల్లో తిరుగుపోతుందింకోసారి. చల్లని వెన్నెట్లో, పూలపాన్పుపై, వీణా నినాదంలో, మధురస్వప్నంలో మునిగి తేలుతుంది మరోసారి. దీని యదార్థం తెలిసికుంటం చాలాకష్టం.

మానవులు గొప్పవారవడం తేలికే; మంచివారవడం కష్టం. నలుగురిచే 'ఓహోహో' అనిపించుకోవచ్చు. కాని ఆనుతులకు తగినట్లు జీవితాలను గడపడం కష్టం.

నెలజీతం

1

ఏసంస్థలో నైనా పనిచేసే కూలీవాడు (వర్కరు) ప్రజలనునడిపే మహానాయకుడూ (లీడర్) తప్ప మధ్యస్తంగా పేరు సంపాదించే మహారథుల్లో పావిత్రత తక్కువే. కూలివానికున్న నిర్మలత్వం, హృదయ పావిత్ర్యం, ధర్మనిర్వహణం – పేపర్లలో పేర్లు వేయించుకొనే 'దబిద్ధనాగన్నలైన' నాయకులకుండదు.

యుద్ధంలో దేశభక్తికై చచ్చిన లక్షోపలక్షలగు సిపాయిలకు సమాధులైనా ఉండవు. కాని యుద్ధంలో చావక, చావడానికి వీలులేక బ్రతికున్న నాయకులకు పూలహారాలు; కనకాభిషేకాలు; వినతి పత్రాలు.

గుడికట్టించిన యజమానుని, గుడిలోదేవుడ్ని, దేవుడుముందున్న పూజారినీ స్మరిస్తాం; పూజిస్తాం; గౌరవిస్తాం కాని – గుడికట్టిన కూలీలెవరని ఎప్పుడైనా అడుగుతామా? అడిగితే జవాబొస్తుందా?

పండించినపంట పంపకాలద్వారా – (రేషనింగ్ ద్వారా) ప్రతి యింటికీ అందచేసే కలక్టరు, తాసిల్దారులకు భక్తితో, భయంతో, గడగడ వణకూ వంగి వంగి సలాములు చేస్తాం; కాని–పంటకు కారణమై పగలనక రేయనక చెమటూడ్చి కష్టించే కర్షకుల కెవరైనా నమస్సులర్పిస్తూన్నామా?

ఏమిటీ ఘోరం?

ఎక్కడుందీ న్యాయం?

* * *

అది ఒక పూరికొంప.

ఆకొంపకద్దె మూడురూపాయలు. వానకురిసిందంటే ఒక్క చుక్క బయటకు పోదు; అంతా ఇంట్లోనే – అక్కనడుంచీ ఆనీరు తోడి బయటపోయ్యాలి – సూర్యుడు నడినెత్తిమీదకొస్తే ఎక్కడికీ పోదు. ఆ యింట్లోనే కబుర్లుచెబుతూ, నిప్పులు చెరుగుతూ, కూర్చుంటాడతి ప్రేమతో; ఆడుకుంటాడతి ఆనందంతో.

ఆయింటికి నాయకుడు నాగన్న. నాయకురాలు సుబ్బమ్మ. వాళ్ళకు ముగ్గురు పిల్లలు. రత్నాల్లాగుంటారు. పెద్దపిల్లకు పద్ధెనిమిదేళ్లు, రెండోపిల్లకు ఎనిమిదేళ్లు, మూడో అబ్బాయికి మూడేళ్లు.

సంసారం నిర్వహించడలో సుబ్బమ్మకంటే తెలివిగలవాళ్ళా వీధులోలేరని పేరు.' ఆమె సౌందర్యవతే కాకుండా సుగుణవతి కూడాను. ఇంతకూ నాగన్న అదృష్టం' అని ఒకడంటే 'ఏం అదృష్టం మునిసిపాలిటీలో 28 రూపాయల జీతమేగా. ఈకరువురోజుల్లో ఎలా చాలుతుంది? ఏమిటో వెధవపేదకాలం; పిదప సంసారం' అంటాడు మరొకడు.

* * *

ఆ రోజు సంక్రాంతి పండుగ.

భాగ్యవంతులకు పండుగ ఆనందదాయకం కాకపోయినా, పేదవారికి మాత్రం ఆనందదాయకమే. ఆరోజుఎంతపేదవారైనా తలారా స్నానంచేసి, కొత్తబట్టలుకట్టుకొని, పిండివంటలు చేసుకొని తింటారు. ఆనందంగా హరికథలకు వెళతారు. సినిమాలకు వెళతారు. నాటకాలకు వెళతారు. అంతా కులాసా, హుషారు, ముసలి మొగుడుకూడా ఆరోజున మీసాలకు రంగువేసి, యౌవనం తాండవింప చేస్తాడు కన్నుల్లో - లోకం అంతా కలకల నవ్వుకుంటూ ఉంటుంది.

కాని మననాగన్నకు మాత్రం ఆరోజు ఆనందంగా ఎందుకో లేదు. ఎందుకేమిటి? దారిద్రం వేయివేల అగ్నినాల్కులు చాచుకొని ఆహుతిచేస్తుంటే ఆనందం ఎలా కలుగుతుంది పాపం?

పెద్దకుమార్తె చిరిగినబట్టలు కట్టుకొని తండ్రిదగ్గరకొచ్చి నిలబడింది. అడగాలనుకున్న కొత్తబట్టలు అడగలేపోయింది. గ్రహించాడది నాగన్న.

"ఏంపెద్దమ్మాయ్! ఇలా గొచ్చావ్

"ఏమీలేదు"

"నాకు తెలీదనుకున్నావా? నీవెందుకు వచ్చావో నాకు తెలుసు"

"తెలిస్తే అడగడం ఎందుకు?"

'నీనోట విందామని'

'ఏంలేదు నాన్నా! పక్కంటి సుందరమ్మ, వెనక వీధి నాగమణి ప్రసూన, కృష్ణవేణి, జయమ్మ అంతా కొత్తబట్టలు వేసుకున్నారు.

"అయితే."

"పండక్కదునాన్నా! అందుకని'

'నీక్కూడా కావాలంటావ్? అంతేనా?"

పెద్దమ్మాయి తలవంచుకొనినిలబడింది.

'పెద్దమ్మాయ్! వాళ్ళంతా గొప్పవాళ్లు. పూర్వజన్మలో పుణ్యం చేసుకున్నారు. మనకెక్కడ నుంచి వస్తుంది?"

"మనం పుణ్యం చేసుకోలేదు."

"లేదు"

'పాపం చేసుకున్నామా!

"చేసుకోబట్టె పేదవాళ్ళమై పుట్టాం.

"పేదవాళ్ళంగానే చావాలా?

"తప్పక"

"అయితే మనకంటే పేదగా ఉండే గౌరయ్య బియ్యపుకొట్టు పెట్టి, క్రమీనా పెద్దవాడై, మిల్లుకొని ఇపుడు లక్షలాదిగా సంపాదించాడే – అప్పుడతని పూర్వజన్మపాపమేమయింది? పుణ్యంగా మారిపోయిందా?"

"ఏమిటోనమ్మ..."

"నాన్నా! పేదతనం, గొప్పతనం, పూర్వజన్మ పాప పుణ్యాల వల్ల నిర్ణయింప బడవు."

"దేనివల్ల నిర్ణయింప బడతాయి?"

'మన తెలివి తేటలననుసరించి నిర్ణయింపబడతాయ్. దాస్యానికి అలవాటుపడిన జీవితం, స్వతంత్రం పొందాలని ప్రయత్నించదు. అలాగే పూర్వజన్మ పుణ్యపాపాలపై ఆధారపడేవారు ఈజన్మలో ఏపనీ చేయలేక వ్యర్థజీవులౌతారు."

"అవునమ్మా! అవును. చిన్నదానవయినా చక్కగా చెప్పావ్"

నాగన్న ఆలోచనల్లో పడ్డాడు. 'ఈకలిమిలేములకు కారణం ఏమిటి? బానిసత్వమా? స్వార్థమానవుల కల్పితమా? అనుకుంటూ కూర్చున్నాడు.

అంతలో బట్టలకని పేచీపెట్టే రెండో అమ్మాయిని ఓదార్చలేక 'పుట్టగానే చావపోయారూ? శనివిరగడైపోయేది" అని విసుక్కుంటూ సుబ్బమ్మ రెండు వడ్డించింది. దాంతో పండగపూటా ఏడుపులు. అక్క ఏడుస్తుంది కదా అని తమ్ముడు ఏడుపు. వాళ్ళలా ఏడుస్తూంటే నాగన్న కడుపు తరుక్కుపోతూంది. పెద్దమ్మాయి ఒక మూలకువెళ్లి కూర్చుంది.

అంతలో పక్కింటి 'గొప్పోరి' పిల్లలు స్నానాలుచేసి కొత్తపట్టు బట్టలు వేసుకొని నవ్వుతూ "లక్ష్మీ! లక్ష్మీ!" అని సాగతీసుకుంటూ వచ్చారు– మా గొప్పతనం అంతా చూడండన్నట్లు.

నాగన్న వాళ్ళని చూచి మరింత మరింత క్రుంగిపోయాడు. వచ్చినవాళ్ళు ఏడ్చేవాళ్ళను చూచి అదే వెళ్ళడం వెళ్ళిపోయారు. వాళ్ళు వెళ్ళగానే వీళ్లు మరింత ఏడ్వడం ప్రారంభించారు.

దానితో సుబ్బమ్మ రెండోకూతురైన పార్వతిని వళ్ళువాచేటట్లు, వళ్ళు తెలియకుండా కొట్టేసింది. పార్వతి గుక్కపట్టి ఏడుస్తూంది. కుర్రాడు వెంకటేశులు అక్క ఎందుకేడుస్తుందో తెలియక వెక్కి వెక్కి ఏడ్వడం ప్రారంభించాడు. ఆఏడుపులన్నీ నాగన్నగుండెలో భోగిమంటల్లా మండిపోతున్నాయ్; బాకుల్లా చీల్చివేస్తున్నాయ్.

'పార్వతీ! ఊరుకోతల్లి. ఊరుకో. రా! బాబు! రా! అమ్మని కొడదాం. రా!" అంటూ ఇద్దరినీ చెరొకచంకలో ఎత్తుకొని సావిట్లోకి వెళ్ళాడు. కాని వాళ్ళెంతమాత్రం ఏడుపు ఆపలేదు.

అంతలో సుబ్బమ్మ వచ్చింది.

"ఎందుకే సుబ్బా! పండగపూటా కొట్టావ్?"

"కొడతానా చీలుస్తానా?"

"ఏం చేశారని?"

"కొత్తబట్టలు కావాలంటే ఎక్కడనుంచీ వస్తాయ్ చెప్పండి. అడగొద్దంటే ఊరుకోరు. ఊఁ ఏడుపు."

"కొత్త బట్టలడగడం వాళ్లుతప్పా సుబ్బా!"

'లేనప్పుడడగడం తప్పా, తప్పన్నారా?"

"సుబ్బా! ఊర్లో పిల్లలంతా కొత్తబట్టలు కట్టుకొని కలకల్లాడుతూంటే మనపిల్లలక్కూడా అలాబట్టలు కట్టుకోవాలని ఉండడం తప్పా?"

"వాళ్ళకూ మనకూ పోలికెక్కడుందండీ! మన **"నెలజీతం"** వాళ్ళకొక రోజు సంపాదన. వాళ్ళు బట్టలు కట్టారని బట్టలడుగుతున్నారు. పిండివంటలు చేసుకున్నారని పిండివంటలూ అడుగుతారా?"

"అడిగితే తప్పా?"

"లేనివి అడుగుతే తప్పుకాదండీ! ఎక్కడనుంచి తెస్తాం"

"సుబ్బా! కట్టుబట్టకు, తినే తిండికి అడగడం తప్పా? పిల్ల కనీసపు హక్కులుకూడా తీర్చలేని మనది తప్పుకాని వారిదితప్పా?"

"మనం ఏంచేస్తాం?"

'దరిద్రదేశానికి మరికొందరు దరిద్రులను పుట్టిస్తున్నాం.'

"పిల్లల పుట్టించడం, గిట్టించడం మనలో ఏముందండీ, అంతా భగవత్కృప."

ఆమాట వినగానే లక్ష్మి మండిపడింది.

"అమ్మా! నీరు పోయలేని దేముడునారు పోయడం ఎందుకు? ఆకలి మంటలకు ఎండిపోయే నారుపై కన్నీరైనా కార్చలేని దేముడు ఉంటేనేం పోతేనేం... మనం అందరిలా కార్లెక్కి తిరగాలనడంలేదు. మేడలు కావాలనడంలేదు. బంగారపు నగలు కావాలనడం

లేదు. పట్టుబట్టలు కావాలనడంలేదు. కాని మానవులకు ముఖ్యావసరాలైన బట్ట-తిండి-ఇల్లు కోరడం తప్పా? పాపమా?" అని బాధతో అడిగింది.

'లక్ష్మి! డబ్బులేందే ఏంచేస్తాం?"

"సంపాదించాలమ్మా!"

"సంపాదిస్తున్నారు కదూ 28 రూపాయలు."

"సంపాదన కుటుంబానికి చాలనప్పుడు, చేసేపని మాని మరొక పనిచెయ్యాలి."

"ఏంపని ఉంది లక్ష్మి!"

'లక్షలాదిగా, ప్రజలంతా తిండిలేక చస్తున్నారా? తెలివి తేటలుండాలి. ఏ పని అయినా ధర్మంగా చేస్తే గౌరవం ఉంటుందని గ్రహించాలి. పనిలో నీచత్వంలేదు. ఏపని అయినా అధర్మంగా చేస్తే దానిలో నీచత్వం ఉంది;

"ఏమిటో లక్ష్మి! కడుపు నిండా రెండు పూటలైనా తినడానికి చాలినంత 'నెలజీతం' ఇవ్వలేని దేశం మన దేశం తప్ప ఇంకేదేశం సృష్టిలో లేదనుకుంటా."

"లేదనే అంతా అంటున్నారు. నిజానికి మన దేశంకంటే గొప్పదేశం ప్రపంచంలో లేదు; కాని మన ప్రజలకంటే పేద ప్రజలీ సృష్టిలో లేరు.మన తల్లి రత్నగర్భ; బిడ్డలు పకీరులు. మనకూ ఉన్నాయ్ బంగారపు గనులు; ఆ గనుల్లో పనిచేసే కూలీల కడుపులైనా నింపలేకుండా... అమ్మా! ప్రజలు పంటలు పండిస్తున్నారు; పండించే ప్రజలే పంట తినడానికి నోచుకోలేదు. పాలను తీస్తున్నారు ముంతల కొలది; పావుసేరు పాలుకూడా తాగలే పోతున్నారు." "ఎందుచేతంటావ్? కేవలం పరదాశ్యంచేత..."

"ఎంతకాలం ఇలా ఇతరుల సేవ చేయడం? ఎంతకాలం ఈ సేవలో ఇలా చావడం?

"మన శక్తులను మనం గుర్తించుకొనే వరకు. మాలోప్రవహించేది చురుకునెత్తురు కాని పిరికి బురద కాదని గ్రహించే వరకు... మనలో మూల్గుతున్న పిరికి చలిజ్వరంపై వేసిన ముసుగు తీసేవరకు... మనం మేక పిల్లలం కాం; సింహపు పిల్లలం అని భావించే వరకు. అంత వరకూ ఈపరదాస్య పీడనం పోదు, అంతవరకూ ఈ పేదల కన్నీటి కాల్వలకు ఆనకట్టలు కట్టబడవు. అంతవరకూ ఈ కుల మత భేదాలు నశించవు. అంతవరకూ ఈ కలిమిలేములు రూపూమాయవు"

లక్ష్మి మాటలన్నీ విన్న సుబ్బమ్మ ఆశ్చర్యం పోతూ "నిజమేనే లక్ష్మి! నిజమే!" అని ఆఖరి అబ్బాయి నెత్తుకొని వంటింటిలోకి వెళ్ళ పోయింది.

నాగన్న ఆనందబాష్పాలు తుడుచుకుంటూ "లక్ష్మి! ఎంత విజ్ఞానివమ్మా! పూర్వజన్మలో ఎంత పుణ్యం చేసుకున్నావో! అంటుంటే "ఏం పుణ్యమోలెండి" అని పాపాయినెత్తుకొని వెళ్ళిపోయింది.

నాగన్న లోకం గొడవల్లోపడి, తన దారిద్ర్య పిశాచాన్ని తలుచుకుంటూ కూలబడ్డాడు.

2

అది మున్సిపల్ ఆఫీసు.

ప్రొద్దుటనుంచీ సాయంకాలం వరకూ రెక్కలు ముక్కలయ్యేటట్లు పనిచేస్తేనేగాని డొక్క నిండదు. నాగన్నవంటివారు ఎవరేది చెబుతే అది చెయ్యాలి. చెయ్యకపోతే నోటికీ కూటికీ దూరం అయినట్లే.

నాగన్న ఆఫీసులో పనిచేస్తున్నాడు. చైర్మన్‌గారు పిలిచారు. ఎలా?

“అరేయ్! నాగన్నా!

బాబు!

భయభక్తులతో చేతులుకట్టుకొని చైర్మన్ ముందునిలబడ్డాడు. ఆయన పిలుపుకూ ఈయన జవాబుకూ మధ్య ఎంత తారతమ్యం ఉందో చూచారా? ఇద్దరూ ఒకే మానవజాతికి సంబంధించినా, ఒకడు యజమాని, రెండవవాడు సేవకుడూ అనుకునే సరికల్లా, ప్రవర్తనలో ఎంత భేదం వచ్చిందో చూడండి. చైర్మన్ గారి ఆజ్ఞలు చూడండీ ఎలాగున్నాయో!

“నాగన్నా! కార్లో బయట అమ్మాయి కూర్చుంది. ఆడుకుంటుందో లేదో చూచిరా?”

నాగన్న చూచి వచ్చాడు.

“ఏం? ఆడుకుంటుందా?”

చిత్తం.

“అయితే అలా ఎత్తుకొని కాసేపు తిప్పి, మిఠాయికొట్టుకు తీసుకువెళ్ళి ఏమైనా ఈ పావలాపెట్టి కొనిపెట్టు.”

“చిత్తం బాబూ.”

నాగన్న పావలా తీసుకొని అమ్మాయి దగ్గరకు వెళుతున్నాడు. మళ్ళీ వెంటనే పిలిచాడు చైర్మన్.

“ఏం బాబయ్యా!”

“ఒక సిజర్‌సిగిరెట్టు పెట్టి పట్టుకురా!

“అలాగేనండి”

నాగన్న అతివినయ విధేయతలతో చెప్పిన పనల్లా చేశాడు. చైర్మన్‌గారు ఆఫీసునుంచి వెళ్ళిపోయారు.

“అమ్మయ్య!” అని కూర్చుని ఒకగోడకు జేరబడ్డాడు. అది చూచాడు కమీషనర్.

“నాగన్నా!”

“బాబు!”

“ఏరా! ఎప్పుడూ కూర్చుంటమే.”

"లేదండి బాబయ్య."

"లేదేమిటి నీముఖం. కూర్చుని కునికిపాట్లు పడ్డం నేనుచూడ్డంలేదూ?"

'కూర్చున్నాను కాని కునికిపాట్లు పడ్డంలేదండి.'

"అయితే నేను అబద్ధం ఆడానంటావ్?"

"అనలేదండి. నేనే ఆడేనేమో!"

"ఆడానంటావేమిటి? వెధవ వేషాలూ నీవూను. ఆడుతూ...'

'తప్పేనండి.'

"తప్పా! తప్పున్నరా! వీపి చిట్టకొట్టి ఆఫీసునుంచీ డిస్‌మిస్ చేసేవాళ్ళు లేక."

"పిల్లలు కలవాడ్ని. తప్పు క్షమించాలి. ఇంక కూర్చోను."

'ఇంతకూ నీకు ఆఫీసుపనికంటే పయి పనులెక్కువోయయ్‌లే.'

'ఏపయి పనీ చెయ్యలేదండీ..."

"లేదే...'

"లేదు."

ఆ గర్జనకు నాగన్న వణికిపోయాడు. జ్ఞాపకం వచ్చింది చైర్మన్‌గారి పనిచేసినట్లు.

"ఆఁ జ్ఞాపకం వచ్చిందండి. చైర్మన్ బాబుగారు..."

"బాబుగారూ? ఎవరికిరా?"

'మాకేనండి...'

'బాబుగారట...బాబుగారు...'

కమీషనర్ ఏదో తిట్టుకుంటూ తన గదిలోకి వెళ్ళిపోయాడు. ఇంతకూ నాగన్న ఒక నిమిషం కూర్చుంటే, లేవతీసి చెప్పిన పనేమిటి? ఏమీలేదు. నాలుగూ తిట్టిపోవడం. అతడు పడి ఉండడం. అంతేగా.

చైర్మన్‌గారు చెప్పింది చేస్తే కమీషనర్ గారికి కోపం. కమీషనర్ మహాశయుడు చెప్పిందిచేస్తే చైర్మన్ గారికికోపం. ఇద్దరు చెప్పిందిచేస్తూ ఆఫీసుపని మాన్తే మేనేజరుగారికి కోపం. ఎవరికి కోపం వచ్చినా మాట్లాడితే 'డిస్‌మిస్' చేస్తానని డబాయిస్తారే నాగన్నను. దీనితో నాగన్న హడలిపోతాడు. నీటిని విడచిన చేపలా కొట్టుకుపోతాడు.

ఎందుకు?

బ్రదుకు దెరువుకు. అంతేగా!

* * *

నాగన్న తన సంసారస్థితిని తలుచుకుంటూ, కన్నీళ్ళు లోలోనే రాల్చుకుంటూ, తన దరిద్ర అభాగ్య జీవితాన్ని స్మరించుకుంటూ, నిలబడి ఉన్నాడు - కూర్చుంటే తంటావస్తుందేమోనని.

అంతలో మేనేజరు స్వామినాధన్ వచ్చాడు.

"ఏయ్!నాగన్నా?"

'బాబు!'

"ఏవోయ్! అలా నిలబడి నిద్రపోకపోతే కూర్చుని కునిపాట్లు పడరాదూ?

"కమీషనర్ గారు కూర్చోవద్దన్నారండి."

"పొద్దుటనుంచీ సాయంకాలం వరకూ కూర్చోకుండా నిలబడితే కాళ్ళు వాచి పోవూ?"

"వాచిపోతాయండి"

"మరెందుకు నిలబడతావ్?"

"యజమాని ఆజ్ఞ. కాళ్ళువాచినా, ప్రాణం పోయినా యజమాని చెప్పినట్లు చేయడమేకదూ సేవకుని ధర్మం."

"ఊఁ ఏడిశావుకాని... ఒక కప్పు కాఫీ, ఒక స్వీట్, ఒక హాటు పట్టుకురా. నీవో కప్పుతాగులే."

మేనేజరు డబ్బులిచ్చాడు. నాగన్న తానొకప్పు కాఫీతాగి, మేనేజరుకు కావలసినవి మేనేజరుకు తీసుకువెళ్ళాడు.

ఆ కాఫీతో నరాలకు కాస్త నూతన శక్తి వచ్చినట్లయింది. దానితో కమీషనర్‌గారి గది దగ్గరకు వెళ్ళి స్థంబంలా నిలబడ్డాడు.

కమీషనర్ బయటకొచ్చి చూచాడు. చాలా కోపం వచ్చింది?

"నాగన్నా! అలా రాతి స్థంబంలా నిలబడకపోతే ఆమూల కాసేపు చతికిలపడి చావకపోయావ్?"

"తమరు కూర్చోవద్దన్నారు కదండీ?"

"ఇందాక."

"ఇప్పుడు కూర్చోమంటారా?"

"ఏదో ఏడుద్దువుగాని ఇలారా?

"చిత్తం."

కూర్చున్నా తప్పే, నుంచున్నా తప్పే–ఇదెక్కడ ప్రభుత్వంరా బాబు అనుకుంటూ లోపలకు వెళ్ళాడు.

నాగన్నా! అక్కడకు వెళ్ళావా?"

"ఎక్కడికండీ"

"అక్కడికేనోయ్'

"ఓహో! అమ్మగారింటికా?"

"కాదోయ్."

"అదేలెండి. కొత్తమ్మగారింటికా?"

"ఊఁ"

'వెళ్ళమని మీరు చెప్పందే"

"నేను చెప్పాలా?"

"ఇక నుంచి మీరు చెప్పకుండానే వెళతాలెండి"

"వెళ్ళి - ఈ రూపాయి తీసుకువెళ్ళి మిఠాయి మంచిదికొని తీసుకువెళ్లి నేనిమ్మన్నానని ఇవ్వు."

"చిత్తం."

'త్వరగా వెళ్లాలి సుమా?'

"అలాగేనండి."

నాగన్న బయలుదేరాడు. ఎక్కడకు? కమీషనరుగారి ఉంపుడుకత్తె దగ్గరకు.

వెళుతున్నాడు. వెళుతున్నాడు. ఉంపుడుకత్తె సరోజిని ఇంటి దగ్గరకు వెళ్ళాడు. ఇంట్లోకి వెళ్ళడానికి తనమనసు అంగీకరించలేదు. రెండు నిమిషాలు నిర్జీవ ప్రతిమలా ఆరోడ్డుమీదే నిలబడిపోయాడు.

"యజమానుల ముండలకు మిఠాయిపొట్లాలు, చీట్లూ అందించేటందుకా నేనీ నౌకరీచేస్తుంది? ఈనెల జీతం అందుకా నాకిచ్చేది! ఏపనిచెబుతే ఆపనిచేస్తూ, మానాభిమినాలను మంటగలిపి, హీనాతి హీనమైన జీవితం అనుభవిస్తూ, ఎంతకాలం ఇలా జీవచ్ఛవంలా బ్రతకడం? ఎంతకాలం ఈ బానిసత్వం మహాపిశాచి దాశ్యం చేయడం?... ఛీ.ఛీ. నేను వెళ్ళను. ఏమయినా సరే. మా అమ్మాయి లక్ష్మి చెప్పినట్లు బ్రతకాలంటే ఎన్ని పనులులేవు? ఎన్ని మార్గాలు లేవు. నీచమైన ఈ బ్రతుకు బ్రతికేదానికంటే నా భార్యా బిడ్డలతో సహా విషం తీసుకు చావరాదూ?' అనుకుంటూ సరోజిని ఇంటికి వెళ్ళకుండా వెనక్కు తిరిగాడు.

బయలుదేరాడు.

ఎక్కడకు వెళతాడు?

ఎంతదూరం వెళతాడు?

చేస్తూన్న పని మానేస్తే మళ్ళీ ఏపని దొరుకుతుంది? ఒక్క నిమిషం ఆగాడు.

'అమ్మో! ఈ పనిపోతే, పిల్లాజెల్లా ఏమౌతారు? ఎలా పోషించడం? నాకోపం ఎవరిమీద చూపుతాను? నావంటి కూలివాడికి పౌరుషం ఏమిటి? ఇప్పుడు పనిమానేసి ఏం చెయ్యను? తాపీపని వచ్చునా? వడ్రంగి పని వచ్చునా? ఈ పంతాలు లాభంలేదు. వెళ్లాలి. లేకపోతే

సంసారం గడుస్తుందా?' అనుకుంటూ మళ్ళీ సరోజిని ఇంటికి తలవంచుకొని తారాజువ్వలా వెళ్లిపోయాడు.

పిలవకుండా లోపలకు స్వతంత్రముగా వెళ్ళి, దగ్గరకు జేరవేసి వున్న గదితలుపులు "అమ్మగారూ!' అని తోశాడు.

ఇంకేముంది?

అతని కన్నులు చెదిరిపోయాయి.

ఆ అమ్మగారు మరో అయ్యగారి కౌగిటవలపు చిలికిస్తున్నారు. అతడు నిర్ఘాంతపోయి చూచాడు. అలాగే నిలబడిపోయాడు.

నాగన్ననుచూచిన సరోజిని కోపం ఆపుకోలేకపోయింది. ఆమె ప్రేమపాత్రభగ్నం అయినంత బాధకలిగింది. కమీషనరుగారు రావడానికి వీలులేని కాలంకదా అని విశ్రుంఖలవృత్తి వ్యభిచరిస్తూన్న ఆ నల్లత్రాచు తోకపై నిలబడి, పడగవిప్పి నాగన్నపై బుసకొట్టింది.

నాగన్న గజగజలాడిపోయాడు.

ఆమె ఇలా గర్జించింది.

"ఏం నాగన్నా! కేకేయనవసరంలేదూ?"

"మీరిలా ఉంటారని తెలిస్తే కేకేయకుండా వుంటానా అమ్మగారూ"

'కేకవేయకుండా తలుపుతోసే స్వతంత్రం నీకెవ్వరిచ్చారు?'

"స్వతంత్రం ఒకరిచ్చేదికాదు; ఎవరిమట్టుకు వారు పుచ్చుకొనేదే."

"ఏమిటోయ్ మహాపొగరెక్కి మాట్లాడుతున్నావ్?"

"ఇటువంటి ఏపాపపుపనులూ చేయక, కష్టించి బ్రతికే మాకు కాక పొగరెవరి కుంటుందమ్మా!"

"అట్టే మాట్లాడకు. లెంపపగుల్తుంది"

"లెంపపగుల్తుందని మాట్లాడకుండా ఉండగలమా?"

"ఛప్. మాటలాడక."

ఆమె నాగన్నమీదికురికి రెండు లెంపకాయలు కొట్టింది. అతడేమీ మాటలాడలేదు. ఆమెవంక తీవ్రంగా చూస్తూ అలాగే కొయ్యబారి నిలబడిపోయాడు.

అంతలో సరోజినీ ప్రియుడు నాగన్న జుట్టుపట్టుకొని మరో రెండు లెంపకాయలు తీవ్రంగా కొట్టాడు.

దాని నాగన్న ఏమీ మాట్లాడలేదు. అతని సత్యాగ్రహం, ఆత్మనిగ్రహం చూచి హడలిపోయింది సరోజిని.

"నాగన్నా! అయ్యగారికి మా సంగతి చెబుతావా?'

"అడిగితే చెప్పకపోతే అసత్య దోషానికి పాలుపోనా?'

'నీముఖానికి సత్యంకూడానూ?'

"అమ్మా! ఈ ప్రపంచంలో సత్యం, అహింసా మొదలగు మహాధర్మాలుంటే మావంటి కూలీలదగ్గరే ఉంటాయి కాని, మీ వంటి కాముకుల దగ్గరెలాగుంటాయమ్మా?"

"ఏడిశావ్ కాని ఈసంగతి అయ్యగారితో చెబుతే ఏంచేస్తానో తెలుసా?"

"చెప్పందే ఎలా తెలుస్తుంది?"

'నీతలను నీ మొండెంనుంచి వేరుచేయిస్తా, నీ ప్రాణాలు తీయించి పాతిపెట్టిస్తా.'

'ఇంతేకదా! దానివల్ల నాకు ఉపకారమే గాని అపకారం చేయలేరు. ప్రాణాలు తీయించి ఈసంసార బాధ తొలగిస్తారు. పాతి పెట్టించి మా కయ్యేఖర్చులు తప్పిస్తారు"

'అయితే నామాట వినవా?"

'అమ్మా! నన్ను చంపించగలరు; నావంటివారిని పదిమందిని చంపించగలరు; అంతేగాని ఈలోకాలోకాలను పాలించే సత్యాన్ని చంపించలేరు. నా శరీరాన్ని మట్టిలో పూడ్చించగలరు; కానీ మిమ్మల్నీ, నన్నూ, ఈ యావత్ సృష్టిని పాలించే ధర్మాన్ని ఏగోతిలోనూ పాలించలేరు.

తల్లీ! ఒక్కమాట. లోకంలో ఎప్పటికైనా అపజయం అధర్మానికే కాని ధర్మానికి కాదు; అసత్యానికేగాని సత్యానికి కాదు; హింసలేగాని అహింసకు కాదు; బానిసత్వానికేగాని స్వతంత్రానికి కాదు; కాముకత్వానికే గాని ఆత్మబలానికికాదు...

అందుచేతే అకారణంగా, అన్యాయంగా, అక్రమంగా, అమానుషంగా ఆడది కొడితే మగవాడ్ని భరించాను. శక్తిలేక కాదు అహింస-గాంధీజీ చెప్పినట్లు శక్తిగలవారికే; ఆశక్తులకు కాదు. అలా కాక పోతే మీఇద్దర్నీ ఒక్క వేటులో నలిపి పిప్పి చేయగలను నెత్తుటి బొట్లు-నోటివంటరాల్పించగలను.

కానీ అట్టి పశుబలం మానవులం ఉపయోగించరాదనే ఊరుకున్నాను. మానవులు కావలసింది పశువులుకాదు; దేవతలు. మనకు కావలసింది పశుత్వంకాదు; దైవత్వం, కామంకాదు; ప్రేమ.

అమ్మా! మీరు మీ ఉంపుడుకాండ్రు అంతా కలసి ఏమీ చెయ్యలేరు. నాకున్నా ఆత్మబలం, దైవబలముందు మీపశుబలం ఏమీ పనిచేయలేదులే తల్లీ!' అంటూ శాంతమూర్తి ఇల్లుదాటి వెళ్లిపోయాడు.

నాగన్నను ఆయింట్లో, అక్కడే - అపుడే చంపించి పాతించాలనుకుంది సరోజిని, కాని అతని ఆత్మశక్తి ముందు నిలవలేకపోయింది.

నాగన్న తిన్నగా ఆఫీసుకువెళ్ళి ఒక మూల కూర్చున్నాడు. లోకం గుండెలో పట్టిన పాకుడు ఏ భగవానుని కరుణాదృష్టితో కడగబడుతుందా అని ఆలోజిస్తూ.

అంతలో అక్కడ 'సరోజిని ఇంటికి వెళ్ళిన వెధవ ఇంకారాలేదే" అని కమీషనరు ప్రభువు కారాలూ మిరియాలు నూరుతున్నాడు.

ఎవరో నాగన్న వచ్చాడని చెబుతే లోపలకు రమ్మన్నాడు. నాగన్న వెళ్లేడు. ఆ ఎలెక్ట్రిక్‌లైట్లముందు నాగన్న చెక్కిళ్లపయి వ్రేళ్ళమచ్చలు కనబడ్డాయ్.

కమీషనర్ ఆశ్చర్యపోయాడు.

"నాగన్నా! లెంపలలా వాచి కందిపోయాయ్."

'ఎవరు కొట్టారు?'

"చెప్ప మన్నారా?"

'చెప్పమనేగా అడగడం?'

"చెబుతే మీకు కష్టం తోస్తుందేమో"

"కష్టమా? ఎందుకు? సరోజని కొట్టిందా?"

"సరోజనే కాదు; ఆమె రంకుమగడుకూడా కొట్టాడు"

'అదేమిటి?'

'అదే లోకంలో విచిత్రం. నమ్మినవారే నాశనంచేసేది'

"నాగన్నా... నాగన్నా... నిజమా?"

'అబద్ధం ఎప్పుడైనా ఆడానా? నాకళ్ళతో నేను చూచా - తలుపులు తోశాను. ఆ కాముకులు కౌగిట పైనవైచుకున్నారు. ఆసంగతి మీతో చెబుతానని ఈప్రాయశ్చిత్తం చేశారు'

'నీవెందుకు ఊరుకున్నావ్'

"ఊరుకుంటం నా ధర్మం కాబట్టి."

"అదే ధర్మం. దుష్టులను శిక్షించకుండా విడిచి పెట్టడము ధర్మమా"

"తప్పక. యదార్థానికి దుష్టులను శిక్షించడానికీ, రక్షించడానికే మనమెవరం?'

"మనం కాకపోతే ఇంకెవరు శిక్షించేది?'

'ఏప్రకృతి వాళ్ళనీనాడు కాముకులనుచేసి కళ్లుమూయించిందో ఆప్రకృతే వాళ్ళనొకనాడు ప్రేమీప్రేమకులను జేసికళ్లు తెరిపిస్తుంది. కటికి చీకటిలో కన్ను కనుపించకుండా చేసిన ప్రకృతి - పగలువేలుగిచ్చి కన్ను తెరిపించి మార్గం చూపించడంలేదూ? అలాగే పావుల యెడకూడా ప్రణయదృష్టి ప్రసాదిస్తుంది.'

'నాగన్నా! శత్రువృద్ధి హానికరం సుమా! పుట్టచెట్టును మింగి నట్లు మనల్ని మింగేస్తారు. శత్రువధ ధర్మం సుమా!'

'శత్రువులుంటే కదండీ వధించేది? లోకంలో అంతా మిత్రులే; శత్రువులు లేరు. శత్రుత్వంలో దుఃఖం, అశాంతి, క్రోధం, దాగున్నాయి. మిత్రత్వంలో ఆనందం, శాంతి, ప్రేమ దాగున్నాయ్. ప్రేమలోఉన్న ఆనందం దేనిలోనూ లేదండీ!"

"చాల్లే. నీ వెఱ్ఱివేదాంతం, పిల్లకలవాడివి. ఈనూరు రూపాయల నోటితీసుకొని ఈరాత్రే ఆవెధవను కనిపెట్టి చంపేయ్. నీ కింకా మరో ఇద్దర్ని సాయంఇస్తాలే'' అంటూ నూరురూపాయిలనోటు చేతిలో పెట్టాడు. నాగన్న ఆనోటునుచూస్తూ, నవ్వుతూ ఇలా గన్నాడు -

"మహాశయా! ఈనోట్లే లోకం దృష్టిలో మిమ్మల్ని గొప్పవారిని చేశాయ్; నన్ను పేదవాడిని చేశాయ్. నిజానికి గొప్పవాడు డబ్బున్నవాడు కాడు; సత్యంకలవాడు. మాకుటుంబం అంతాతిండి తిప్పలులేక ప్రాణాలు విడవగలంగాని ఈనీచపుకూడు తినలేం... డబ్బు సంపాదనే జీవితంలో ముఖ్యాశయం అయితే అనేక మార్గాలున్నాయి. కాని అది నా ఆశయంకాదు. ధర్మార్జితమైన ధన సంపాదనే సంపాదన. అలా కానినాడు దొంగతనమే. ఈలెఖను ఈ గొప్పవారంతా ప్రజలనుదోచే దొంగలే అని నమ్మండి... ఇటువంటి లంచాలు మీరు తీసుకోగలరు. మావంటి కూలీలు తీసుకోలేరు - క్షమించండి. తోటిసోదరుల చంపించే పనికి మావంటివారిని ప్రోత్సహించకండి.

మరొక్క విషయం -

'ఏపని చెయ్యడంవల్ల అతడ్ని దుర్మార్గుడంటున్నారో ఆపనే మీరు చేస్తున్నారని నమ్మండి.'

ఆమాటలంటూ వందరూపాయిలనోటూఆబల్లమీద పారవేశాడు. కమీషనర్ ఆశ్చర్యపోయాడు.

"నాగన్నా! నావంటివారు నలభైకోట్లుండే దానికంటే, నీ వంటివారు నలభైమంది ఉంటేచాలు. నిజమైన దేశభక్తుడవు నీవు; మేంకాము. కాని ఒక్క మాట చెబుతా చేస్తావా?'

'చెప్పండి.'

'ఈవిషయా లెక్కడా చెప్పనని పట్టువెయ్యి."

'అలాగే. చెప్పను.'

'ఇక ఇంటికి వెళ్లు'

'చిత్తం'

నాగన్నా జరిగిన విషయాలన్నీ తలచుకుంటూ, తన ఆత్మ నిగ్రహానికి ఆనందించు కుంటూ, ఇల్లు జేరాడు. భార్యా తన చెక్కిళ్లు చూచి 'ఏమిటిది? ఎవరో కొట్టినట్లుంది?' అని అడిగినా 'నన్నేమీ అడగవద్దు' అని చెప్పి ఏమీ చెప్పలేదు... మాట తప్పలేదు. తప్పదాని కతడాశించేది కీర్తికాదుగా; పరమశాంతి.

3

యుద్ధం గొప్పవారిని మరింత గొప్పవారిని చేసింది; పేదవారిని మరింత పేదవారిని చేసింది. కంట్రోలు రేషనింగులు పేదవారిపట్లే వర్తించాయి. గొప్పవారి పట్ల ఏంవర్తించలేదు. గొప్పవారికి కావలసిన సరుకులన్నీ లభిస్తాయ్. వారికి కిరషణాల కరువులేదు. పుల్లలకరువేలదు. పంచదార బియ్యం కరువులేదు. బట్టల కరువులేదు. పాలడబ్బాల కరువులేదు. ఏకరువూలేదు. పేదవారికంతా కరువే. డబ్బున్నా వస్తువులు దొరకవు వారికి. వారి ముఖాలపైన ఏమూడు పంక్తులా ముందాబ్రహ్మ వ్రాశాడో తెలీదుకాని బ్రతికి నంతకాలం బాధే; చచ్చింతరువాత శవదహనానికీ బాధే. అసలు పేదవారి లోకంలో బాధకొరకు పుట్టి, బాధకొరకు పెరిగి, బాధకొరకు మరణిస్తారనుకుంటా.

రోజులు గడుస్తున్న కొలది నాగన్న కుటుంబం జరగడం కష్టంగాఉంది. ఎందుకంటే రోజులు గడుస్తున్న కొలదీ పిల్లల ఆకలి కడుపులు పెద్దవవుతున్నాయ్; వచ్చే ఆదాయం మాత్రం పెరగడంలేదు. దానికి తోడు కరువుకాటకాలు.

యుద్ధానికిముందు బియ్యానికి కుటుంబం అంతకూ అయిదు రూపాయిలయితే యుద్ధంలో పదిరూపాయిలు కావాలసి ఉంటుందికదా! దానికితోడు పిల్లలు పెద్దవాళ్ళ వడంచేత, మరికొన్ని సేర్లబియ్యం కావలసి రావడంచేత, కేవలం బియ్యానికే నాగన్న కుటుంబానికి పదిహేనురూపాయిలు అవుతూ ఉన్నాయ్.మూడురూపాయిల ఇంటద్దె–మిగిలన పదిరూపాయిలతో సుబ్బమ్మ తన సంసారాన్ని గుట్టుగానే గడుపుతూ ఉంది.కాని ఎవ్వరికీ మూడుపూటల భోజనం ఉండడము లేదు. పిల్లలకు రెండుపూటలు, పెద్దవారికో అప్పుడు వంటిపూట భోజనం.

ఇలా కాలం గడుస్తూండగా నాగన్నను అప్పుడప్పుడు రాత్రి కాపలా (నైట్ వాచర్) వేస్తూండేవారు. అప్పుడు అతనికి పూర్వం ఉన్నచుట్ట అలవాటు మళ్ళీ సిద్ధం అయింది. చుట్టలకెలాలేదన్నా రోజుకొక రెండణాలు అవుతూ ఉన్నాయ్. దానితో కుటుంబం మరింతకష్టంగా గడుస్తూంది.

ఇదలాగుండగా ప్రొద్దుటనుంచీ సాయంకాలంవరకూ రెండు పూటల తిండితో పనిచేయలేక ఆకలివేస్తున్నపుడో రెండణాలచొప్పున కాఫీ దేవాలయంలో అర్చనకై చెల్లించేవాడు. ఇది క్రమేపా అలవాటైపోయింది. దానితో నెలకు ఫక్తునాగన్నకే ఎనిమిది రూపాయిలవుతూ వున్నాయ్. అప్పటినుంచీ సంసారానికి అప్పులు చెయ్యడం, ఆ అప్పులు తీరక బాధపడ్డం జరుగుతూ వచ్చింది.

ఇలా ఎంతకాలం గడుస్తుంది?

ఎంతకాలం బట్టల్లేక బాధపడగలరు? ఒకోరోజు సుబ్బమ్మకుచాలా కష్టంతోచేది. పెనిమిటినేమీ అనలేదు. తాను రోజులకొలదీ తిండిలేక పస్తుఉండనూలేదు. ఎంతమంచిగా ఉందామన్నా, ఎంతపతివ్రతగా ఉందామన్నా, ఆకలి పేగులు అరుస్తూంటే, వాటికి తిండి పడేయందేఎలా?

సుబ్బమ్మ భోంచేసి రెండురోజులయింది. మూడో రోజు ఉదయం వాకలి ఊడుస్తూ పడిపోయింది.

అప్పుడేలేచి రామకీర్తనలు పాడుకొనే నాగన్న చూచాడు. ఆమెను చేతులమీద లేవదీసి ఇంట్లో చాపపై పండుకోబెట్టాడు.

పది నిమిషాలకల్లా ఆమె మనుషుల్లో వచ్చింది.

'సుబ్బా! వంట్లో ఎలాగుంది?'

'బాగానే ఉంది.'

"అలా పడిపోయావే?"

'... ... ...'

"చెప్పు సుబ్బా! చెప్పు'

"ఏముందీ? తిండి రెండురోజులబట్టే లేదేమో స్పృహతప్పింది. పడిపోయా. ఇంతేగా."

అతడాశ్చర్య చకితుడయ్యాడు.

"సుబ్బా! రెండురోజులనుంచీ తిండిలేదూ?'

'లేదుగా'

'మరి నాతో చెప్పలేదే?'

"చెబితే పాపం! మీరు కష్టపడరూ?' కష్టసుఖాలు ఇద్దరంకష్టపడే దానికంటేఎవరో ఒకళ్ళం కష్టపడితేమంచిదికదూ?'

'సుబ్బా! భార్యాభర్తలమయినప్పుడు కష్టసుఖాలు ఇద్దరము పంచుకోవాలికదా! నాతో ఆసంగతి చెబితే నేనూ తిండిమాని నీతో పస్తుఉండేవాడ్నిగా'

'నేనెన్ని కష్టాలైనా పడగలను గాని మీ కష్టాలు చూడగలనా?'

'సుబ్బా! ఎక్కడైనానాలుగు సేర్లు అప్పు తీసుకోపోయావా?'

"ఎవరిస్తారండీ? ఇదివరకు అప్పుతెచ్చిన వాళ్ళకు మళ్ళీ ఇస్తేగా."

'సరే. ఒకమాట... జీతం అంతా నీకిస్తాననుకో. అప్పుడు సరిపోతుందా?'

'కడుపునిండా తినకపోతేసరి.'

"జీతం అంతా ఇచ్చినా కడుపునిండా కూడు దొరకదూ?"

'ఎలా దొరుకుతుందండీ. 15 రూపాయిలు బియ్యానికి, మూడురూపాయలు. అద్దికీపోతే, ఇంక మిగిలేది – మీరంతా ఇస్తే – పదిరూపాయలేకదూ? పది రూపాయలు సరిపోతాయా?'

'నేనిచ్చినా చాలదంటావ్?'

'ఏదో ఉండీ లేనట్లు సరిపోతుంది.'

'అయితే సుబ్బా! రేపటినుంచి చుట్టలూ, కాఫీహోటలు మానేస్తా.'

'చుట్టలు మానేయండి. కాఫీ మానడం ఎందుకు? పగలుపగలల్లా కష్టపడతారు. ఆ మాత్రం అయినా తిండిలేకపోతే పని చేయగలరా? పైపెచ్చు జబ్బుపడరూ?'

'సుబ్బా...'

'మీరు బాగుంటేనే మాబాగు. మీ చెయ్యాడకపోతే మా డొక్కలు నిండవు. మీమీదేగా యావత్ కుటుంబం ఆధారపడింది.'

'అవునవును.'

'ఒక్క పనిచేస్తే బాగుండునేమో అనుకుంటా.'

'ఏమిటి?'

'నేనుకూడా మీతోపాటు పనిచేయకూడదూ?'

'నాగన్న ఆశ్చర్యపోయాడు.'

'సుబ్బా! పనా?'

'ఏం తప్పా?'

'ఆడది పని చెయ్యడమా?'

'ఎంతమంది ఆడవాళ్ళు చెయ్యడం లేదు? చదువుకోనివాళ్ళు చెయ్యడంలేదా! అంటారేమో! చదువుకున్నవాళ్ళెంతమంది చెయ్యడంలేదు? ప్లీడర్లు డాక్టర్లు ఎంతమందిస్త్రీలు లేరు? తప్పయితే వాళ్ళంతా యెందుకు చేస్తారు?'

'వాళ్లు చదువుకున్నారు; పురుషులతో సమాన గౌరవం పొందుతున్నారు. కాబట్టి వారు పనిచేసినా గౌరవమే; చేయకపోయినా గౌరవమే. కాని నీవేంచేస్తావ్?'

'ప్రతివారికీ ఎవరికి తగ్గాపని వారి కుంటుంది. వాళ్ళంతా పెద్దపెద్ద పనులుచేస్తే నేను ఏదో చిన్నపని చేస్తా.'

'ఏంపని?'

'పూలూ పళ్ళూ అమ్ముదామని అనుకుంటున్నాను. పెద్దమ్మాయి ఇంట్లో పూలచెళ్లు కడుతుంది; నేను అమ్ముతాను.'

'వీధి వీధి తిరిగి అమ్ముతావా?'

'తప్పేం?'

సు...బ్బా!

అతని కన్నులనుండి నీళ్లు జలజలా కారిపోయాయ్. అతని హృదయాన్నెవరో పెగిలించి రైలుపట్టాలక్రింద పెట్టినట్లయింది.

అతని కన్నీళ్లు చూచిన ఆమె హృదయం కూడా కరిగి కన్నీరైపోయింది.

ఎందుకండీ ఈ కన్నీరు?

సుబ్బా! ఈ దరిద్రునే పెళ్ళిచేసుకోపోతే నీకిన్ని కష్టాలు రాకుండా ఉండేవికదా?

దరిద్రం నాతలపై వ్రాసి ఉన్నప్పుడు మిమ్మల్నే కాదు, మహారాజును చేసుకున్నా అతడు పకీరై తీరతాడు. అదృష్టం బాగోపోతే అన్ని ఆపదలు మనవే.కాని కాలం రాగానే హరిశ్చంద్రుడు కాటి కాపరై తుదకు ఇల్లాలిని కూడా అమ్ముకోలేదూ! కట్టుబట్టకూడా లేక అర్థాంగిని గోల్పోయి కారడవుల్లో అష్టకష్టాలూ నలమహారాజుపడలేదు. త్రిభువనాలనూ జయించిన త్యాగమూర్తి బలిమహారాజుసేవకుడు కాలేడూ? శ్రీరామచంద్రుడు భార్యను గోల్పోయి అరణ్యవాసం చేయలేదూ?

ఇలా ఎంతమందో! ఎవరి తల వ్రాతను ఎవరు చెరుపగలరండీ?

అయితే మన ఈ దరిద్రం కూడా మన తలవ్రాతవల్ల వచ్చిందేఅంటావా?

తప్పక.

తప్పక కాదమ్మా! తప్పక కాదు నాన్నా! ఈ దారిద్రం పూర్వజన్మ కర్మవల్లరాలేదు. ఈ జన్మ కర్మవల్లే వచ్చింది. అంటూ పెద్దకూతురు లక్ష్మి సిద్ధం అయ్యింది.

తండ్రి ఆమె వంక నిశితంగా చూచాడు. 'నిజమా లక్ష్మీ!'

నిజమని ఇదివరకు ఒకసారి చెప్పలేదూ?

"యీజన్మకర్మవల్లే మనకే దారిద్ర్యం"

'నల హరిశ్చంద్రాదీ మహారాజులకు'

'వారి పూర్వజన్మ కర్మ'

'అదెలా?'

నాన్నా! ఒక మహాధర్మ సంస్థాపనార్థం జీవితకాలం కష్టాలు అనుభవించ వచ్చు. అది పూర్వజన్మ కర్మ కావచ్చు; లేదా యీ జన్మ కర్మయినా కావచ్చు.

కాని బ్రతకడానికి కావలసినంత డబ్బైనా గడించే మార్గాలు చూచుకోకుండా ఇంటిలో సోమరుల్లా కూర్చుని 'అంతా తలవ్రాత, 'అంతా పూర్వజన్మ కర్మ' అంటే భుక్తిగడుస్తుందా?

నాన్నా! మీ సాయ శక్తులా రెక్కలు ముక్కలయ్యేటట్లు కష్టపడుతున్నారు. కాని ఆదాయం కుటుంబం పెద్దదవడం వల్లనే నండీ, వచ్చే ఆదాయం పడే శ్రమకు చాలనంత తక్కువేవస్తుందనండీ, ఏకారణం అయినా చెప్పండీ, ఆ ఆదాయం మనకు చాలడం లేదు.

అందరకూ రెండు పూటలైనా కడుపునిండా భోజనంలేకుండా ఎంతకాలం ఇలా కష్టాలు పాలుకావడం.

'కష్టాలు పాలుకాక చేసే దేమిటమ్మా!'

'లక్షపనులున్నాయ్.

'ఆడవారికి కాదమ్మా, మగవారికి,

'కష్టపడలసింది మగవారేకాదు; ఆడవారుకూడా కష్టపడాలి;

ఆడవారూ కష్టపడాలి. ఎక్కడ? ఇంటిలో - మగవారు బయట, లక్ష్మీ! కుటుంబ సంరక్షణార్థం ధనార్జన ఎంత అవసరమో, కుటుంబ సంరక్షణార్థం గృహకృత్యాలు నిర్వహించడంకూడా అంతే అవసరం. అందుకనే గాంధీజీ ఆడవారు ఇంటిపనీ, మగవారు బయటపనీ చెయ్యాలి అన్నారు.

'ఎప్పుడు? మగవారు తెచ్చే ఆర్జనవల్ల కుటుంబపోషణ జరుగుతూఉంటే, జరగనప్పుడు ఆడవారు కుటుంబ సంరక్షణార్థం పనిచెయ్యడం తప్పన్నారా!

నాన్నా! ఆయన ఉద్దేశం ఆడదానికి ఘోషా కావాలని కాదు. అలాగైతే స్త్రీలు రాజకీయాల్లో ఎందుకు పనిచేయాలంటారు!

నాన్నా! స్త్రీలు సామాన్యమైన పనులు చేయడానికి భయపడితే, రేపు స్వాతంత్ర సముపార్జన నిమిత్తమై యుద్ధం చేయవలసి ఉంటుంది - అప్పుడెలా?

ఒప్పుకుంటా తల్లీ నీవు చెప్పినవన్ని ఒప్పుకుంటా, కాదనను. కాని ఇంత బ్రతుకూ బ్రతికిన ఈ కుటుంబంలో ఆడది బయట పని చేస్తుందంటే తలెత్తి నేను తిరగగలనా?

ఆడది పనిచేస్తే సిగ్గుపడ నవసరం లేదు నాన్నా? దొంగ పనిచేస్తే సిగ్గుపడాలి, వ్యభిచారం చేస్తే సిగ్గుపడాలి. అంతేగాని చెమటూడ్చి కష్టించి, ఆర్జించి, కుటుంబ సంరక్షణ చేస్తుంటే గర్వించాలి కాని సిగ్గుపడడం ఎందుకు?

అయితే ఏం చెయ్యమంటావ్ తల్లీ!

అమ్మను ఇంటి విషయం చూడనీయండి. నేను నలుగురి పిల్లలకు చదువుచెప్పి పదిరూపాయలు గడిస్తా. అదీ చాలపోతే అమ్మకూడా పని చేయవలసి ఉంటుంది తప్పులేదు.

పెళ్లికాని నీవు బయట కెళ్లడమా?

పెళ్ళికాని నేను మనిషినీ కానా? పశువులే ఆహారం నిమిత్తం బయటకు వెళ్లినప్పుడు మనుష్యులు వెళ్ళరాదా? ఆవుకున్నా నీతి కూడా ఆడదానికి లేదనుకున్నారా?

లోకులు కాకులను హంసలు చేద్దాం - అది మనకర్తవ్యం. కాకులనీ కలకాలం వారినీ వారి అజ్ఞానంలో విడిచి వేయడం ధర్మమా. కాకులను హంసలు చేసీ, నీటినుంచి పాలను వేరు చేసినట్లుగా, చెడ్డనుంచి మంచినీ వేరుచేస్తారు. అప్పుడే మానవులు మానవులౌతారు. లేకపోతే పశువులే.

అమ్మా! లక్ష్మీ! ఇంత పెద్ద దానవయినా కట్నాలిచ్చి పెళ్ళిచేయలేనందుకే రోజుకు రోజుకు క్రుంగి క్రుంగి ఏడస్తూంటే - బయటకు పంపి పనికూడా చేయించనా?

నాన్నా! కట్నాలిచ్చి సంతలో కొన్న ఒక మగ పశువుకు నన్ను పెట్టి నా జీవితాన్ని నాశనంచేసే దానికంటే, యావజ్జీవం బ్రహ్మ చారిణిగానైనా ఉండడం మంచిది. అన్నా! పెళ్ళీడుకొచ్చిన పిల్లకు ఇవ్వవలసింది విజ్ఞానం, స్వతంత్ర భావాలు, అభ్యుదయ ఆశయాలు అంతేకాని కట్నాలిచ్చికొన్నా పశువులకు అంటకట్టి హృదయాన్ని చిదగగొట్టడంకాదు.

నాన్నా! ఒక్కమాట చెబుతావినండి. మీరు ఒప్పుకున్నా ఒప్పుకోపోయినా నేను రేపటినుంచే ఏదో విధాన్నధర్మపథంలో ధనార్జనచేసి కుటుంబసంరక్షణ చేయడం ఖాయం. అడుగడుగుకూ ఆపదలు శంకిస్తూ ఈస్వార్థసంఘానికి తలలొగ్గడంకంటే నీచం మరొకటిలేదు.

"కూలిపని" తప్పులేదు. నీవింక విచారించక - - ,

ఆమాటలంటూ మరోగదిలోకి లక్ష్మి వెళ్లిపోయింది.

నాగన్నా సుబ్బమ్మలు అలాగే ఒకరిముఖం ఒకరు చూచుకుంటూ, కన్నీళ్ళులోలోన దిగమింగుకుంటూ కూర్చొన్నారు.

పదినిమిషాలు ఎవ్వరూ ఏం మాటలాడుకోలేదు.

నెమ్మదిగా నాగన్న ప్రారంభించాడు.

"సుబ్బా! నీవు పనిచేస్తానంటేనే వీల్లేదన్నా! ఈడొచ్చిన పిల్లను ఇడిచిపెట్టడం ఇంకెంత కష్టమో చూడు.

'ఏం కష్టం అండీ! అమ్మాయ్ చెప్పినవన్నీ బాగున్నాయ్. బ్రతకడానికి మార్గాలాలో జించాలి కాని వారేమంటారో వీరేమంటారో అని భయపడి పస్తుంటే లాభం ఏముంది? అమ్మాయి పనిచేస్తే తప్పనే అయ్యలంతా మనకు తిండిలేకపోతే ఏమైనా పెడుతున్నారా మనం చస్తుంటే వారు కన్నీరు కారుస్తున్నారా! అటువంటి ఈస్వార్థ పరులకెందుకండీ బయం! ఏం తప్పుచేస్తున్నాం అని "కూలిపని" తప్పా! -

కానియ్, కానియ్. ముందేం జరుగనున్నదో - కానియ్!

అతడు కన్నీరు తుడుచుకున్నాడు. ఆమె 'యీపూటకెలా!, అంటూ కన్నీళ్ళు లోలోపలే తడిపి, ముగ్గులు పెట్టింది నెత్తుటి బొట్టులతో! ఏమిటో ఈ దారిద్ర పరిపీడనం!

4

కండలు తిరిగి దుక్కల్లాగున్న "హానరబుల్ బెగ్గర్సు"కు డబ్బిచ్చే లోకం - తంతాను, పొడుస్తాననే రౌడీలకు తాగబోయించే లోకం - జూదగాండ్రను గౌరవించే లోకం - తార్పుగాళ్ళను ధనవంతులుచేసే లోకం. సోమరులను, వ్యర్థజీవులను, మోసగాండ్రను

ఆదరించే లోకం – మతం పేరు చెప్పి లోకాన్ని వంచించే దొంగభక్తులకు వంగి వంగి గులాముల్లా సలాములు చేసి పూజించే లోకం – జాతి కుల మతభేదాలు కల్పించి పాటించే, మురికిజీవాల నుద్ధరించే లోకం – దేశద్రోహులను నుతించే లోకం. ఈ గుడ్డిలోకం. పగలు పగలల్లా చెమటూడ్చి, నెత్తుటి కన్నీటి బొట్టులోడ్చి, కష్టించి "కూలిపని" చేసే ధర్మమూర్తికి తిండిపెట్టలేదూ? కూలీ ఒక్క అణా అయినా ఎక్కువ ఇవ్వలేదూ?

లక్షాధికారులు తమ 'లగ్జరీ'ల కోసం వెచ్చించే డబ్బువల్ల ఎంతమంది కూలీలు బ్రతుకుతారో! కోటీశ్వరులు తమ పాపపరిహారార్థం దేవుడికని ఇచ్చిన భూములలోవచ్చే ఆదాయంవల్ల ఎంతమంది పేదవారుబ్రతుకుతారో ఆలోజించండి?

మీరు వినియోగించేడబ్బు సద్వినియోగం చేస్తున్నారో లేదో యోచించండి? నాగన్న కుటుంబాలవంటి కుటుంబాలెన్ని ఈప్రపంచ బలిపీఠంపై నెత్తురు కక్కుకొని చస్తున్నాయో ఆలోజించండి...

ఆదుష్టులకు పెట్టేబదులు ఈకష్టించే కూలి వాళ్ళకు పెట్టరాదూ? ఏమన్నా అంటే "వాళ్ళకర్మం" అంటారా? ఇదేనా మీధర్మం? ఏ దొంగ మతగురువు బోధించాడండీ మీకా ముద్రష్టపు బోదన...

ఏ కర్షక కార్మికులపై – ఏ కూలిపనివాళ్ళపై – ఈ దేశసౌభాగ్యం ఆధారపడిఉందో – ఆ కష్టజీవుల గుండెలపైనుంచేగా మీస్వార్థాలను నడిపేది? మీ ఇనుప రథచక్రాల క్రిందపడి, చిదికిన గుండెలనుంచి, జారిన వేడినెత్తుటి బొట్లె మీ భార్యలకు కుంకుమ బొట్లు పెట్టేది?

ఎంతకాలం దౌష్ట్యం? ఎంతకాలం మీస్వార్థం? ఎంతకాలము మీ బాధాజీవిత గాథా మాలిన్యం? ఎంతకాలం మీకుళ్ళిపోయిన శిగాలలో, ఎండిపోయిన మెదళ్ళకుపట్టిన సాలిగూళ్ళ నివాసం? ఎంతకాలం మీ నిట్టూర్పు విషవాయు ప్రయోగం?

కన్నులు తెరవండి. కలియుగ చిత్రనాటకంలో విచిత్ర ఘట్టాలను పరిశీలించండి. మీతనువులు నేలపై వాలకముందే ధర్మపథం తెలిసికోండి. లేవండి.

కష్టజీవుల కన్నీరు కార్పించేచోట నివసించేది దేవుడు కాదు, దెయ్యం – భూతప్రేతాది సంఘం. అక్కడ వినిపించేది జయఘంటిక కాదు; ఘూగరావాది సంక్షోభం...

తెలిసిందా? తెలిస్తే కష్టజీవుల నాదరించండి, తెలియకపోతే మీసమాధులు మీరేతవ్వుకొని మీరేపూడ్చుకొని చావండి. శని విరగడై పోతుంది...

* * *

లక్ష్మి తన వినయ విధేయతలచేత, నోటిమాటలోని తీపిచేత, నాలుగు ప్రయివేట్లు సంపాదించింది. నలుగురు నాలుగయిదులు ఇరవై రూపాయలిస్తున్నారు. దానితో సంసారం చక్కగా నిర్వహింపబడుతుంది. అంతా మూడుపూట్లా కడుపునిండా తింటున్నారు.

ఇలా ఎంతకాలం! మూడు నెలల ముచ్చటలో మురిసి, చివురులు తొడిగినవారి జీవితాలపై గ్రీష్మము కాలుమోపింది. సుఖంగా బ్రతుకుతున్న నాగన్న కుటుంబాన్ని చూచి సహించలే పోయిందీ స్వార్థ సంఘం. ఈర్ష్యతో కుళ్లిపోతున్నారు కొందరు.

దానితో చెలరేగాయి వాదోపవాదాలు, లక్ష్మిపై నిందాపనిందలు.

నాగన్న మునిసిపల్ ఆఫీసులో కూర్చున్నాడు. అతనిని చూడకుండా ఇద్దరిలా మాట్లాడుకుంటూ ఉన్నారు.

"రామం! నాగన్న కొత్తబట్టలు తొడుగుతున్నాడు చూశావా?

"ఆడది వీధెక్కిందంటే సంపాదనకు లోటేమిటి?"

"ఏమిటి? లక్ష్మి మంచిదనుకున్నామే."

"కథ తెలిసేవరకు అంతామంచివాళ్ళే."

"ఏం జరిగిందేమిట్రా?"

"ఏముంది? ఒకరా' ఇద్దరా? ఊరకుక్కకు ఎందరో!"

"నిజం?"

"ప్లీడరుగారింట్లో నెమ్మదిగా జేరింది అమ్మాయికి ప్రయివేటని - ఇప్పుడాయన ఆమె గదితలుపులేసుకొని బయటకు రారట."

"రామ. రామ. ఎంత ఘోరం!"

"తరువాత డాక్టరుగారింట్లో జేరింది - వాళ్ళ అమ్మాయికి కుట్టుపని నేర్పుతానని అక్కడితో ఆ డాక్టర్ని మరిగింది."

"ఇంక చెప్పకురాబాబు. వినలేం. ఇంతకూ పొట్ట కక్కుర్తి అలా చేయిస్తుంది. అయినా ఈడొచ్చిన అమ్మాయికి పెళ్ళిచేసి ఒక ఇంటిదానిని చేయకుండా, అలా ఊరంట పంపడం ఏమిటి?'

'నలుగురూ నిలబెట్టి అడిగేవాళ్లులేక పోతేసరి. వెధవేషాలు.'

నాగన్న ఇంక ఆమాటలు వినలేపోయాడు. అక్కడనుంచి వెళ్ళిపోయాడు. అతని తలనెవరో ముక్కలు ముక్కలుగా చిదక్కొడుతున్నట్లయింది.

కాని వారింకా అలాగే లక్ష్మిగురించి నిందగా మాట్లాడుకుంటూ విన్నారు. ఆత్రోవను వెళ్లే కమీషనర్‌గారది విన్నాడు. వారిని పిలిచి విషయాలు తెలుసుకున్నాడు. వారు మరోనాలుగు కలిపి చెప్పారు.

కమీషనర్ తనగూటిలో మరోపిట్ట వాలిందనుకున్నాడు. లోలోన పొంగిపోయాడు.

* * *

నాగన్న రాత్రి 7 గంటలకు ఇల్లుజేరాడు. లక్ష్మి ఇంకా ఇంటికి రాలేదు. అతడి అనుమానం స్థిరం అయిపోయింది. లక్ష్మిపై కారాలు మిరియాలూ నూరుతున్నాడు.

అంతలో భార్య వచ్చింది.

"స్నానానికి నీళ్లు తొరిపాను లేవండి."

"నీళ్లు ఇప్పుడుకాదు; చచ్చింతరువాత ఏకంగా చేయింతురు గానిలెండి."

"అదేమి మాటండీ?"

"సుబ్బా! భయపడకు. శవదహనానికి గాని, దినవారాలకు గాని నీకేం భయంలేదు. మీ అమ్మాయి ఉందిగా కావలసినంత సంపాదిస్తుంది."

"మీమతేమైనా పోయిందా?"

"పోకేంచేస్తుంది? పడుపు వృత్తిచే జీవితంగడిపే రోజులు వస్తుంటే – "

'లక్ష్మిని లోకం అర్థంచేసుకో పోవచ్చు; మీరుకూడా అర్థం చేసుకోలేరా?"

"చేసుకుంటే ఇలాగంటాడా అమ్మా! లక్ష్మి ఒకనొకనాడు వివేకి; గుణవంతురాలు. ఈనాడు వ్యభిచారిణి; కులట; పతిత; నీచ–ఇంకా మహాపాతకి... కదునాన్నా? తిండిలేక మలమలా మాడే రోజుల్లో, మనం చచ్చామా? బ్రతికామా? అని అడగని ఈ పెద్దమనుషుల కెందుకో నేడు మన విషయాలు?" అని వారి సంభాషణ అప్పుడే ఇంటికివచ్చి విన్న లక్ష్మి అంటూ లోపలకు వచ్చింది.

లక్ష్మి నిష్కల్మష హృదయం, నిర్మలవదనం చూచి తండ్రి గజగజలాడిపోయాడు.

"అమ్మా! లక్ష్మీ! మనకుతిండిలేనప్పుడు తిండి పెట్టని ఈలోకం నేడు మనకు తిండికలిగినప్పుడు ఈర్ష్యతో క్రుంగి పోతుందని నాకు తెలియక కాదమ్మా!"

"మరెందుకు?"

'ఎదిగిన పిల్లవు –'

"అయితే –"

'ఎదిగిన పిల్లకు పెళ్లిచేసే బాధ్యత తల్లిదండ్రులకు కదమ్మా!'

'ఎన్నటికీ కాదు నాన్నా! ఇదిపురాణయుగం కాదు; నవయుగం. ఎవరిపెళ్లివారే చేసుకుంటారు గాని మరొకరెవ్వరూ చేయరు?

"నీ పెళ్ళి మేం చెయ్యొద్దా?"

'మీరెందుకు చేస్తారు నాన్నా? నా పెళ్ళి నేనే చేసుకుంటాను కాని...'

"జాతికుల మత సంప్రదాయాలు చూసుకోవద్దా?"

"ఎందుకూ? పెళ్లి వధూవరుల ప్రేమపై ఆధారపడి ఉంటుంది కాని, జాతి కులమతభేదాలపై ఎలా ఆధారపడి ఉంటుంది?"

"గాంధీగారి అబ్బాయిని చేసుకొన్న రాజగోపాలాచారిగారి అమ్మాయి తక్కువకులం వారిని పెండ్లిచేసుకుంటంచేత దాంపత్యసుఖం అనుభవించడం లేదా?"

"లక్ష్మీ! వారు మహాత్ములు. వారు చేసే తప్పులు కనబడవు."

"అదేమిటి? మహాత్ములు తప్పులు చేస్తారా? చేస్తే మహాత్ములౌతారా?"

"ఎలాగైనా వారు పెద్దలు."

"ఎలాగయ్యారు నాన్నా!"

"మంచి పనులు చేసి."

"వారిలా మనంకూడా మంచి పనులుచేద్దాం; మహాత్ములౌదాం."

"మనకు సాధ్యమా లక్ష్మి!"

'మానవులకు సాధ్యం కానిదీ ప్రపంచంలో ఏమున్నది నాన్నా మానవులు తమ అద్వితీయ శక్తిని గ్రహించబట్టే చేపల్లా నీటిలో ఉంటున్నారు; పక్షుల్లా గాలిలో ఎగురుతున్నారు; పురుగుల్లా మట్టిలో ఉంటున్నారు; నోటమాట రాకుండానే ఎదుటిమనిషి భావాలు గుర్తిస్తున్నారు; ప్రాణంలేని యంత్రాలు నిర్మించి - దేశాలను నిర్మూలం చేస్తున్నారు, పునర్నిర్మాణం కావిస్తున్నారు; ఇంక ఏం చెయ్యాలి?"

"అమ్మా! నీతో మాట్లాడలేను. నీవెన్నైనా చెప్పు - ఆడది పనిచేస్తే అపఖ్యాతి తప్పదు; ఆ అపఖ్యాతి నేను భరించలేను. నీవు ఇలాగే పనిచేస్తూంటే, నలుగురు నిందించే నిందలు వినలేక, ఏ విషమో తీసుకు చావడం ఖాయం"

''నాన్నా! నేను ఎట్టి అపరాధం చేయకపోయినా, ఎట్టి అవినీతి కార్యం ఆచరించకపోయినా, అన్యాయంగా, అక్రమంగా నన్ను నిందించే నీచలోకానికి భయపడి, పిరికివారై విషం తీసుకొని మరణిస్తే నేనెంతమాత్రం విచారించను"

"విచారించవూ?"

"ఎన్నడూ విచారించను. నాన్నా! ఈలోకంలో పిరికి వారికి స్థానంలేదు. దుష్టులనైనా మన భరతమాత తన చల్లనికడుపులో దాచుకో గలదుగాని పిరికివారిని దాచుకోలేదు."

"లక్ష్మి! నీవు లోకంలో ఉన్నావు సుమా!"

"అవును. లోకంలో నేనున్నాను. నాలో లోకం ఉంది. ఏభూదేవి గుండెమీద నేటివరకూ నడుస్తున్నానో, ఆ భూదేవే అనురాగంతో చచ్చిం తరువాత కూడా నన్ను విడువక తన కడుపులో దాచుకుంటుంది. నాన్నా! అన్యోన్యాశ్రయం లోకంలో ఉందని మరచిపోక."

"లక్ష్మి! ఇంకొొక్కసారి చెబుతున్నా నీవు లోకంలో ఉన్నావ్ సుమా."

"నాన్నా! మరొక్కసారి చెబుతున్నా. ఏలోకాన్ని చూచి నీవు భయపడుతున్నావో ఆలోకాన్ని నేను ఒకనాడు నడగపలుగుతానని నమ్ము."

"ఇంతకూ స్వతంత్రంగా బ్రతకాలనే వాంఛలేని నీకు - కేవల బానిసత్వంలో పెరిగి, మమ్మల్ని పెంచి నీకు - జీవితాభ్యుదయం ఎలా అర్థమౌతుంది?" అంటూ ఆమె లోపలకు వెళ్లిపోయింది.

తండ్రీ కూతుళ్ళ మనసుల్లో కలతలు బయలు దేరాయనుకొని సుబ్బమ్మ క్రుంగిపోయింది.

నాగన్న తానేమీ చేయాలో తెలియక ఆలోచనల్లో పడిపోయాడు. ఒకరి హృదయం మరొకరికి అర్థంకాక పోతే ఎంతబాధుంది?

5

లేనిపోని మాటలు, కల్పితగాథలు విన్నవాళ్లు చెడిపోయినట్లుగా మరెవ్వరూ చెడిపోలేరు. కమీషనరుగారికి మనసు మరలింది లక్ష్మిపై. తనకూతురుకు ప్రయివేటు చెప్పమని ఇంటికి రప్పించాడు.

పదిరోజులయింది.

ఇంట్లో భార్యనూ పిల్లల్ని పేరంటానికని మరోయింటికి పంపించాడు.

లక్ష్మి వచ్చింది.

కామోత్కంఠుడైన కమీషనర్ ఆమెతో అవీ ఇవీ మాటలాడుతూ దగ్గరజేరి తలుపువేశాడు.

ఆమె నవ్వుతూ అతనిముందు నిలబడింది.

"లక్ష్మీ! నీవంటే నాకెంతకాలంనుంచో ప్రేమ. నాప్రేమ నిరాకరిస్తే ప్రాణాలు వదిలివేయడమే కాని మరోశరణ్యంలేదు".

"ఉహూ! శరణ్యంలేదూ?"

"లక్ష్మీ! ఎవ్వరూలేరు. అందర్నీ పంపించి వేశాను. నీవూ...నేనే...ఆలశ్యంచేస్తే అమ్మగారొస్తారేమో?'

"ఆమెకు తెలీదా?'

"తెలుసునులే. చెప్పేపంపించా."

"భర్త వ్యభిచారానికి తోడ్పడే పతివ్రతా శిరోమణి అన్నమాట...బాగు. బాగు. మీ దాంపత్యానికి చాలా సంతోషించాగాని లేవండి. "

'లేవలసిందే.'

"లేకపోతే లేచేటట్లుచేస్తా. మీ గొప్పతనానికి లొంగే అవినీతురాలు కాదు సుమండీ ఈలక్ష్మి. ప్రాణానైనా విడువగలదు కాని సౌశీల్యాన్ని పోగొట్టుకోలేదు."

'లక్ష్మీ!'

"బలవంతం ఏ స్త్రీని ఏ పురుషుడూ ఈ సృష్టిలో చేయలేడు. ఒక్కసారి ఎల్గెత్తి కేకవేస్తే ఎందరు రారు... లేవండి... ఆత్మశక్తిలేని అబలను కాను... మీ బానిసత్వానికి శరీరాన్ని అమ్ముకొన్న నాగన్ననుకాను...ఊఁ తీయండి తలుపు."

ఆమె అతనిని శవాన్ని తోసినట్లు తోసివేసి, తలుపులు తీసుకొని "ఇందుకా ప్రయివేటు" అని నవ్వుతూ వెళ్లిపోయింది. స్త్రీ సాహసిస్తే చేయలేనిదేముంది?

* * *

సుబ్బమ్మ నీళ్ళకు పంపుకు వెళితే నలుగురూ నవ్వడం ప్రారంభించారు. ఎక్కడకు వెళితే అక్కడల్లా వికటంగా నవ్వుతున్నారు.

'ఎందుకు నవ్వుతున్నారు? ఎందుకా విరగబాటు?' అంటే 'మేమెందుకు నవ్వుతాం. మాకేం పని? మా అమ్మాయి ఏమైనా వ్యభిచారంచేసి గడిస్తుందని విరగబడతామా?' అని జవాబు చెప్పేసరికి ఆమెకు ఎక్కడలేని సిగ్గుకలిగింది...

బయటకివెళ్లీ పనిచేసి డబ్బుసంపాదించవద్దంటే కూతురు వినదు – పెళ్ళి చెయ్యమంటే డబ్బులేదంటాడు భర్త – లోకం చూస్తే కాకుల్లాగ కళ్లుపొడిచేస్తుంది... ఇటువంటి బ్రతుకు బ్రతికేదానికంటే చస్తేమేలనుకుంది.

ఇంటికి వెళ్ళింది, ఇద్దరి పిల్లలను పక్కింటిలో అప్పజెప్పింది –

అంతే –

ఉద్రేకం ఆపుకోలేక భర్తకు ఉత్తరంవ్రాసి – కాళ్ళక్రింద పెట్టి కోకచుట్టకొని, ఇంటిస్థంభానికి తగిలించి ఉరిపోసుకొని ప్రాణత్యాగం చేసింది.

* * *

అక్కడ మునిసిఫల్ ఆఫీసులో కమీషనర్ లేనిపోనివన్నీ లక్ష్మిమీద చెప్పిన ఆ ఇద్దర్నీ పిలిచి, వెధవసాడీలు చెప్పినందుకు తల వాచేటట్లు చివాట్లు పెడతున్నాడు. అవన్నీ ప్రక్కనుంచి నాగన్న విన్నాడు. అతని ఆనందం వర్ణించలేం – "నా కూతురు ఇంత గొప్పదా? లోకం ఎన్ని అన్యాయంగా అమాయకుల మీద కల్పిస్తుంది" అనుకుంటూ వెళ్ళబోతున్నాడు.

అంతలో కమీషనర్ నాగన్నను పిలిచారు."నాగన్నా! నీ ఇంట్లో పుట్టవలసింది కాదోయ్ లక్ష్మి! ఆమెకంటే మహాసాధ్విని నా జన్మంలో చూడలేదు; చూడబోననుకో!" అని చెప్పాడు.

'చిత్తం బాబయ్య.చిత్తం. మంచిదేనండి' అని నాగన్న లోలోన నవ్వుకున్నాడు.

'నాగన్నా! లోకులు కాకులవంటి వారు. మీ అమ్మాయి మీద లేనిపోనివి కల్పిస్తారు. విచారించకు. ఆమె ఏనాడో ఒకనాడులోకానికి సంఘరథ సారధి కాగలదు. నమ్ము. వెళ్ళు.'

'అలాగే. అలాగే.'

నాగన్న కూతురిపై అనుమానపడి క్రుంగిపోయినందుకు చాలా విచారించాడు. అటువంటి సద్గుణరాలపై లేనిపోని కల్పించిన లోకాన్ని అసహ్యంగా చూచాడు.

'పాపం! సుబ్బ తన కూతురు గూర్చి అప్పుడప్పుడు ఎంత బాధపడతుండేదో – ఈ దెబ్బతో పూర్తిగా ఆనందపడేటట్లు చేస్తా. తన కూతురు గొప్పతనం వింటే ఎంతగా సంతోషిస్తుందో! కమీషనర్‌గారు చెప్పిన మాటలన్నీ చెబుతే వింతగా పొంగిపోతుందో!" అనుకుంటూ రాత్రి తొమ్మిది గంటలకు ఆనందంతో ఇల్లు జేరాడు.

* * *

ఇంటి తలుపేసి ఉంది. లోపల గడియపెట్టి సుబ్బమ్మ పిల్లలతో ఏం చేస్తుందా? అనుకుంటూ బయట కూర్చున్నాడు.

ఎంత సేపటికి ఎన్నిపిలిచినా లోపలనుంచి ఎవ్వరూ జవాబు చెప్పరు.

అతడాశ్చర్యపోయాడు.

తన కూతురు గొప్పతనం అంతా చెప్పి భార్యను ఆనందపరాచలని ఒక మూల - ఏమయిందా అని రెండోమూల అతనిని వెఱ్ఱివానిని చేస్తున్నాయ్.

అతడలాగే గుమ్మముందు కూర్చున్నాడు. అంతలోకే లక్ష్మి వచ్చింది. విషయాలన్ని చెప్పేడు... ఆమె ఇంటిపక్క వెంకన్ననుపిలిచి అటుకెక్కి లోపల వాళ్ళమ్మ ఏంచేస్తుందో చూచి చెప్పమంది.

అతడు అటుకెక్కి చూచాడు.

ఒకే పెద్దకేక వేశాడు.

"అమ్మో! శవం! శవం! ఉరి!"

ఆమాటలంటూనే వెంకన్న అటుకు దిగాడు. నాగన్న ఉరా? ఉరా? ఎవరు? సుబ్బే...సుబ్బే! అంటూ మూర్ఛపోయాడు. ఎంత సేపటికి పాపం స్మృతిరాలేదు.

ఈలోపుగా ధైర్యశాలి అయిన లక్ష్మి పోలీసుస్టేషనుకు కబురు పంపింది.వెంటనే సబినిస్పెక్టర్ నలుగురు పోలీసులతో వచ్చారు.

వారి సహాయంతో తలుపులు పగలకొట్టించి లోపల ప్రవేశించారు.

అప్పుడే తెలివిలోకొచ్చిన నాగన్న వాళ్ళతో లోపలకు వెళ్ళాడు.

ఇంకేముంది?

భార్యఉరితీసుకుంది. శవం వేలాడుతుంది. "సుబ్బా! సుబ్బా! ఎంతపనిచేశావ్?" అని పెద్దకేకవేసి మళ్ళీ మూర్ఛపోయాడు. అంతలో పిల్లలు వచ్చారు. అంతా గొల్లుమన్నారు.

లక్ష్మిమాత్రం గంభీరమూర్తిలాగ తల్లివంక అలాగే చూస్తూ నిలబడింది. అంత తల్లికాళ్ళదగ్గర ఉత్తరం చూచింది. దానిని తీసి సబ్ ఇనస్పెక్టరుకిచ్చింది,

దాంట్లో ఇలాగుంది.

"నాథా!

ఇంటికి ఎంతోసంతోషంతో వస్తారు. ఇల్లే స్వర్గము అనుకునే వారు. ఇపుడది యథార్థం అయింది. కారణం నేను మానవత్వంవీడి దైవత్వం పొందుతున్నాను. ఇపుడు యిల్లు స్వర్గము; నేను దేవతను.

పాపం! కళకళలాడే నాముఖం మీరు వచ్చేసరికి వెలవెల బోతుంది. మెత్తగా కోమలంగా ఉన్న నాశరీరం బిగిసిరాయిలాగై పోతుంది.

ఆకలివేసినప్పుడల్లా వేడెక్కి, పల్చబడి, నానరాలలో ఎదురీత కొట్టే నిప్పులా ఎఱ్ఱగా ఉన్న నా నెత్తురు - మొగ్గలా నల్లబడిపోతుంది. వేడిగా ఉన్న నా శరీరం చల్లబడి పోతుంది.

నాశరీరాని ముట్టుకొని - పాపం! ఎంతగా ఏడుస్తారో? ఎప్పుడైనా బాధతో ఒకనిముషం మీముఖం కందిఎఱ్ఱపడితే చూడలేని నేను-మీరు వలవలా ఏడుస్తూ, లొట్టపోయిన నాకన్నులలో మీకన్నీరు నింపుతున్నా, జాలితో ఒక్క నిట్టూర్పు పుచ్చనుకదా!

నాథా!

పిల్లలిద్దరూ నాశవంపైడి "అమ్మా! అమ్మా! అమ్మా!" అని వెక్కి వెక్కి ఏడుస్తూంటే, ఓదార్చలేక మీరెంతబాధపడతారో! లోకాన్ని తనతోనడపాలనుకొనే లక్ష్మి లోలోనే కన్నీళ్లు మ్రింగుకుంటూ ఎంత వ్యధచెందుందో!

నలుగురూ "పాపం! బ్రతికినంతకాలం సంసారం మోయలేక బ్రతికింది. ఇంక చచ్చి బ్రతికున్నా భర్తకప్పచెప్పిందీ భారం" అంటుంటే మీరు నన్నెలా భావిస్తారో!

అన్నిటి కంటే విచిత్రం - మొన్న నాగన్న గారొచ్చి చూచివెళ్ళారు. నానవ్వులే తన గుండెలో దాచుకొని వెళ్ళారు. మనమలను వీపుమీద వేసుకొని 'ఉప్పు ఉప్పో' అని ఆడుకన్నారు. రేపు ఆయన వచ్చేసరికి నానవ్వులుండవు కదా! పిల్లలతో ఆటలుండవు కదా!

ఎంతలో ఎంతమార్పు! నా సహజ లావణ్యం కూడా నశిస్తుంది... అన్నట్టు... అయ్యో! నన్ను హాస్పటల్లో వేసి ముక్కలు ముక్కలుగా కోస్తారేమో? ఏ విషం తినో చచ్చానని చిత్రవధ చేస్తారేమో! నా మెదడు కావాలని నా నల్లని పెద్దతల కత్తిరించి నన్ను చూడలేనంత భయంకరంగా చేస్తారేమో!... చచ్చిన నేను బాధపడననుకోండి. కాని అలా చిత్రవధ చేసిం తరువాత నా ఆకారం మా అమ్మానాన్నాలు చూడగలరా! నన్నెంతో ప్రేమించే మా అక్కయ్య మాబావయ్య చూడగలరా? ఏమిటో?

బ్రతకలేక చచ్చే నాకెందుకీ గొడవ... ఈ భావాలన్నీ నాకు పిరికి మందు వేస్తున్నాయ్.

మళ్ళీ బ్రతకాలనే ఇచ్ఛ నాలో రేకెత్తిస్తున్నాయ్...ఇంక ఆభావాలకు చోటివ్వకు.

నాథా! నేనెందుకు ఈజీవయాత్ర బాధతో ముగిస్తున్నానో తెలుసా?కేవలం బ్రతకలేకే... అమ్మాయి లక్ష్మి బయటకు వెళ్లిసంపాదిస్తుంటే నలుగురూ నాలుగు మాటలంటున్నారు. నేనది సహించలేను. నేనేలేననుకోండి. మీ **'నెలజీతం'** పిల్లలకు మీకు సరిపోతుంది కదా! మీరెట్టి అపవాదలూ భరించనవసరంలేదుకదా!

అంచేత నాచావుకు నేనేం విచారించటంలేదు. లోకంకూడా విచారించదు. బెంగాల్ మలబార్ రాయలసీమలలో ఎన్ని లక్షల ప్రజలు, ఆకలిదప్పులకు అటమటిస్తూ, ఎండుటాకులా రాలిపోయారో! వారిగురించి ఎవరు విచారిస్తున్నారు? అలాగే నాకొరకు ఎవరూ విచారించనవసరంలేదు కూడా!

పేదవాళ్ళలాగ పుట్టాం; పేదవాళ్ళలాగే పెరిగాం; పేదవాళ్ళలాగే చస్తున్నాం. ధనికులకు ఈదరిద్రులు మనుషుల్లాగే కనబడరు? పశువులలా కూడా కనబడరు; కేవలం పనిచేసే మిషన్లులా కనబడతారు. మిషన్లులా మనచే పనిచేయించుకొనే ఆ అవినీతిపరులనే ప్రభుత్వం శిక్షించలేదనుకుంటా... పోనీ భగవంతుడైనా మానవులనందర్నీ ఒక్కలా చూస్తాడంటే ఆయనా చూడడు. అసలు భగవంతుడనేవాడు ఉన్నాడంటారా? ఉంటే ఆయనను చూచి, మీకలలోకొచ్చి చెబుతాగా –"

ఒక్కమాట – నాస్వార్ధంకోసం చెబుతున్నా ననుకోకండే – పెళ్ళిమాత్రం మళ్ళీ దయచేసి చేసుకోకండి. నాగురించే కాదు; పిల్లల గురించి, నేనెందుకు చస్తున్నానో ఆపనే మీరు పెళ్ళిచేసుకొంటే జరగదు. పిల్లలకు తిండిదొరుకుతుందని చస్తున్నా. మీరే పెళ్ళిచేసుకుంటే ఈ మాత్రం కూడా పిల్లలకు భోజనం ఉండదు. తరువాత మీ ఇష్టం ఇంకసెలవా! పిల్లలు జాగ్రత్త. పిల్లలను నేనే లోకంలో ఉన్నా చల్లని చూపుతో చూస్తూఉంటా లక్ష్మిని పనిచేయొద్దనండి మీరు పెళ్ళిచేసుకోకండి – ఇదే నేకోరేది... సెలవా...

పేదరాలు

మీ సుబ్బమ్మ.

* * *

ఆఉత్తరం అంతా పూర్తిగా చదివి సబ్ఇనస్పెక్టరు ఆ ఉత్తరం మీదే రెండువేడి కన్నీటి బొట్లు రాల్చాడు శవాన్ని కిందకు దింపమన్నాడు. పిల్లలొచ్చి శవంమీద పడి గొల్లుమన్నారు. ఇంక పాపం! నాగన్నగోల చెప్పాలా?

కొంతసేపటికి శవాన్ని సుబ్బమ్మ అనుకున్నట్లే హాసుపత్రికి తీసుకెళ్ళాడు. సుబ్బమ్మ తల్లిదండ్రులకు వైరిచ్చారు. ఆమర్నాడు గొల్లుమని గుండెలు బాదుకుంటూ తల్లిదండ్రులు వచ్చారు.

కాని సుబ్బమ్మ నెలాచూచారు? సుబ్బమ్మ అనుకున్నట్లే సుబ్బమ్మకు పోలికలేవు. తలకత్తిరించి మెదడు తీసుకున్నారు గవర్నమెంటు హాసుపత్రివారు. దానితో తలంతా తెల్లగుడ్డకట్టేశారు. ఇంక పొట్టంతా కోసివేశారు.

పసుపుకుంకుమలతో కలకలలాడే పతివ్రత సుబ్బమ్మ ముఖం ఈనాడు ఎంత భయంకరంగా ఉందో వర్ణించలేం – తల్లిదండ్రులే కన్న బిడ్డముఖం చూడలేక కుమిలి కుమిలి గొల్లుమని గుండెలు చిల్లులు పడేటట్లు ఏడ్చారు – ఎంతేడిస్తే పోయినప్రాణం తిరిగివస్తుంది? ఎలా గైతేనేం సుబ్బమ్మ శూన్యంలో సున్నాచుట్టింది తన జీవితానికి.

* * *

సుబ్బమ్మ దినవారాలయాయ్. నాగన్న బెంగపడిపోయాడు. ఆఫీసుకు సెలవపెడితే అయిదురోజులకంటే ఎక్కువ ఇవ్వనన్నారు. పైగా "పోయిన వాళ్ళతో నీవూపోతవా?" అని ఆక్షేపించారతనిని. ఇవన్నీ లక్ష్మితో చెప్పాడు. లక్ష్మికి హృదయం ఉద్విగ్నం అయిపోయింది.

"నాన్నా! లోకంలో కష్టంసుఖం రెండూ కలిసే ఉంటాయ్. కష్టాలలో కన్నీరు కార్చడం, సుఖాలలో వళ్ళుమరచి పోవడం ప్రాజ్ఞు లక్షణంకాదు. కష్టాలు ఎదురీత కొట్టాలి. అప్పుడే మానవులు అనిపించుకుంటాం. కష్టాలు భరించలేక ఆత్మహత్య అమ్మలా చేసుకుంటం చాలాపొరపాటు అది కేవలం పిరిక లక్షణం. పిరికివారికీ సృష్టిలో బ్రతకడానికి అర్హతలేదే'.

"అమ్మా! కష్టపడినా బ్రతకలేనప్పుడేం చేస్తాం?"

"నాన్నా! గొడ్డులా కష్టపడినంత మాత్రాన్నే డబ్బురాదు. ఎలా కష్టపడితే డబ్బువస్తుందో యోచించి కష్టపడాలి."

'ఎలా చెప్పు.'

'నాన్నా! మీపని మానేయండి.'

'మానేసి'

"చెప్పినట్లు చేయండి. ఎక్కడైనా నేను 50 రూపాయలప్పు తెస్తా. చిన్న భోజన హోటలు' పెడదాం. దాంట్లో చాలా లాభం ఉంది. ప్రజలూ సుఖిస్తారు. చక్కగా భోజనం పెడితే."

"అది మనకు తగునా తల్లీ!"

"ఏపనీ ధర్మయుక్తంగా చేస్తేతప్పులేదు."

"భోజన హోటలా!!

'హోటలే. భయడపకు. ఇవాళే నీపనికి "రిజైన్' ఇచ్చేయ్ –'

లక్ష్మి ఎలాగయితే తండ్రిని ఒప్పించి, పనిమాన్పించి, 50 రూపాయిలు అప్పుచేసి కారు షెడ్డువద్ద చిన్న హోటలుపెట్టింది; చక్కని గట్టిపెరుగు; కమ్మని వెన్నకాచిన నెయ్యి; పరిశుభ్రంగా శ్రద్ధగాచేసిన కూరలు, అందరికంటే అణా తక్కువతో భోజనం శుచిగా వడ్డిస్తూ వచ్చింది. వారంరోజులకల్లా జనం పెద్ద హోటల్లుమాని రావడం ప్రారంభించారు.

అలా సంవత్సరానికల్లా అయిదువేల రూపాయిల లాభము వచ్చింది.

దానితో వెన్నకాచిన నేతితో అన్ని పదార్థములు చేయబడును. అని బోర్డు పెట్టి కాఫీహోటల్ జిల్లాకోర్టువద్ద పెట్టింది. ఆ ఊరుకు కల్తీ లేని నేతిహోటలు అది ఇక్కటే. పదిమంది వంటవాళ్లు ఇరవైమంది సర్వర్లు రోజుకు ఏభయిరూపాయిల లాభంతో కాఫీహోటలు కళకళ లాడింది. డబ్బుకు విలువలేని రోజులు, చక్కని పదార్థాలు దొరకని రోజులు కాబట్టి అనుకున్నాదానికంటే ఎక్కువ లాభించింది.

* * *

లక్ష్మి ఇపుడు సార్థకనామధేయురాలయింది. నాగన్న పడుచు కుర్రాడైపోయాడు... లక్ష్మి రెండు సంవత్సరాలలా పది వేలు గడించింది. వెంటనే మెద్రాసువెళ్ళి బ్రాడ్వేలో ఒక భవనం రెండువందలకు మాట్లాడి అక్కడ కాఫీ హోటల్ పెట్టింది. దానిపేరు "లక్ష్మి కేఫ్" తన చెల్లెలను తమ్ముని కాన్వెంటులో జేర్పించి.

ఇంక ఆమెను తలెత్తి చూడగలవాడెవ్వరు. "నాన్నా! ఏమంటావ్. నీ 'నెలజీతం' తో బాధపడకుండా, స్వతంత్రించి పనిచేసుకుంటే ఎంతలాభం" అంటే "నిజానికి స్వతంత్ర జీవితంలోని గొప్పతనం దేంట్లో ఉంటుంది" అంటాడు సిగరెట్టు కాలుస్తూ.

ఇలా కొన్నాళ్ళయాక లక్ష్మి తన ఇష్టానుసారం ఒక ఎం.ఏ., బి.యల్‌ను ప్రేమించి పెళ్ళిచేసుకుంది. అతని పేరు ప్రసాద్. ఆనాటి "లక్ష్మికేఫ్" అనే బోర్డు మార్చి "ప్రసాద్ కేఫ్" అని పెట్టాడు. ఇంత లక్షలకధికారి కావడం శులభం అని ఎవరికి తెలియదు.

ఇంతకూ 'నెలజీతం' చాలకపోయినా అలాగే చచ్చే మురికి జీవాలకంటే "నెలజీతం" మానుకొని స్వతంత్రముగా లాభదాయకమైన మరోమార్గం వెదుక్కొని ఆనందంగా జీవించే కర్మయోగులు, ఉత్తములు కదూ!

ఏమంటారు?

అటువంటి కర్మయోగులకు నావందనాలు.

సమాప్తం.

శాస్త్రాలెందుకు?

ఒక విషయం

పుష్పం! శాస్త్రాలు మంచివికావని నేనను –
కాని శాస్త్రాలు పేరు చెప్పి మానవులు నడిచే
డొంక తిరుగుడు నడకలను నేను ఖండిస్తాను.
మానవాభ్యుదయానికి సర్వమానవ సౌభ్రాతృత్వానికి,
సర్వమానవ సమత్వానికి, ఆత్మీయజ్ఞానానికి,
సత్యశాంత శమదమాది సద్గుణాలకు
మార్గం చూపని శాస్త్రాలెందుకు?

– చంద్రం

"Man is to become divine by realising the divine.
Idols or temples or churches or books are
only the supports, the helps,
of his spiritual childhood:
But on and on he must progress".

Swamy Vivekananda, I Vol.

శాస్త్రాలెందుకు?

1

అది ఇనుప ఊచల పంజరం.

దానిలో రామచిలుక. అటూ ఇటూ మనసు బాగోని ఖయిదీలా తిరుగుతూంది. వేసవి. కుతపవేళల్లో ఉక్కబోస్తుంటే ఉక్కిరి బిక్కిరయ్యే ప్రాణిలా కొట్టుకు పోతూంది. పక్షుల జంటలో ఒక పక్షిని చంపి కిరాతకుడు సంచిలో వేసి తీసుకుపోతూంటే, ఆ సంచివంక, అతడుపోయే మార్గం వంక మిగిలిన పక్షి ఎంతజాలిగా చూస్తుందో, అంత జాలిగా అటూ ఇటూ పోయే వారివంక చూస్తూంది... పొంగి పొరాలే నిండు యౌవనంలో పొదలు దాటుతూ, భంగు భంగుమని రింగులు తిరిగే కురంగి కాళ్ళను నరికి, బోనులో వేసి బంధించి, మహా ఘనకార్యం చేశానని బోరవిరచుకొని నిలబడిన వేటవానివంక ఎంత జాలిగా ఆలేటి ముద్దరాలు చూస్తుందో, అంతజాలిగా ఆపెంచిన వానివంక చూస్తూంది – పాపం ఆ రామచిలుక.

“రామం! పాపను పిలువమ్మా!” అని యజమానురాలు, పాపాయినెత్తుకొని అన్నం తినిపిస్తూ అంటే –

‘రా! రా! పాపా! రా” అంటుంది – ఈ ఖయిదీ సుకం తెలుసుకుందువుగానిలే – రా అన్నట్లు – ఆ చిలుక.

వేకువ చల్లగాలుల్లో రెక్కలు రెపరెపా కొట్టుకొంటూ , సర్వస్వాతంత్ర్య సామ్రాజ్య చక్రవర్తిలా ఒకయింటి కప్పు నుంచి మరొక యింటి కప్పుపైకి ఎగిరిపోతూ, ఠీవిగా, తీయగా, హాయిగా, ‘కొక్కురోకో!’ అని మెదనిక్కించి కూస్తూ, సృష్టిని మేలుకొల్పే కోడిపుంజును చూస్తుంది. హృదయం స్వతంత్ర వాయువులతో చెమరుస్తుంది. భావాలు ఆనంద తరంగాలపై ఊగులాడిపోతాయ్. ఒడలు విరచుకుంటూ లేస్తుంది. తన రెండు రెక్కలూ ఏనాడో బంధింప బడ్డాయని మరచి ఎగరబోతుంది. అంతే, పాపం! రెక్కలు ఇనుప ఊచలకు తగుల్కొని ముక్కలౌతాయ్. చిలుక చిన్నారి ఆశలూ ముక్కలై చెక్కలమీద రాలిపడతాయ్.

సిగ్గుపడి నాలుగుమూలలూ చూస్తుంది.

"ఓసి బానిస పీనుగా! నీకు స్వేచ్ఛాజీవితం కూడానా? అన్నట్లొక్కమారే దిక్కులన్నీ పక్కుమని నవ్వుతాయ్. దాని ప్రాణాలు నిలువు నిలువునా క్రుంగిపోతాయ్.

తనశరీరం అంతా కలయజూచుకుంటుంది. తనలో తనకే ఆశ్చర్యం కలుగుతుంది... 'ఇది నాశరీరమేనా? లేక చిలుక బొమ్మకు 'కీ'ఇచ్చి అటూ ఇటూ తిప్పుతున్నారా... నేనేలోకానికి చెందుతాను? బ్రతికున్న మానవ లోకానికా? చచ్చిన ప్రేతలోకానికా? లేక ఏలోకానికీ చెందనా?... ఇది కలా? లేక వలా? ... సత్యమా? లేక భ్రాంతా?... ఇవి రెక్కలా? లేక బ్రతుకజాలని బానిస కనులపై జారే కన్నీటి తెరలా?...ఇవి కారే కన్నీటి బొట్టులా? లేక హంతకుని చిత్రవధ చేయగా ఎగజిమ్మిన నెత్తుటి బొట్టులా?

....

....

నాలోని శాంతి ఏబంధితుని బాధా జీవితంలో దాగుందో!! నాలో మూల్గే ఆశ ఏ ప్రియురాలి పెదవి సంధ్యలో కుంకమ రేఖలు దిద్దుకుందో! నాలో నలిగిపోయే వాంఛ ఏమృతకళేబరం చుట్టూ వీడలేక తిరుగుతూందో!! నాలో ఆరిపోయే కాంక్ష ఎవని ఉరిత్రాట చిక్కుకుపోయిందో?

– – – – – – –

అబ్బా! పూలరేకులు రాలిపోయినా, పూలవాసన సహవాసంచే రేకులను విడలేక, ఆతీవ చుట్టూ తిరిగి తిరిగి బావురుమని ఏడ్చినట్లు, నాలోని సర్వస్వం నానుండి వేరైపోయినా; నాముఱికి జీవం నన్నువిడిచి పోలేక ఈ ఇనుప ఊచలు పట్టుకు వేలాడుతూంది. ఎందుకో? ఎందుకో ఈ బానిసకుకూడా జీవితాశ!" అని వేయివిధాల అనుకుంటూ బాధపడుతూ ఉందా అన్నట్లు చిలుక కళ్లు కనబడుతూ ఉంటాయ్.

* * *

ఆ చిలుకను చూస్తే ఎక్కడలేని జాలి యజమానునకు –

ఆ చిలుకను చూస్తే ఎక్కడలేని సరదా యజమానురాలికి –

ఆరోజు ఉదయం పనసతొనలు చిలుకకువేస్తూ, ఆచిలుక తింటూ ఉంటే పరమానంద భరితరాలై పోతూంది. ఆ యింటి యజమానురాలు పుష్పం. స్నానంచేసి బట్టలు వేసుకొని తలదువ్వుకుంటూ ఆమెదగ్గరకు వచ్చాడామె భర్త సుందరం –

"పుష్పం! ఏమిటి మా ఉషారుగా ఉన్నావ్?

"చూడండి... మన చిలుక ఎంత ఆనందంగా తింటూందో!

కడుపు మలమలా మాడిన ఖయిదీ గంజికూడైనా అలాగే ఆనందంతో తింటాడు – "ప్రాణాలు నిలుపుకుంటానికి అదైనా దొరికింది కదా అని. అతడు తన ఇంటిదగ్గరుండి తన తల్లిపెట్టే పట్టెడు మెతుకులు తినేటప్పటి ఆనందం, ఇప్పటి ఆనందం ఒకటేనంటావా?

కాకపోవచ్చు.

అంతే ఇదీను... ఆ చిలుకనే అడవిలో విడిచిపెడితే స్వతంత్రంగా తిరుగుతూ, ఆచెట్టునుంచి ఈ చెట్టుకు, ఈచెట్టు నుంచి ఆ చెట్టుకూ ఎగురుతూ, చెట్టునపండిన పళ్ళను తింటూ ఎంత ఆనందంతో ఉంటుందో ఊహించావ్?

ఆఁ దానిబొంద... ఆనందం ఏమిటి అద్ధానం... ఏవేట కాడో వచ్చి కొట్టుకు పోయేవరకే అడవి పక్షులన్నిటికీ అర్థాయిషే... అందులో ఈ మాంసాహారులు ఎక్కువైనకొద్దీ వాటికి పాపం శాంతే ఉండడంలేదు. ప్రతి క్షణం మృత్యుగండమే. సూద్రపాళ్ళు కొంతమందిని చూడండీ కన్నబిడ్డలా మేకల్నీ, కోడుల్నీ పెంచి దినాలకని, వాళ్ళ శ్రాద్ధాలకని వాటిని చంపి రాక్షసుల్లా తింటారు. తినగా మిగిలిన మాంసం ఎండవేసి, శవాల్ని తినే రాబందుల్లా తింటారు... అబ్బా! తలుచుకుంటేనే రోతవేస్తూంది. చచ్చిన శవాలను శ్మశానంలో పూడ్చినట్లు, వీటిని చంపి వారి పొట్టలను శ్మశానాలుచేసి పాతివేస్తారు. కన్నబిడ్డలనుచంపి రక్తం తాగే పెద్దపులుల్లా, వీటిని చంపి రక్తం తాగుతారు.ఎముకలను పటాపటా కొరికి, మాంసం నమిలి, రక్తంత్రాగే రాక్షస కృత్యంచేస్తూ మహాత్ములనుకుంటారు ఈ అహింసాయుగంలో కూడా...

బాగానే ఉంది ఉద్రేకం – ఇంతకూ ఏమంటావ్?

అడవుల్లో ఉంటే వేటగాళ్ళ పాలౌతాయి కాబట్టి, ఇంట్లోపెంచి వాటి ప్రాణాలు కాపాడ్డం మనధర్మమనీ –ఇంట్లో పెంచినట్లే పెంచి కొవ్వుపట్టాక కోసుకుతినే శూద్రపాళ్ళలా ఘోర రాక్షసకృత్యం మనం చెయ్యంకాబట్టి తప్పులేదంటాను.

ఆమె అమాయికత్వాని కతడొక చిరునవ్వు నవ్వాడు.

పుష్పం! నరకానికి రాజై శాశ్వతం బ్రతికేదానికంటే, స్వర్గంలో ద్వారపాలకుడై ఒకరోజు బ్రతికితే చాలు. కాకై కలకాలం బ్రతికేదానికంటె హంసై ఆరు నెలలు బ్రతకడం మేలంటారు వినలేదూ – అలాగే బానిసై నూరేళ్లు బ్రతికేదాని కంటే, స్వతంత్ర జీవియై ఒక్కరోజు బ్రతకడం మేలు.

స్వతంత్రమో, బానిసత్వమో, ఆనందంగా ఉంటేచాలదూ?

ఆ ఆనందం స్వతంత్రంమీదే ఆధారపడి ఉంది. స్వతంత్రంలేదే ఆనందం లేదు.

ఇప్పుడు లేక చస్తున్నామా? సుఖంగా బ్రతుకుతూంటే ఎందుకొచ్చిన మాటలండి ఇవి?

పుష్పం! స్వతంత్ర జీవితంలోని మాధుర్యం,నేటి వరకూ బానిసత్వంలో పెరిగిన నీవు అర్థంచేసికోలేవు. అది నీ తప్పుకాదు. ఆడదానికి చదువనవసరం అని నీకు చదువు చెప్పించని మీ తల్లిదండ్రులది తప్పు -

చదువురాని ద్విపాద పశువునని తెలిసీ నన్ను పెళ్ళాడిన మీది తప్పుకాదూ? చాల్లెండి... నన్నన్నది చాలక మా అమ్మానాన్నాలను కూడా అంటున్నారు... శుభం కోరవయ్యా అంటే పెళ్ళికూతురు ముండెక్కడుందో" అన్నట్టు చిలకని చూచి పొండీ అంటే విడిచి పెట్టమంటారా? ఎంత చక్కగానుందదీ వాదన.

ఆమె మూతి మూడువంకలు తిప్పి కోపంతో గదిలోకి చక్కాపోయింది. సుందరం నవ్వుతూ ఆమె వెంటే వెళ్ళి, బుజ్జగిస్తూ ఇలా ప్రారంభించాడు.

పుష్పం! ఎందుకే కోపం? చదువురానిదానిని చేసుకున్నాననుకో, చదువు చెప్పి నావంటి విజ్ఞానిని చెయ్యకూడదూ? అలా ఎంతమంది చేశారు?

చాలామంది చేశారు గాని ఒక్కమాట అడుగుతా చెప్పండి?

ఊఁ అడుగు. అంతకంటేనా?

స్వతంత్రం, స్వతంత్రం అని నలుగురూ అంటున్నారని మీరూ అంటున్నారుకదా - స్వతంత్రం అంటే ఏమిటి?

పారతంత్రం లేకపోవడం స్వతంత్రం.

అంటే.

మనలను పరులు పాలించకుండా, మనలను మనమే పాలించుకోడం స్వతంత్రం.

ప్రపంచంలోని మానవులంతా ఒకే కుటుంబానికి చెందినపుడు, వారూ వీరనే భేదభావం ఎందుక్కలగాలి? అంతా ఒకటే అయినప్పుడు స్వదేశీయులు, విదేశీయులనే భేదం ఏమిటి?

ఏమిటా?... అందరి ఇళ్ళూ ఒకటే అయినా, ఎవరి ఇంటిని వారెలా చక్కబెట్టుకొంటున్నారో, అలాగే అన్ని దేశాలూ ఒకటే అయినా ఎవరిదేశం వారు చక్కబెట్టుకోవాలి. అప్పుడఁదరకూ సౌకర్యంగా ఉంటుంది. ఎవరి అభిరుచులబట్టి వారు తమ దేశాన్ని అభివృద్ధి చేసుకోవచ్చు. ఎవరి ప్రాచీన ఆధునిక నాగరికతలు వారు కాపాడుకోవచ్చు. ఏ దేశాని కాదేశం ఇలా స్వతంత్రతతో అభివృద్ధిచెందినపుడే విశ్వమానవ కల్యాణం చేకూరుతుంది. అంతేగాని ఆంగ్లేయుల అభిరుచులు హైందవులు మీద వేసి రుద్దుకూడదు. హైందవుల అభిరుచులు మరొకరిమీదవేసి పులమరాదు. అలా చేయడం చాలా అన్యాయం; అక్రమం; అయోగ్యం; అమానుషం; అసహ్యం; అనాగరలక్షణం...

అసలు మనకున్నా నాగరీకత ఏముందండీ?

ఏముందా? చెప్పలేనంత... మనకున్నా నాగరికత న్యాయతా సృష్టిలో మరేదేశానికీ ఉండదనుకుంటాను. ఎలా గంటే మన దేశంలో వైదిక విజ్ఞానం వెల్లివిరిసిన దినాలలో

పాశ్చాత్యదేశాలవారు ఆత్మానాత్మ వివేకవిజ్ఞానం కూడా అలవరచుకోలేపోయారు. దివ్యదృష్టితో చూచి గర్భోత్పత్తి విధానం సవిస్తరంగా చెప్పగలిగిన నాటి మన ఋషుల విజ్ఞానం, నేటి మహాశాస్త్రజ్ఞునికి కూడా లేదు. దివ్యదృష్టితో చూచి నక్షత్ర పరిణతి చెప్పగల వారి ఖగోళ శాస్త్రజ్ఞానం,నేటి కాలపుమహా శాస్త్రజ్ఞునకు కూడాలేదు.

కాని ఒక్క విషయం మరచిపోకూడదు. ఏంటంటే ప్రజా నాగరికత ప్రభుత్వ పరిపాలనా విధానంమీద ఆధారపడి ఉంటుంది. మన దేశంలో ద్రావిడులున్నపుడు ద్రావిడనాగరికత, ఆర్యులు దండెత్తివచ్చినప్పుడు ఆర్యనాగరికత, మహమ్మదుల పరిపాలనలో ఉన్నప్పుడు మహమ్మదీయ నాగరికత, నేడు ఆంగ్లేయ పరిపాలనలో ఆంగ్లేయనాగరికత మనకు సంక్రమించాయ్.

ఇంతకూ మన నాగరికత లేదంటారు?

హైందవ నాగరీకత.

నేనిక్కడే ఒప్పుకోను. హైందవ నాగరీకత, ఆంగ్లేయ నాగరికత అని గిరికేసి, మడికట్టకూడదంటాను. సూర్యతేజస్సు అందరకూ ఎలా ఒక్కటో, అలాగే నాగరికత అందరకూ ఒకటే. ఇందులో తరతమ భావం ఉండకూడదు.

పుష్పం! ఎవరి నాగరికత వారు కాపాడుకోడం అంటే ఇతర నాగరికతలను తృణీకరించడం అనుకోకు. ఎవరి దేశ స్వతంత్రం వారు కాపాడు కోవడం, ఇతర దేశాలను ద్వేషించడం అనుకోకు. చాలామందికున్న పొరపాటు అభిప్రాయమే అది. మనకు స్వతంత్రం వస్తే ఇతర దేశాలపై సౌభ్రాతృత్వం వృద్ధి అవుతుందేకాని, విరోధభావం వృద్ధికాలేదు. అలాగే ఎవరి దేశం వారు అందంగా ఉంచుకుంటే, సృష్టికే ఒక ఆనంద ముద్రవేస్తారన్నమాట–ఎవరిల్లువారు చక్కబెట్టు కుంటే, పట్టణం తనంతతానే చక్కబడుతుంది. అన్ని పట్టణాలు బాగుపడితే దేశం సౌభాగ్యవంతంగా ఉంటుంది. అన్ని దేశాలూ సౌభాగ్యవంతంగా ఉంటే, సృష్టంతా అప్పుడే నవ్యకళా విలాస భాసురంగా ఉంటుంది.

ఏమిటోలెండి – ఈ సృష్టంతా ఆ దేహానికి ఒక ఖయిదు. ఈ దేశం ఆత్మకు ఖయిదు. నిజానికి దేశ స్వాతంత్రం కంటే ఆత్మస్వాతంత్ర్యం ముఖ్యం.

కాదనను పుష్పం. కాని ఆత్మ స్వతంత్రం దేశ స్వతంత్రంమీదే ఆధారపడి ఉంటుంది.

అదెలా?

బానిసకలు స్వతంత్రభావాలే ఉండవు. స్వతంత్ర భావాలులేని వారి కాత్మస్వతంత్రం ఎలాగుంటుంది? అరవింద ఘోష్‌గారు చెప్పినట్లు మానవ జీవితం మార్చడానికి పనుల కంటే భావాలు ముఖ్యం.

ఇంక అలాగైతే స్వరాజ్యం ఎందుకు? స్వతంత్ర భావాలతో ఉందాం.

స్వతంత్ర భావాలందరికీ ఉంటే, స్వరాజ్యం అప్పుడే వస్తుంది.

దానిలో అప్పుడు మీకో మాంచి స్థానం ఇస్తాంలెండి.

ఉహూఁ

ఇంక త్రోవకడ్డులేవండి. వంటకు ప్రొద్దెక్కుతూంది ఆలశ్యం అయితేమళ్ళీ కారాలు మిరియాలూ నూరతారు.

ఆమె నవ్వుతూ వెళ్ళిపోయింది.

అతడు ఆలోచిస్తూ కూర్చుండిపోయాడు.

2

రోజులు గడుస్తూన్నాయ్.

భార్య చెప్పిందంతా భర్త వింటాడు. భర్త చెప్పిందంతా భార్యా వింటుంది. కాని ఒకరు చెప్పింది మరొక రెన్నడూ ఆచరించడంలేదు. అందుచేత ఎడముఖాలూ పెడముఖాలూ పెట్టుకోడం అంతకంటేలేదు.

భావాలు వేరు; మతాలు వేరు; మార్గాలువేరు; కాని కలిసిమెలిసి ఉంటూనే ఉన్నారు.

ఆ రోజు మంగళవారం.

ఉదయంలేచి కాలకృత్యాలు నిర్వహించుకొని సుందరం మంగలపొది బయటకు తీశాడు.

'కేశవాయమంగళం. అనంతాయమంగళం. అచ్యుతాయమంగళం' అంటూ గదిలో పూజానంతరం హారతి నిస్తూ అంటుంది పుష్పం.

"విష్ణుస్తోత్రం అయింది ఇంక లక్ష్మీస్తోత్రం ఉంది కాబోలు" అంటూ ఆగది ప్రక్కనుంచి మంగలి పొదిపట్టుకొని వెళుతూన్న భర్తను చూచింది.

'పదపద. నీపొదితో ఎంతదూరం వెళ్ళగలవు" అన్నట్లు తలూపి, కాస్త స్తోత్రపాఠం త్వరగా ముగించి, బయటకు వచ్చింది పుష్పం,

అంతలో గడ్డానికి సబ్బుపూసుకొని, రెండు ఇంచిల వరకూ గొరుక్కున్నాడు సొంతంగా, దానితో పుష్పం నిప్పులు కక్కుతూ ప్రళయమూఐర్తిలా ప్రత్యక్షం అయింది.

''చదువుకొన్న కొద్దీ ఉన్నమతి పోతుందన్నట్లు, మంగళవారప్పూటా ఈ ఆనాచారలేమిటి? అవ్వ! మంగళవారప్పూట మంగలిక్షౌ

'రాలా? రామరామ. ఎంత అనర్ధం! ఎంత అనర్థం' అంటూ అద్దం అవీ లాగేసింది.

ఆమె అద్దం అవీ తీసుకు వెళుతూంటే, అతగాడు కూడా ఆమె వెంట వెళుతూ –

"పుష్పం! ఒక్కమాట. భగవత్ సృష్టిలో అన్నివారాలూ ఒకటే అయినప్పుడు, ఈవారం మంచిది, ఆవారం చెడ్డది అనడం ధర్మంగా ఉందా? ఒకరోజు మంచిది, మరొక రోజు చెడ్డదీ అనడంలో సృష్టికర్తకు పక్షపాతం ఆరోపించడమేకదా!"

"పక్షపాతం భగవంతునికి లేదని ఎవరన్నారు?"

"ఆయనక్కూడా పక్షపాతమే."

"అం తప్పక భక్తులన్నా, యోగులన్నా, సాధువు లన్నా, అవతారపురుషులన్నా, మహాత్ములన్నా ఆయనకు పక్షపాతంకదూ! భక్తులను వెనకాల వేసుకొని భక్తులను బాధించే వాళ్లందర్నీ చంపడంలేదూ?"

"అవన్నీ పుక్కిటిపురాణాల్లోనికథలు. ముసలమ్మల కాలం ఊసుపోవడానికి చెప్పుకోనే కల్పితగాథలు. అవన్నీ తర్కవిరుద్ధాలు. శాస్త్రసమ్మతాలుకావు. తాను సృజించిన ప్రజలనే తాను సంహరించాడంటే, భగవంతునికంటే దుష్టుడు మరొకడెవడుంటాడు? క్రూరుల క్రూరత్వాన్ని మన్నించి సహించుకోగలిగితేనే మానవులు మహాత్ములౌతారు. సహజ బుద్ధివల్లె, బుద్ధుడు, మహావీరుడు, క్రీస్తు, మహమ్మదు, లివోటజ్, చైతన్య, రామకృష్ణ, గాంధీ, జహ్వార్‌లాల్ మొదలైనవారు మహాత్ములయ్యారు. మరిమహాత్ములకు మహాత్ముడైన భగవానునకు ఎంతసమత్వం ఉండాలో నీవే ఆలోజించు. సృష్టి అంతటా నిండియున్న భగవానుడు ఒక్క భక్తులలో మాత్రమే ఉంటాడంటావా! భక్తులనుశిక్షించే దుష్టులలో మాత్రంలేదూ? దుష్టులను వధించడం అంటే తన్నుతాను వధించుకుంటం కాదూ?'

"మీరు చెప్పింది బాగానే ఉంది. కాని ఒక్క సంశయం..."

'అడుగు'

'అయితే -

'శ్లో॥ పరిత్రాణాయ సాధూనాం

వినాసాయ చ దుష్కృతాం

ధర్మసంస్థాపనార్థాయ సంభవామి, యుగేయుగే"

అని భగవద్గీతలో పరమాత్ముడు చెప్పినట్లు, శిష్టులను రక్షించడానికి, దుష్టులను శిక్షించడానికి భగవంతుడు పుడతాడనడం అబద్ధం అంటారా??

'ముమ్మాటికిని. భగవంతుడు పుట్టడం ఏమిటి? ఆయనకు జననమరణాలు లేవు. ఉంటే మనకూ ఆయనకూ భేదం ఏమిటి?"

"మరి రాముడూ, కృష్ణుడూ దేవుళ్లుకారా?"

'దేవుళ్లు - అనేపదమే తప్పు. ఉండేదేవుడు ఒకడే కాని ఇద్దరు కారు. భగవంతుడొక్కడే. ప్రాణాలు కోటానుకోట్లు, రామకృష్ణాదులు భగవంతులుకారు, భగవదంశా సంభూతులు. గాంధీగారన్నట్లు ప్రతిమానవుడూ భగవంతుని అవతారమే. కాని ఏ మానవుడు, తన విధ్యుక్తధర్మాన్ని పాలిస్తాడో ఆ మానవుని ఆకాలంవారు అవతార పురుషుడంటారు. అంటే తన మానవ అవతారాన్ని సార్థకం చేసుకున్నాడన్నమాట."

"బాగు బాగు. అట్టేమాట్టాడితే కృష్ణభగవానుని వల్ల దుష్టులైన దుర్యోధనాధులు సంహరింప బడడంకూడా అబద్ధం అనేటట్లున్నారే."

"ఎందుకనను? గాంధీగా రేమన్నారంటే - భగవద్గీతలో వర్ణించిన యుద్ధం అంతా మన మనస్సులో నిత్యం జరిగేయుద్ధమే అన్నారు. అంటే మనలోని దుష్టభావాలకు, సత్యభావాలకు నిరంతరం జరిగే సంఘర్షణే కురుపాండవుల యుద్ధం క్రింద వర్ణించారు. జయాన్ని సత్యానికే ఇచ్చారు."

"ఏమిటో మీవన్నీ వింతభావాలు"

'అలాగే అనిపిస్తుంది. తరతరాలనుంచి మనరక్తనాళాలలో ముద్రవేయబడిన ఈఆచారం, ఈమూఢవిశ్వాసం, ఈ ఛాందసం ఒక్కనాటితో పోయేవా? ఈదురాచారాలన్నీ పోవాలంటే, ఈ మూఢవిశ్వాసాన్ని కూకటివేళ్ళతో పెగిలించాలంటే ఎందరు గాంధీమహాత్ములు జన్మించాలో!"

'జన్మించాలి - కులభేదాలు తప్పని' మాలమాదిగల్ని బ్రాహ్మణులను కలిపి - ఒకే పంక్తి భోజనాలేర్పరచి, కులభ్రష్టతచేసి. దేశవినాసనానికి మార్గంచూపడానికి జన్మించాలి. ఇంతకూ కలికాలం దాపురించేసరికి అందరి భావాలూ అలాగే మారతాయిలెండి.

ఆమె కోపంతోను గదిలోకి వెళ్ళింది.

'మరినా -"

'చాల్లెండి... ఇప్పటికైనా క్షవరంచాలు'

'మిగిలిన సగం చేసుకోనియ్'

'రేపుచేసుకో వచ్చునులెండి'

'ఈ ఆకారంతో ఆఫీసుకు ఎలా వెళ్ళడం'

'మీకే తెలియాలి"

ఆమె మంగలిపొది పెట్టిలోపెట్టి వంటింట్లోకి వెళ్లింది. అతడలాగే మండిపోతూ కూలబడిపోయాడు.

3

సుందరం కాలేజీ లెక్చరరు.

ఆరోజు సోమవారం దశరాసెలవల తరువాత ప్రారంభిస్తున్నారు. కళాశాలలో విద్యాప్రబోధం, ఆరోజు వెళ్ళకపోతే ఆ పదిహేనురోజుల జీతం ఇయ్యరు. ఈరోజు వెళ్లితీరాలి. సుందరం తనభార్యా పుష్పంతో అత్తవారింట్లో ఉన్నాడు. ఆ ఊరుకు బండి 7 గంటలకు ఉదయం వస్తుంది. ఆ బండికి బయలుదేరితే కాలేజీకి వెళ్లవచ్చు.

సుందరం ఉదయాన్నే లేచి స్నానంచేసి బట్టలు వేసుకుంటూ ఉన్నాడు. పుష్పం కన్నబిడ్డకు పాలిచ్చి భర్త దగ్గరకు వెళ్లింది.

'బలేబట్టలు వేస్తున్నారే. ఏమిటీ? ఉదయాన్నే కొత్త కొత్తగా తయారౌతున్నారే"

'పాతపడకుండా ఉండాలని'

'సరే. అమావాశ్యపూజా ఎక్కడికో బయలుదేరినట్లుందే.'

"ఇంకెక్కడికి కాలేజీకి"

"చాల్లెండి. ఎక్కడైనా అమావాశ్య పూటా బయలు దేరతారా?"

'కాలేజీ వాళ్ళు పెడితే మనం ఏంచేస్తాామ్"

'హిందువులకు ఇది తగదని చెబుతామ్'

'మాప్రిన్స్‌పాల్ హిందువుడైతేగా...'

"ఎంతమాలవాడైతే మాత్రం మన ఆచారాలను మంటగలుపుకో మంటాడా?'

'అతడనేదేమిటి? అంతా అంటున్నారు"

'చాల్లే ఊరుకోండి'

"పుష్పం. కాలేజీలో క్రైస్తవులూ ఉంటారు, హిందూ మహమ్మదీయులూ ఉంటారు. ఎవరిమతం వారిది: ఎవరి ఆ చారం వారిది. శూన్యమాసంలో మనం వివాహాలు చెయ్యం మదరాసులో మనవారే చేస్తారు. దేశకాలా లనుసరించే ఆచారవ్యవహారాలు మారతాయ్. ధర్మనిబంధనలు మారతాయ్ –"

"అన్నీ మారతాయ్. మారందేది?

'సత్యం.'

'ఏమైనా కానీయండి. అమావాశ్య ప్రయాణానికి చాలాహానికరం."

"అని చెప్పిందెవరు?'

'శాస్త్రాలు.'

'శాస్త్రాలెవరు చెప్పారు?'

"మహాత్ములు."

"అంతేగా'

'అంతే'

"విష్ణుని సేవిస్తే ముక్తి వస్తుందని శాస్త్రాలు ఘోషిస్తున్నాయ్ అంటారు వైష్ణవులు. శివుని సేవిస్తే ముక్తి వస్తుందని శాస్త్రాలు ఘోషిస్తున్నాయ్ అంటారు శైవులు, మనం ఎవరి మాట వినాలి? ఏశాస్త్రం పాటించాలి?'

"అన్ని శాస్త్రాలూ పాటించాలి."

'దానితో వెఱ్ఱితప్పదు...లే... వెళ్ళాలి"

సుందరం బట్టలు వేసుకున్నాడు. భార్యా ఎంత బ్రతిమాలినా వినకుండా అమవాశ్యనాడే బయలుదేరాడు. ఆమె పాపం ఏం చేస్తుంది? నీళ్ళునములుకుంటూ గుమ్మందగ్గిరకు వెళ్ళింది. వాళ్లకు మామగారు వెంకట్రావుగారు; ఎదురు వచ్చాడు.

'ఏవండీ వెడుతున్నారా?'

'అవును మావగారూ!'

"వెళ్లవలసిందే?"

'తప్పుతుందామరి'

"అయితే ఒక నిమిషం ఉండండి."

'ఎందుకు?'

'చెబుతా... అమ్మాయి చెంబుతో నీళ్లుపట్టుకొని అబ్బాయికి ఎదుర్రా?'

'తుమ్మి దీర్ఘాయుషూ అన్నట్లు మనమే మంచిశకునాలను నిర్మించుకుంటం ఏమిటి?'

'బాగాచెప్పారు. అయితే ఉండండి. శకునం చూచి బయలుదేరవచ్చు.'

"శకునం చూచి బయలుదేరడం ఏమిటండీ, దానంతట అది రావాలి కానీ."

"రానపుడేంచేస్తాం?"

'వెళ్లిపోతాం.'

'ఇంకానయ్యం ఉండండి."

'బాగుంది. శకునం మంచిది కుదిరేలోపున నాట్రయిను దాటుతుందనుకుంటా?'

"ఎంతమాట"

సుందరం మావ వెంకట్రావ్ ఆతృతతో వీధివంక చూస్తూ ఉన్నాడు. ఎంతకూ మంచి శకునం రాదు. ట్రయినుకు టయిమ్ అయిపోతూంది? వారిచేదస్తాన్ని చూచి మండిపోతున్నాడు సుందరం. సుందరం విరుద్ధభావాలు చూచి మండిపోతున్నారు వెంకట్రావు, పుష్పాలు,

అలా అంతా ఎదురుచూస్తున్నారు.

అంతలో అనుకోకుండానే ఒక పిల్లి అతను ముందునుంచీ వెళ్ళిపోయింది. చూచాడు సుందరం. ఆనందం చెప్పలేం.

"మావగారూ? మంచి సెకునం వెల్లనా ఇక"

'ఇంకానయ్యం? పిల్లికంటే పరమఛండాలపు సెకునం ఉంటుందా? అయితే అది ఎటువెళ్ళింది?'

"ఏటేమిటి? ముందునుంచే."

"అదికాదు. కుడిగావెళితే, ప్రాణగండం" ఎడమవేపు వెడితే బంధుగండం.

'మొత్తానికేదో ఒకగండం తప్పదంటారు?'

'తప్పితే శాస్త్రాలెందుకు?'

'ముందు వేసే అడుగు వెనక్కి వేయించడానికి ముందు చూచేచూపునకు కళ్లాలు వేసి వెనక్కిలాగడానికి.'

'ఇంకానయ్యం. ఊరుకో. ఎవరైనా వింటారు.'

'వింటే బాగుపడతారు."

వెంకట్రావుగారు అల్లుని మాటలు వినిపించుకోకుండా త్రోవవంక చూస్తున్నాడు. ఒక్కముత్తైయిదువూ నీటిబిందితో రాదేమిరా అని విసుక్కుంటూ ఉన్నాడు. అంతలో మంగలిపొద చంకలో పెట్టుకొని మంగలి ఎదురయ్యాడు. దానితో అతని ఆగ్రహానికి అంతులేదు.

'బాబూ! లోపలకు పదండి.'

'ఎందుకండీ!'

'కాస్తకాళ్లు కడుక్కొని, నోట్లోకొన్ని బియ్యపు గింజలన్నా వేసుకొని, కాసేపు కూర్చోండి'

'ఎందుకు?'

'మంగలిశకునం కంటే ముద్రష్టపు శకునం ఏముంటుంది'

ఈశకునాన్ని పాటించకుండా ఇంటికి వెళితే ఇంకేమైనా ఉందా?'

"ఏమౌతుంది?"

ఏమౌవుతుందేమిటి? ఏశవమో ఎదురొచ్చి తీరాలని శాస్త్రం ఘోషిస్తుంటే ఊఁ పదండి.

'రండీ –'

అటుమావ. ఇటు భార్య. ఏంమాట్లాడుతాడు. నోరు మూసుకొని లోపలకువెళ్లి వాళ్లు చెప్పినట్లల్లా చచ్చినట్లు చేశాడు.

వీధిగుమ్మం ఇంక లాభంలేదనుకొని దొడ్డిగుమ్మం పట్టారు శుభశకునాలకొరకు.

కొంతసేపయ్యేసరికి ఒక చాకల్ది అంటుకట్ట పట్టుకుని సుందరానికి ఎదురుగా వెళ్లింది.

మావగారు "రామరామ" అని క్రింద ఉమ్మేసి 'ఇంకే ముందండీ – కొంప మునిగింది. మధ్యలో నెత్తురుకళ్ళచూశారే పాడుచాకలిముండ ఇప్పుడేరావాలి' అంటూ విసుక్కుంటూన్నాడు.

'మావగారూ! మీశాస్త్రాలు నాకొంప ముంచేటట్లున్నాయ్. ట్రయిను దాటితే వచ్చే జీతం పోతుంది."

'పోనిద్దు, వెధవజీతం. బ్రతికి బాగుంటే గడించుకో లేకపోతామంట."

"బాగానే ఉందీ మూఢవిశ్వాసం."

అంతా ఆతృతతో శుభసెకునాని –ఎదురు చూస్తూ ఉన్నారు.

అంతలో ఒక వెధవావిడ కాళీబిందిలో మడిబట్టలు పెట్టుకొని కాలవకు వెడుతూంది.

మావగారి బాధ చెప్పడానికి వీలులేదు.

"సుందరంగారూ! చూచారా సెకునాలు. బయలు దేరినవేళ మంచిదికాదు. ఇంక ప్రయాణం లాభంలేదు."

"ఉహూఁ"

సుందరానికి వాళ్ళయందు చెప్పలేనంత అసహ్యాభావం ఏర్పడింది. అంతలో ట్రయినుశబ్దం వినబడింది. వినబడడం ఏమిటి? ట్రయిను వెళ్ళిపోయింది. సుందరం అక్కడే కుర్చీలో కూలబడ్డాడు.

"బాబూ! సుందరం! ప్రయాణానికి మంచిచెడ్డలు పాటించాలి. తెలుకులోడు, వంటిబ్రాహ్మణుడు, కట్టెల మోపు, ఎదురురాకూడదు. వస్తే కీడుతప్పదు."

'మనకేనా? ఎవ్వరికైనా సరేనా?'

'ఎవ్వరికైనా సరే.'

అయితే మహమ్మదీయులు, క్రైస్తవులు వీటిని పాటించరుకదా, వారికే నష్టాలూ కనబడవే...? పాటించే మనకే ఇలా ఆర్థికంగా కూడా నష్టాలు కనబడుతున్నాయే. సెకునంలో శక్తి ఉంటే అందరికీ ఒకేవిధంగా అన్వయించాలికదూ! దీని కేమంటారు?

'ఏమంటాను? వాళ్ళకిప్పుడు నష్టాలు కనిపించకపోయినా తరువాతైనా నష్టాలు కనిపిస్తాయ్.'

'తరువాతంటే –?'

'వచ్చేజన్మలో – తప్పదండీ! శాస్త్రాలూరకే పోతాయా?

వచ్చే జన్మలో కాకపోతే పయొచ్చేజన్మలో ఎప్పుడో ఒకప్పుడనుభవించ వలసిందే. ఆం తప్పదు.'

'మావగారూ! మానవులంతా ఒకటి కాదూ?'

'ఎలాగౌతారు? ఎన్నటికీ కారు. పూర్వజన్మలో పుణ్యం చేసుకుంటే బ్రాహ్మణులై పుడతారు. పాపం చేసుకుంటే శూద్రులై పుడతారు. మరీపాపం చేసుకుంటే మహమ్మదీయులు, క్రైస్తవులై పుడతారు.'

'జన్మననుసరించి కులమా? గుణాన్ననుసరించి కులమా?'

'జన్మననుసరించే కులం.'

'చాలా పొరబడుతున్నారు.'

శ్లో॥ చాతుర్వర్ణ్యం మయాసృష్టం
గుణకర్మ విభాగశః –

అని గీతలో చెప్పలేదూ? చాతుర్వర్ణ్యాన్ని సృష్టించిందినేనే. వారి వారి గుణములు – చేసిన కర్మల ననుసరించి కులాలను సృష్టిస్తున్నానని కృష్ణుడు చెప్పలేదూ?

'చెప్పాడు. ఎవరెవరి గుణాల ననుసరించి ఎవరెవరి కర్మల ననుసరించి కులాలను సృష్టిస్తున్నానన్నాడు. బాగానే ఉంది. అంటే ఎవరి పూర్వజన్మకర్మ ననుసరించి వాళ్ళను బ్రాహ్మణులుగానో, శూద్రులగానో సృష్టిస్తున్నానన్నాడో ఇది కాదన్న వారెవరు?'

'అదికాదండీ, కులాలు గుణంవల్లేకాని, జన్మవల్లకాదని అర్థం కావడంలేదూ?'

"అయితే నీవూ గాంధీ గారిలా అన్ని కులాలూ ఒకటే అంటావా?"

'కాకపోతే వేరంటానా? మానవులంతా మాతృగర్భం లో ఒక్కటిగాలేదు? ఒక్కటిగా పుట్టలేదూ?'

'ఇలా అనుకోబట్టె దేశం ఇలా కరువుకాటకాల్లో తగలపడి పోతూంది.'

'ఇలా అనుకోబట్టికాదు; అనుకోకపోబట్టె.'

'బాగు బాగు.'

'మీమీ మనః[ప్రవృత్తులనుబట్టె మీమీ మార్గాల నేర్పరచుకున్నారు. మీకు తక్కువ కులంవారంటే చాలా నీచాభి[ప్రాయం. వాళ్ళనసలు మానవుల[క్రిందే చూడ్డంలేదు. కుక్కలకున్నా గౌరవంకూడా వీరియందులేదు. అందుకనే చాకలిగాని, మంగలిగాని, ఎట్టివాడుగాని, తెలికలవాడుగాని ఎదురొస్తే చెడ్డశకునం అని వాళ్ళముఖం చూడరు. అలాగేవిధవెదురైతే ఆమె ముఖంచూడరాదని దుష్టసెకునం కింద భావించారు... మీలో తరతరాలుగా మూల్గుతూ ఉన్న కుళ్లు భావాలవల్లే తోటి మానవులపై సోదర[ప్రేమ నశించింది. దానితో జాతిమత కుల భేదాలు ఏర్పడి స్వతం[త్రదేశాన్ని బానిస దేశంగా చేశాయ్. మానవుడ్ని మానవుడినుంచి వేరు చేసే ఏదేశం అభ్యున్నతి చెందలేదు. ఏనాడో ఒకనాడు దానికి పతనం తప్పదు.'

'భగవద్గీతలో కృష్ణార్జున సంభాషణ ఒకసారి విమర్శన బుద్ధితో చూస్తే, శకునాల నెలా భగవానుడు ఖండించాడో తెలుస్తుంది.'

'ఎలా–చెప్పుచూస్తాను.'

అర్జునుడు దుష్టశకునాలకు భయకంపితుడై ఇలాగన్నాడు.

"శ్లో॥ నిమిత్తానిచ పశ్యామి
విపరీతాని కేశవ!
న చ [శ్రేయోను పశ్యామి
హత్వా స్వజనమావహే॥"

కృష్ణా! మనకు వ్యతిరేకములైన చెడుశకునాలను చూస్తున్నాను. యుద్ధంలో మన బంధువులను చంపడం [శ్రేయస్సుగా కనుపించడంలేదు – అని చెప్పాడు.

దానికి కృష్ణుడిలాగన్నాడు.

'శ్లో॥ క్లైబ్యం మాస్మగమః,
పార్థ! నైతత్త్వయుపపద్యతే;
క్షుద్రం, హృదయదౌర్బల్యం;
త్యక్తోత్తిష్ట పరంతప!'

"అర్జునా! శకునాలకు భయడపతావంటోయ్, వెర్రి బావా! ఇదంతా ఏమిటి? నీ

హృదయ దౌర్బల్యంకదూ! హృదయదౌర్బల్యం ఎంతనీచం అనుకున్నావ్? శత్రువులకు భయపడని నీ కీ హృదయ దౌర్బల్యం ఏమిటి? లే. దౌర్బల్యం విడిచివేయ్. కార్యరంగంలో మహాశూర్యునిలాగ దూకు, భారతదేశ గౌరవం కాపాడు. వీరు నాబంధుమిత్రలనే స్వార్థ భావానికి నీజీవితాన్ని గురిచేయక... నిరంకుశ ప్రభుత్వాన్నుండి నీప్రజలను రక్షించుకో..." అంటూ శకునాలు పిరికిపందలకని చెప్పలేదూ?

'ఒక్కమాట చెబుతావినండి... పరిస్థితులు మనల్ని పాలిస్తాయా సామాన్యులం అవుతాం. పరిస్థితులను మనం పాలిస్తామా మహాత్ములం అవుతాం. మానవులెప్పుడూ విజ్ఞానశిఖరానికి ఎగబ్రాకి శిఖరం ముట్టడానికే చూడాలి కాని - శిఖరాన్నుంచి దిగబ్రాకి పాతాళం తొంగిచూడడానికి ప్రయత్నం చేయరాదు.'

'ప్రాణంమీద కొచ్చింది, త్వరగా రావయ్యా అని వైద్యుని ప్రార్థిస్తే - ఉండు, మంచిశకునం రానియ్' - అని మడికట్టుక్కూర్చుంటే మంచంపట్టినవాడు మరణించక ఏం చేస్తాడో ఆలోచించండి.'

'మావగారూ! ఆత్మీయజ్ఞానం లేనప్పుడు తమనీడచూచుకొని తామే భయపడే మానవులు ఏర్పరచిన ఈ మాయదారి శకునాలకు మనం శిరసులు వంచవలసిందే ... మానవునిలో ఉండే మహత్తర శక్తులను ఈచిన్న చిన్న బంధాలచే బంధించవచ్చునా చెప్పండి.'

మావగారేమీ మాట్లాడలేకపోయాడు. అల్లుడు చెప్పేవి నచ్చినా, పూర్వాచారాలకు విరుద్ధంగా నడవడానికి అతడు ఇష్టపడలేదు. దానితోటి 'సరే. పదండి, ఎవరిమతం వారిది. పుట్టెకుపుట్టినబుద్ధి పుడకలతోగాని పోదన్నారు' అంటూ లోపలకు వెళ్ళిపోయాడు.

భర్తగారుండి పోయారుకదా అనే ముసిముసి నవ్వులు నవ్వుతూ 'రండీ' అని పిలిచింది గాని - పుష్పానికి అతని మనో వ్యధ ఏం తెలుసు.

అతడలాగే వేసవికాలంలో ఇంకిపోయిన చెరువులా నిలబడిపోయాడు.

'అలా చూస్తున్నారు. రారే!'

'రాకేం చేస్తాను.'

'వచ్చి-'

'ఆఁ వచ్చి.'

'కాస్త అబ్బాయిని ఎత్తుకుందురుగాని -'

'పనేముంది అబ్బాయిగారిని ఆడించడం ఆవిడగారిని లాలించడం - దానితో కడుపునిండి పోతుంది.'

"ఎందుకండీ అంతకోపం'

మీవంటి అజ్ఞానుల ఇళ్ళల్లో పడితే కోపం కాక ఏముంటుంది!

'అద్భుతమైన అనుభవం, పదండి. పదండి. చక్కని చిక్కని పాలుకాచి ఇస్తా.'

ఆమె నవ్వుకుంటూ లోపలకు వెళ్ళింది?

"ఇది శాస్త్రమా? శనిగ్రహమా!"

అని అనుకుంటూ ఆమెతో లోపలకు వెళ్ళాడు సుందరం.

"యధామతా తధాపథా" అన్నట్లు ఎవరిమనసును బట్టే వారి మార్గం ఉంటుంది.

4

అది లెక్చరర్ సుందరం మేడ.

తెల్లవారు జామునలేచి మేడపై అటూ ఇటూ పచార్లుచేస్తూ ఉన్నాడు. భార్యా అమాయకత్వానికి, ఆచార మూఢత్వానికి తనలో తాను బాధపడుతూ ఉన్నాడు. మా ట్లాడితే ఉపవాసాలు; చన్నీళ్ళస్నానాలు; మడులూతడులూ; అపరాహ్ణభోజనాలు; పురాణ శ్రవణాలు; పూజలూ పునస్కారాలు; రేయింబవళ్ళూ భగవత్ చింతనలూ భక్తులకు స్వాగతాలు, ఇలా ఎన్నాళ్ళు?

రోజులు గడిస్తున్న కొద్దీ ఆరోగ్యం సన్నగిలుతూంది. ఇలాగైతే ఆ ఎముకల గూటిలో హంస ఎంతకాలం కాపురం చేస్తుంది!'

అలా అనుకుంటూ బెంగతో వంగిపోయి. మనోవ్యాధికి లొంగిపోయాడు మన సుందరం.

ఏంచేస్తాడు పాపం!

ఆమెది పాతప్రపంచం; అతనిది కొత్త ప్రపంచం. ఆమె చూపు వెనకటి శాస్త్రాలవైపు; ఇతని చూపు ముందు శాస్త్రాలవైపు, తెరచాప దింపిన నావప్రయాణం ఆమె జీవితం; తెర చాప ఎత్తిన నావ ప్రయాణం అతని జీవితం –

* * *

పుష్పానికి నాలుగురోజులనుంచీ జ్వరం, ఆరోజు ముక్కోటి ఏకాదశి. తెల్లవారు జామునే లేచింది. మంచం దిగింది. అది చూచాడు సుందరం. ఆశ్చర్యపోయాడు.

"పుష్పం!"

"ఆఁ?"

'అప్పుడే లేచావే!"

"... ...."

"నిద్రపట్టడం లేదూ!"

"లేదు."

"సరే. మందు తీసుకో."

అతడు గ్లాసులో మందేసి నోటికి అందిచ్చాడు.

'పండుగపూటా, పరగడుపునా, పాసిముఖంతో మందేమిటి?'

'పండగపూటా పరగడుపునా పాసిముఖానునండగా ఈజబ్బేమిటి?'

"జబ్బులు వస్తాయ్; పోతాయ్."

పండగలు రావూ; పోవూ; ఏం!"

'అబ్బా! నన్ను విసిగించకండీ.

"అయితే మందు తీసుకోవా?'

"ఇంకానయ్యం! గంగముట్టందే.'

'గంగ ముట్టందే మందు ముట్టనంటావా?'

"తప్పక."

"మందుతాగందే మంచినీళ్ళు తాక్కూడదు. పుష్పం! జబ్బు చాలా ప్రమాదిస్తుంది?"

'ఏమీ ప్రమాదించదు. భగవంతుని దయుంటే కోటివ్యాధులూ ఒక్కక్షణంలో కూలిపోతాయ్.

'ఉహూ'

ఆమె మాట్లాడకుండా నెమ్మదిగా మేడమెట్లు దిగిపోయింది.

"నరనరాలకూ జీర్ణించుకుపోయిన ఈ మౌఢ్యం ఎప్పుడు పోతుందోకదా!" అనుకుంటూ మళ్ళీ పచార్లు ప్రారంభించాడు. ఏమీ తోచనపుడు చేసేది అంతేగా-

* * *

ఒక అరగంట గడిచింది.

పనికుర్రాడు ఒక ఒంటెద్దుబండి అమ్మగారి ఆజ్ఞానుసారం తీసుకొచ్చాడు. సుందరానికి ఆమెపై చెప్పలేనంత కోపం వచ్చింది. కాని శివుడు కాలకూటం విషం మింగినట్లు దిగమింగుకున్నాడు.

బండిచూడగానే పుష్పం బయలుదేరింది. ఎక్కడికో పాపం సుందరానికి బోధపడలేదు.

'పుష్పం!'

'ఏఁ'

'ఎక్కడకు?'

'కలవకు.'

'ఎందుకు?'

'స్నానానికి.'

అతడాశ్చర్యపోయాడు.

'పుష్పం! జ్వరంగా ఉంటే స్నానం ఏమిటి? జ్వరంలో స్నానంచేస్తే సంధించడం తప్పుతుందా?'

'సంధించడమూ తప్పకపోవచ్చు. మరణించడమూ తప్పకపోవచ్చు.'

'చేచేతులా మృత్యుమందిర ద్వారాలు తెరుచుకుంటే లాభం ఏముంది? రావలసిన మృత్యువు ఎలాగా వస్తుంది. మనం ఆహ్వానించడం ఎందుకు?'

'ఏమిటండీ మీ వెఱ్ఱి...చావుబ్రతుకులు మన చేతుల్లో ఉన్నాయా? ఉంటే మహారాజు పరీక్షితుడు తన ప్రాణాలని రక్షించుకోలేడూ? మందుమాకులు మనోధైర్యానికేగాని మరణాన్ని ఆపుతాయా? పైగా నాకేమంత జ్వరమని – కాస్తవళ్ళు వేడిగా ఉంటేనే ఇంత కలవరపడాలా? అయినా ఎందుకండీ నామీద ఇంత వెఱ్ఱిప్రేమ! క్షణం విడిచిఉంటే ప్రాణాలేకదలి పోతున్నట్లున్నాయే. నాకన్ను వెరుపెక్కితే చాలు; మీ గుండె బరువెక్కి పోతూంది. నా కన్నీటిచుక్క ఒక్కటి జారితేసరి; మీకది కాలసముద్రంలా కనబడుతూంది. నావళ్లు వేడిగా ఉంటేచాలు; మీకీప్రపంచమే అగ్ని పర్వతం అయిపోతుంది... ఏమిటీ వెఱ్ఱిప్రేమ...'

'పుష్పం! సతినిగుండెలోతుల్లో దాచుకుంటం పతి తప్పా? సతి జీవనమాధుర్యాన్ని సేవించడం పతి తప్పా? నిజానికి భగవంతుడు ప్రేమమయుడైనప్పుడు, సతీ పతులొకే మనసుతో ప్రేమపూజ చేయడంకంటే వాంఛనీయం ఏముంటుంది? ప్రేమే దైవం; దైవమే ప్రేమ.సతే పతి జీవన మాధుర్య రసప్రవాహం.'

పతే సతి జీవితానంద చంద్రికా ప్రసారం.కాదని ఎవరన్నారండీ! సతీపతుల భావాలు ఒకేశ్రుతిలో ఆలాపన చేస్తేకావలసిందేముంది? సంసారం స్వర్గమే.

మరి...

అలాగని...

స్నానం మానతానా అంటావ్? అంతేనా?

ఈ మూర్ఖురాలను ఇలా బ్రతకనీయండి. మహాపర్వదినంలోకూడా స్నానం చెయ్యందే ఎలా పూజచేసుకోగలం? అందులో ఇవాళ సామాన్యమైన రోజా? ముక్కోటి ఏకాదశి. ముక్కోటిదేవతలు ప్రతి తీర్థంలోనూ దీవిస్తూ ఉంటారు. అందులో లాకులుదాటాక అటుగోదావరి, ఇటు కృష్ణా కలుస్తుంది. గోదావరీ కృష్ణా సంగమంలో స్నానంచేసే దానికంటే ముక్తి ఏముందండీ? గోదావరి అంటే మాట్లా దక్షిణగంగ... ఈవెధవశరీరం ఏనాడో ఒకనాడు ఈనేలపై వాల్చి – అంతుపంతులేని ఏ అగాధ కాల సముద్రంలోనో కలిసిపోతాం.

అయితే.

'చావుతప్పని ఈశరీరాన్ని ఎప్పుడూ సుఖపెట్టడానికి ప్రయత్నం చేయకూడదు; గట్టిగా ఒకసారి కళ్లు మూసేలోగా పుణ్యం సంపాదించుకోవాలి. మనతో వచ్చేవి మన పుణ్యపాపాలే;

సుఖ దుఃఖాలుకావు. అనుభవించవలసింది ఆనందం సుఖంకాదు. భయడపవలసింది పాపానికి, మరణానికికాదు.'

'పుష్పం! పుణ్యం పురుషార్థం అన్నారు; ఒప్పుకుంటా పుణ్యం చెయ్యాలి, తప్పదు. బయపడవలసింది పాపానికే, మరణానికికాదు. అదీ కాదనను.కాని ఏ మార్గంలో నడిస్తే పుణ్యం వస్తుందను కుంటున్నావో - ఆ మార్గంమాత్రం తప్పని భావిస్తున్నాను.ఎందుకంటే ముక్కోటినాడు గంగలో మునిగితేనే మోక్షంవస్తే ఎన్ని చేపలు మునిగి తేలడంలేదూ? ఎన్ని క్రూరసర్పాలు మునిగి తేలడంలేదూ? ఎన్ని జీవరాసులు మునిగి తేలడంలేదు. వాటన్నిటికీ మోక్షంవస్తుందంటావా? మునిగినప్పుడల్లా మూటెడు పుణ్యం మోసుకుపోతున్నాయంటావా?'

'ఏమో!'

'పిచ్చిపిల్లా! మార్గం తప్పావ్.'

'ఏమార్గం అయితేనేమండీ - చేరవలసిన గమ్యం ఒక్కటే. అన్ని మార్గాలూ ఆ గమ్యానికే తీసుకుపోతాయ్.'

"మార్గం తప్పితే ప్రయాస ఎక్కువ."

కానీయండీ. మైలు రాయిలా కదలకుండా ఉంటే తప్పుగాని, ప్రయాణం సాగిస్తున్నప్పుడు తప్పేముంది - ప్రయాణం సాగించాలేకాని ఇవాళకాకపోతే రేపైనా జేరుకుంటాం. మీది తిన్ననిమార్గము అంటారా మాకంటే ముందే జేరుకుంటారు. అంతేగాముందు వెనుకలు.

"రైలుండగా రెండెద్దుల బండెందులకు!"

'ప్రమాదం తక్కువ కాబట్టి.'

'ఉహూఁ!'

ఆమె మాట్లాడకుండా గదిలోకి వెళ్ళి పట్టుకోక తీసుకొని బయలుదేరింది.

'పుష్పం! స్నానం చెయ్యడం తప్పదా!'

'క్షమించండి.'

'చాలా ప్రమాదం సుమా!'

'భగవత్ కృప.'

ఆమె వెళ్ళిపోయింది.

అతడలాగే కూలబడిపోయాడు.

* * *

పుష్పం స్నానంచేసి, తలైనా ఆరుపుకోకుండా దేవునికి కొబ్బరికాయలిచ్చి ఇంటికి జేరింది. అంతే స్పృహ తప్పి పడిపోయింది. వెంటనే మంచంమీద పడుకోబెట్టాడు - భద్రం సుందరం.

శరీరం అగ్నిగుండాల మండిపోతూంది. అతనికి మరీ పోతూ పోతూంది హృదయం ఆగిపోతుందేమో నన్నంత బరువుగా ఉంది.

ఆమె స్థితిచూచి అతనికి భయంవేసింది –

'పుష్పం! పుష్పం' అని నెమ్మదిగా, జాలిగా పిలిచాడు. పుష్పం మాటాడలేదు. కన్నుతెరువలేదు.

ఆమె పిల్లలిద్దరూ అమ్మా? అమ్మా! అంటూ తల్లి మీదపడి ఏడ్వడం ప్రారంభించారు. దానితో అతని కడుపు తరుక్కుపోయింది.

భార్యకొరకు డాక్టర్ దగ్గరకే వెడతాడా! పిల్లలకొరకు ఇంటిదగ్గరే ఉంటాడా! అతనికేమీ తోచలేదు. ముందు నుయ్యి; వెనుకగొయ్యి. తనచుట్టూ చీకటి పొగలుపొగలుగా కమ్మినట్లయింది. అలాగే కొయ్యబారి పోతున్నాడు.

పిల్లలు తన దగ్గర కొచ్చి – "నాన్నా! అమ్మే అమ్మే" అంటూ చొక్కాపట్టుకొని ఏడ్వడం ప్రారంభించారు. ఆ దృశ్యంతో అతనిలోని ప్రతిరక్తనాళం కరిగి పోయింది. పొంగిపొర్లివచ్చే దుఃఖాన్ని దిగమింగుకోలేక, పిల్లల్ని దగ్గర తీసుకొని "భయపడకండి. మీ అమ్మకొచ్చిన భయమేమీ లేదు.' అంటూ వారి తలలను తనకన్నీళ్ళతో తడిపాడు.

పుష్పం ముఖం వంక చూచాడు. ఆమె ముఖంలో కళతప్పిపోతూంది. అతని హృదయంలో ప్రళయ ఝంఝూప్రభంజనాలు హోరుహోరుమని ఏడుస్తూన్నాయ్.

ఆపిల్లల ఏడుపులన్నీ విని ఏమిటా ఇది అని అపక్కింటి రావమ్మ వచ్చింది.

"అన్నయ్యా! ఏమిటీ గొడవ?"

"ఇంకేముంది రామం! మీ పుష్పం కొంప ముంచేసింది."

"ఏం చేసింది?"

'జ్వరంలో స్నానం."

'ఇంకేముంది? వెంటనే వళ్లుచల్లబడిపోతుందేమో!

తక్షణం డాక్టర్ని పిలుచుకురండి. నేను చూస్తూఉంటా'

'అలాగే. అలాగే

అతడు గడగడలాడుతూ డాక్టర్ దగ్గరకు బయలు దేరాడు.

* * *

డాక్టర్ని ఆతృతతో తీసుకువచ్చాడు.

పుష్పం మంచంమీద లేదు.

'పుష్పం' అని కేకవేశాడు.

"ఊఁ" అనే మూల్గు వినబడింది పక్కగడిలో నుంచి –

అక్కడకు వెళ్ళి చూస్తే ఆమె చాపమీద పండుకుంది. రామం కన్నీళ్లు కారుస్తూ పుష్పం తల దగ్గర కూర్చుంది.

'రామం! పుష్పాన్ని ఇలా ఎవరు పండుకోబెట్టారు?'

'ఎవరు పండుకోబెడతారన్నయ్యా! ఆమే పండుకుంది.'

'ఎంచేత?'

'ఏకాదశీ ఉపవాసంతో ఉండి మంచంమీద పండుకో కూడదంట.'

ఎన్నివిధాల చంపాలనుకుంటుందో అన్ని విధాలా చంపుతూంది ఈ శాస్త్రం పేరుచెప్పి. ఇది శాస్త్రం కాదు; శనిగ్రహం.

సుందరం విసుక్కుంటూ బయటకు వెళ్ళి డాక్టరుగారిని లోపలకు తీసుకువెళ్ళాడు.

'వెల్ మిష్టర్సుందరం! ఒక్కమాట చెబుతావినండి. జ్వరంతో ఉండగా చన్నీళ్ళ స్నానం చెయ్యడం,వళ్లు చల్ల బడ్డాక నేలమీద పండుకోవడం, ఇవన్నీ చాలా మూర్ఖ లక్షణాలు.'

'కాదని ఎవరన్నారండీ.'

'అయితే ఆమెను మొట్టమొదటా మంచంమీద పండుకోబెట్టి రగ్గు కప్పండి.'

'అలాగే.'

అతడామె దగ్గరకు వెళ్ళాడు. ఆమె కన్నులు తెరిచి చూచింది.

'పుష్పం!'

'ఎందుకండీ ఈ హడావుడి.'

'డాక్టర్ గారు మంచంమీద పండుకోమన్నారు.'

'మా డాక్టర్గారు నేలమీద పండుకోమన్నారు.'

'మీ డాక్టర్ గారెవరు?'

'శ్రీకృష్ణపరమాత్మ.'

'అదేమిటి?'

'వైద్యో నారాయణహరిః - అనలేదూ? ఆ నారాయణుడే వైద్యుడు.'

'అయితే మందు?'

'తులసి తీర్థం.'

'అయితే ఈ డాక్టరుగారి మందు తీసుకోవా?'

'ప్రాణం పోతే తీసుకోను'

'నా మాట వినవా?'

'ఈ విషయంలో మాత్రం మన్నించాలి' అన్యధా భావించకండి. నా వెఱ్ఱినాకు విడిచి పెట్టండి. నాకు వైద్యుడా భగవంతుడే. మందు ఆ తులసితీర్థమే.'

సుందరం ఏమీ మాట్లాడలేదు.

తలపట్టుకొని కూర్చున్నాడు.

అతని అవస్థ అంతా చూచిన డాక్టరు మాట్లాడకుండా దాటిపోయాడు.

భగవంతుడా! జబ్బుకు మందుందికాని మౌఢ్యానికి మందులేదు. తనకు తోచదు; ఇతరులు చెబుతే వినదు. ఏంచెయ్యాలి. అడుగుతీసి అడుగువేస్తే శాస్త్రం అంటుంది. యదార్థానికి శాస్త్రం మనిషి చేసిందో, మనిషి శాస్త్రాన్ని చేశాడో తెలీదు..." అనుకుంటూ పోస్టాఫీసుకు వెళ్ళి మావగారిని తక్షణం బయలుదేరమని, పుష్పానికి ప్రాణంమీద కొచ్చిందనీ వైరిచ్చాడు.

మావగారు వెంకట్రావ్ గుండె బాదుకుంటూ చక్కావచ్చారు.

'అమ్మాయి కెలాగుంది?'

'చూడండి.'

లోపలకు వెళ్ళి చూచి వచ్చాడు,

'ప్రమాదంగానే ఉంది.

కాస్త కాఫీ అన్నా, జానన్నా పట్టించండి.'

'ఉపవాస ఫలితంపోదూ!'

'బ్రతికుంటే మరొకసారి ఆ ఫలితాన్ని పొందొచ్చు కదండీ!'

'అలాగంటే ఎలా?'

'పోనీ కాస్తమందైనా పొయ్యండి.'

'పండగపూటా మందెలా పట్టించనా అని ఆలోజిస్తున్నాను.'

'ఇలా ప్రాణంపోయేవరకూ ఆలోచిస్తూనే ఉంటారనుకుంటా.

వెళ్ళివస్తా.'

వెంకట్రావ్‌గారు లోపలకు వెళ్ళాడు. మళ్ళీ తిరిగి రాలేదు.

సుందరం మాత్రం బయటనుంచి కదలలేదు.

* * *

పగలెలాగో గడిచిపోయింది. ప్రాణం పోలేదు. నీర్సంగా ఉన్నా పుష్పం కళ్లు జ్యోతుల్లా వెలిగి పోతూనే ఉన్నాయ్.

రాత్రి ఎనిమిది గంటలయింది. పుష్పానికి ఎక్కడలేని శక్తివచ్చింది. లేచి కూర్చుంది. భర్తను పిలిచింది. సుందరం దగ్గరగా కూర్చున్నాడు.

'మీ భయం తగ్గిందా?'

'తగ్గింది.'

'భగవంతుడు మన పాలిట ఉన్నాడని చెప్పలేదూ?'

'చెప్పావ్. భగవంతుడు మన పాలిటే కాదు; సృష్టిలో ప్రతి పిపీలిక పాలిటా ఉన్నాడు. అభాగినుల అశ్రుబిందువులోనే ఆలయం కట్టుకొని ఉన్నాడు.'

'మరి భయం ఎందుకు?'

'పిరికితనంచేత. స్వార్థంచేత. అభిమానంచేత. ఆరిపోని అనురాగంచేత.'

'మీ మనసంతా మారినట్లుందే.'

'మారుతూ మారుతూంది.'

'నామీద కోపమా?'

'కాదు; జాలి.'

ఆమె ఒక నిట్టూర్పు విడిచింది. ఇద్దరూ ఏమీ మాట్లాడుకోలేదు. అలా కొంతసేపు గడిచింది.

'ఇవాళ బవర్ దాసుగారి హరికథ ఉందటకదూ!'

'తెలీదు; ఉంటే ఉండొచ్చు.'

'అక్కడకు వెళ్ళాలని ఉందండి.'

'అయితే వెళ్ళు. నీవు వెళ్ళదలచుకుంటే మాన్పించడానికి బ్రహ్మతరం కాదుగా. ఇసుక నుంచైనా తైలం తీయొచ్చును. కాని, నీ మార్గం మార్చలేం కదూ!'

'మీకు కష్టంగా ఉంటుందా?'

'తప్పక.'

'ఎందుకు?'

'నా మాట విననందుకు.'

'మన భావాలు వేరైనప్పుడు ఎవరి మార్గాన్ని అనుసరించి వారు నడుచుకుంటం మంచిదికదూ!'

'మంచిదే.'

'మన భావాలు వేరుకావచ్చు; హృదయాలు వేరు కావలసిన పనేముంది?'

'ఉంది.'

'ఎలా?'

'పుష్పం! ఏనాడు మన భావాలు వేరౌతాయో, ఆ నాడే మన హృదయాలు వేరౌతాయ్. నీ భావాలను విడిచి నీవులేవు. నిన్ను ప్రేమిస్తున్నానంటే నీ భావాలను ప్రేమిస్తున్నానన్నమాట. "Man is the bundle of ideas" అన్నాడొక ఆంగ్లకవి. అంటే భావాల సంపుటీకరణమే మానవుడని భావం... "నీ భావాలు నాకు నచ్చవు; కాని నిన్ను ప్రేమిస్తున్నాను" అంటారు కొందరు. అది చాలాపొరపాటు. ఏనాడు నీ భావాలు నాకూ, నా భావాలూ నీకూ నచ్చవో, ఆనాడే మనం ఈ ప్రేమ రాజ్యంలో దూరం అయిపోతాం. భావాలు వేరుకాగానే మార్గాలు వేరైపోతాయ్. తప్పదు ఒకరి నొకరం ద్వేషించు కోపోవచ్చు, కాని ప్రేమించుకోలేం. మనః ప్రవృత్తి తెలిస్తే దీని యాదార్థ్యం తెలుస్తుంది.'

'ఒక్క విషయం చెబుతా విను పుష్పం! నాకు ఖద్దరు కట్టాలని వ్రతం అనుకో; నీకు గ్లాసుకో కట్టడం ఇష్టం అనుకో; దానితో మన దృక్పథాలు మారిపోతాయ్. ఎలాగంటే గ్లాసుకోబట్టలేకాదు, ఏ విదేశీయ బట్టకట్టిన వ్యక్తి అయినా నాకు శవంలా కనిపిస్తాడు. అతని శరీరం మీదున్నా తెల్లని గ్లాసుకో ఎలాగుంటుంది. చచ్చిన శవంమీద కప్పిన సైనుగుడ్డ లాగుంటుంది...'

ముదక ఖద్దరు కట్టిన మేం నీకెలా కనబడతామంటే గోనుగుడ్డలు కట్టుకొన్ని పిచ్చివాళ్ళల్లా కనబడతాం.

ఇలా భావించడం ఎవరితప్పూ అనను. ఎవరి మనసును బట్టివారి మార్గం...

'బాగా చెప్పారు. అయితే మన భావాలు వేరైనా మిమ్మల్ని ప్రేమించగలుగుతున్నానే.'

'ప్రేమిస్తున్నానని అనుకుంటున్నావ్? కేవలం పొరపాటు. నన్నే ప్రేమిస్తుంటే నామాట వినకుండాఉండలేవ్ – ప్రేమలో 'నీ' 'నా' భేదాలుండవ్ పుష్పం! తాతాత్మ్యం ఉంటుంది. అంటే ఇద్దరి భావాలూ ఒక్కటైపోతాయ్. ఇద్దరి జీవితాలూ ఒకే శ్రుతికి ముడిపడి పోతాయ్?

పుష్పం ఆలోచనల్లో పడింది. ఆమె హృదయం బరువెక్కిపోయింది. దానితో కన్నులు తేమగిల్లాయ్.

'పుష్పం! సంసారం స్వర్గం కావాలంటే భార్యాభర్తలు ఒకే మార్గంలో నడవాలి. ఒకరు చెప్పింది మరొకరు చేయడంలో సరదాపడాలి. భార్యకు ఆనందం కలిగించడానికి భర్త, భర్తకు ఆనందం కలిగించడానికి భార్యా ప్రయత్నం చెయ్యాలి. ఒకరి కొకరు లెఖ్ఖ చెయ్యాలిగాని సృష్టికి లెఖ్ఖ చేయరాదు.'

'అలాగే. నాదీపొరపాటుగా కనిపిస్తూంది.'

'పుష్పం! భర్తద్వారా భగవంతునిచూడ గలగాలి. భర్త చిరునవ్వు అనే నావలో ప్రయాణంచేసి భగవానుని ముక్తిమందిరం చేరుకోవాలి. రక్తిలేనిదే అనురక్తిలేదు. అనురక్తిలేనిదే ముక్తిలేదు. ముక్తిమంటపానికి మొదటి మెట్టు రక్తి.'

'పుష్పం! ఇంతగా హృదయంలో దాచుకొన్న నన్నే ప్రేమించలేని నీవు భగవాను నెలాప్రేమించగలవో చెప్పు.'

'పుష్పం! ఆగుడిలో ఉన్న భగవానుడు నాలో లేడంటావా? కదిలే ఈ దేవాలయంలో ఉన్న దేవుని చూడలేని నీవు – కదలని దేవాలయంలో ఉన్న రాతి బొమ్మలో దేవుని ఎలా చూడగలవు.'

"మనిషిచేసిన రాయి రప్పకు
మహిమ గలదనిసాగి మ్రొక్కుతు
మనుషులుంటే రాయిరప్పల
కన్న కనిష్టం –

కన్ను తెరచిన కానబడడో?
మనిషి మాత్రుని యందు లేడో?
ఎరిగికోరిన కరిగి యీడో
ముక్తి – '

అన్నా మహాకవి గురజాడ అప్పారావుగారు ప్రబోధం భావించు –

"ఏక మేవ శ్యాత్
విప్ర బహుధా వదన్తి"

– ఋగ్వేదం.

"ఉన్నా భగవంతుడొక్కడే. పండితులు అనేకవిధాల అతన్ని భావిస్తున్నారు' అని ఋగ్వేదంలో చెప్పలేదూ?

పుష్పం! గోపికలు కృష్ణునిలో భగవత్ స్వరూపాన్ని చూడగలిగారు. సీతరామునిలో దైవత్వాన్ని చూడగలిగింది. పార్వతి పరమేశ్వరునిలో అద్వైతరూపాన్ని చూడగలిగింది. సావిత్రీ నలునిలో పరమాత్మ స్వరూపాన్ని భావించగలిగింది. దమయంతి నలునిలో పరమాత్ముని దర్శించగలిగింది. అలా పౌరాణిక చారిత్రక యుగాల్లో, స్త్రీలు తమ భర్తలలోనే భగవత్ స్వరూపాలగాంచి తరించారు. నేటియుగంలో రామకృష్ణ పరమహంసలో అద్వితీయ తేజస్సును గాంచిపూజించి శారదాదేవి తరించింది. గాంధిజీలో పరమాత్మునిముద్ర భావించి కస్తూరిబా తరించింది – ఇలా ఎందరో –

భర్తలలో పరమాత్ముని స్వరూపాలు భావించి భారత స్త్రీలు తరించారంటున్నారు. ఒప్పుకుంటాను. రాయిరప్పల్లోనూ, చెట్టుపుట్టలలోనూ దేవుని చూడగలిగిన భారత స్త్రీలు – తమతమ భర్తల హృదయ దేవాలయాలలో భగవానుని చూడగలగడం ఆశ్చర్యంకాదు. కాని –

'ఊఁ అడుగు.'

'కోపం రాదుకదా!'

'ఎందుక్కోపం?'

'అన్యధా భావించరు కదా!'

'ఛా. ఛా.'

'భర్తలలో భగవానునిచూచి భార్యలు తరించగలిగినప్పుడు, భార్యలలో భగవానుని చూచి భర్తలు మాత్రం ఎందుకు తరించరాదు?'

"తరించవచ్చు. తరించారు. పార్వతిని – అర్ధాంగిగా చేసుకొని పరమేశ్వరుడు తరించాడు. లక్ష్మిని తన హృదయాధిదేవత క్రింద చేసుకొని విష్ణుమూర్తి ధన్యత్వం చెందాడు. సరస్వతిని ముఖస్థం చేసుకొని బ్రహ్మ పవిత్రత చెందాడు – అలాగే అంతా చేయాలి.'

"అలాగా!"

'పుష్పం! స్త్రీని పురుషుడు తక్కువగా చూస్తున్నాడని నీభావం. పొరపాటుసుమా. సహృదయుడు, రసికుడు, ప్రేమోపాసకుడైన పతి ఎప్పుడూ సతిని తక్కువగా చూడలేదు–

అసలు స్త్రీకున్నా ప్రాధాన్యం సంఘంలో పురుషునకు లేదు. పేర్లదగ్గరనుంచీ చూడు – లక్ష్మీనారాయణులు; సీతారాములు; పార్వతీపరమేశ్వరులు; శారదా బ్రహ్మలు కస్తూరిబాగాంధీలు అని స్త్రీమూర్తికే గౌరవం ఇచ్చారుకదా. ఇక యజ్ఞ యాగాదుల్లో సతిలేని పతి పూజా పీఠంమీద ఉండరాదుకదా! తుదకు దైనందినక పూజా చర్యలలోకూడా, మాతృదేవోభవా" పితృదేవోభవ అని మాతృదేవికే ప్రధమస్థానము ఇచ్చారు కదా!

తుదకు మనంఉండే దేశానికి "మాతృదేశం' అంటున్నారేకాని జర్మనీ రష్యాలవలె "పితృదేశం" అనడంలేదు కదా –

దేశం మాత్రమే కాదు– మాటాడే భాషను ఏమంటున్నారు? 'మాతృభాష' అనడంలేదా?

ఇలా మాతృదేవత, మాతృభూమి, మాతృభాష అని మాతృదేవతకే ఆధిక్యం ఇచ్చారు కదా! అంతవరకూ ఎందుకు 'తల్లీపిల్లా' అంటారేకాని "తండ్రీపిల్లా' అనడంలేదుకదా?

ఏమంటావ్?

శభాష్ అంటాను.

ఇంకా విను.

చెప్పండి.

రవీంద్ర కవీంద్రులు చెప్పినట్లు భగవత్ సృష్టి అంతా స్త్రీ సౌందర్య ప్రతిపాదన కేమో అన్నట్లుంది.

అదెలా?

'చూడు – ఆతోటలో పూలన్నీ ఎవరికొరకు మీకీలు జడలో అలంకరింప బడడానికి కాదూ! సముద్రుడు తరతరాలుగా తన గర్భంలో దాచుకొన్న రత్నాలు, తరంగహస్తాలతో అందించేది మీ కేకదూ? మీ అమృతగళసీమనలంకరించమనేకదూ? గనులలోని బంగారాన్ని కరిగించివేసిన ఆభరణాలన్నీ ఎందుకు? మిమ్మల్ని అలంకరించడానికికదూ! ఈ నగలూ నాణాలూ, రత్నాలూ వజ్రాలూ, బట్టలూ పాతలూ, ఈసిరీ సంపదా అంతా మీకొరకు కాదు.'

'బలేగా చెబుతున్నారండీ!'

'పుష్పం! మూడువందలరూపాయిల కోక సతికి కొన్నా పతి, తనకై ముప్పయి రూపాయిలుపైన ఏనాడైనా ఒక పంచి కొనుక్కోగలిగాడా? వేలకువేల రూపాయిలు వెచ్చించి సతికి ఆభరణాలు చేయించే పతి, తనకై ఎప్పుడైనా ఒక వెయ్యి రూపాయిలు వెచ్చించి నగలు చేయించుకున్నాడా?'

"లేదు."

'అలంకార శోభితయైన సతిని చూడడం పతిసరదా సతి, సౌందర్యంలోనే పతి తన ఆనంద సౌధాన్ని నిర్మించుకుంటాడు. భగవానుని అలంకరించినట్లుగా అలంకరిస్తాడు; సేవిస్తాడు; పూజిస్తాడు; తరిస్తాడు. ఒప్పుకుంటావా!'

'ఇంకానా?'

'పుష్పం! లే? నామాట విను.కొంచం కాఫీ తీసుకో విశ్రాంతి తీసుకో. నిదరపో. ఆరోగ్యం చక్కబడుతుంది. పిల్లలు హాయిగా నిదరపోతారు. నాకళ్లు చల్లగా నిదటలో మూతలు పడతాయ్. ఇంతమందిని కష్టపెట్టి పుణ్యం ఆర్జించాలంటావా? ఆలోజించు.'

'అనను.' 'మరిలే.'

ఆమె ఆలోచనల్లోపడింది. ఒకవైపు పతిభక్తి, రెండోవైపు భగవత్ భక్తి. ఏమిచేయడం అని ఆలోచించింది. సుందరం చెప్పినట్లు భర్తృసేవే భగవత్ సేవ అనిగ్రహించింది. భర్త ఏది చెబుతే అది చెయ్యాలని నిశ్చయించుకొంది. ఆమె కన్నులలో ఆనంద సుధారేఖలు వెలార్చాయ్. అది చూచి ఆమె హృదయం గ్రహించాడు సుందరం.

దేవరవారి మాట లికనుంచీ దేవిగారు వింటారను కుంటా –

తప్పక. మతం మార్చారా?

తమ అభిమతానుసారము అనుసరించే మతాన్నే ఆచరిస్తా –

ధన్యురాల వయ్యావ్.

అవును. పతిహృదయాను గుణంగా నడుచుకోని సతికంటే భూలోక రాక్షసి లేరని గ్రహించా. సతీపతులొౌక టైతే ఇల్లు స్వర్గం అవుతుంది; లేకపోతే నరకం అవుతుందని తెలిసికున్నా, అభ్యుదయం నాలో వికసించింది. నిర్మలత్వం నాలో నెలకొల్పబడింది. స్వచ్ఛంద జీవనానికి నా హృదయం ముందడుగు వేస్తూంది. మీరు నాకు చేయూత నివ్వండి. నా తప్పులు మన్నించండి. అని పతిహృదయంపై వాలిపోయి వెక్కివెక్కి ఏడుస్తుంది.

ఆమె వేడి కన్నీళ్ళు తన చేతులతో తుడుస్తూ, ఆమెతన మార్గానికి వచ్చినందుకు ఆనంద పరవశుడయ్యాడు సుందరం. నిజానికి సతీపతులొకటైననాడు సంసారం మధేరాతి మధురం కదూ–?

5

ఏపనిఅయినా చెప్పి చేయించుకుంటంలో గొప్పతనం లేదు. చెప్పకుండా చేయించు కోవాలి.

సుందరం హృదయం తెలుసుకొని అతడేదీ చెప్పక ముందే అతడి పనులన్నీ చేస్తూంది పుష్పం. అలాగే పుష్పం హృదయం తెలిసికొని ప్రతిపనీ చేస్తున్నాడు సుందరం – వారిఆనందం చెప్పడానికి వీలులేదు.

* * *

కొన్నాళ్ళు గడిచాయ్.

ఆరోజు శ్రావణ శుక్రవారం.

ఉదయాన్నే లేచి లక్ష్మీపూజ చేస్తూంది పుష్పం. అతడు నవ్వుతూ ఆమె పక్కన నిలబడ్డాడు.

'ఏం నవ్వుతున్నారు?'

'లక్ష్మీదేవిని ఏమి ఇమ్మంటున్నావ్?'

'లక్ష్మిని.'

'ఏమిటీ! రెండు కొబ్బరికాయలిచ్చి వేలకువేలు గుంజాలనుకుంటున్నావన్నమాట.'

'అందరిలాగే నేనూను.'

'అయితే నీలో గొప్పతనం ఏముంది? అందరికంటే ఒక అడుగు ముందువెయ్యాలి. ఒకరిని నడిపించాలి; ఒకరిచే నడిపించబడరాదు.'

'అంత శక్తికూడానా?'

'అలా అనుకోకు. మనలో ఉన్నా అద్వితీయ శక్తి మనకు తెలీదు. ముసుగుతీయ్. నీలో శక్తినీకు తెలుస్తుంది. నీవు చేయలేని దేముందసలు? ఇలారా చెబుతా.'

అతడామె చెయ్యి పట్టుకోబోయాడు.

ఆమె ఆశ్చర్యపోయింది.

'ముట్టుకుంటా రేమిటండీ?'

'ముట్టుకోరాదూ?'

'మడి కట్టుకున్నా; కనబడ్డం లేదూ?'

'మడా!'

అతడు విరగబడి నవ్వడం ప్రారంభించాడు.

'ఏం నవ్వుతున్నారు?'

'మడి తలుచుకుంటుంటే నవ్వు ఆగడంలేదు.'

'ఏం తప్పా?'

'తప్పా, తప్పున్నారా? శుభ్రతకోసం మడిపెట్టేరేకాని ముట్టుకుంటే మెలపడతారని కాదు. పెద్దలు చెప్పిన శాస్త్రాల నర్థంచేసుకోపోతే వచ్చే అనర్థమే ఇది.'

'అంతకంతకు ఈ పూజానమస్కారాలు, ఈ విగ్రహారాధన, అంతా తప్పనేటట్లున్నారు.'

'తప్పనను. కాని అంతకంటే ఉన్నతమార్గం ఉందంటున్నాను.'

'అదేమిటి?'

'పుష్పం! విగ్రహారాధనతో మానవ జీవితం ఆగిపోరాదు. ఆమెట్టు దాటాలి. ఆరాధనకు అద్వైతం కల్పించాలి.'

'అంటే.'

'విగ్రహారాధన విడిచి, మానవారాధన ప్రారంభించాలి. జాతి కుల మత భేదాలు పాటించకుండా ప్రతి మానవునిలో దైవత్వాన్ని ఆరాధించాలి. మానవారాధనే భగవదారాధన. అదే మోక్ష సామ్రాజ్య సముపార్జనకు ఏకైక సాధన.'

'ఏం మాటలండీ ఇవి –'

'ఆ రోజు ఈరోజూ అనకుండా అన్ని రోజులూ భగవంతుని సృష్టిలో ఒకటే అన్నారు. శకునాలు పిరికిపందలకే గాని గుండె ధైర్యం కలవారికి కాదనీ, శకునాలను పాటించడం వల్ల నష్టమేకాని లాభంలేదనీ ఉద్ఘాటించారు. ఉపవాసాది వ్రత చర్యలన్నీ పొరపాటున్నారు. అన్నిటికీ ఒప్పుకున్నాం. మడులూ తడుల్లో ఏమీ లేదంటున్నారు.అదీ ఒప్పుకోవచ్చు. ఇప్పుడీ విగ్రహారాధన కూడా విడిచి ఏదో మానవారాధన చెయ్యమంటున్నారే... ఇది ఎంత శాస్త్ర విరుద్ధమో ఆలోజించండి.'

'ఆలోజించే చెబుతున్నా. ఇది శాస్త్ర విరుద్ధంకాదు; శాస్త్ర సమ్మతమే.'

'అదెలా?'

'చెబుతా విను.'

'చెప్పండి చూస్తాను.'

పుష్పం జాగ్రతగా విను -

వేదంలో ఏమన్నారో తెలుసా-

శ్లో॥ అగ్నౌ క్రియావతో దేవో,
హృది దేవో మనిషీణామ్,
ప్రతిమా స్వల్ప బుద్ధీనామ్,
జ్ఞానినమ్ సర్వతః శివాః॥

అంటే - అనుకున్న పనిని చేయగలిగినవాడు భగవానుని అగ్నిలో దర్శిస్తాడు; ఉన్నతభావం కలవాడు హృదయంలో చూస్తాడు. స్వల్పబుద్ధి ప్రతిమలో దర్శిస్తాడు. కాని జ్ఞాని భగవానుని సర్వత్రా దర్శిస్తాడు -

తెలిసిందా... విగ్రహారాధన తప్పననుకాని, భగవానుని ప్రతిప్రాణిలోనూ చూడాలంటాను. అదే గొప్పతనం.

శ్లో॥ శివమాత్మాను పశ్యన్తి,
ప్రతిమాసు నయోగి నః॥

అన్నారు. అంటే - యోగులు భగవానుని తమాత్మలోని దర్శిస్తారు. విగ్రహాలలో చూడరు -

'ఇలా ఎన్నో చెప్పగలను.'

'ప్రతివానిలోనూ భగవాను నెలా దర్శించగలం.'

'అదే చిత్రం కష్టం. నిన్ను నీవుతెలిసికుంటే ప్రవపంచాన్నంతా తెలిసికోగలవు. నీలో ఉన్నా పరమాత్మే అందరి లోనూ ఉన్నాడనే ఆత్మసూత్రాన్ని పాటించి, అద్వైతసిద్ధి పొందడమే మానవకర్తవ్యం.'

'ఏమిటో మీమాటలు అర్థం కావడంలేదు.'

'ఏముంది పుష్పం! ప్రతివ్యక్తీ భగవత్ స్వరూపుడని ప్రేమించడం నేర్చుకో.'

'మాలాళ్ళను తురకాళ్ళను కూడానా?'

'తప్పక. జాతిమత కులవిభేదాలు పాటించరాదు. అవి స్వార్థమానవ కల్పితాలేకాని భగవల్లిఖితాలు కావు.'

'అలాగా... వాళ్లకీ ముక్తి లభిస్తుందీ!'

'తప్పక.'

'దుర్మార్గునికైనా ఒకనాడు ముక్తిలభిస్తుందంటారా!'

'తప్పక, అదే వివేకానంద చెప్పాడు.'

'ఏమని?'

'మానవుడు తప్పునుంచి మంచికి ప్రయాణం చెయ్యడంలేదు, సత్యాన్నుంచి సత్యానికే ప్రయాణం చేస్తున్నాడు, అంటే కొద్ది సత్యాన్నుంచి పరిపూర్ణ సత్యానికే ప్రయాణం చేస్తున్నాడు.'

'అలాగా.'

'అందుచేత ప్రతివ్యక్తి ఒకనాడు కాకపోతే మరొక నాడైనా, మోక్షసామ్రాజ్యంలో సభ్యుడౌతాడు.'

'ఓహో!'

'పుష్పం! స్వామి శివానంద చెప్పినట్లు మానవుడొక్క ప్రపంచకంలోనే పౌరుడు కాదు,ఎన్ని ప్రపంచ కాలలోనో పౌరుడు... నీకేలోకంలోని ప్రజలే బంధుమిత్రులు కారు – ఎన్ని లోకాలలోని ప్రజలో బందుమిత్రులు అసలీ మానవకోటి అంతా ఒక్క సంఘం. దానిలో నీవొక సభ్యురాలవు. ఈ సృష్టంతా ఒక దేవాలయం దాంట్లోనీవొక చిత్రానివి –'

గాంధీజీ చెప్పినట్లు –

అంటే భగవంతుడనే కుమ్మరిచేతిలో బొమ్మలను తయారుచేసే మట్టిముద్దలం.

అవునవును,

"Your mission in life is service of your fellow. అని గాంధీజీ చెప్పినట్లు నీ జీవిత సందేశం ఏమిటంటే నీతోటి సోదరులకు సేవ చేయడమే. కార్మిక కర్షకుల కన్నీటి చుక్క రాలితే నీ జవితం నెత్తెటి పొంగులా పొంగిపోవాలి, ప్రజాసేవలో నీ జీవితాన్ని పూజా పుష్పం చెయ్యాలి."

'అయితే ఈ విగ్రహారాధన, దేవాలయాలలోకి వెళ్ళడం, శాస్త్రపఠన ఇవన్నీ అవసరం లేదంటారా?'

'కొంతవరకు అవసరం కావచ్చు. పూర్తిగా అదే ప్రాధాన్యం కాదు.'

'ఆహాఁ(

'దీనికి వివేకానంద ఏం చెప్పాడో తెలుసా –'

"Man is to become devine by realising the divine. Idols or temples or churches or books are only the supports, the helps, of his spiritual childhood: But on and on he must progress"

'అంటే - మానవుడు తన ఆత్మలో దైవత్వాన్ని దర్శిస్తూ దైవంకావాలి. విగ్రహాలు, దేవాలయాలు, చర్చిలు, గ్రంథాలు ఇవన్నీ తోడ్పడతాయ్; ఆత్మీయవిజ్ఞానానికి, అభ్యుదయ మార్గానికి సాయం చేస్తాయ్. కాని అతడు వానితో ఆగిపోరాదు - ఉన్నతపథంనుంచి మహోన్నత పథానికి ప్రయాణం చేయాలి. అభ్యుదయం పొందాలి. ఆత్మజ్ఞానము నొందాలి. స్వతంత్రం అనుభవించాలి -

పుష్పం! శాస్త్రాలు మంచివికావని నేనను - కాని శాస్త్రాలు పేరు చెప్పి మానవులు నడిచే డొంక తిరుగుడు నడకలను నేను ఖండిస్తాను.

మానవాభ్యుదయానికి సర్వమానవ సౌభ్రాతృత్వానికి, సర్వమానవ సమత్వానికి, ఆత్మీయజ్ఞానానికి, సత్యశాంత శమదమాది సద్గుణాలకు మార్గం చూపని -'

శాస్త్రాలెందుకు?

'అలాగే.'

"పుష్పం? ఎవరో ఒకరు చెప్పారని ఏపనీ చెయ్యక. బుద్ధినుపయోగించి ఆ పనిని తర్కించు. మంచిదైతే చేయ్. చెడ్డదైతే విడిచేయ్."

'అయితే ఈ మడులూ తడులూ విడిచేశా. భోంచేద్దాం పదండి.'

'పదమరి.'

ఇద్దరూ ఆనందంగాపిల్లలతో భోజనం ప్రారంభించారు.

ఇప్పుడు మిట్టమధ్యాహ్నం అయింది; నాకూ ఆకలేస్తుంది. భోంచేసి **"దేవుడున్నాడా?"** అనే నవల ప్రారంభిస్తా. దీనిలో శాస్త్రం పేర జరిగే అన్యాయాలు విమర్శించా, దానిలో భగవంతునిపేర జరిగే అక్రమాలు సోదాహరణగా విమర్శిస్తా. అసలు దేవునెలా మానవుడు సృష్టించాడు? ఎందుకు సృష్టించాడు? అవన్నీ చర్చిస్తా, నా ఆంధ్రమిత్రులు దానినికూడా కాస్త ఓపికతో చదవాలని నా ప్రార్థన,

ఇక సెలవా మరి.

శ్రమిచ్చినందుకు మన్నించండి -

ఉంటా -

ప్రజాకవి జంపన

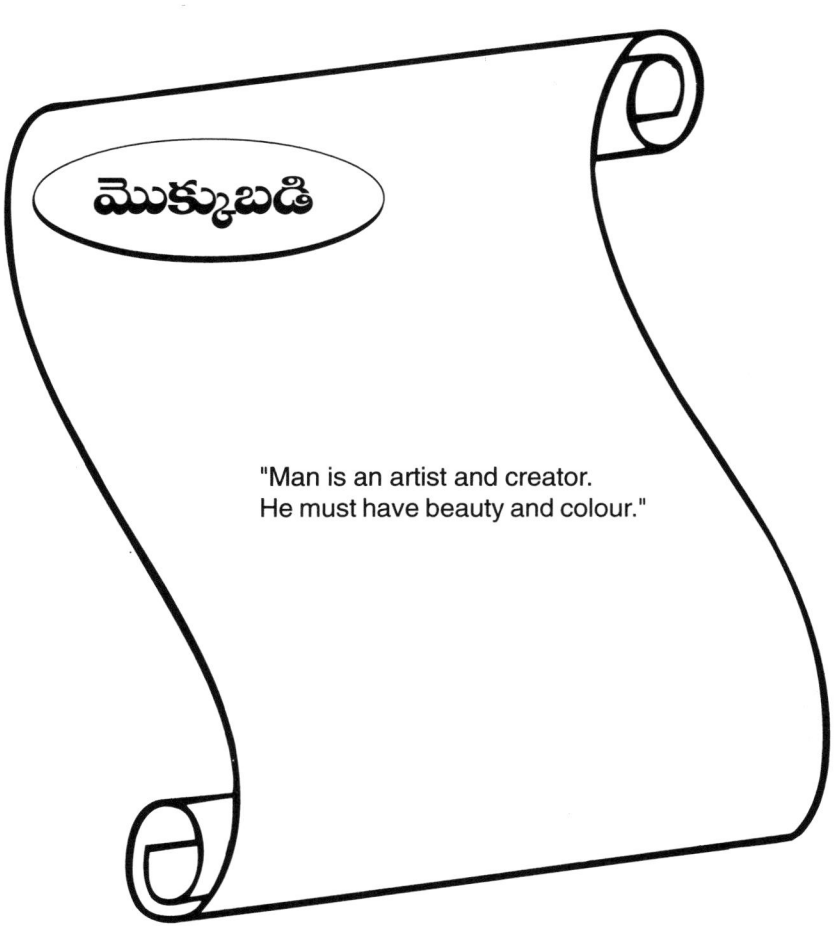

మొక్కుబడి

"Man is an artist and creator.
He must have beauty and colour."

పదిమందినీ పొగిడి బ్రతికే బానిసలు భార్యలనుకూడా పొగడడం ప్రారంభించి, కేవలం దాసానుదాసు లౌతున్నారు. ఇటువంటి పురుగులే ప్రతియింటా కులకుల లాడుతున్నారు.

మొక్కుబడి

1

మానవ జీవితంలో మధురఘట్టం వివాహం. వివాహాన్ని రసవత్తరంచేసేది సతీపతుల ప్రేమజీవితం.

భారతదేశంలో భార్యలఅడుగులకు మడుగులొత్తే భర్తలు నూటికి తొంభైమంది. భార్యలను ప్రేమించి గౌరవించే వారు నూటికి అయిదుగురు. భార్యలను రసోపాసకులై ప్రేమించి ఆరాధించేవారు మిగిలిన అయిదుగురు.

పదిమందినీ పొగిడి బ్రతికే బానిసలు భార్యలనుకూడా పొగడడం ప్రారంభించి, కేవలం దాసానుదాసు లౌతున్నారు. ఇటువంటి పురుగులే ప్రతియింటా కులకుల లాడుతున్నారు.

పగలుపగలల్లా పాటుపడి మగవాడు కాంక్షించేది తన భార్యపెదవులపై చిరునవ్వు వెలుగు...పగలుపగలల్లాపాటుపడి స్త్రీవాంఛించేది తన భర్త నెత్తుటి బురదనుండి తయారు చేయబడిన కాసులపేరు... ఇది సహజప్రవృత్తి. దీనికి భిన్నులు, అతీతులు లేరనికాదు. కాని వారి సంఖ్య బహుస్వల్పం.

రామచంద్రునిది నిండుమనస్సు; పండినబుద్ధి, నవ్వుతప్ప కోపం యెరుగని ప్రశాంత హృదయం. స్నేహంకొరకు అగఌ్లలు చాస్తాడు; స్నేహితులంటే మిన్నులు ముడతాడు.

అతడు రసపిపాసి, ప్రేమమయుడు. పూలనుకూడా కోయలేని పుణ్యమూర్తి. నక్షత్రాలకాంతి చూచి పొంగిపోయే సరసుడు.

జీవితాన్ని ఒక ఆనందమందిరం చేయాలని కాంక్షించే భక్తుడు. బ్రతుకుబ్రతుకంతా ఒకవెన్నెల రేఖ క్రింద వికసింప చేయాలని భావించేయోగి. ప్రత్యణువులోనూ ప్రకృతి సౌందర్యాన్ని చూడాలని వాంచించే జ్ఞాని.

భార్య అంటే అతనికి పంచప్రాణాలు. “నిర్మల” అనే పేరు వింటేచాలు, అతని ప్రతి రక్తకణంలోనూ ఒక తీయని రాగాలాపన వినబడుతుంది.

రామచంద్రుని వయసు 30 సంవత్సరాలు.

నిర్మల వయసు 20 సంవత్సరాలు. అతడు ఆఫీసుకు వెళ్ళి సాయంకాలం ఇంటికి బయలుదేరాడు. ఆరోజు నెలజీతం అందుకున్నాడు. ఒకటవతారీకునాడు ఉద్యోగస్తులకు ముక్తి మందిర ద్వారాలు తెరచినట్లుంటుంది. ఆరోజు వాడిపోయిన మాడు పెదాలపై వేడి వేడి నవ్వులు వెలుగు వెల్లలు వేస్తాయ్.

సాధారణంగా సామాన్య ఉద్యోగి ప్రతివానికి 'నెలజీతం' అందుకొన్న మొదటిరోజు 'గోల్డెన్ డే' (Golden day) -

రెండవరోజు 'సిల్వర్‌డే' (Silver day) –

మూడోరోజు 'కాపర్ డే' (Coper day) -

నాలుగోరోజు 'పాపర్‌డే' (Poper day) –

అయిదోరోజు 'బెగ్గర్‌డే' (Begger day)...

ఇలా గుంటుంది వాని బ్రతుకుతెరవు విధానం.

రామచంద్రుడు రసికుడని చెప్పావుకదూ! మొదటి తారీకుజీతం అందుకొని బజారు వెళ్ళి నాలుగువేల మల్లెపూలు, రెండురూపాయిల మిఠాయ్, పదిరూపాయిలు పెట్టి పవడరు స్నో ఇత్యాదులు తీసుకొని 'ఇవన్నీ చూచి మానిర్మల ఎంత ఆనందిస్తుందో! నన్నెంతగా గారవిస్తుందో' అనుకుంటూ బయలుదేరాడు ఇంటికి.

ఇల్లు జేరాడు.

ఇంటితలుపులు వేసి ఉన్నాయ్. తాళంవేసుకొని తన నిర్మల ఎక్కడకు వెళ్ళిందో తెలీదు. ఆచీకటిలో అలాగే అరుగుమీద కూర్చున్నాడు.

విరబూసిన మల్లెపొదలా చంద్రుడు తన చల్లని వెన్నెలను కళ్ళనిండా నింపివేస్తున్నాడు. ప్రియురాలకై తెచ్చిన మల్లెపూలపై నవ్వులను ఆరబోసుకొనే చంద్రుడ్ని చూస్తూంటే, రామచంద్రుని హృదయం పడగిప్పి ఆడుతూంది.

'నిర్మల యెక్కడకు వెళ్ళినట్లు?' దానికేమీ జవాబు రాలేదు.

రాత్రి ఎనిమిది గంటలయింది. నిర్మల రాలేదు. అతని ఆశ నిరాశాగర్భంలో అంతర్లీనం అయిపోతూంది, కడుపులో ఆకలి; కళ్ళల్లో తెల్లని చల్లని వెన్నెల రేఖల వికాసం.

ఒకాకురాలినా, పూరేకుజారినా, తననిర్మల వస్తుందని చూచేవాడు. పక్షి తనరెక్కలు రెపరెపా కొట్టుకుంటే చాలు, తననిర్మల కాలిచప్పుడని లేచిచూచేవాడు. సంయోగాన్ని ఎదురుచూచే వియోగంలో ఎంతమాధుర్యం ఉందో! క్షణక్షణ నిరీక్షణ, నిరీక్షణలో కలతజెందని హృదయానికి ఆనందరసోద్రేకం ఎలాకలుగుతుంది? అనుభవజ్ఞులకు కానీ అర్థంకాని విషయాలివి.

రామచంద్రుడులాగే గోడకు జేరబడి ప్రకృతి సౌందర్యాన్ని చూస్తూ కూర్చున్నాడు.

రాత్రి 9 గంటలు దాటింది.

ఇతని ఇంటిసమీపంలో నవ్వులు వినబడ్డాయ్. ఉలిక్కిపడిలేచి కూర్చున్నాడు. గొంతుకు ఆనమాలు కట్టాడు.

ఎవరివా నవ్వులు?

ఇంకెవరివి? తన నిర్మలవే – నిర్మలతో ఉన్న మరో ఇద్దరి వ్యక్తులవి.

'నిర్మలా! మీ ఆయన నీకోసం ఎదురుచూస్తూ ఉంటాడనుకుంటా –'

'ఎదురుచూడ్డం ఎందుకు? మాపక్కింటి నాంచారమ్మకు తాళం ఇచ్చివెళ్ళాంగా. తాళం తీసుకొని, తలుపులు తెరచి లోపలకువెళ్ళి హాయిగా వడ్డించుకొని భోం చెయ్యొచ్చునుగా..."

'తాళం సంగతి తెలుసా?'

'తెలుసుకోవాలి.'

ఈ మాటలన్నీవిని లేచి నిలబడ్డాడు రామచంద్రుడు.

నిర్మల తన పక్కింటి కామాక్షమ్మ కామాక్షమ్మ భర్త శ్రీధరంతోటే సినీమా చూచి, ఇల్లుజేరింది. వారు వారింటికి వెళ్ళిపోయారు.నిర్మల తన ఇంటికి వచ్చింది.

'ఇదేమిటి? ఇలా బయట నిలబడ్డారే?'

'లోపల నిలబడ్డానికి వీలులేదు కాబట్టి.'

'ఏం? తాళం తీసుకోలేదూ?'

'లేదు.'

'ఏం?'

"నీవా పక్కింటి అమ్మకిచ్చావని నేను కలకనలేదు కాబట్టి."

'మంచిపని చేశారు'.

ఆమె విసుక్కుంటూ పక్కింటికి వెళ్ళి తాళంతీసుకొచ్చి తలుపులు తెరిచి లైటు వెలిగించింది.

'ఎంతవెలుగు!'

"మరేమనుకున్నారు?"

'సతిలేని పతిజీవితం చీకటిమయం' – అని, 'సతిగలపతి జీవనం వెలుగుమయం' – అని గ్రహించాను.

'ఊహూఁ'

'నీవు లేకపోతే చూడూ చీకటిలో ఉన్నాను. నీవురాగానే ఇల్లంతా వెలుగుతో నిండిపోయింది. గృహానికి లక్ష్మివి, అందుచేతే గృహలక్ష్మివయ్యావ్. నాభాగ్యాన్ని ప్రసాదించే

లక్ష్మివి; అందుచేతే భాగ్యలక్ష్మి వయ్యావ్.'

'చాల్లెండి! ఈ నయగారాలు.'

'నిర్మలా! ఈ పూలన్నీ నీకొరకు కన్నులువిప్పి ఎలా చూస్తున్నాయో చూడు.'

'ఇంకా ఏం తెచ్చారు?'

'ఇవిగో – మిఠాయిలు; పవదర్లు; స్నోలు!'

'పోయింది ; మతిపూర్తిగా పోయిందన్నమాట'

'ఏం?'

'ఇవన్నీ ఎందుకు?

'నీకే.'

"ఏమైనా సంసారులం అనుకున్నారా? గుండాగొయ్యలం అనుకున్నారా? ఎన్నిరూపాయిలు తగలేశారూ?"

"తగలెయ్యలేదు; 15 రూపాయిలు ఖర్చుపెట్టా."

"చాల్లెండి. నెలజీతం అంతా ఇలా ఖర్చుపెడితే నెలంతా ఎలా గడుస్తుందనుకున్నారు."

"నిర్మలా! పిల్లా? జల్లా? ఎవరున్నారని భయం."

"ఇపుడు లేకపోవచ్చు. ముందు పిల్లాపాపా కలగరని ఎక్కడుంది? ఇలా కర్చుచేస్తే పుట్టేవాళ్ళకెలా?'

'ఇది బాగుంది. రాబోయే చీకటిని తలుసుకొని, ఉన్నా వెన్నెలను పాడుచేసుకొన్నట్లు, పుట్టబోయే పిల్లలకెలా అని ఇప్పటినుంచీ బాధపడతామా? పద పద, సుఖంగా భోంచేద్దాం'

'నేను కామాక్షిగారింటిలో భోంచేసి, వారు పట్టుపడితే సినిమాకు వెళ్ళివచ్చా.'

'నాతో చెబితే నేనూ వచ్చేవాణ్ణికదూ!'

'ఏమో? అపుడు తట్టలేదు.'

'సరేలే–'

ఆమె వంటింటిలోకివెళ్ళి భర్తకు భోజనం వడ్డించింది. అతడు తింటున్నాడు.

'శ్రీధరం ఎంతమంచివా డనుకున్నారు?"

"ఎంత మంచివాడు?"

"చెప్పలేనులెండి. స్త్రీ పురుష సమత్వంకావాలని, దేశస్వాతంత్రం రావాలని ఎంత చక్కగా మాట్లాడాడనుకున్నారు?"

"చదువుకున్నాడేమో, చక్కగా మాట్లాడగలడు.'

'మహాత్ముడు లెండి.'

'అమాయకు లలాగే అనుకుంటారు.'

'మహాత్ముడు కాదంటారా?'

'ఎలాగౌతాడు? మనసూ, మాటా, చేతా ఒకటికాని అతడు మహాత్ముడెలాగౌతాడు.'

'అతడు కాదు; మీరే మహాత్ములు లెండి.'

"నిర్మలా! కోపం ఎందుకు?"

'మంచివానిని మంచివాడని ఒప్పుకోపోతే కోపం రాదూ?'

'నీకు మంచివాడు కావచ్చు; నాకుకాదు. అంత మాత్రంలో నీకు కోపం ఎందుకు? నిర్మలా! ఒకరిభావం మరొకరికి నచ్చకపోవచ్చు. దానికి కోపం ఎందుకు?

'సరేలే భోంచెయ్యండి.'

'అబ్బా! అలా విసుగ్గోకు నిర్మలా! నీకనుబొమలు ముడిపడితే నేను చూడలేను... ఈ పూలన్నీ నీచిరునవ్వు పొందడానికి తెచ్చినవే. కాని, నీ హృదయం మండించడానికి తెచ్చినవికావు'.

"సరేలే. చెయికడుక్కొని, గదిలోకిపదండి. వస్తున్నా"

"మంచిది."

రామచంద్రునకు భార్యాప్రవర్తనం కష్టంకలిగించక పోలేదు. కాని విజ్ఞాని కాబట్టి ఆమె హృదయానుగుణంగా ప్రవర్తించగలిగాడు.

ఏభర్తైనా యౌవనంలో ఉన్న మరోస్త్రీ అందచందాల గురించి పొగిడినా, మంచిగురించి నుతించినా అతని భార్య బాధపడకపోదు.

అలాగే ఏభార్య అయినా పరపురుషుని అందచందాల గురించి, మంచిగురించి నుతిస్తే తన భర్త బాధపడకపోడు.

ఇది సామాన్యుల విషయం...

ఆమె గదిలోకి వచ్చి భర్తకు తమలపాకులిస్తూ 'శ్రీధరం! పూర్వంకంటే యుద్ధంలోకివెళ్ళి వచ్చింతరువాత బలిసి, ఎంత అందంగా తయారయ్యాడనుకున్నారు" అని అతగాడి వర్ణన ప్రారంభించింది.

'యుద్ధంలో చెడమేస్తే అలాగే ఉంటారులే' అని అతడు విసుగుదలతో చెప్పినా గ్రహించక వర్ణన ఆపలేదు.

రామచంద్రునకు చాలకోపం వచ్చింది.

"నిర్మలా! అతని వర్ణన దయచేసి ఆపగలవా?"

"ఆపానులెండి."

"ఆ వెన్నెట్లో పరుపుపై తెల్లని సిల్కుదుప్పటి వేసుకొని, ఈనాలుగువేల విడిన మల్లెపూలు విరియజల్లి పండుకుందామా?"

'చాల్లే ఊరుకోండి.'

'ఏం?'

'జలుబు చేయదూ?'

వేసవికాలం జలుబేమిటి?'

'మానాన్న వద్దన్నాడు. వెన్నెట్లోపండుకుంటే పక్షవాతం వస్తుందంట.'

'అదిరోజూ పండుకుంటే, అప్పుడప్పుడు పండుకుంటే భయంలేదు.'

'మీకు కావాలంటే పండుకోండి. నేనురాను.'

నీకు చీకటంటే ఇష్టం; నాకువెన్నలంటే ఇష్టం. ఈ రెండూ ఒకచోట ఎలాకలిసి ఉంటాయ్.'

'ఉండవుకాబట్టే మీరు వెళ్ళి పండుకోండి.'

'నాకు జబ్బువస్తే నీకుకాదూ?'

'నాకే; మీకు జబ్బువస్తె మీరే బాధపడతారు.'

"నీవు కాదన్నమాట."

'ఎందుకవుతా'

అతడు మాట్లాడకుండా మేడగదిముందు కాళీస్థలంలో పండుకున్నాడు. ఆమె తన చీకటిగదిలో మంచంమీద పండుకుంది.

అతడెంత సంతోషంతో ఇంటికివచ్చాడో, అంతవిచారంతో బయటపండుకున్నాడు. ఆమెను తన మార్గంలోనికి ఎంతగా తిప్పుకుందామని ప్రయత్నంచేశాడో, అంతగాఆమెకు వేరయ్యాడు - ఏమిటో పాపం!

2

భార్యాభర్తలు మంచివారే కావచ్చు; దేశోద్ధారకులే కావచ్చు; మతోద్ధారకులే కావచ్చు; అంతమాత్రాన ప్రేమప్రేమికులు కాలేరు.

ప్రేమకు ప్రధానం పవిత్రహృదయం - అంతేకాదు సతీపతులొకే పంథాలో తమజీవితాలను నడపాలి. మనః ప్రవృత్తులు కలియాలి. మార్గాలు వేరైతే మనసులు వేరౌతాయ్. మనసులు వేరైతే ప్రేమాంకురం రాతిమీద వేసినట్లు, ఫలవంతం కాలేదు.

రామచంద్రుడు పవిత్రుడే. నిర్మల సుగుణవతే. కాని వారిమార్గాలు వేరయ్యాయ్. దానితో వారిమనసులకు లంరంగదడంలేదు. భర్త భార్యకు అనుగుణంగా నడవాలని ప్రయత్నిస్తున్నాడు. భార్యా భర్తకు అనుకూలంగా నడవాలని ప్రయత్నిస్తోంది. కాని ఒకరి భావాలు మరొకరికి సంబంధం లేకపోవడంచే, వారి మార్గాలు వేరై మనసులు నీరౌతున్నాయ్.

భర్త బి.ఏ. ప్యాసయ్యాడు. చాలాగ్రంథాలు చదువుకున్నాడు. నవనాగరిక పద్ధతులకతని బుద్ధిని జతకలుపుకుంటున్నాడు.

భార్య చదివిందికొద్ది, పూర్వాచారపద్ధతులంటే ఆమెకు ప్రాణం.

ఒకరిది కొత్తప్రపంచం; మరొకరిది పాతప్రపంచం. భర్తపొరపాటు చేస్తున్నాడని భార్య బాధపడుతూంది. భార్య పొరపాటుచేస్తూందని భర్త బాధపడుతూన్నాడు.

ఎవరుపొరపడుతున్నారో పరిత్రులోకంలో ఎవరికివారే ఊహించుకోవాలి.

* * *

నిర్మల జబ్బుపడింది.

నలుగురు అమ్మలక్కల ప్రోత్సాహంవల్ల తన తలను మొక్కుకుంది ఏడుకొండల వెంకటేశునకు. భర్తరామచంద్రం డాక్టర్ను తీసుకొని ఇల్లుజేరాడు.

'ఇంకనాకు మందు లవసరంలేదండీ!'

'ఏం?'

'జబ్బు నయం అయిపోతుంది.'

'ఎలా?'

'తిరపతి వెంకటేశ్వరులకు మొక్కుకున్నా.'

'అయితే.'

'జబ్బుపోతుంది.'

"మొక్కులకే జబ్బులుపోతే, ఈ డాక్టర్లందరూ ఎందుకు? ఈ మందు మాకు లెందుకు? ఈచరక సుస్రుతుల వైద్యగ్రంధాలెందుకు? ఈహాసుపత్రు లెందుకు?"

'అన్నీ అనవసరమే.'

'జ్వరంవస్తే మందు తీసుకోవాలికాని, తులసితీర్థం ఇస్తే తగ్గుతుందా?'

'తప్పక.'

'గంగానదిలో మునిగితే...'

'పూర్తిగాపోతుంది. నమ్మకం ఉండాలిగాని భగవంతుడు చేయలేనిదేముంది?'

'ఇంతకూ డాక్టరుగారు అవసరం లేదంటావ్.'

'తప్పక.'

రామచంద్రుడు మాట్లాడకుండా డాక్టర్ని పంపించేశాడు.

* * *

ఆ మరనాడు.

తెల్లవారుఝామున నాలుగు గంటలయింది. నిర్మల భర్తను తట్టిలేపింది. అతడు లేచి కూర్చున్నాడు.

'ఏం నిర్మలా?'

'కనబడ్డాడు. కనబడ్డాడు.'

'ఎవరు?'

"తిరుపతి వెంకటేశులే."

'ఎక్కడ?'

'కలలో - నాతలంతా కోరి తీసుకున్నాడు.'

'పగలు పగలంతా కలవరిస్తూ పండుకున్నావేమో, అదే కలలోకి వచ్చింది. తీరనికోరికలన్నీ ఇలా కలలద్వారా తీరతాయి.'

"ఎన్నియదార్థాలు కలల్లోకి రావడంలేదూ!'

'ఏదో లక్షకో కోటికో ఒకటి గురిలేక రాయివిసరినా ఒకపండు పడొచ్చు. అంతమాత్రంలో గురికుదిరింది అనుకోరాదు.'

'చాల్లెద్దురూ! మీదంతా ఎదురుమతం. అందరూ అవునంటే మీరు కాదంటారు. ఎలాఏడుస్తుంది?'

'నిర్మలా! మన బుద్ధివికాసంబట్టి మనభావాలు మనభావాలశక్తి ననుసరించే మనకు 'సత్యస్వరూపం' ప్రత్యక్షం అవుతుంది... ... నీకు వెంకటేశ్వరులు దైవం.నాకు కేవలం మనిషి చెక్కిన రాతిబొమ్మ.'

"ఊరుకోండి నాలుక రాలి పడిపోగలదు.'

'సత్యంపైవేసిన ముసుగుతీసి లోకానికి చూపితే నాలుక ఊడిపోతే నేను దానికి భయపడను. నిర్మలా! వెంకటేశ్వరులే దేముడైతే; రాముడెవరు? కృష్ణుడెవరు? జగన్నాథుడెవరు? శివుడెవరు? ... ...'

'వాళ్ళంతా దేవుళ్ళే.'

'వాళ్ళను పాలించే దెవరు?'

'మరో దేముడు?'

'ఎంతమంది దేముళ్ళేమిటి?'

'ఏమో!'

'నిర్మలా! సృష్టినిపాలించి, పోషించి, రక్షించేది తేజోస్వరూపుడైన దేముడొక్కడే. ఇందరు లేరు. వీరంతా మానవులు కల్పించి, నిర్మించిన దేవుళ్ళు. ఆయన సృష్టినే నిర్మించి, పాలించే తేజస్వరూపుడు.'

'ఆయనను పూజించడం ఎలా?'

'ఆయన సృష్టి ప్రేమించడమే ఆయనను పూజించడం, ఆయనసృష్టిలోని ప్రతివ్యక్తినీ ద్వేషిస్తూ ఆయనను పూజించడానికి పూనుకుంటంలో అర్థంలేదు.'

'మీమాటలన్నీ వింతగా ఉంటాయండీ'

"అవునవును... ..."

'వెళ్ళిపండుకోండి."

'అలాగే.'

రామచంద్రుడు బరువుగుండెతో వెళ్ళి పండుకున్నాడు. ఆమె అలాగే ఆలోచనల్లో పడింది. ఇద్దరూ నిదరపోలేదు.

నాలుగురోజులయింది. చేసిన కటికిపత్యాలవల్లో, వెంకటేశునిపై నమ్మకంచేతో, మరోకారణంచేతో ఆమె జ్వరం తగ్గింది. ఆరోగ్యం కుదుటపడింది.

కొన్నాళ్ళు గడిచాయ్.

తలారా స్నానంచేసి, విరజాజిపూలు తలలోపెట్టుకొని, నవ్యమోహన శృంగార రసాధి దేవతలా తయారయింది నిర్మల.

ఆసాయంకాలం ఇంటికివచ్చిన భర్త ఆమె సౌందర్యం చూచి రసతన్మయుడై పొంగిపోయాడు.

ఎంతోఅనురాగంతో 'నిర్మలా!' అని పిలిచి, ఆమె వంకీ వంకీల పెద్ద మెత్తనితల అరచేతుల గారాబంగాదిద్దాడు.

'నన్నెప్పుడు పంపడం?'

"ఎక్కడకు?"

'తిరుపతి కొండకు.'

'ఎందుకు?'

'ఈ తల వెంకటేశ్వరునికి ఇచ్చివేయడానికి.'

"తలా?"

"తలే..."

'తలా!'

'ఎందుకా ఆశ్చర్యం!'

అతనినోట మాటరాలేదు.

'ఎందుకండీ అలా బిక్కమొఖం వేశారూ?'

'నిర్మలా! నల్లగా వంకీవంకీలు తిరిగి నెమలిఫింఛంలా అతిమనోజ్ఞంగా ఉన్న ఈ తలను తీసివేసేదానికంటే నాప్రాణాలే తీసివేయరాదూ?'

'తీసివేయడంలేదండీ, దేమునికిస్తున్నా.'

'పనికిరాని తలవెంద్రుకలు, గోళ్ళూ, ఇచ్చేదానికంటే, పరమపవిత్రమైన హృదయాన్ని ఈయరాదూ?'

'హృదయంతోటే తలనిస్తున్నాం. తలకంటే స్త్రీపురుషులకు అందమైనదిలేదు. అందుకే అన్నిటి కంటే అందమైన తలనిచ్చి వైరాగ్యం చెందుతున్నాం భక్తులం అవుతున్నాం.'

'భగవానుడిచ్చిన సౌందర్యాన్ని పాడుచేస్తే తప్ప వైరాగ్యం అబ్బదా!"

'పాడేముందండి...పాతాకులు డొలిచివేస్తేగాని, కొత్తకొత్త చివుళ్ళరావు! పాతతలపోతే గాని పట్టుకుచ్చువంటి కొత్తతల తుమ్మెద రెక్కల్లాగ నిగనిగ లాడుతూరాదు. అయినా భగవంతునికి అర్పిస్తానన్నతల భగవంతునకు అర్పించకపోతే అసత్యదోషంరాదూ?'

"భగవానునిసృష్టి భగవానునకే అర్పించడంలో గొప్ప తనం ఏముంది?"

'ఏమీలేదు. ఆయనసృష్టికి మించి ఏదీ లేదు కాబట్టి, ఆయన సృష్టిలోని సౌందర్యం తప్ప ఆయనకు అర్పించగలిగేది మరొకటేమీలేదు.

'అయినా నిర్మలా! వేమనయోగి అన్నట్లు 'తలలు బోడులైన తలపులు బోడులా?' కావలసింది కోరికలు లేని నిర్మల హృదయం. హృదయ సరస్సులోని నిరాశాతరంగాలూ శాంతించాలంటే, ఆశావాయువు వీనరాదు. ఆశ అనేగాలి ఆగిపోతే, నిరాశ అనే తరంగాలు నిలిచిపోతాయ్. అపుడాహృదయం అనే సరస్సు అతినిర్మలంగా అద్దంలాగుంటుంది. దానిలో తేజోస్వరూపుడైన భగవానుడు కనబడతాడు. వానిని చూడాలంటే ఆశను కోసివేయాలి; కాని – తలగొరిగితే లాభంలేదు'.

'పూర్వం తలలిచ్చిన పెద్దలందరూ బుద్ధిహీనులే అంటారా?'

'తప్పక'

'అంతాబుద్ధిహీనులైతే మీరొక్కరే జ్ఞానులన్నమాట.'

'వినామాటలుకావు నిర్మలా! మహాత్ములమాటలే నీకుచెప్పుతున్నా మంచిచెడ్డలు చెప్పేవారు వారు. వారి ఛాయల్లో బ్రతికేవాడిని నేను.'

"మీదంతా మొండివాదన... పెద్దాపిన్నా, న్యాయం అన్యాయం, దేవుడూ దెయ్యం – ఏమీ లెక్కచేయరు. కేవలం మూర్ఖపట్టు –'

'నిర్మలా నన్ను అర్ధంచేసికోలేక నిందించడంవల్ల నీకు వచ్చేదేమీలేదు. నాది మూర్ఖపు పట్టుకావచ్చు. నేను మూర్ఖుడ్నే కావచ్చు. నామూర్ఖంవల్ల నాశనమయ్యేది నేనేకాని నీవుకాదు కదా! నీకెందుకింత కోపం... నీయిష్టంవచ్చినట్లు నీవు చెయ్. బ్రతిమాలానుకాని బలవంతం చెయ్యలేదు. ఎవరికర్మ కెవరు కర్తలు?" అంటూ రామచంద్రు డతిగంభీరుడై వెళ్ళిపోతూ ఉన్నాడు.

'అయితే నాతో తిరపతిరారా!'

'ఎన్నడూరాను; రాలేను. నీతలపట్టుకొని మంగలివాని కత్తితో గొరిగించలేను. అందవికారంగా ఉండే నీముఖం చూడలేను...'

అతడుచాలా దుఃఖంతో అక్కడుంటే భార్యనింకా కష్టపెట్టవలసివస్తుందని బయటకు వెళ్ళిపోయాడు.

ఆమె లోపలకు పనిచూచుకుంటానికి వెళ్ళిపోయింది.

* * *

పదిహేనురోజులు గడిచాయ్.

మళ్లీ నెలజీతం అందుకొని సాయంకాలం ఉషారుగా ఇంటికివెళ్ళాడు రామచంద్రం. అంతలో పక్కింటమ్మ ఇంటితాళం చేతికిచ్చింది. చేతిలోపూలు అతడను కోకుండానే నేలపై జారిపోయాయ్. అతని హృదయంలో ఎన్నో కొండలు పిండి అయిపోతున్నాయ్.

అతడు తాళంతీసి లోపలకు వెళ్ళేసరికి టేబుల్‌మీద ఒక ఉత్తరం కనబడింది. అదిచూచాడు. దానిలో ఇలాగుంది.

'బావయ్యా!

మా అక్కయ్య ఉత్తరం వ్రాయిగా వచ్చాను. సాయంకాలం 5 గంటలకు ట్రయిను, తిరుపతిలో రేపే పెద్ద ఊరేగింపు. అదిచూచి మా అక్కయ్యకోర్కె తీర్చాలని బయలు దేరుతున్నాం. నీకోసం చూచీ చూచీ ట్రయిను టయిము అయిపోవడంచేత తిరుపతి బయలుదేరి వెళుతున్నాం. అన్యథా భావించవద్దు.

మీ బావమరిది,
రావన్న పంతులు'

ఉత్తరం చదువుకున్నాడు కన్నులనిండా నీళ్లుతిరిగాయ్.

"తుమ్మెద రెక్కలవంటి వంకీతల. మంగలి పదును కత్తికి ఆహుతి కావలసిందేనా? ప్రేమతో ముంగురుల సవరించే నాచేయి ఇంక ఆనున్నని గుండు... అబ్బా! ఎలా సవరించడం! వెంద్రుకలు లేని ఆ వీభూది పండువంటి గుండు నెలా చూడ్డం చూచి ఎలా సహించడం!

స్త్రీ అజ్ఞానిఅయితే వచ్చేచిక్కులే ఇవి. భార్యాభర్తలు స్నేహితులనే విషయం తెలియదాయె. భర్త హృదయాను గుణంగా భార్య, భార్య హృదయానుగుణంగా భర్తనడవాలనే సామాన్య విషయం ఎంతచెప్పినా బోధపడదాయె. ఏమి చెయ్యం! ఎలా వేగడం.'

అతనికాలోచనలపై ఆలోచనలు తరుముకొని వస్తున్నాయ్. నిద్రపట్టడంలేదు. అన్నంముట్టు బుద్ధిపుట్టడంలేదు. భార్యాను తనమార్గంలోకి తిప్పుకొనలేదు. తానుతన భార్యా మార్గంలోకి వెళ్ళలేడు ఎలా?

3

రామచంద్రుడు, తనమనసు తనస్వాధీనంలో ఉంచుకొనే నిమిత్తం భగవద్గీత చదువుకుంటూ ఆనందం అనుభవిస్తూ ఉన్నాడు.

అందులో ఒంటెద్దుబండి అతనిగుమ్మంముందు ఆగింది. బండినుంచి దిగాడతని బావమరది రావన్నపంతులు, తరువాత నున్నని గుండుమీద సన్నని ముసుగు సవరించుకుంటూ దిగింది నిర్మల.

వారిద్దరినీ చూచాడు. నిలువు నిలువునా నీరైపోయాడు.

ఎదురుగా వెళ్ళాడు.

'నిర్మలా! నీవేనా? ఈశక్తిస్వరూపం నీదేనా? శివభక్తురాలవు. వీభూదిరేఖలు అలంకరించు కోపోయావ్. దానితో నీవు చెప్పకుండానే నీ భర్త చచ్చాడని అర్థమౌతుంది. భర్తమాట వినని భార్యకు భర్త బ్రతికున్నా చచ్చినట్లే.'

'నేనేం తప్పుచేశానండీ!'

"తప్పా! తప్పున్నరా? భర్త బ్రతికుండగానే ఏమిటీ వెధవముండా ఆకారం. భర్త చచ్చాక తీయించవలసిన తల బ్రతికుండగానే తీయించడం తప్పుకాదూ?'

'మీరిలా అనుకుంటారంటే నేను తీయిస్తానా?'

'ఎలా అనుకుంటా రనుకున్నావ్?'

'నాభక్తికి కొనియాడతా రనుకున్నానుకాని ఇలా భావిస్తారనుకున్నానా? ఇవాళపోయిన తల రేపురాదూ?

'ఈవాళ ఈశరీరంలోంచి పోయినప్రాణం మళ్ళీ మరొక శరీరంలోకి రాదూ? పోయిందేది రావడలేదు? పోయిన రుతువులు తిరిగి రావడంలేదూ? ప్రళయానంతరం ప్రపంచం తిరిగి ఉద్భూతం కావడంలేదూ?'

"దానికింత విచారం ఎందుకు?"

'ఏమీలేదు. ఆనలుగునాళ్ళ నాటకంలో ఈవెధవపాత్ర లేమిటా అని విచారం.'

'గతించినదానికి విచారిస్తే ఏం లాభం?

'గడపబోయే జీవితం అయినా పవిత్రంగా ఉంటుంది.'

'ఏదో తెలిసో తెలియకో చేసినపని కింత రాద్ధాంతసిద్ధాంతాలేమిటండీ!"

"ఏమీలేదు. బద్ధలైనహృదయంనుండి ప్రవహించే భావపరంపర వినా ఏమీలేదు. నిర్మలా! నీవు మహాభక్తురాలవు; నేను మూర్ఖుడను. నీ ఇష్టంవచ్చినట్లు నీవుచేశావ్; కాదనడానికి నాకుశక్తి ఎక్కడుంది. మహాత్ములుమీరు; మీ మార్గంలో గడ్డిపోచను. జీవితభారం మోయలేక క్రుంగిపోయే జీవచ్ఛవాన్ని."

ఆమాటలంటూ అతడు కోపంతో లోపలకు వెళ్ళిపోయాడు. ఆకోపంతోటే భగవద్గీత తెరిచాడు.

దానిలో –

శ్లోకం. 'సమదుఃఖ సుఖోధీరం,

సో ఽ మృతత్వాయ కల్పతే."

అని ఉన్నది. సుఖదుఃఖాలను సమానంగా చూడగలిగిన ధీరుడే ముక్తిని పొందుతాడని ఉన్నది. అంటే సుఖాలకు పొంగి, దుఃఖాలకు క్రుంగేవానికి ముక్తిలేదనే కదూ అర్థం. దానితో అతడు తల తలగడిలోక్రుక్కుకుని బాధంతా లోలోన అనుభవిస్తూ ఉన్నాడు.

కొంతసేపటికి ముసుగు సవరించుకుంటూ భార్యాసిద్ధమయింది. అతి చనువుగా భర్తమంచంపై కూర్చుంది.

'ఏం నిర్మలా!'

'కోపం వచ్చిందా?'

'పూర్తిగా.'

'ఈ ఒక్క తప్పు మన్నించలేరూ?'

'నేనెంతవాణ్ణి.'

'భగవంతుని అంతవారు.'

'దానికేమిట్లే నిర్మలా. నీవు నన్ను లెక్కచేయకుండా ఉండాలని చేశావనుకోను. దానివల్ల ఏదోముక్తి వస్తుందని చేశావ్.'

'అంతే. అంతే.'

"శరీర సౌందర్యంపోతే పోయింది. హృదయసౌందర్యాన్ని పెంపొందించుకుంటే సరి.'

'అదేమిటి ఇదేమిటి? ఇక నుంచి మీరు ఏదిచెబుతే అది చేసేయ దలచుకున్నా.'

'ఉహూ.'

"నమ్మండి. ఎందుకంటే –'

'నేను అడుగలేదులే.'

'అడక్కపోయినా చెప్పకుండా ఉండలేను.'

'అయితే చెప్పు'

'ఎందుకంటే – ఏ పూర్వజన్మ కర్మవల్లో ఈజన్మలోభార్యాభర్తలం అయ్యాం. చచ్చేవరకూ కలసిఉండక తప్పదు. అందుచేత మీ భావానుగుణంగా నడిస్తే తీరిపోతుంది. ఏకలతలూ కావేషాలూ ఉండవ్.

"అదేగా నేను ముందునుంచి చెప్పేది?"

"నేను చెప్పడ లేదన్నానా?"

'ఇప్పటికి కుదిరిందన్నమాట తిక్క.'

'కాదు మరీ.'

'బలే అసాధ్యురాలవే'

'అలాగే'

"సరేపోయి పొయ్యి రాజేయ్"

'చిత్తం'

ఆమె నవ్వుతూ లేచివెళ్ళింది. అతని సౌమ్యభావానికి కారణమైన భగవద్గీతకు నమస్కరిస్తూ మళ్ళీ చదవడం ప్రారంభించాలి.

4

రామచంద్రుడు ఆఫీసుకు వెళ్ళాడు.

సాయంకాలం మూడు గంటలయింది. నిర్మల తెల్లకోక కట్టుకొని సావిట్లో కూర్చొని చాటలో బియ్యం వేసుకొని బెడ్డలు ఏరుతూంది.

అంతలో ఆమెతో పరిచయంలేనివాళ్ళు, రామచంద్రునితోపనిచేసే సుందరంభార్య శ్యామల బొట్టు చెప్పడానికి వచ్చింది.

లోపలకు వెళ్ళింది.

నిర్మల : – 'ఎవరమ్మా మీరు?'

శ్యామల : – 'సుందరంగారు తెలీదూ?"

నిర్మల : – 'తెలీదే.'

శ్యామల : – 'రామచంద్రంగారితో ఆఫీసులో ఏకౌంటెంటుగా పనిచేస్తూఉన్నారు.

నిర్మల :– ఉహూఁ వారిభార్యాగారా?

శ్యామల : – 'చిత్తం. మాతమ్ముడు కూతురుబారసాలరేపు సాయంకాలం మీరంతా తప్పకుండా రండీ.'

ఆమాటలంటూ అక్కడ గుమ్మానికి కుంకుమపెట్టి వెళ్లబోతూ–

శ్యామల : "మీరెవరో తెలీదు. రామచంద్రంగారి భార్యారాగానే మా యింటికి తాంబూలానికి రమ్మని చెప్పండి' అని వెళ్ళిపోయింది.

నిర్మల నిర్ఘాంతపోయిచూచింది.

శ్యామల : 'ఏం? అలాచూస్తున్నారే?'

నిర్మల : రామచంద్రుడుగారి భార్యను నేనే కదండీ!'

శ్యామల : 'అయ్యయ్యో! ఎంత పొరబడ్డాం.'

నిర్మల : 'గుమ్మానికి బొట్టుపెడతారే?'

శ్యామల : 'మీకు పెట్టకూడదేమోనని?

నిర్మల : "ఏం?"

శ్యామల : 'మాలో విధవలకుగాని తలతీయరులెండి. మీతల మీరెందుకు తీశారో తెలియదుకదండీ, అందుచేత వెధవముండ అనుకున్నాం మన్నించాలి మా అపరాధం.'

శ్యామల కుంకుమ భరిణిలో బొట్టుతీసి నిర్మల ఫాలభాగాన్ని పెట్టి సెలవుతీసుకొని బండెక్కి వెళ్ళిపోయింది.

నిర్మల తనగుండు సవరించుకుంటూ –

'ఓరి తిరపతి వేంకటరమణా! ఆరెనీయిల్లు బంగారం కానూ, ఎంతపని చేశావయ్యా! భర్త బ్రతికుండగానే ప్రతివారూ వెధవముండ అనుకొనేటట్లు నారూపం మార్చేశావు కదా!

నిజంగా నీలో మహాత్మ్యమే ఉంటే నాపోయిన నల్లని తల మళ్ళీ నాకు ఇవ్వరాదూ!

కాళహస్తీ మహత్యంలో రాజు ఒకభోగందానికి తల తీసేస్తే, మళ్ళీ ప్రసాదించావని ధూర్జటి మహాకవి వ్రాస్తాడే, అదేనిజం అయితే నాతలకూడా ప్రసాదించరాదూ?

అటా భర్తకురోత కలిగించాను. ఇలా నలుగురిలో తలెత్తుకోలేకుండా వెధవముండ క్రింద పరిగణింపబడ్డా. నాకింక సుఖం ఎక్కడ? శాంతి ఎక్కడ అంటూ వలవల కన్నీరు మున్నీరుగా ఏడ్వడం ప్రారంభించింది పాపం!

* * *

సాయంకాలం ఆరుగంటలయింది.

ఆవాడలో చివరింటి సోవమ్మ సత్యనారాయణ వ్రతం చేసుకుంటూ ఉంటే నిర్మలకూడా వెళ్ళింది.

పూజ అయిపోయింది.

అందరికీ హారతి ఇస్తూ ఇస్తూ ఈమెకివ్వబోయి కొంత అనహ్యత కనబరచింది, ఆ హారతి ఇచ్చే అమ్మ.

దానిలో నిర్మలకు చాలాబాధ కలిగింది. ముఖంచిట్లించుకుంది. తనింటికి బయలుదేర బోతూఉంటే నలుగురమ్మలక్కలూ ఆమెనుచూచి పక్కుమని నవ్వారు.

అంతేకాదు –

'భర్త' బ్రతికుండగానే వెధవముండలా తయారయింది. ఇదేమిఖర్మమో! అంటూ వారిలోవారు గుసగుసలాడారు.

దానితో ఆమె వళ్ళు మండిపోయింది చేసేదేమీలేక బిక్కముఖం వేసుకొని, విసవిసలాడుతూ, రుసరుసచూస్తూ ఇంటిముఖంపట్టింది.

'లేదు కరుణలేదు. ఏడుకొండల వెంకటేశ్వరునకు నాపై దయరాదు...ఇలా నలుగురిలో ఈనగుబాటుజీవితం ఎంత కాలం గడపాలో."

సంఘంలోనా మర్యాదలేదు. పతికా ఆనందంలేదు. తలతీసుకొన్న భగవానుడా నన్ను రక్షింపరాదు.

అయినా – మావారు చెప్పినట్లు భక్తికి స్థానం హృదయంకాని తలవెంట్రుకలు కావుకదా! భక్తిహృదయంలో పుడుతుంది; హృదయంలోనే పరిణతి పొందుతుంది; హృదయాధినాథుడైన ఆభగవానునకే అంకితం అవుతుంది. అంతేగాని భక్తిప్రపత్తులకు స్థానమైన హృదయాన్ని మేలుకొల్పకుండా, కేవలం తలవెంట్రుకలు ఇవ్వడం ఏమిటి?

ఏమిటీ మూర్ఖాచారం! నాశరీర సౌందర్యాన్ని, నాహృదయ మాధుర్యాన్ని, నామనో సౌశీల్యాన్ని, ప్రేమించి, పూజించే నాపతిదేవుని హృదయ దేవాలయంలోని దైవత్వాన్ని ఆరాధించలేనినేను,ఆరాతిబండలోని దైవాన్ని ఎలా ఆరాధిస్తాను?

ఛీ. ఛీ. వేదాలనుంచి నేటి గాంధీమహాత్మునివరకూ, 'పతేదైవం, పతిమాట సతివినాలి' అని చెబుతుంటే, ఆమాటలు పాటించక, ఆయన హృదయ విఘాతం కలిగించి తిరుపతి వెళ్ళడం ఏమిటి? ఇంతకంటే ఘోరం ఏముంది?

స్వామి వివేకానంద చెప్పినట్లు, కదిలే దేవాలయాలైన మానవులహృదంతరములలో వెలిగే చైతన్యస్వరూపుడైన భగవానుని ఆరాధించలేక, ఎక్కడో ఏమానవుడో చెక్కిన ఒక విగ్రహంలో ఉన్నదేవుని ఆరాధించడానికి వెళ్ళడం ఏమిటి?

సర్వాంతర్యామి, సర్వవ్యాపకుడైన భగవానుడు ఒక చోట ఉండి, మరొకచోట లేడనగలమా? అక్కడున్నా భగవానుడు ఇక్కడలేడా? నాపతిహృదయంలో తాను తనదివ్యసింహాసనాన్ని నిర్మించుకోడా?

అయ్యో! నాపతిని సేవించుకుంటూ, తద్వారా భగవానుని సేవించుకోరాదా? సీతా, అనసూయా, దమయంతీ, సావిత్రీ మొదలగు సాధ్వీమతల్లులు పతిపదసేవవల్లేకదా తరించారు.వారిలా నేనెందుకు తరించరాదు.

యదార్థానికి నాపతికంటే నన్ను ప్రేమించే దెవరు... ఎలా అబ్బిందో ఈమూఢ విశ్వాసం నాకు. అనుకుంటూ కుమిలి కుమిలి ఏడుస్తోంది.

కొంతసేపయింది –

చీకటి పడుతూపడుతూంది. అంతలో ఆమె సావిట్లో కూర్చుని గడచిన జీవితాన్ని గురించి విచారిస్తూఉంటే, రామచంద్రుని పెదతండ్రి కొడుకు సర్వేశ్వరరావు వచ్చాడు.

గుమ్మం ఎక్కి చూచేసరికల్లా నిర్మల ఏడుస్తూ ఉండడం. ఆమెగుండెమీద కొంగు సవరించుకుంటం చూచాడు.

హడలిపోయాడు.

బ్రాహ్మలలో భర్తపోగానే విధవ తలతీయించడం ఆచారం కాబట్టి, ఆమె భర్త రామచంద్రం పోయాడనుకొని నిలువు నిలువుగాన నీరైపోయాడు. ఆమెను పలకరించ దానికి

కూడా శక్తిలేకుండా ఆముందు సావిట్లో కుర్చీలో అలాగే కూర్చుని కుమిలిపోయాడు.

కొంతసేపయిం తరువాత అన్నను తలుచుకొనేసరికి గుండెలు నీరై, దుఃఖం ఆపుకోలేక 'ఓఅన్న ఓ అన్నా' నాఅన్న! నాఅన్న' ఎంతపనిచేశావు అన్నో! నామాటేం చెప్పావు అన్నో!'అంటూ గుండెలు బాదుకుంటూ ఏడుపు లంకించుకున్నాడు.

ఆ ఏడుపువిన్న నిర్మల ఆశ్చర్యంతో బయటకు వచ్చేసరికి సర్వేశ్వరావు ఏడుస్తున్నాడు. ఆమెను చూచేసరికి దుఃఖం మరింత పొంగిపొర్లిపోయింది.

ఆమెకు భర్తపై అనుమానం అధికం అయింది. భర్త కేదో ప్రమాదం సంభవించి తీరాలని నిశ్చయించుకుంది.

'ఏమిటి సర్వేశ్వరరావు.'

'ఇంకేముంది వదినో! నీగతి ఇలా గౌతుందనుకోలేదు వదినో! వదినా!'

'ఏమిటబ్బాయ్!'

'అన్యాయంగా మనల్ని దగాచేసి వెళ్ళిపోయాడా అన్నయ్య! అన్నయ్యా!'

'ఏం జరిగింది?'

'అన్నయ్యో! అన్నయ్య!'

అతడు గొల్లుమని ఏడ్వడం ప్రారంభించాడు. అకస్మాత్తుగా ఏకారు క్రిందోపడి తనభర్త రామచంద్రం చనిపోయి ఉండవచ్చునని నిర్మల నిశ్చయించుకుంది.

అసలే పాదుమొక్కులు తీర్చడంవల్ల కలిగిన పరాభవానికే క్రుంగిపోతున్న నిర్మలకాతని ఏడుపు గొడ్డలిపెట్టయింది.

అక్కడనుంచీ ఆమెకూడా ఒకమూల ఒరిగిపోయి అతనితోపాటు ఆలావన ప్రారంభించింది.

'అయ్యో నాదేవుడు, నాదేవుడో, నాదేవుడ. నాగతేం చేసి పోయారో నాదేవుడ... అకస్మాత్తుగా నన్నువిడిచి పోయారా నాదేవుడ." అని ఆమె ప్రారంభించింది.

'నా అన్నా! నా అన్నా!" అని అతడు. –

ఆశోకాలతో ఇరుగుపొరుగమ్మలంతా సిద్ధం అయ్యారు.

'ఎంతపని జరిగింది?' అంటే 'ఎంతపని జరిగింది' అంటూ వారిచుట్టూ జేరారు.

"ఊరుకో నిర్మలా! ఊరుకో! ఏడిస్తే ఏంలాభం! పోయిన వాళ్ళుతిరిగివస్తారా? ఇంతకూ భూమిమీద నూకల్లేవు' అని కొందరు – "అయ్యో! నిక్షేపంవంటివాడు నిర్మూలం అయిపోయాడు. పండు వంటి కుఱ్ఱవాడు ఇట్టే రాలిపొయ్యాడమ్మా!' అని అమ్మలక్కలంతా ఓదార్చడం ప్రారంభించారు.

వారు ఓదారుస్తున్న కొలదీ వాళ్ళదుఃఖం చెప్పలేం. మరీగోల పెట్టడం ప్రారంభించారు.

అంతలో ఆఫీసునుంచి రామచంద్రం ఇంటికివచ్చాడు. గుమ్మందగ్గర జేరేసరికి ఏడుపులూ

పెదబొబ్బలూ వినపడ్డాయ్. అతడాశ్చర్యపోయాడు. ఆగుమ్మందగ్గర అలాగే రెండు నిమిషాలాగిపోయాడు.

అంతలో -

'రామచంద్రం ఎంత ఉత్తముడనుకున్నారు. పాపం మంచి ఆరోగ్యంలోనే ఉన్నాడమ్మా! చూస్తాచూస్తా క్షణంలో చనిపోయాడుకదా! ఇంతకూ వానరాకడ, ప్రాణంపోకడా చెప్పలేం" అని అమ్మలక్కలనుకుంటున్నా మాటలు వినేసరికి నిలువు నిలువునా నీరైపోయాడు.

'నేను చావడంఏమిటి? చనిపోతే వీళ్ళెందుకిలా ఏడుస్తారు?... ఒకవేళ చనిపోయానా? ...ఏమో!... అయితే ఇంకా ఈశరీరం ఉందేమో... చనిపోయి పిశాచాన్నైపోయానా? అర్థంకాదే... ఇదంతాకలా? భ్రమా?' అనుకుంటూ ఆ రెండు నిమిషాలూ అలాగే ఆలోచనల్లో పడిపోయాడు. పాపం! బ్రతికుండగానే చనిపోయా డనుకుంటున్న రామచంద్రం.

నెమ్మదిగా లోపలకు వెళ్ళాడు అంతే కొత్తచుట్టం సర్వేశ్వరావు ఎగిరిగంతువేశాడు. గడగడా అలారం కొట్టుకుంటున్నట్లు అతని గుండెలు కొట్టుకుపోయాయ్. గాలికి అల్లల్లాడే ఆకుల్లాగ శరీరం అంతా గజగజ వణికిపోయింది.

"అమ్మో! దయ్యం! దయ్యం!' అంటూ బిగుసుకు పోతున్నాడు.

'ఏమిట్రా ఇది?' అన్నాడు రామచంద్రం. దానితో మరింత హడలిపోయి 'అన్నయ్య దయ్యం అయివచ్చాడు వొదినా' అంటూ వణుకుతూ ప్రారంభించాడు రాగాలాపన.

రామచంద్రానికి ఏమీ తోచలేదు. అలాగే కొయ్యబారిపోయాడు.

'ఎవరిది? ఎవరిది? అయ్యబాబు దెయ్యమేనే - దెయ్యమే' అని కళ్ళుమూసుకొని ఒకేఒక పెద్దకేకవేసింది నిర్మల.

అక్కడే అంతా ఆశ్చర్యంతో చూస్తూన్న ఒక కమ్యూనిస్టుకు సంగతి చాలాభాగం అర్థం అయింది. దెయ్యాలనూ, దేవతలనూ, నమ్మడేమో రామచంద్రం దెయ్యం అయ్యాడని వారంటూ ఉంటే ఒప్పుకోలేదు. రామచంద్రాన్ని తడిమిచూచాడు. అక్కడనుంచీ పెద్దనవ్వు నవ్వాడు.

కమ్యూనిష్టు : 'అమ్మా! మీ భర్త చనిపోయాడని మీకెవరు చెప్పారు?'

నిర్మల : 'మా మరిది సర్వేశ్వరరావేనండి?'

కమ్యూనిష్టు : 'ఏమయ్యా! సర్వేశ్వరరావుగారు! మీ అన్నగారు చనిపోయినట్లు మీకెవరు చెప్పారండీ?'

సర్వేశ్వరరావు : 'నాకు ఎవరు చెప్పారన్నాను?'

కమ్యూనిష్టు : 'ఎవరూ చెప్పలేదా?'

సర్వేశ్వరరావు : 'లేదండీ?'

కమ్యూనిష్టు : "మరి మీకెలా తెలిసింది?'

సర్వేశ్వరరావు : 'మావదినగారు తలతీయించుకుంటం చేత చనిపోయాడేమో మా అన్న అనుకున్నా... ... ఇంతకూ మా అన్నయ్య చనిపోతే తీయించుకున్నాతల కాదేమిటి?

నిర్మల : 'బాగు బాగు. మీ అన్నయ్యచనిపోతే తీయించుకుంది కాదయ్యాబాబు. ఇది తిరపతిక్షవరం! ఏడుకొండల వేంకటరమణునికి మొక్కు.'

సర్వేశ్వరరావు : 'అదా! ముడుపులూ, మొక్కుబడులా?'

నిర్మల : 'చిత్తం.'

రామచంద్రం : 'ఇంతకూ అంతాకలిసి బ్రతికి ఉండగానే నాశవపూజ చేసేశారు. నేచచ్చింతరువాత నాభార్య ఎలాగేడుస్తుందో, నాతమ్ముడెలా ఏడుస్తాడో, ఇరుగూ పొరుగు వారెలా అనుకుంటారో ప్రత్యక్షంగా విన్నాను. అంతేకాదు నేను చనిపోతే నాభార్యముఖం ఎలా గుంటుందో కూడా చూచాను... ఇంతకూ మహాభక్తురాలు..." అంటూ రామచంద్రం కోపంతో లోపలకు వెళ్లిపోయాడు.

కమ్యూ : 'మీ మొక్కుబడి ఎంతకొంపముంచిందో చూచారా? అమ్మా! భగవానుడు సృష్టికి అలంకారంగా మీకు సౌందర్యాన్ని ఇచ్చాడేకాని, సృష్టిని అసహ్యాపరచడానికి మీకీసౌందర్యం ప్రసాదించలేదు. గులాబీపూలు మీతలలో కీలించినప్పుడే వాటిసౌందర్యం; వాటి రేకులు రాల్చి మట్టిలో కలిపినప్పుడు కాదుకదా!

పైగా పతి భగవత్ స్వరూపుడు. పతిసేవకంటే భగవత్ సేవ ఏముంటుందమ్మా! శరీరంలో వ్యాధికి, మొక్కుబడులు తీర్చడానికని ఇచ్చిన తలకు సంబంధం ఏముంది?'

నిర్మల : 'ఏమీలేదు - నా బుద్ధితక్కువతప్ప ఇంకేమీ లేదు.' అంటూ లోపలకు వెళ్ళింది-ఎక్కడి వారక్కడ వింతగా నిర్మల సంగతులూ చెప్పుకుంటూ దేవునికని తలతీయించినంత తప్పు మరొకటి లేదనుకున్నాను.

5

మబ్బులు పట్టాయ్; వానకురిసింది.

మబ్బులు వెలిశాయ్; వానవెలిసింది.

నాలుగు సంవత్సరాలు గడిచాయి.

నిర్మల తల మెత్తగా నెమలి పింఛంలాగ చక్కగా వస్తూంది. వేజ్‌లైన్, కేంధర్ డిన్‌ఆయిల్, అమ్లాహెయిరాయిల్ మొదలైనవన్నీ రాసి తలను చక్కగా తయారు చేసుకున్నాడు రామచంద్రం.

అతనికి అందం అంటే ఆనందం; అందాన్ని ఆరాధన చేయడమే అతని ఆశయం.

"Man is an artist and creator.
He must have beauty and colour."

అని గాంధీజీ అన్నట్లు 'మానవుడు కలాభిజ్ఞుడు; సృష్టికర్త. అతనికి అందచందాలు కావాలి; రంగులు రాగాలు కావాలి."

ఈ విషయాలనే భార్యాతో చెబుతూ ఆమెలో అతీతమైన మార్పును తీసుకురాగలిగాడు... అనంతమైన చైతన్యాన్ని తీసుకురాగలిగాడు. దానికిగాను అతని ఆనందాన్ని వర్ణించడానికి వీలులేదు.

నాలుగుసంవత్సరాలు గడిచాయి. ఆసతీపతులు ఆనందంగా ఉంటూఉన్నారు. అంతలో ఆమె తనపుట్టింటికి వెళ్ళి నాలుగునెలలు ఉండి వచ్చింది. అంతే. ఎక్కడ నూతన భావాలక్కడే దూదిపింజల్లాగ ఎగిరిపోయాయ్.

ఇంటికి వచ్చింది.

ఇద్దరూ ఆరాత్రి భోజనాలు అయింతరువాత కబుర్లు చెప్పుకుంటూ మేడమీద కూర్చున్నారు. తాంబూలం సేవిస్తూ ఉన్నారు.

మబ్బు మాటునుంచి చందమామ వారి రహస్యజీవనాన్ని తొంగితొంగి చూస్తూ ఉన్నాడు. పతి సతిముంగురులు సవరిస్తూ ఉన్నాడు.

'నిర్మలా?'

'ఊఁ'

'నీ హృదయం ఇప్పుడు నిర్మలంగా ఉందనుకుంటా.'

'ఉండకే.'

"పట్టినమబ్బులు చందమామను ఎంతకాలం దాచగలవు'

'వాటికడుపులో దాచుకొన్న కాస్తకన్నీరూ కార్చేవరకు... ...

'అంతే అంతే.'

'కాని... ...'

'ఏదో గుండెలో బుసకొడుతూంది.'

'ఏమీలేదు కానండీ... మీరన్యథాఅనుకోపోతే...'

'అదేవద్దు నిర్మలా! సతీపతులలో అనుమానించుకుంటం శంకించుకుంటం, అన్యథా భావించుకుంటం, ఉండరాదు. ఉంటే వారు సతీపతులుకారు; పిశాచులు; రాక్షసులూను.'

'అలాగే అనుకోండి... మరి..."

"చంపక చెప్పు నిర్మలా?'

'వేరుగా భావించరుకదూ?"

'చెప్పానుగా భావించనని ఇంకా ఎన్నిసార్లు చెప్పను.'

'మరొక్కసారి.'

'అన్యథా భావించను. అన్యథా భావించను అన్యథా భావించను..'

'చాలు. చాలు.'

'ఇంక చెప్పు.'

'ఏమిటంటే – ఈఒక్క వ్రతం చేస్తేచాలు. ఇంక మిమ్మల్ని అడిగితే "ఛీ" అని పిలవండి. ఎంతో కర్చుకాదు.'

'ఏమిటది?'

'సత్యనారాయణ వ్రతం.'

'ఇదొకటా?'

'క్షమించాలి. ఏడుకొండల వెంకటరమణునికిచ్చినట్లు ఏతలా ఇవ్వనవసరంలేదు...'

"సత్యనారాయణస్వామి అసాధ్యుడు. వానిలా ఈయన పనికిరాని తలవెంట్రుకలూ, గోళ్ళూ కోరడు, సంచులసంచుల రూపాయిలు కోరతాడు."

'ఒక్కరూపాయి కర్చుపెడితే నూరు రూపాయిల లాభం ఇస్తాడు.'

'ఎవరికైనా ఇచ్చాడా?'

'ఓలక్షలాదిగా ప్రజలకిచ్చాడు.'

'నీకెలా తెలుసును?'

'ఎంతమంది చెప్పడంలేదూ?'

'లోకులు కాకులు నిర్మలా! దున్నపోతు ఈనిందంటే దూడకు గడ్డివెయ్యమంటారు. అటువంటివారు చెప్పినమాటలు వింటానంటే ఎలా?'

రామతీర్థస్వామి చెప్పినట్లు – నీచెవులతో వినాలి; నీకళ్ళతో చూడాలి; నీ మెదడుతో ఊహించాలి. ఎదటివాళ్ళ చెవులతో వినరాదు; ఎదటివాళ్ళ కళ్ళతో చూడరాదు; ఎదటివాళ్ళ బుద్ధితో ఊహించారాదు.

పెరల్‌బక్ చెప్పినట్లు : 'మానవజీవితచరిత్ర ప్రారంభించి ఎన్నోయుగాలు గడిచాయ్. ఏయుగంలోనైనా ఎవ్వరైనా దేవునకు లంచం ఇచ్చి తాము కోరిన ఫలాన్ని పొందగలిగిన వాళ్ళున్నారా?'

నిర్మలా భగవానుడు సర్వమయుడు; సర్వవ్యాపకుడు. ఆయన మహాసృష్టిలో మనం పరమాణువులో శతసహస్రాంశం ఉంటాం. అటువంటిమనం ఆ అనంతతేజోమయునకు వ్రతాలు చెయ్యడంఏమిటి? లంచాలు ఇవ్వడం ఏమిటి?

ఒక్కటి చెబుతావిను – నీవునాకు భిన్నంకాదు; మనం భగవానునకు భిన్నులంకాము. మన అజ్ఞాన పంజరం మనమే నిర్మించుకుంటున్నాం మనలను మనమే దానిలో బంధించుకుంటున్నాం. మనలను ఈతేజో ప్రపంచాన్నుంచి వేరుచేసిన ఆ ఇనుప ఊచలను భేదించు... అప్పుడు సృష్టికర్తలం మనమే – మనమే భగవంతుని తేజస్సు.

నిర్మలా! సృష్టి అంతా నీఆత్మతేజస్సుతోనే నింపుకున్నావ్ అనుకో. అంతా తేజోమయమే అనుకో. అప్పుడు నీకుగాని వేరే ఒక భగవానుడని నీవుకల్పించిన ఆరూపానికి గాని స్థానం

ఎక్కడిది? పూజించేదెవరు? పూజింపబడే దెవరు? అంతా తేజస్సేకదూ? అందు 'నీ' 'నా' భేదాలుంటాయా? 'తర' 'తమ' భావాలుంటాయా? జాతి,కుల, మత విబేదాలుంటాయా? సత్యనారాయణమూర్తి, ఏడుకొండల వెంకటేశ్వరుడనే భేదాలుంటాయా?

నిర్మలా! ఆ ఆత్మజ్ఞానం అవసరం; ఆత్మారాధన అవసరం. అంతేకాని మనిషిచేసిన రాయి రప్పకు మొక్కుతూ మనముంటే రాళ్ళకంటే కనిష్టంకాదూ!"

నిర్మలామాటలన్నీ విన్నది. ఏదోలోపలమార్పు కలుగుతున్నదనుకొని భయపడిపోయింది. తనమనసులో ఉన్న సత్యనారాయణమూర్తి దివ్యవిగ్రహం ఎక్కడ చెదరిపోతుందో అని గడగడలాడిపోయింది.

"స్వామి! సత్యనారాయణ! నాభర్త వట్టిమూర్ఖుడు – ఈ సృష్టినంతా పాలించే దేవుడవు నీవే అని గ్రహింపలేని మూఢుడు – నిన్నేదో రాయిగాభావించి, ఎవరోమనుష్యులు చెక్కారంటాడు. నీవు సత్యంగా వైకుంఠంనుండి ఈఆకారంలో అలాగే దిగివచ్చావని తెలుసుకోలేని అజ్ఞాని... ఆయన అజ్ఞానాన్ని మన్నించి నన్ను రక్షించుతండ్రీ! నీవ్రతం తప్పకుండా చేసుకుంటా. నూటొక్కమంది బ్రాహ్మణులకూ తప్పకుండా పంచ పరమాన్నములతో భోజనం పెడతాను. నీకైభూ, గో, సువర్ణ, పీతాంబరాదుల దానంచేస్తాను. నా సర్వస్వం నీదే' అంటూ లోలోపల సత్యనారాయణకు మ్రొక్కుకుంది. దానితో గడగడవణికిపోతూంది.

భర్తచూచాడు. ఆమెబాధగ్రహించాడు. ఆమె అలా బాధపడుతున్నందుకు లోన విచారించకపోలేదు. ఏంచేస్తాడు పాపం! ఆమె హృదయానికి శాంతి చేకూర్చుటకు ఇలా ప్రారంభించాడు.

"నిర్మలా! ఏం అలాఉన్నావ్?"

'ఏంచెప్పనండీ!'

'ఏం?'

"కొంపమునిగిపోయింది."

'ఎందుకు?'

'సత్యనారాయణమూర్తి విగ్రహాన్ని మనుషులు చెక్కారన్నారుకదూ!

'మరి మనుషులు చెక్కపోతే, దేవతలు చెక్కారా?'

'ఎవరూ చెక్కలేదు.'

'మరిఎలాగుంది?'

'దానంతట అదే స్వర్గాన్నుంచి నేరుగా భూమిమీదకు దిగివచ్చింది... అలా నవ్వుతారెందుకండీ. నేను చెప్పిందేదో అబద్ధం అయినట్లూ...'

'నిర్మలా! నీమూఢవిశ్వాసానికి నాకు నవ్వువస్తూంది."

'ఊరుకోండి. సత్యనారాయణమూర్తి వింటే పటుక్కున శపిస్తాడు.'

'సత్యం చెప్పినందుకే నన్ను శపిస్తే అతడు సత్యనారాయణకాడు; అసత్యనారాయణు డౌతాడు. 'సత్యం' వ్రతంగా గలవాళ్ళకీ పూజలన్నీ ఎందుకు?'

"అబ్బా! ఊరుకోండి మీకు పుణ్యం ఉంటుంది. వట్టి మొండివాదనే కాని మీకు రెండూ తెలీదు.'

'అవును. నాకుతెలసిందొక్కటే. అదే సత్యమార్గం.'

'ఏదో ఒక మార్గం. ఉడుదుడుకులుగల ఈక్రొత్త మార్గాలెందుకండీ,ఏకంగా పూర్వులు పోయిన పాతమార్గాలలో పోవాలికానీ......'

'నిర్మలా! మానవ జీవన యాత్రాసౌలభ్యం కొరకుమార్గమేలేని కీకారణ్యాలలో మనపూర్వులు కొన్ని మార్గాలు పరిచారు; మానవకోటిని దానిపై నడిపించారు; మానవులను ముక్తిమంటపానికి చేరిపించారు. ఆదివ్యకృషికి వారికి నా నమస్సులు. వారుచేసిన సంఘసేవకు నాకృతజ్ఞతాభివందనాలు... కాని వేదకాలంలో మన మహర్షులు పరచిన మార్గాలలో తీయని ఫలవృక్షాలెన్నో నాటారు. ఆఫలవృక్షాలు పక్షులకూ పాంధులకూ ఆశ్రయం ఇచ్చాయి. సృష్టిఅంతా ఆదివ్యతేజంలో ఆనందరస స్నపితం అయిపోయింది –

కాని నిర్మలా! ఆప్రేమ పూరితమైన వేదకాలం గతించింది. దానితరువాత స్వార్ధభూయిష్టమైన పురాణకాలం, వచ్చింది.

వేదకాలంలో ఉన్న ఏకేశ్వరోపాసన గతించింది; దాని స్థానంలో దశావతారాలు కల్పింపబడ్డాయ్. వేదకాలంనాటి సర్వమానవసమత్వం పోయింది; దానిస్థానంలో జాతి కులమత విభేదాలు కల్పింపబడ్డాయ్. మానవులనందరనూ ఒకేకుటుంబంగా తయారుచేసే మతం గతించింది; మానవులలో చీలికలు కల్పించే దురాచారాలు, మూఢవిశ్వాసాలూ బయలుదేరాయ్.

దానితో దేశం ముక్కలు ముక్కలయింది. ఐక్యత నశించింది; అభివృద్ధి అంతరించింది; శాంతి అశాంతిలో లీనం అయిపోయింది.

నిర్మలా! స్త్రీ కానాటితో స్వతంత్రం నశించింది. బ్రాహ్మణేతరుల నాటినుంచి మొన్న మొన్నటివరకూ విద్యాభ్యాసానికి అర్హులు కాకపోవడం ఆకాలనిబంధనవల్లే, ఆపురాణ కాలంవల్లే 44 కోట్ల భారతీయులలో 40 కోట్ల భారతీయులు అజ్ఞానులై, పతితులై, నేటికీబానిసలై, క్షుదాక్షుభిత జీవచ్ఛవాలై నశిస్తున్నారు.

నిర్మలా! ఆపురాణకాలంనాడు కల్పింబడినవే ఈ తిరుపతి వేకంటేశ్వరమహాత్మ్యము! సత్యనారాయణ మహాత్మ్యము! జగన్నాధమహాత్మ్యము – ఇత్యాది వేలకు వేలమహాత్మ్యాలు ... తెలిసిందా?

'నిర్మలా! గాంధీజీ చెప్పినట్లు సృష్టిలో ప్రతిప్రాణీ భగవానుని అవతారమే. అంతేకాదు ప్రతిగడ్డిపరకా ఆయన అవతారమే. ఆయనదివ్యతేజస్సు ముద్రింపబడని ఒక్క అణువు కూడా ఈప్రపంచంలో లేదు'

'మీరు చెప్పేది ఏదీ నేను కాదనలేను. ప్రతిప్రాణి లోనూ భగవానుని చిద్విలాసమే లాస్యముచేసేటప్పుడు ప్రతి ప్రాణినీ పూజించడం భగవానుని పూజించడమే. కాదనను కాని ఆశక్తి ఇంకారాలేదు. కాబట్టి ఈ పర్యాయానికి నలుగురుపోయే పాతబాటలోనే పోనీయండి.'

'అయితే నామాట విననంటావ్?'

"క్షమించాలి. ఈసారి సత్యనారాయణవ్రతం చెయ్యనియ్యండి.'

'తరువాత జగన్నాథ వ్రతం చేస్తావా?'

'ఇంక చెయ్యనన్నానుకదూ!'

'అనడం అన్నావ్; ఆచరిస్తావనిఎలా?'

'నమ్మమంటున్నాగా.'

'అన్నావ్;... ... కాని...'

'ఇకకానీవద్దు; అర్థణావద్దు; ఈ పర్యాయం విందురూ!'

'వినాల్సిందే.'

'తప్పక.'

'ఒక సంచి రూపాయిలు... ...'

'ఎంతైనా సరే; ఏమి శాశ్వితం.'

'ప్రేమ.'

'ఉహూఁ'

'నిర్మలా! నీవు గీచినగీటు దాటుట నావశమా? ననుగన్న విధాతవశమా? అదేమి చిత్రమో లోకంలో భర్త తన సర్వస్వం భార్యకు ధారవోసినా, భార్యకు ఎందుకో సంతృప్తి ఉండదు."

'అదిలోకం విషయం. లోకంమాట మనకెందుకు లెద్దురూ'

'మనమాటే కావాలంటావా?'

'అంతే.'

'అయితేపద;'

వారిరువురూ ఆనందరసోద్రేకులయ్యారు.

6

నిర్మల సత్యనారాయణవ్రతం చేసేరోజది. బంధుమిత్రులు, బ్రాహ్మణులు తండోప తండాలుగా వస్తున్నారు.

నిర్మల హడావుడి చెప్పడానికి వీలులేదు. అటూ ఇటూ తిరుగుతూంటే,ఇంటిప్రక్క వెంకమ్మ ఇలాగన్నది.

‘ఏమో వదినా?’

‘ఏం?’

“ఏదో అయిందంటే అయిందని నాలుగు అక్షింతలూ వేసుకుంటారా?”

‘ఎన్నటికీ ఆలాచెయ్యం.’

“మరి?”

‘సత్యనారాయణమూర్తి సాక్షాత్తు ప్రత్యక్షంఅయి వరమిచ్చేవరకూ వదిలిపెట్టం.ఎంత ఖర్చుయినాసరే, మాసర్వస్వం పోయినాసరే, అద్భుతంగా చేయదలుచుకున్నాం.’

‘మీలా ఎవరూచేయలేదని అనిపించుకో దలచుకున్నారనుకుంటా.’

‘తప్పక.’

‘అయితే మా ఆయనకు పంచలసాపు, నాకు చీరా రవికా తప్పక దొరకుతాయన్నమాటే.’

‘సందేహం ఏముంది?’

‘బాగుబాగు. నాకుకూడా ఏదైనాపని చెప్పరాదూ?’

‘పెద్దదానవు చెప్పకూడదు కానీ... వీలుంటే ఒక్క పని.’

“చెప్పూ?”

‘ఈపూట నూటొక్కమంది సద్బ్రాహ్మణులకు భోజనం పెట్టాలికదూ?’

‘అవునవును.’

‘అందుచేత...’

“బ్రాహ్మణులను పిలుచుకురమ్మంటావ్?’

‘సద్బ్రాహ్మణులను –’

‘ఓ–అందుకులోటేమిటి? నూరుకాదు; వెయ్యిమందిని తీసుకొస్తా. వెళ్ళిరానా?’

‘సంతోషం’

ఆమె వెళ్ళిపోయింది. నిర్మల తనపనిలో తాను లీనం అయిపోయింది.

ఉదయం పదిగంటలయింది.

పిలుపులకు వెళ్ళినవాళ్ళు తిరిగివచ్చారు. వారిలో ఒక మిత్రుడు రామచంద్రాన్ని కలుసుకున్నాడు.

“ఏమోయ్ చంద్రం! ఆఖరకు ఇలా దిగేవే?”

“ఏం?”

‘విజ్ఞానశిఖరంనుంచి ఒక్కసారిలా ఎన్నిమెట్లు దిగి పోయావ్?”

“దిగవలసివస్తే దిగొద్దూ?”

‘ఏం?’

'అమ్మగారి ఆజ్ఞ'

'అయ్యగారు పాటించవలసిందేనా?'

"ఇప్పుడు వారుపాటిస్తే, రేపు మనం పాటిస్తాం."

'బలేవాడవు; ఆడది చెప్పినట్లు నడిచేవా డెవడైనా బాగుపడ్డాడా?'

"పూర్వం ఎవడూ బాగుపడలేదు; ఈనాడు నేను బాగుపడతాను.'

"అయినా ఆమె మతిపోతేపోయింది; నీకేం కర్మం."

'అర్ధాంగికదూ; దానిమతిపోతే నామతికూడాపోవద్దూ.'

'బలేవాడవులే.'

వారలా మాట్లాడుతూంటే నిర్మలవచ్చింది.

'ఇంకా కూర్చున్నారే?'

'ఏం చెయ్యమంటారు.'

'చాల్లేలేవండి ఇంకా పదిమంది సద్బ్రాహ్మణులు రావాలి.'

'అలాగే తీసుకువస్తా.'

అతడులేచి బయలుదేరాడు మిత్రునితో –

'చంద్రం! బ్రాహ్మణులు పనికిరారు; సద్బ్రాహ్మణులు కావాలి. తెలిసిందా?'

'అవునవును.'

'ఎక్కడ తెస్తావ్?'

"అయితే కాఫీహోటల్సులో – లేకపోతే కోర్టుల్లో."

'అక్కడెవరుంటారు?'

'హోటళ్ళలో సర్వర్సు, ప్రొప్రయిటర్సు – కోర్టులో దొంగసాక్షికాలు చెప్పేవారు, ప్లీడర్లు.'

'బలే సద్బ్రాహ్మణులే.'

"కాకపోతే భోజనాలకని పనీపాటలూ మానుకొని ఎవరు వస్తారురా!'

'బాగా చెప్పావ్?'

వాళ్ళిద్దరూ నవ్వుకుంటూ నిర్మల మూఢవిశ్వాసాన్ని గూర్చి చర్చించుకుంటూ బజారుపట్టారు.

* * *

సత్యనారాయణవ్రతం ప్రారంభించారు. రామచంద్రం నిర్మలా పీటలమీద – కూర్చున్నారు. వందలాదిగా బ్రాహ్మలు మంత్రాలు చదువుతున్నారు. పూజ జరుగుతూంది. – అద్భుతంగా పూజచేస్తూ ఉంటే నిర్మల హృదయం ఉప్పొంగి పోయింది. ఆమె మనసు ఆనందపరవశం అయిపోయింది. ఆమె శరీరం జలదరించిపోయింది. సాక్ష్యాత్తు సత్యనారాయణమూర్తి ప్రత్యక్షం అయినట్లు అనిపించింది.

పూజాపునస్కారాలు అయ్యాయ్. పదిగోవులను దానం చేశారు భూదానం సువర్ణాంబరదానాలు సద్బ్రాహ్మణులను కున్నావారికి చేశారు.

నిర్మల మెళ్లో చంద్రాహారాలనుంచి, అతడి వాచీవరకూ ఉన్న ఆస్తినంతా అమ్మి అతివైభవంగా చేశారు.

నిర్మల బ్రహ్మానందపడింది. నిర్మలకు ఆవిధంగానైనా ఆనందం కలిగించానుకదా అని రామచంద్రం చాలా సంతోషించాడు.

ఆసతీపతులిద్దరూ సత్యనారాయణ వ్రతకారణంగా బ్రహ్మానందం అనుభవించారు.

* * *

వ్రతంపూర్తి అయింది.

అప్పులు విస్తారం అయ్యాయ్.'

సతీపతులిద్దరకూ సంసారం సారవంతంగాలేదు; సారరహితమై దుఃఖప్లావితంగా ఉంది.

ఒకరోజు సాయంకాలం ఆసతీపతులిద్దరూ షికారు బయలుదేరి వెళ్లారు.

ఒక కాలవవద్దున పచ్చిక పై కూర్చుని, సంధ్యాకాంతులు కాలవనీటిపై పడుతుంటే చూస్తూ ఆనందంగా కబుర్లుచెప్పుకుంటూ ఉన్నారు.

అంతలో -

నలుగురు కొన్ని ఆవులను తోలుకొని పోతున్నారు. వాటిలో ఒకావు నిర్మలనుచూచి జాలిగా 'అంబా' అని అరిచింది.

నిర్మల ఆ ఆవువంక చూచింది. కడుపు తరుక్కుపోయే టట్లు మళ్లీ పెద్దగొంతుకుతో "అంబా"అని అరిచింది.

నిర్మల ఆనమాలు కట్టింది. అది వారిదే. వారిప్రాణానికి ప్రాణంగా చూచుకొనే కణ్ణావు. పొట్టిగా నల్లగాఎంతో అందంగా ఉండేది. సత్యనారాయణవ్రతం చేసి నప్పుడు దానిని ఒక బ్రాహ్మణోత్తమునకు దానంగా ఇచ్చింది. అది పూర్వ స్నేహంవల్ల అరుస్తుందేమో అనుకొని లేచింది.

'చూశారా! మనకణ్ణావు?'

"ఆఁ ఆఁ ఎలాచిక్కిపోయిందో పాపం.'

'అవునవును ఆబ్రాహ్మణుడు సరిగా మేపడంలేదు -

'ఇంకా మేపడం ఏమిటి?'

"మేపక -"

"ఎవరు మేసినా మరోగంటసేపు అంతేగా.' "తరువాత"

'కసాయివానికత్తి కబేళాలో బలికాబడుతుంది'

'అదేమిటండీ!'

"నిర్మలా! మనం దానంగా ఇచ్చిన పది ఆవులలో అయిదు షుమారుగా ఈమందలో ఉన్నాయ్. వీటిపాలు పితుకుకొన్నంత కాలం పిదుకుకొని, ఇవి వట్టిపొయ్యాక ఆ బ్రాహ్మణోత్తములు కసాయివానికి అమ్మివేశారు.'

'ఎందుకు?'

'ఎందుకేమిటి? వానిని చంపి మాంసం అమ్మేందుకు.' 'ఏమిటి మన కళ్ళావును.'

'చంపి, మాంసం అమ్ముతారు.' 'ఆఁఆఁ'

'నిజం నిర్మలా!'

ఆమాటవినేసరికి ఆమెకు స్మృతి తప్పిపోతున్నట్లయింది. కళ్ళమ్మటనీళ్ళు గిఱ్ఱుమని తిరిగాయ్.

'నిర్మలా ఎంతేడిస్తే లాభంఏముంది? పాత్రాపాత్ర తెలిసి దానం చెయ్యమని పెద్దలూరకే అనలేదు.'

తెలిసే బ్రాహ్మణులకు చేశాంకదూ!'

"పిచ్చిదానా! బ్రాహ్మణుడని పిలువబడే ప్రతివ్యక్తీ మహాత్ముడనుకోక. చూడిప్పుడు – ఏమయిందో మనం ఆవులగతి. పాలుతాగమని దానంచేస్తే, మాంసం అమ్మి లాభంపొందాలని చూచాడు."

"వాడు బ్రాహ్మడుకాదు; భూలోక రాక్షసుడు."

'కాదని ఎవరన్నారు?'

'మనం భూసువర్ణదానాలు చేశాం; వారూ ఇంతేనా?'

'ఇంతకంటే ఘోరం. కష్టపడకుండా లభించే ఈదానాలను విక్రయించి, ఆడబ్బుతో త్రాగి, వ్యభిచరించి, జూదమాడి, నానా అపభ్రష్టపు పనులు చేస్తున్నారు. వారి పాపానికంతకూ మనమే కారణం సుమా!'

'నిజం.'

ఆమె కన్నీళ్ళు జలజలా జారిపోతున్నాయ్.

ఆవులు వెళ్ళిపోతూ ఉన్నాయ్.

మళ్ళీ ఆమె కళ్ళావు 'అంబా! అంబా!అంబా!' అని కన్నబిడ్డ వలవల ఏడ్చినట్లుగా ఏడ్చింది.

దానితో ఆమె హృదయం ముక్కలు ముక్కలైపోయినట్లయింది.

'అమ్మా! నిన్ను నాపాలతో పెంచానే నాపాలన్నీ తాగినంతకాలం తాగి ఆఖరకు ఈ కసాయవాని కత్తికి నన్ను బలిచేస్తావా? నీతండ్రి నీకు సేవచేయలేకపోతే కసాయివానికి అమ్ముతున్నావా? నీతల్లి నీదాసీత్వం చేయలేదని విషమిచ్చి చంపుతున్నావా? నేను నీతల్లివంటి దాననుకాదూ? 'గోమాత' అనే మాటమరచావా?

'నిర్మలా! నన్ను విడిపించి రక్షించవూ' అన్నట్లు నాలుగావులూ నిర్మలవంక జాలిగా చూచాయి. నిర్మల గజగజ వణికిపోయింది. భర్తవంక దీనంగా చూచింది.'

'ఏం నిర్మలా?'

'వాటిని విడిపించే మార్గంలేదా?'

'లేకే?'

'ఎలా?'

'వాడు కొన్నధరకొక్క 50 రూపాయలు ఎక్కువిస్తే వదిలేస్తాడు.'

'వాటి నన్నింటినీ ఎంతకొన్నాడో.'

'అడుగుదాంపద.'

వాళ్ళిద్దరూ ఆవులతోలుకుపోయే కసాయివానినాపి వాటిని కొన్నాధర అడిగారు. 500 అని చెప్పాడు.

ఇద్దరూ ఆలోచనలో పడ్డారు. నిర్మలా కసాయివానివంక చూచింది.

'ఏం తల్లీ!'

'నీకు ఎంత ఇస్తే వీటినిన్నిటినీ వదిలేస్తావ్?'

'ఆరువందలు ఇప్పించండి.'

'మంచిది. ఇంటికివస్తావా? ఎక్కడైనా అప్పుచేసి ఇస్తాను'

'చిత్తం. వీల్లేదండి.'

'అయితే ఉండు –'

భర్తముఖం చూచింది. భర్త నీయిష్టంవచ్చినట్లు చేయిమన్నట్లు తల ఊపాడు.

వెంటనే తన చేతిగాజులూ, ఉంగరాలూ, తుదకు మంగళసూత్రపు బంగారు చైనూ అన్నీ తీసి ఆకసాయివాని కిచ్చింది.

అతడాశ్చర్యపోయాడు.

'ఇవన్నీ నాకెందుకమ్మా!'

"ఇవన్నీ అమ్మి, నీ అయిదువందలూ తీసుకో. మిగిలితే ఆడబ్బు గోసంరక్షణ సమితి వారికియ్యి..."

'చిత్తం.'

"బాబూ! ఈ నల్లావును మాయింటికితోలి, మిగిలిన వాటిని గోసంరక్షణసమితి తోలివేయ్."

'అమ్మా!'

"ఏం?"

'ఈపాపపు పని చేయకుండా నాకుకూడా ఏదైనా మార్గం చూపరా!'

'తప్పక నాతోరా. నాతమ్మునిలా నాయింట్లో ఉండు ఉన్నా కలో గంజో అంతా కలిసిత్రాగుదాం. తరువాత పని చూచుకోవచ్చు.'

'చిత్తం తల్లీచిత్తం.'

అతని ఆనందం చెప్పవేం. చంద్రం ఆనందంకూడా వర్ణించలేం.

నిర్మల కళ్ళావును నిమురుతూ కన్నీరుకార్చింది.

నిర్మలా! ఈనాటికి నీవు నిజమైన భారతనారివి.'

'మీరు చేసిందేగా.'

నీవు కాకపోతే, నేనుచెయ్యగలనా?'

'అంతా మీకృప.'

"సత్యనారాయణమూర్తిదికాదు కదా?"

"పోనీ ఏడుకొండల వెంకటేశునిది."

"బలే. బలే."

అంతా నవ్వుకుంటూ కళ్ళావుతో ఇంటికి పోయారు మిగిలిన ఆవులను గోరక్షణసమితికి పంపారు – ఆనాటితో "మొక్కుబడి" అనుభవంలోకి వచ్చింది నిర్మలకు. ప్రజాసేవ తప్ప "మొక్కుబడి" లేదని గ్రహించింది.

స మా ప్తి.

తెలుగు సాహితీ వనంలో 'జంపన' అల్లిన రచనా తోరణం

1. ఆకలి
2. బొమ్మరిల్లు
3. త్యాగమూర్తి
4. ఆంధ్రజ్వాల
5. జ్వాల
6. పేదరాలు
7. స్టేషన్ మాష్టర్
8. మంగళసూత్రం
9. భర్త బ్రతికుండగానే!
10. భార్య బ్రతికుండగానే!
11. సతి
12. పతి
13. ఆశ
14. దురాశ
15. నిరాశ
16. పెళ్లి
17. దేశాభిమాని
18. దేశద్రోహి
19. నేనూ – మా మరదలు
20. బ్రతకడం ఎలా?
21. దేవుడున్నాడా?
22. దేవుడు లంచగొండా?
23. దేవునికి పూజార్లెందుకు?
24. శాస్త్రాలెందుకు?
25. ఆచారాలెందుకు?
26. కులమతాలెందుకు?
27. స్త్రీ సంఘంలో బానిసా?
28. స్త్రీ పిల్లల్ని కనే యంత్రమా?
29. స్త్రీ చదువుకోరాదా?
30. పేదసాదలు
31. కార్మికుల కష్టాలు
32. కర్షకుల కష్టాలు
33. ఎదురీత
34. గుమాస్తా
35. నేటి బి.ఏ.లు
36. కోటి విద్యలు కూటికొరకే
37. తల్లిలేనిపిల్ల
38. ఎవరికివారే యమునాతీరే!
39. కోటీశ్వరుడు
40. భూలోకస్వర్గం
41. శాస్త్రమా? శనిగ్రహమా?
42. నాదేశం
43. దేవదాసి
44. సేవకురాలు –1 బా"
45. సేవకురాలు –2 బా"
46. సంసార సుఖం
47. బానిస
48. కన్నతల్లి
49. దేవాలయం
50. క్షామం
51. వచ్చాడే మా బావ
52. పూజ
53. మొక్కుబడి
54. నెలజీతం
55. పెండ్లికాని పిల్ల
56. బానిసత్వం
57. స్వతంత్రం
58. ముందడుగు
59. అబల
60. స్టూడెంట్
61. చరణదాసి
62. జీవితాశ
63. చిత్రశాల
64. నిర్దోషి
65. ప్రెసిడెంట్
66. వైస్ ప్రెసిడెంటు
67. హారతి
68. పతిత
69. ఆహుతి
70. కన్నీరు
71. తబ్బిబ్బు
72. అనురాగాలు
73. కులమతాలు
74. బలిపీఠము
75. కూలి
76. మమత
77. మేనత్త
78. మేనకోడలు
79. మరువలేను
80. ఎవరి పెళ్లాం!
81. మగడెవరు!
82. వలపు పిలుపు(తరువాయికథ)
83. ఆలుమగలు (దీన్ని చదవాలి)
84. గృహిణి
85. పతివ్రత
86. ప్రేమారాధన 1. బా॥
87. ప్రేమారాధన 2. బా॥
88. బావే నా మొగుడు
89. ఆత్మార్పణ
90. భగ్నజీవి
91. స్నేహితుడెవరు?
92. జన్మభూమి
93. ప్రాణభయం
94. కర్మ
95. కాలమహిమ
96. ధర్మపత్ని
97. ప్రజారాజ్యం
98. ఫిలిమ్ డైరెక్టర్
99. సుబాస్ చంద్రబోస్‌జీవితచరిత్ర
100. శ్రీ వేంకటేశ్వర మహాత్మ్యము

మీ విజ్ఞాన వికాసాలకు 'నవచేతన పబ్లిషింగ్ హౌస్' ప్రచురణలు – చదవండీ.. చదివించండీ...

పుస్తకం	రచయిత	రూ.
ఇంగ్లీషు గ్రామర్ ఫండాస్	- సంపత్ రెడ్డి	110
దళిత సాహిత్య నేపథ్యం	- డా॥ ఎస్వీ. సత్యనారాయణ	50
కథలు – గాథలు	- పి. చిరంజీవినీ కుమారి	60
రసాయన శాస్త్రం		
ఓ అద్భుత ప్రపంచం	- ఆళ్ళ అప్పారావు	70
వైజ్ఞానిక భౌతికవాదం	- ఆలూరి భుజంగరావు (కవిని)	125
సైకిల్ కథ	- దేవనూరి భానుమూర్తి	40
ద్రవాధునికథ	- డా॥ పాపినేని శివశంకర్	70
ప్రగతికి ప్రస్థానం సైన్స్	- డా॥ నాగసూరి వేణుగోపాల్	90
జమీల్యా	- చింగీజ్ ఐత్‌మాతొవ్	40
డా॥ కె.బి. కృష్ణ రచనలు	- అనువాదం: రావెలసాంబశివరావు	240
తొలి ఉపాధ్యాయుడు	- అను: వుప్పల లక్ష్మణరావు	50
వజ్ర పుష్పాలు	- డా॥ కట్టా నరసింహారెడ్డి	65
గులేర్ – హాస్య కథలు	- తెలిదేవర భానుమూర్తి	100
భారతదేశం	- డాంగే	150
బంగారు చేప (బాలల కథలు)	- శివ్వం ప్రభాకరం	50
కొంగ ఎత్తు – నక్కచిత్తు	- బి.వి. పట్నాయక్	50
సైన్స్‌లో ఆవిష్కరణలు	- రెడ్డి రాఘవయ్య	60
శారద రచనలు	- 'శారద'	325
నల్లగొండజిల్లా కమ్యూనిస్టుపార్టీ		
సంక్షిప్త చరిత్ర	- కె.వి.యల్.	100
గతితార్కిక భౌతికవాదం		
చారిత్రక భౌతికవాదం	- (రాదుగ)	200
జుమ్మేకీ రాత్‌మే (కథలు)	- పెద్దింటి అశోక్ కుమార్	140
బొమ్మల్లో ఖగోళశాస్త్రం	- అనువాదం : ఆర్వియార్	45
బండి నుండి వ్యోమనౌకకు	- రాచమల్లు రామచంద్రరెడ్డి	30
భూస్వామ్య విధానం రద్దుకైరైతుల		
వీరోచిత తిరుగుబాటు	- ఆరుట్ల, వై.వి.కె,'సిహెచ్. ఆర్	60
ఖగోళశాస్త్రం – దాని చరిత్ర	- జమ్మి కోనేటిరావు	100
కవికొండలవెంకటరావు కథలు-2	- కవికొండల	270
మేరా సఫర్	- జి. వెంకటస్వామి (కాకా)	200/250
ప్రేమ్‌చంద్ సాహిత్య వ్యాసాలు	- ప్రేమ్‌చంద్	70
జయం (నాటకాలు)	- ఎన్. రామారావు	170
రాజ్యాంగ శిల్పి	- బందారి అంకయ్య	45
వీరతెలంగాణ		
సాయుధ పోరాటం	- కె. ప్రతాపరెడ్డి	160
బూర్గుల రామకృష్ణారావు		
జీవిత చరిత్ర	- ఉమ్మత్తుల కేశవరావు	75
పాపాఘ్ని (కథలు)	- వేంపల్లి గంగాధర్	110
నవల-ప్రజలు	- వల్లంపాటి వెంకట సుబ్బయ్య	100
జంఘీజ్‌ఖాన్	- ఆర్వియార్	250
జైలులోపల కథలు	- వట్టికోట ఆళ్వారుస్వామి	50
నీరే జీవాధారం	- డా॥ ఆళ్ళ అప్పారావు	70
కాకినీతి (బాలల కథలు)	- శారదా అశోక్ వర్ధన్	30
బోరుబావులకు రీఛార్జీ	- ఆర్. రామచంద్రరావు	50
న్యూరోకేర్	- డా॥ ముదిరెడ్డి చంద్రశేఖర రెడ్డి	90
మోదుగుపూలు	- డా॥ దాశరథి రంగాచార్య	100
మన తెలంగాణము	- ఆదిరాజు వీరభద్రరావు	70
కోతిరాజు – (బాలల కథలు)	- మేకల మదన మోహన రావు	40
ఎగిరే నక్క – (బాలల కథలు)	- మేకల మదన మోహన రావు	40
Eventfull days	- **Dr. B. Madhusudhan Reddy**	80
వెదురుపువ్వు – (కథలు)	- మధురాంతకం నరేంద్ర	140
ఆదిరాజు వీరభద్రరావు జీవితం	- బి.రామరాజు, జి.రామకృష్ణ	40
అంపశయ్య నవీన్ కథలు	- నవీన్	325
బూర్గుల రామకృష్ణారావు రచనలు -1		330
తాబేలు తెలివి	- నరిశేపల్లి లక్ష్మినారాయణ	40
చెట్టును కాపాడిన చిలుక	- నరిశేపల్లి లక్ష్మినారాయణ	40
పరిగెచేను (కథలు)	- ఎలికట్టె	70
ఇల్లూ వాకిలి (కథలు)	- బి.యస్.రాములు	125
కాలప్రవాహం (అనువాద కథలు)	- జిల్లెళ్ళ బాలాజీ	110
తెలుగు జానపద కథలు	- డా॥ ఎన్. జనార్ధనాచారి	50
దాశరథి రంగాచార్య నవలలు		
(పరిశీలన- పరిచయం)	- డా. వి. జయప్రకాశ్	60
చిల్లరదేవుళ్ళు	- డా॥ దాశరథి రంగాచార్య	100
ప్రాచీన భారతదేశ చరిత్ర	- ఆర్.ఎస్. శర్మ	175
'సరిగమలు – పదనిసలు'	- డా॥ ఎస్వీ సత్యనారాయణ	100
ఓ నగరం కథ	- రంగనాథ రామచంద్రరావు	95
జీవనయానం	- డా॥దాశరథి రంగాచార్య	250
రుద్రాభట్ల నరసింహారావు కథలు	- రుద్రాభట్ల	150
జంపన నవలలు -1,2 సంపుటాలు	- (ఒక్కొక్కటి)	220